திருப்புமுனை

புதுமை நிறுவனங்களின் புரட்சிக் கதை

திருப்புமுனை

புதுமை நிறுவனங்களின் புரட்சிக் கதை

போரஸ் முன்ஷி

தமிழாக்கம் : ராமன் ராஜா

திருப்புமுனை: புதுமை நிறுவனங்களின் புரட்சிக் கதை
Thiruppumunai: Pudhumai Niruvanangalin Puratchi Kadhai

Porus Munshi ©

First Edition: June 2010
328 Pages

ISBN 978-81-8493-462-5
Title No. Kizhakku 501

Kizhakku Pathippagam
177/103, First Floor,
Ambal's Building, Lloyds Road,
Royapettah, Chennai 600 014.
Ph: +91-44-4200-9603

Email : support@nhm.in
Website : www.nhm.in

Kizhakku Pathippagam is an imprint of New Horizon Media Private Limited

இந்தப் புத்தகம், ஆறு வருடக் கூட்டு முயற்சியின் பலன். இதன் நோக்கம் இந்தியாவில் நடந்த உண்மையான திருப்புமுனைப் புதுமைகளை அடையாளம் கண்டுபிடிப்பது. நடக்க முடியாததை நடக்க வைக்க இவர்கள் அப்படி என்னதான் வித்தியாசமாகச் செய்தார்கள் என்பதை வெளியில் கொண்டுவருவது. இதில் சொல்லப்பட்டுள்ள 11 புதுமைகளும் பல்வேறு தொழில்துறைகளில் நடந்தவை; நம் பார்வையையே மாற்றக்கூடியவை.

உள்ளே

முன்னுரை / *9*

இந்தப் புத்தகத்தைப் பற்றி / *17*

அறிமுகம் / *19*

பகுதி–1

சவால்: பழகிய பாதையை மாற்ற முடியுமா? ... **31**

1. *தைனிக் பாஸ்கர்: முதல் நாளே நம்பர் ஒன்!* / *37*

2. *அரவிந்த் கண் மருத்துவமனை: ஒளி படைத்த கண்ணினாய், வா வா வா!* / *63*

பகுதி–2

புரிந்துகொண்டால் போதும், புகுந்து விளையாடலாம்! ... **91**

3. *கவின்கேர்: பயந்து தும்மிய பயங்கர அசுரர்கள்!* / *100*

4. *ஐடிசி - ஐபிடி: நொறுங்கியது பிசினஸ் மாடல்!* / *120*

5. *பாஷ் இந்தியா: எழுந்தது புதுமை, சிலிர்த்தது ஐரோப்பா!* / *150*

பகுதி–3

புறப்படுங்கள், லட்சியப் பயணம்! ... 167

6. திருச்சி போலீஸ்: கவரி வீசிய காவலர்கள் / 172

7. சோழா வாகன ஃபைனான்ஸ்: தப்பிக்க வழி இல்லை! / 200

8. டைட்டன் எட்ஜ்: யாராய் இருந்தால் எனக்கென்ன? / 217

பகுதி–4

சீர்குலைவைச் சமாளிப்பது எப்படி? ... 235

9. சாந்தா பயோடெக்: 'எங்கள் தொழில் - உயிர் காப்பது' / 240

10. நகர்ப்புற சீரமைப்பு: மாறியது சூரத், மாற்றியவர் யாரோ? / 268

11. சு-காம்: ஒரு புதிய தொழில்துறையே பிறந்த கதை / 300

முடிவுரை / 321

முன்னுரை

டீம் இந்தியா

'புதுமை' என்று நினைத்தவுடன் உங்கள் நினைவுக்கு வரும் கம்பெனிகள் என்ன? ஆப்பிள், 3M, கூகிள், சோனி? அல்லது டியூபாண்ட், மைக்ரோசாஃப்ட், ஸ்டார்பக்ஸ், வர்ஜின்? ஏதாவது ஒரு இந்திய கம்பெனி பெயராவது ஞாபகம் வருகிறதா?

எடுத்த எடுப்பில் ஒரு இந்திய கம்பெனிகூட நினைவுக்கு வராது; உட்கார்ந்து யோசித்தாலும் வராது! தூண்டித் துருவிக் கேட்டால், பெரும்பாலானவர்கள் தலையைச் சொறிவார்கள்; யோசிப்பார்கள். கடைசியாக போனால்போகிறது என்று ஒன்றிரண்டு பெயர்கள் வெளியே வரும்.

ஏன் இப்படி? இந்தியாவிலிருந்து சொல்லிக்கொள்ளும்படியாகப் புதுமைகள் எதுவும் வரவில்லையா? அல்லது நமக்குத்தான் தெரியவில்லையா? ஒருவேளை, நம்முடைய இனமே தன்னைத் தானே சபித்துக்கொண்டு, முன்னேறிய நாடுகளைக் கண்டு பிரமித்துப்போய் வாயடைத்து நிற்கிறதா? நம்மீதும், நம்முடைய சாதனைகள்மீதும் நமக்கு நம்பிக்கையே போய் விட்டதா?

நாம் எப்போதும் 'மீன் பாடி' வண்டியைத்தான் ஓட்டிக் கொண்டிருக்கப் போகிறோமா? தினசரி வாழ்க்கையின் தொந்தரவுகளுக்கு அவ்வப்போது பஞ்சர் ஒட்டிக்கொண்டிருந்தால் போதுமா? இந்த ஒட்டுப் போட்டு சமாளிக்கும் திறமையையே நம் தேசிய பலமாக மாற்றிக்கொள்ள முடியாதா? சில்லறை வேலைகளிலிருந்து மேலே வந்து, மகத்தான புதுமைகளைச் செய்வது எப்போது?

கடந்த பத்து வருடங்களில் இந்தியாவிலிருந்து உண்மை யிலேயே பல புதுமைகள் வர ஆரம்பித்திருக்கின்றன. மென் பொருள் சேவைகளில் இந்திய கம்பெனிகள் பல புதுமைகள் செய்திருப்பது, உலகமே ஒப்புக்கொண்ட ஒரு விஷயம். இவை KPO போன்ற புதிய தொழில்துறைகளையே உருவாக்கியிருக் கின்றன. முதலில் நகல் எடுப்பது, காப்பி அடிப்பது, ஏதாவது சின்னச் சின்ன முன்னேற்றங்கள் செய்வது என்று ஆரம்பித்தது தான்; இப்போது நாமே முக்கியமான பல புதிய தயாரிப்புகளைக் கொண்டுவர ஆரம்பித்துவிட்டோம். ஆணிவேர் மட்டத்தில் உபயோகமுள்ள சேவைகளை உருவாக்குவதில் இப்போது நாம்தான் முன்னோடிகள்! உலகச் சந்தைகளிலும் புதுமைகள்; சர்வதேச தரக் கட்டுப்பாடுகளைத் திருப்தி செய்து, அவற்றை மிஞ்சியும் முன்னே போய்விட்டோம். பழையன கழிந்து, புதியன புகும் தலைவாசலில் நின்றுகொண்டிருக்கிறோம்.

இந்தப் புதிய இந்தியாவில் உள்ள பன்னாட்டு கம்பெனிகளின் கிளைகள்கூட, தூரத்துத் தலைமையகத்தின் மறு அவதாரங்களாக நின்றுவிடவில்லை; அவை புதுமையின் ஊற்றுக்கண்களாக ஆகியுள்ளன. அவ்வளவு ஏன், அரசாங்க நிறுவனங்கள்கூடப் பொதுச் சேவையில் புதுமைகள் புரிகின்றன!

இந்தப் புத்தகம், ஆறு வருடக் கூட்டு முயற்சியின் பலன். எரிஹ்வான் புதுமை ஆலோசனை நிறுவனமும் மரிகோ புதுமை மையமும் சேர்ந்து செய்த தேடலின் விளைவு. இதன் நோக்கம் இந்தியாவில் நடந்த உண்மையான திருப்புமுனைப் புதுமை களை அடையாளம் கண்டுபிடிப்பது. நடக்க முடியாததை நடக்க வைக்க இவர்கள் அப்படி என்னதான் வித்தியாசமாகச் செய்தார் கள் என்பதை வெளியில் கொண்டுவருவது. இதில் சொல்லப் பட்டுள்ள 11 புதுமைகளும் பல்வேறு தொழில்துறைகளில் நடந்தவை; நம் பார்வையையே மாற்றக்கூடியவை.

இந்தப் புத்தகத்தைப் படித்த பிறகு சில விஷயங்கள் புரியும்:

(1) பழைய மனப்போக்குகளைப் புதிதாக்குதல்:

சிறிது காலம் நிலைபெற்றுவிட்ட தொழில்துறைகளில் சில பத்தாம்பசலித்தனமான அணுகுமுறைகள் ஆழப் பதிந்து போயிருக்கும். இதனால் அவற்றின் தயாரிப்புகள், பேக்கேஜிங், விளம்பரம் எல்லாமே வித்தியாசமே இல்லாமல் ஒரே மாதிரி இருக்கும்.

பழமையில் ஊறிய கம்பெனி ஒன்றில் புதுமை செய்வதற்கு நிறையத் தைரியம் வேண்டும்; இறுகிப்போன வழிமுறைகளைத் தட்டிக் கேட்கவேண்டும். நம் நாட்டைப்போல அதிகார அடுக்குகள் நிறைந்த சமுதாயத்தில் இதைச் செய்வது சிரமம்!

நம் பத்திரிகைத் துறைக்கு நூறு வருடம் ஆகிறது. இந்த அளவுக்கு நிலைபெற்றுவிட்ட ஒரு தொழில்துறையில் பழமைவாதம் வலுவாக அமர்ந்திருக்கும். 'இதில் முதல் இடத்தைப் பிடிப் பதற்கு வருடக்கணக்கில் ஆகும்' என்பது போல சில நீண்ட நாள் நம்பிக்கைகள் நிலவும். ஆனால் தைனிக் பாஸ்கர் பத்திரிகை ஒரு புரட்சிகரமான மார்க்கெட்டிங் வியூகம் வகுத்தது. ராஜஸ்தான், சண்டிகர், ஹரியானா, குஜராத் என ஒவ்வொரு மாநிலத்திலும் பத்திரிகை ஆரம்பித்த அன்றே தைனிக் பாஸ்கர்தான் நம்பர் ஒன்!

தொழில்துறை ஒன்றில் பழமைவாதங்கள் பிடிவாதமாக உட் கார்ந்துகொண்டிருப்பது ஒருபுறம் இருக்கட்டும்; ஒரு நிறுவனத் துக்கு உள்ளேயே இருக்கும் பழமைவாதங்கள் அவற்றுக்குச் சற்றும் சளைக்காதவை! நேற்றைக்கு அடைந்த வெற்றிகள், வேரோடிப் போன கலாசாரம் இவற்றால் வரும் விளைவு இது. இதை மாற்றுவதற்கு என்ன செய்யவேண்டும் என்பதை சோழா வாகன ஃபைனான்ஸ் கோடிட்டுக் காட்டுகிறது. ரிஸ்க் எடுக்காமல் பாதுகாப்பாக உட்கார்ந்திருக்கும் கலாசாரத்தை மாற்றி, புதிய வியூகங்களை அமைத்துக்கொண்டு, பெரிய பெரிய தாவல்களில் வளர்ந்தது சோழா.

(2) அசுரர்களை எதிர்க்கப் புதிய ஆயுதம்:

அசுரர்களைக் கண்டால் எல்லோருக்கும் நடுக்கம்; அவர் களுடைய பெரிய உருவத்தைப் பார்த்த உடனேயே மனத்தில் பயம் கலந்த மரியாதை எழும்! அசுரனைச் சீண்டிவிட்டால் அவன் எழுந்து நம்மைத் துரத்த வந்துவிடுவான் என்ற பயம். நம்மால் அவனை எதிர்கொள்ள முடியாது என்ற கவலை. ஏனென்றால் நாம் மிகவும் சிறிய நிறுவனம். வசதி வாய்ப்புகள் இல்லாமல் பரிதாபமாக இருக்கிறோம். யாரையும் எதிர்த்து நிற்கும் பலம் கிடையாது.

கடந்த பத்து வருடங்களில்தான் கவின்கேர், சு-காம் போன்றவர் கள் அசுரர்களுக்கு எதிராக நிமிர்ந்து நின்றிருக்கிறார்கள். (அதற்கு முன்னால் நிர்மா.) துணிந்து, ராட்சச கம்பெனிகள் விளையாடும்

களத்திலேயே இறங்கியிருக்கிறார்கள். தொழில்முனைவோருக்கு வெற்றி வாகை சூடும் எண்ணம் இருந்தால் போதும் என்று காட்டியிருக்கிறார்கள். கவின்கேரையும் சு-காமையும் ஆரம்பித்தவர்கள் இருவருமே, பன்னாட்டு கம்பெனிகளைக் கண்டு தங்களுக்குப் பயம் இல்லை என்று காட்டியிருக்கிறார்கள். ஆரோக்கியமான திமிர் அது!

பளிச்சென்ற புதிய ஐடியாக்களை வைத்துக்கொண்டு எத்தனை பெரிய கம்பெனிக்கும் தண்ணி காட்ட முடியும் என்பது தெரியும் அவர்களுக்கு. தொழில்முனைவோர்கள் அத்தனை பேரும் படிக்கவேண்டிய இலக்கணப் புத்தகம் இவர்கள். பெரிய கம்பெனிகளால்தான் ஆராய்ச்சியாலும் தொழில்நுட்பத்தாலும் புதுமைகள் செய்ய முடியும் என்ற மாயையை இவர்கள் தகர்த்திருக்கிறார்கள். சிறிய தொழில்முனைவோரும் புதுமையில் விஞ்சலாம் என்பதைச் செய்தே காட்டியிருக்கிறார்கள்.

(3) புறக்கணிக்கப்பட்ட மார்க்கெட்களில் புதுமை!

உலகத்தில் கோடிக்கணக்கான பேருக்கு ஒரு நாளைக்கு 100 முதல் 250 ரூபாய் வரைதான் வருமானம். இவர்களும் நுகர்வோர்கள்தான்! இது ஒரு மிகப் பெரிய மார்க்கெட்; சேவை செய்வோர்தான் யாரும் இல்லை. பல கம்பெனிகளுக்கு இந்த மார்க்கெட்டில் நுழைய ஆசைதான். ஆனால் அவர்கள் 'ஏழைகளுக்கான மார்க்கெட்தானே' என்று எகத்தாளத்துடன் இதில் நுழைகிறார்கள். ஏற்கெனவே இருக்கும் தங்கள் தயாரிப்புகளையே வெட்டிச் செதுக்கி, குறைந்தபட்சமாக ஏதாவது ஒன்றைச் செய்துகொடுத்தால் போதும், ஏழை மக்கள் திருப்தி அடைந்துவிடுவார்கள் என்பது அவர்கள் எண்ணம். ஆனால் இந்த மார்க்கெட்டுக்குத் தேவை ஏழைகளின் சிட்டிபாங்க் அல்ல, பட்டிக்காட்டு வங்கிதான்!

பெரிய நிறுவனம் ஒன்று விவசாயிகளுடைய தனிப்பட்ட தேவைகளுக்காக, புதுமையான பிசினஸ் மாடலையே உருவாக்கியது: ஐடிசி-ஐபிடியின் ஈ-சௌபால், ஒரு புரட்சிகரமான திட்டம்! மதுரையில் உள்ள அரவிந்த் கண் மருத்துவமனை பொருளாதாரத்தில் நலிவடைந்தவர்களுக்காகக் கண்டுபிடித்த கண் சிகிச்சை மாடல் மற்றொரு புரட்சி. அவர்கள், டாக்டர்களின் திறனைப் பத்து மடங்கு அதிகரிக்கும்வகையில் ஓர் அறுவை சிகிச்சை முறையை உருவாக்கினார்கள். இதில் ஏழைகளுக்கு

இலவசமாகவோ, கிட்டத்தட்ட இலவசமாகவோ சிகிச்சை செய்தாலும்கூட, கையில் 40% லாபம் தங்குகிறது!

அரவிந்தில் வருடத்துக்கு 2 லட்சம் காடராக்ட் அறுவை சிகிச்சைகள் நடக்கின்றன. இதுதான் உலகிலேயே பெரிய கண் சிகிச்சை நிறுவனம். ஹார்வர்ட், ஜான்ஸ் ஹாப்கின்ஸ் பல்கலைக்கழகங்களிலிருந்தெல்லாம் மாணவர்கள் இங்கே பயிற்சிக்காகவும் படிப்புக்காகவும் வருகிறார்கள். இந்தியாவில் எங்கோ ஒரு மூலையில் சந்தடி இல்லாமல் நடக்கும் ஒரு கண் ஆஸ்பத்திரி, உலக அளவில் தரத்துக்கு ஒரு சாட்சியாக நிற்க முடியும் என்றால், நமக்கெல்லாம் என்ன தடை?

(4) பன்னாட்டு கம்பெனிகள்: காப்பி அடித்தது போதும்!

இந்த வகையின்கீழ் வரும் புதுமை நிறுவனங்கள் இந்திய அளவில் மட்டுமல்ல, உலக அளவிலும் கவனம் பெற்றிருக்கின்றன. டீசல் எஞ்சின்களில் பி.எஃப் பம்ப் என்று ஒற்றைக் குழல் பம்ப் ஒன்று உண்டு. இதற்கு பாஷ் நிறுவனத்தின் இந்தியக் கிளை, வல்லுனர் குழு என்ற முறையில் பொறுப்பு ஏற்றுக் கொண்டிருந்தது. ஆனால் பத்து வருடத்துக்கும் மேலாக, அவர்கள் ஜெர்மனியில் தயாரிக்கப்பட்ட பம்ப்பையே சற்று மாற்றி அமைத்து ஏதோ செய்துகொண்டு காலம் தள்ளி வந்தார்கள். புதிதாக எதுவும் முயற்சிக்கவில்லை. அதற்கே ஆயிரம் அனுமதி வாங்கவேண்டியிருந்தது. கடைசியாக அவர்களுக்கு ஒரு பெரிய நெருக்கடி வந்தது. ஜெர்மனியை எதிர்பார்த்துக் காத்திருப்பதற்கு பதிலாக, தாங்களே நடவடிக்கை எடுக்கவேண்டிய கட்டாயம் ஏற்பட்டது. அப்போது அவர்கள் தயாரித்த 'திருப்புமுனை' என்று சொல்லத்தக்க பம்ப், டீசல் எஞ்சின் உலகத்தையே சூறாவளி போல் புரட்டிப் போட்டு விட்டது!

பிலிப்ஸ், மைக்ரோசாஃப்ட் இரண்டுமே உலகத்துக்குப் புதிய தயாரிப்புகள் படைத்துக் கொடுக்க இந்தியாவை ஆராய்ச்சிக் கூடமாகப் பயன்படுத்திக்கொண்டிருக்கின்றன. வேறு இடங்களில் செய்து வெற்றியடைந்ததை இங்கே திரும்பச் செய்தால் போதும் என்று அவர்கள் நினைக்கவில்லை.

இது மிக அடிப்படையான ஒரு மாற்றம். முன்பெல்லாம் பன்னாட்டு கம்பெனிகள், அங்கே வேண்டாம் என்று ஒதுக்கிய

பழைய டெக்னாலஜியை இங்கே தள்ளிவிடுவார்கள். அல்லது மேல் நாடுகளில் நடக்கும் உயர் தொழில் நுட்ப வேலைகளுக்கு நாம் பக்க வாத்தியம் வாசித்துக்கொண்டிருப்போம்.

(5) சேவைகளில் மட்டுமல்ல, இனி தயாரிப்புகளிலும் புதுமை!

வழக்கமாக, தயாரிப்புகளில் புதுமை செய்வது என்பது இந்தியாவுக்கு ஒத்து வருவதில்லை. மென்பொருளா, சரி. கால் சென்ட்டரா, நம்மால் முடியும். குறைந்தபட்சச் சம்பளத்துக்கு வேலை செய்ய ஆள்கள் தேவையா, செய்கிறோம். ஆனால் தயாரிக்கும் பொருள்களில் புதுமை செய்யவேண்டுமா? அது மட்டும் கஷ்டம்! புதிய தயாரிப்புகள் எதுவாக இருந்தாலும் அமெரிக்கா, ஐரோப்பா, ஜப்பான், கனடா, தென் கொரியா, தாய்வான் அல்லது பிரேசில் போன்ற இடங்களிலிருந்துதான் வரும். இந்தியாவிலிருந்து ஒருபோதும் வராது.

டாடா மோட்டார்ஸ் தயாரித்த நானோ, டைட்டன் நிறுவனத்தின் எட்ஜ் இரண்டுமே டாடா தயாரிப்புகள். இவை திருப்பு முனையாக அமைந்த புதுமைத் தயாரிப்புகள். உலகமே முடியாது என்று சொல்லிவிட்டபிறகு இந்திய கம்பெனி ஒன்று அதே பொருளை வெற்றிகரமாகத் தயாரித்ததற்கு உதாரணங்கள் இவை.

(6) நோயுற்ற நிறுவனத்துக்குப் புது உயிர்!

உங்கள் ஊர் போலீஸ், அல்லது நகராட்சி மன்றத்திடம் ஏதாவது வேலைக்காகப் போய் நிற்கச் சொன்னால் என்ன செய்வீர்கள்? நம்பிக்கையுடன் போவீர்களா, பயத்துடனா? சோகம் என்ன என்றால், இவர்களை அணுகும் யார் மனத்திலும் பயமும் அவநம்பிக்கையும் இல்லாமல் இருக்காது. நம் தினசரி வாழ்வுடன் சம்பந்தப்பட்ட இந்த இரண்டு துறைகளும் நாளுக்கு நாள் மோசமாகிக்கொண்டே போகின்றன. இந்தப் புத்தகத்தில் கொடுக்கப்பட்டுள்ள இரண்டு புதுமைக் கதைகளைப் படிக்கும் போது சற்றே நம்பிக்கையின் ஒளி தெரிகிறது.

இந்த மாற்றத்தின் பின்னணியில் இருந்தது, சமுதாயக் காவல் என்ற ஒரு வித்தியாசமான கருத்து. திருச்சியில் இந்த மாற்றம் வருவதற்கு இரண்டு வருடம்கூட ஆகவில்லை. அதை ஆரம்பித்து வைத்த ஜே.கே.திரிபாதி மாற்றலில் சென்றபிறகும் இது தொடர்ந்தது.

தமிழ்நாட்டில் இந்தக் கருத்தை இப்போது சென்னை, மதுரை, கோயம்புத்தூருக்கும் எடுத்துப் போய்க்கொண்டிருக்கிறார்கள். சூரத்தில் எஸ்.ஆர். ராவ், நகராட்சி அமைப்புகளிலும் வழிமுறைகளிலும் சரமாரியாகப் பல புதுமைகள் செய்து, ஊரையே தலைகீழாக மாற்றித் தந்தார். அதற்குமுன் ப்ளேக் பிடித்த ஊராக இருந்தது, இன்று இந்தியாவிலேயே இரண்டாவது சுத்தமான நகரமாக மாறியுள்ளது.

அரசாங்க அதிகாரிகளுக்கு சில வசதியான சாக்குப் போக்குகள் உண்டு: போதுமான அதிகாரம் இல்லை என்பார்கள்; சட்டம்-விதிகள் எல்லாம் பத்தாம்பசலியாக இருக்கின்றன என்பார்கள்; அரசியல் குறுக்கீடு தாங்கவில்லை என்பார்கள்.

மாற்றங்களைக் கொண்டுவருவதற்குத் தேவையான தலைமைக் குணம்தான் அவர்களுக்கெல்லாம் இல்லை என்று திரிபாதியும் ராவும் நிரூபித்தார்கள்.

முடிவாக...

அமைப்பிலோ, உள்ளடக்கத்திலோ இது ஒரு பாடப் புத்தகம் அல்ல. விஷயங்களை ஆழமாகப் புரிந்துகொள்ள உதவும் புத்தகம் இது. உங்களை உசுப்பேற்றி விடுவதற்காகவே எழுதப்பட்டது! இந்தப் புத்தகம், உங்களில் ஆக்கபூர்வமான ஒரு தவிப்பை ஏற்படுத்தும். இதனால் இன்னும் பல புதுமைகள் பிறக்கும் என்று நம்பிக்கை இருக்கிறது.

இந்தப் புத்தகம் இந்தியாவிலும் உலகம் முழுவதிலும் உள்ள எல்லா நிறுவனங்களுக்காகவும் எழுதப்பட்டது; புதுமையைப் புரிந்துகொள்ளத் துடிப்பவர்களுக்கும், அதிலிருந்து ஊக்கம் பெற விரும்புகிறவர்களுக்கும் எழுதப்பட்டது.

இந்தப் புத்தகம், ஒரு பிசினஸை ஆரம்பித்து வெற்றிகரமாக நடத்தி வந்தாலே போதும் என்று நினைக்காமல், உலகத்தையே அதிர வைத்துவிடுவது என்று கங்கணம் கட்டிக்கொண்டுவிட்ட தொழில்முனைவோருக்கானது. வரலாற்றைப் படித்தால் போதாது, படைக்கவேண்டும் என்ற தாகம் கொண்ட தொழிலறிஞர்களுக்கானது. இன்றைய தினத்தைப் பற்றிக் குறை சொல்லிக்கொண்டிருக்காமல் நாளை ஒரு புதிய தினத்தைப் படைக்கவேண்டும் என்று நினைக்கும் மாணவர்களுக்கானது. கடைசியாக, 'இங்கே எல்லாம் சரியாகத்தானே இருக்கிறது'

என்று தன்னைத் தானே ஏமாற்றிக்கொள்ளாமல், செங்கோலைக் கையில் எடுத்து ஆள விரும்பும் அரசியல்வாதிகள், அதிகாரிகளுக்கானது இந்தப் புத்தகம்!

ஒரு புத்தகத்தால் இதையெல்லாம் செய்ய முடிவதற்கு என்ன காரணம்? இதற்கு உயிர் கொடுத்தவர் போரஸ் முன்ஷி என்பதுதான் காரணம்! கண்ணுக்குத் தெரியாத, ஆனால் காந்தச் சக்தி வாய்ந்த உள் விஷயங்களை அலசி வெளியே கொண்டு வருவதில் அவருக்கு நிகர், அவர்தான். இதனுடன் அவருடைய எழுத்தாற்றலும் சேரும்போது கிடைப்பது, கையில் எடுத்தால் கீழே வைக்க முடியாத ஒரு புத்தகம்!

- ராஜீவ் நாரங்க்

நிறுவனர், சேர்மன், நிர்வாக இயக்குனர்
எரிஹ்வான் இன்னொவேஷன் கன்சல்டிங்

இந்தப் புத்தகத்தைப் பற்றி...

இந்தியாவெங்கும் புதுமைகளுக்கு வேகம் கொடுப்பதற்காக, 2003 மார்ச் மாதத்தில் மரிகோ அறக்கட்டளை உருவாக்கப் பட்டது. அதன் ஆட்சி மன்றத்தில், நம் நாட்டிலேயே சிறந்த, செல்வாக்கு மிக்க புதுமைத் தலைவர்கள் பலர் இடம் பெற்றிருந் தார்கள். இந்த அவைக்குத் தலைமை தாங்கும் வாய்ப்பு எனக்குக் கிடைத்தது.

எங்கள் எல்லோருக்கும் ஒரே கவலைதான்: அதுவரை இந்தியா என்பதில் உள்ள 'இ' என்பது இமிடேஷன் - அதாவது நகல் எடுப்பது - என்றுதான் சொல்லப்பட்டு வந்தது. இதன் மக்களோ, மனத் தடைகளால் குறுகிவிட்டவர்கள். இதை மாற்றுவது எப்படி? இந்தியா என்றாலே 'இதுவரை இல்லாத புதுமை' என்று அகராதியைப் பேச வைப்பது எப்படி? இந்தியாவையும் அதன் தொழில்துறைகளையும் ஐஐடி போன்ற உயர் கல்விக் கழகங் களையும் நினைத்தவுடனே புதுமை, புரட்சிதான் ஞாபகம் வரவேண்டும். அதற்கு என்ன செய்யலாம்?

புரட்சியாளர்களையும் புதுமைத் தலைவர்களையும் ஏராளமாக உருவாக்குவது எப்படி? புதுமைகளால் உடனடியாகப் பெரிய வளர்ச்சி ஏற்படுவது என்பது மேல் நாடுகளுக்கு மட்டுமே உரிய சொத்து அல்ல, அது நம்மாலும் முடியும் என்ற நம்பிக்கையை நமக்கு ஏற்படுத்துவது எப்படி? புதுமைக் கலங்கரை விளக்கமாக மற்றவர்களுக்கு வழி காட்டக் கூடிய இந்தியர்கள் யார், யார்?

இந்தக் கவலையினால்தான், 'இந்தியாவில் புதுமைகள்' என்பது பற்றிய ஆழமான ஆராய்ச்சியில் இறங்கினோம். மரிகோ புதுமை

மையத்தின் ஆராய்ச்சித் திட்டங்கள் பிறந்தன. அவற்றை மிகுந்த சிரமம் எடுத்துக்கொண்டு அற்புதமாக வடிவமைத்து நிர்வகித்தது எரிஹ்வான் நிறுவனம்.

இதிலிருந்து சில விஷயங்கள் ஆழமாகப் புரிந்தன. பல விஷயங் கள் வெளிச்சத்துக்கு வந்தன. அந்த ஆராய்ச்சியில் கிடைத்ததில் முக்கியமான ஊக்கம் தரும் உதாரணங்கள்தான் இந்தப் புத்தகம். முடியாததை முடிப்பது எப்படி என்பதை நீங்கள் இதில் பார்க்கப் போகிறீர்கள்.

நாங்கள் கண்டுபிடித்தவற்றை இந்தப் புத்தகத்தின் வழியாக நாடு முழுவதும் கொண்டுசேர்க்கவேண்டும் என்பதுதான் அறக் கட்டளையின் நோக்கம். இந்தியாவால் புதுமைகள் படைக்க முடியும், அதுவும் முழுக்க முழுக்க சுதேசித்தனமாகவே செய்ய முடியும் என்று இதைப் படிப்பவர்களுக்கு நம்பிக்கை வரும்.

இந்தியாவின் இன்றைய தலைமுறையும் நாளைய தலைமுறை களும் இந்தப் பாடங்களால் பயன்பெறுவார்கள் என்று நம்பிக்கை இருக்கிறது. அது மட்டுமல்ல, புதுமை என்பது அவர்களுக்கு ஒரு வாழ்க்கை முறையாகவே மாறும்; நாம் எல்லோரும் பெருமைப்படக்கூடிய ஒரு புதிய இந்தியா, சமத்துவ இந்தியா அதிலிருந்து பிறக்கும்.

R.A. **மாஷேல்கர்**

தலைவர், மரிகோ இன்னொவேஷன் ஃபவுண்டேஷன்

அறிமுகம்

எரிஹ்வான் புதுமை ஆலோசனை நிறுவனத்திலும், மரிகோ புதுமை மையத்திலும் எங்களுக்கெல்லாம் பல காலமாகவே ஓர் ஆவல்: சுற்றுகிற வட்டப் பாதையை விட்டு விலகி, புதிதாக ஒரு பாதை யையே அமைத்துக்கொள்கிற அளவுக்குப் புதுமை களைப் படைக்கவேண்டும் என்றால், அதற்கு நாம் செய்யவேண்டியது என்ன? இதற்கு விடை தேடி நாங்கள் ஆரம்பித்ததுதான் 'சேலஞ்சர் பரிசோதனை' திட்டம். 40 துறைகளிலும் தொழில்களிலும் இருந்த 180 பேரைச் சந்தித்தோம். புதுமையாளர்களை, யதார்த்த நிலைகளுக்குச் சவால் விடும் ஆசாமி களைக் கண்டுபிடித்தோம்.

இதற்கு நாங்கள் எடுத்துக்கொண்ட அளவுகோல்கள் மூன்று: அவர்களுடைய சாதனையின் விளைவுகள் என்ன? எவ்வளவு வித்தியாசமான சாதனை அது? அவர்களுக்கு இருந்த வசதி வாய்ப்புகள் என்ன? புதுமைகளை அடையாளம் கண்டபிறகு, புதுமை யாளர்களையும் அவர்களுடைய நிறுவனங்களை யும் ஆழமாக ஆராய்ந்தோம்.

எரிஹ்வான், மரிகோ இரண்டு நிறுவனங்களையுமே இயக்குவது ஒரே ஆசைதான்: இந்தியா, தன் னுடைய சுய முயற்சியால், முன்னேறிய நாடுகளின் வரிசையில் சேர ஒரு வழி கண்டுபிடிக்கவேண்டும். 1980-களும் 1990-களும் ஜப்பானின் பொற்காலம். தரம் என்பதுதான் அப்போதைய தாரக மந்திரம். 2010-களும் 2020-களும் இந்தியாவின் பொற்கால மாக இருக்கக்கூடாதா? புதுமையே உயிர் மூச்சாக

மாறக்கூடாதா? இன்றைக்கு இந்தியாவை எதிர்நோக்கியுள்ள பிரச்னைகளுக்கெல்லாம் ஒரு தீர்வைக் கண்டுபிடிக்கும் சக்தியாக, இந்தப் புதுமைகளை உபயோகிக்கக் கூடாதா? அப்படிப்பட்ட புதுமைகள் நிகழ்ந்த கதையையும் அவற்றின் பின்னணியையும் எடுத்துச் சொல்லி, மரிகோவும் எரிஹ்வானும் அந்த எதிர்காலத்துக்குப் பங்களிக்க முடியாதா? இந்தத் திசையில் முதல் அடிதான் இந்த ஆராய்ச்சி.

அதன் பிறகு ஆல்டேர் எஞ்சினியரிங் இந்தத் திட்டத்தில் கலந்து கொண்டார்கள். இந்தியாவில் தயாரிப்புப் பொருள்களில் புதுமை செய்வதற்கு எதுவெல்லாம் தடையாக இருக்கிறது என்பது அவர்கள் ஆராய்ச்சி. இதிலிருந்து மூன்று படிப்பினைக் கதைகள் கிடைத்தன: சு-காம், டைட்டன் எட்ஜ், பாஷ் இந்தியா.

வழக்கமாக இந்த மாதிரி ஆராய்ச்சிகளில், புதுமையாளர்கள் எனப்படுபவர்கள் வித்தியாசமாக எதையெல்லாம் செய்தார்கள் என்று கண்டுபிடிப்பார்கள். நாம் என்னென்ன செய்தால் அதே போல் சாதனை நிகழ்த்த முடியும் என்று ஒரு பட்டியல் தயாரிப்பார்கள். எங்களுடைய ஆராய்ச்சி வேறுமாதிரியானது. புதுமையாளர்கள் என்ன செய்தார்கள் என்பது சுவாரசியமானது தான்; உபயோகமானதுதான். ஆனால் அதைவிட முக்கியம், அவர்கள் எப்படிச் சிந்திக்கிறார்கள் என்பதுதான்! நாங்கள் சந்தித்த புதுமையாளர்களில் ஒருவர் அரவிந்த் கண் மருத்துவ மனையின் டாக்டர் நாச்சியார். அவர், ‘எங்களுடைய சிறந்த நடைமுறைகள், வழிமுறைகள் எல்லாவற்றையும் பல நிறுவனங்களுக்கு சொல்லித் தந்துகொண்டுதான் இருக்கிறோம். ஆனால் அவர்கள் யாராலுமே நாங்கள் செய்வதை அப்படியே கொண்டு வரமுடிவதில்லை. ஏனென்றால் அவர்கள் வழிமுறைகளைத்தான் கவனிக்கிறார்களே தவிர, அதற்கு அடிப்படையில் இருக்கும் எங்கள் தத்துவம், லட்சியம் ஆகியவற்றைக் கோட்டை விட்டுவிடுகிறார்கள்’ என்கிறார்.

உள்ளுக்குள்ளே என்ன இருக்கிறதோ, அதுதான் வெளி நடவடிக்கைகளிலும் பிரதிபலிக்கும். வெளிப்புறச் சின்னங்களையே பார்த்துக்கொண்டிருந்துவிட்டு, உள்ளே இருக்க வேண்டிய மனநிலைகள், நம்பிக்கைகள் ஆகியவற்றைக் கவனிக்காவிட்டால், நாம் புதுமையாளர்களைப் பின்பற்ற முயற்சி செய்வதில் பயனில்லை. எனவே, நாங்கள் புதுமை

யாளர்களை உந்தும் மன நிலைகளையும் அதனால் எழும் நட வடிக்கைகளையும் பற்றி ஆராய்வது என்று முடிவு செய்தோம்.

புதுமைக் கதைகள் தேர்வு

இந்தப் புத்தகத்தில் சொல்லப்படும் நிறுவனங்களையும் லட்சி யங்களையும் அவற்றின் அளவுக்காக மட்டும் நாங்கள் தேர்ந் தெடுக்கவில்லை. இவை ஒவ்வொன்றும் ஏதோ ஒருவிதத்தில் தங்கள் தொழில்துறையையே மாற்றி அமைத்துள்ளன. இவை வழக்கமான சிந்தனைக்கு அப்பாற்பட்டுச் சிந்தித்து, தங்களுக் கென்று ஒரு ஜொலிக்கும் பாதையை அமைத்துக்கொண்டவை.

தனியார் துறை மட்டுமின்றி, அரசாங்க நிறுவனங்கள், சமுதாய நலத்துறை ஆகியவற்றிலிருந்தும் உதாரணங்களை எடுத்துக் கொண்டிருக்கிறோம். ஒரு மாறுபட்ட மனநிலை- அதனால் பயனும் விளைகிறது என்றால்- அது எந்தத் துறைக்கும் பொருந்த வேண்டும். ஏதோ ஒரு குறிப்பிட்ட துறையைப் படித்தால் மட்டும் போதாது. எல்லாத் தொழில் துறைகளிலும் ஆச்சரிய மான புதுமைகள் நிகழ்ந்துகொண்டிருக்கின்றன. அதில் எல்லோ ருக்கும் பாடம் இருக்கிறது.

தனியார் துறையிலிருந்து நாங்கள் தேர்ந்தெடுத்தவை தைனிக் பாஸ்கர், ஐடிசி-ஐபிடி, சாந்தா பயோடெக், டைட்டன், பாஷ், சோழா வாகன ஃபைனான்ஸ், சு-காம், கவின்கேர் ஆகியவை. பொதுச் சேவையை எடுத்துக்கொண்டால், சூரத் நகரம் மாறி யதையும் திருச்சி போலீஸ் சீர்திருத்தங்களையும் சொல்லியிருக் கிறோம். அரவிந்த் கண் ஆஸ்பத்திரி சமூக நலப் பிரிவில் வருகிறது.

சாந்தா பயோடெக் தவிர, இங்கே சொல்லப்பட்டிருக்கும் எந்தத் தனியார் துறையும் ஆரம்ப நிலையில் உள்ள நிறுவனம் என்று சொல்ல முடியாது. இருந்தும் அவை ஒவ்வொன்றும் அடிப் படையில் பெரும் வளர்ச்சியைச் சந்தித்திருக்கின்றன. பயோ டெக்னாலஜி புதிய துறை; ஆனால் இந்தியாவில் அந்தத் துறையை உருவாக்க உதவியதே சாந்தா பயோடெக்தான். அதன் பாதையிலோ, பற்பல தடைகள். உதாரணமாக, ஜெனடிக் எஞ்சினியரிங்கைப் பயன்படுத்தி ஆர்-டிஎன்ஏ தடுப்பு மருந்து தயாரிக்கவேண்டும் என்று அனுமதி கோரி அரசாங்கத்துக்கு மனு செய்தார்கள். ஏனோ அவர்களுடைய விண்ணப்பம் தொலைந்து

கொண்டே இருந்தது. பல மாதங்கள் இப்படி நடந்தபிறகுதான் என்ன விஷயம் என்று கண்டுபிடித்தார்கள்: ஜெனடிக் எஞ்சினியரிங் என்றால் என்னவென்று அரசாங்கத்தில் இருந்தவர்களுக்குப் புரியவில்லை. எஞ்சினியரிங் என்ற வார்த்தையைப் பார்த்துவிட்டு அதைப் பொதுப்பணித் துறைக்கு அனுப்பியிருக்கிறாகள் நம் நிர்வாகிகள்!

நாங்கள் கண்டறிந்த உண்மைகள்

பழகிய பாதையை விட்டு விலகிச்சென்று புரட்சி செய்ய வேண்டும் என்றால் சில அடிப்படைத் தேவைகள் உள்ளன. புரட்சியாளர்கள், தங்கள் வேலையை ஆரம்பிப்பதே ஒரு கடினமான சவாலில் இருந்துதான். 'இது முடியாத காரியம்; முடித்துக் காட்டினால் அது சரித்திரம்' என்ற அளவுக்குக் கடினமாக இருப்பதால், அந்த லட்சியம் அவர்கள் மூளையைத் துளைத்துக்கொண்டுபோய் நேரடியாக இதயத்தைத் தொட்டு விடுகிறது. அடுத்து அந்தச் சவாலை எதிர்கொள்ளும் வழிகளை யோசிக்கிறார்கள். பிரச்னையை ஆழமாகப் புரிந்துகொள்கிறார்கள். இந்தப் புரிதலில் இருந்தோ, அல்லது மிகவும் வித்தியாசமான கோணத்தில் பிரச்னையை அணுகுவதாலோ, புதிய வியூகம் ஒன்று பிறக்கிறது.

மூன்றாவது கட்டமாக, பல தரப்பினரையும் தன் பக்கத்தில் கூட்டு சேர்த்துக்கொள்கிறார்கள். பிரச்னையில் சம்பந்தப்பட்டவர்கள், நந்திகளாக வழியை மறிக்கக்கூடியவர்கள், தன் அணியிலேயே இருப்பவர்கள், செல்வாக்கு மிக்கவர்கள், அரசாங்க இயந்திரம் - இப்படிப் பலரின் உதவியைப் பெறுகிறார்கள். இவர்களில் யார் வேண்டுமானாலும் லட்சியத்தை அடைவதற்குத் துணையாகவோ, தடையாகவோ இருக்க முடியும்! அவர்களைத் தன் பக்கம் இழுத்துக்கொண்டால் போதாது; அவர்களே உற்சாகம் பெற்று, ஆர்வத்துடன் திட்டத்தை நடத்திச் செல்லும்படி செய்துவிடவேண்டும்.

நான்காவது கட்டத்தில்தான் ஒரு பெரும் போராட்டமே இருக்கிறது! முடியாத காரியம் எதை எடுத்துக்கொண்டாலும், நிச்சயமாக ஏதாவது ஒரு கட்டத்தில் லட்சியம் சீர்குலைந்து போய்விடும்; உணர்வுகள் நீர்த்துப் போய்விடும். நாம்தான் கழுகுக் கண்ணுடன் கவனித்து வரவேண்டும்; இதை எதிர்த்து,

தொடர்ந்து போராடிக்கொண்டே இருக்கவேண்டும். அதிக பட்சப் பயனை அறுவடை செய்வதற்கு நிரந்தரமாக முயற்சி செய்து வரவேண்டும்.

தனிப்பட்ட மனிதர்கள் என்று பார்த்தால், புரட்சியாளர்கள் அனைவருக்கும் ஒரு வலுவான ஆளுமை - கேரக்டர் - இருக்கிறது. 'சாதனையாளர்களின் 7 பழக்கங்கள்' என்ற புத்தகத்தில் ஸ்டீபன் கோவி சொல்லும் ஆளுமை இது. இந்தப் புத்தகத்தில் வரும் புதுமையாளர்களிடமும் இதைப் பார்க்கலாம். சூரத் முனிசிபல் கமிஷனர் எஸ்.ஆர். ராவ் தன் சகோதரருக்கு ஒரு தொலைபேசி இணைப்பு வாங்குவதற்கு, தானே போய் வரிசையில் நிற்கிறார்; தன் ஐ.ஏ.எஸ் செல்வாக்கை உபயோகிக்க முயற்சிக்கவில்லை. சூரத்தைச் சுத்தப்படுத்தும் முயற்சியில் அவருக்கு நம்ப முடியாத அளவுக்குக் கஷ்டங்கள், மிரட்டல்கள்; குடும்பத்துக்கே பிரச்னைகள். இருந்தும் அவர் தன் நிலையில் உறுதியாக நின்றார். 'கடினமான சூழ்நிலைகளிலும் சரியான வழியில் போவதற்கு ஒரு கேரக்டர் வேண்டும்' என்கிறார் ராவ்.

சாந்தா பயோடெக்கின் வரப்ரசாத் ரெட்டி, ஒரு நாள் தன் மேஜைக்கு மேலாகக் குனிந்து என் கண்களை நேராகப் பார்த்தார். 'சார்! (அவர் எல்லோரையுமே சார் என்றுதான் அழைப்பார்) எப்போது, என்ன செய்தாலும் எந்தச் சந்தர்ப்பத்திலும் லஞ்சம் மட்டும் கொடுக்காதீர்கள். நம் நாட்டைப் படுகுழியில் தள்ளும் முதல் எதிரியே லஞ்சம்தான்' என்றார். இந்த மனிதர் அவ்வளவு கஷ்டப்பட்டதில் ஆச்சரியமே இல்லை! அவருடைய தடுப்பு மருந்து பிறப்பதற்குள் ஏராளமான அரசாங்கத் தாமதங்கள். ஆனால் அவர் ஒருபோதும் லஞ்சம் கொடுத்தது கிடையாது. சரியான பாதையில் போவதற்கு வரும் தடங்கல்களுடன் போராடி வெற்றி பெறுவதுதான் கேரக்டர் என்பார்கள் ராவும் ரெட்டியும்.

இந்தப் புத்தகத்தின் நோக்கம், விதிவிலக்காக இருப்பவர்களிடமிருந்து பாடம் கற்றுக்கொள்வது. விதிவிலக்குகளும் வெற்றிகளும், தோல்விகளைவிட அதிகமாகப் படிப்பினைகளைத் தருகின்றன. ஏனென்றால் தோல்விக்கு ஆயிரம் வழிகள். வெற்றிக்கு மிகக் குறைந்த வழிகள்தான். வெற்றிகளில் இருந்து கற்றுக்கொள்வது மனத்தையும் உற்சாகப்படுத்தும். வெற்றிகளும் விதிவிலக்குகளும், பல சாத்தியங்களைத் திறந்து காட்டுகின்றன.

புரட்சிப் புதுமையைக் கொண்டுவருவது சாத்தியம்தான் என்று ஒரே ஒரு மனிதன் செய்து காட்டினாலும் போதுமே!

புத்தகத்தின் அமைப்பு

புதிய முயற்சிகளைப் பற்றி புத்தகங்களில் எழுதுவார்கள், உதாரணம் காட்டுவார்கள். ஆனால் புரட்சி வரலாறுகளின் முழுக் கதையும் சொல்லப்படுவதில்லை. இந்தப் புத்தகத்தில் நாங்கள் வெறும் உதாரணங்கள், மனப்போக்குகளுடன் நிறுத்திக்கொள்ள வில்லை. பதினொரு புரட்சிக் கதைகளை ஆரம்பம் முதல் முடிவு வரை சொல்லியிருக்கிறோம். இடையில் எங்கள் வர்ணனைகள் புத்தகம் முழுவதும் வருகின்றன. ஒவ்வொரு சாதனையாளரும் எதிர்கொண்ட திருப்பங்கள், சவால்கள், குழப்பங்கள், நோவுகள் எல்லாம் வாசகர்களுக்குத் தெரியவரும்.

நடுநடுவே பெட்டிச் செய்தியாகச் சில விஷயங்களைச் சொல்லி யிருக்கிறோம். ஒரு நிமிடம் நின்று சிந்திக்கவேண்டிய இடங்கள் அவை. புரட்சியாளர்கள் வித்தியாசமாகச் செய்தது என்ன, அதை உங்கள் நிறுவனத்திலும் எப்படிக் கொண்டுவரலாம் என்பதைப் பற்றி யோசிக்க இவை உதவும். இதேபோன்று மேலும் பல வெற்றிக் கதைகள் ஏற்படுவதற்குத் தூண்டுகோலாகவும் ஊக்க மாகவும் இருக்கவேண்டும் என்பதே எங்கள் நோக்கம். எதிர்காலப் புரட்சியாளர்கள் பலர் எங்கெங்கோ இருக்கிறார்கள் என்பதில் சந்தேகமில்லை. அவர்களுக்கு ஒரு சின்னத் தூண்டுதல் போதும்; புதுமை படைக்கப் புறப்பட்டுவிடுவார்கள். இந்தப் புத்தகம் அந்தத் தூண்டுதலைக் கொடுக்கும் என்பது என் நம்பிக்கை.

இப்படி ஒரு தூண்டுதல் கிடைக்கும் என்பதை நம்பிக்கைக்கு மட்டுமே விட்டுவிடவில்லை. இந்த எழுத்துக்களின் விளைவு களை நடைமுறையிலும் பரிசோதித்துப் பார்த்திருக்கிறோம். எரிஹ்வான் நடத்திய செயல்முறைப் பட்டறைகளில் கலந்து கொண்டவர்களிடம் ஒவ்வொரு புதுமை வரலாற்றையும் கொடுத்து, அத்தகைய தூண்டுதல் ஒன்று உண்மையில் எழுகிறது என்பதை உறுதிப்படுத்தியிருக்கிறோம். அதன் விளைவுகள் மனத்துக்குத் திருப்தியாக இருக்கின்றன.

புதுமைக்குப் பின்னால் என்ன இருக்கிறது?

உங்களிடம் உலகத்திலேயே சிறப்பான ஐடியாக்கள் இருக்க லாம்; ஆனால் அதனாலேயே நீங்கள் ஒரு புதுமையாளர் ஆகிவிட

மாட்டீர்கள்! புதுமைக்கு முதல் தேவை, புத்தம் புதிய ஐடியாதான் என்று பலரும் நினைத்துக்கொண்டிருக்கிறார்கள். ஆனால் உண்மையில் புதுமைக்குத் தேவைப்படுவது, ஒரு சவால்தான். நாம் காலம் காலமாகப் போய் வந்த பாதையை ஒரேயடியாக மாற்றச் செய்யும் ஒரு சவால்!

டென்மார்க் நாட்டில், ஆர்லா ஃபுட்ஸ் என்று ஒரு கம்பெனி. பால் பொருள்கள் தயாரித்து விற்று வந்தார்கள். புதுமையாக ஏதாவது செய்யவேண்டும் என்று அவர்களுக்கு ஆசை. எனவே அவர்களுடைய 'புதுமை படைக்கும் துறை'யின் இயக்குனர் மைக்கேல் ஸ்டீவன்ஸ், ஒரு சவாலைத் தேடிப் புறப்பட்டார். அதுவரை கம்பெனி சுற்றிக்கொண்டிருக்கும் பாதையை விட்டு அப்படியே தூக்கிப் போய், வேறு எங்கோ வீசிவிடப் போகும் சவால் அது! 'பால், மற்றும் பால் பொருள்களை விண்வெளியில் அனுப்பிய முதல் ஆள் நாமாகத்தான் இருக்க வேண்டும்' என்று முடிவு செய்தார் அவர். இதுவரை யாரும் இதைச் செய்ததில்லை. விண்வெளி வீரர்கள் பால் எடுத்துக்கொள்வதால் நன்மைகள் ஏராளம்; இருந்தும் ராக்கெட்டில் போகும்போது யாரும் பால் சாப்பிட்டதே இல்லை.

இந்த ஒரு சவால் மட்டுமே ஆர்லா ஃபுட்ஸின் ஆராய்ச்சிப் பிரிவையும், தயாரிப்பு வளர்ச்சித் துறையையும் அவர்களுடைய பழகிய பாதையை விட்டுத் தூக்கிவிட்டது. அவர்கள் வேறு ஏதோ திசையில் எங்கோ வெளியே வந்தபோது, மிகமிகப் புதுமையான தயாரிப்புகளைக் கையில் எடுத்துக்கொண்டு வந்தார்கள். விண்வெளியில் மட்டும் இல்லாமல் அவற்றை பூமியிலும் சாப்பிட முடியும்! உதாரணமாக, ஃப்ரிஜ்ஜில் வைக்காமலேயே இரண்டு வருடம் வரை கெடாமல் இருக்கும் தயிரைப் பார்த்திருக்கிறீர்களா? பூமியிலேயே கால் பதித்து நின்றிருந்தால் அவர்கள் இந்த மாதிரியான பொருள்களைத் தயாரிப்பது பற்றிக் கனவுகூடக் கண்டிருக்க மாட்டார்கள்.

தைனிக் பாஸ்கர் செய்தித்தாள் குழுமத்தை எடுத்துக்கொள்ளுங்கள். தங்கள் விற்பனையை அசத்தலாக அதிகரிக்கவேண்டும் என்று முடிவு செய்துவிட்டார்கள். இதற்கு என்ன செய்வது என்பதற்கான ஐடியாவை அவர்கள், பத்திரிகையை ஆரம்பித்த குடும்பத்துக்குள் தேடவில்லை; நிறுவனத்துக்குள்ளே கூடப் பார்க்கவில்லை. அவர்கள் முதலில் தேடியது, பாதையை மாற்றும் சவால் ஒன்றை.

‘பத்திரிகை ஆரம்பிக்கிற ஒவ்வொரு நகரத்திலும் முதல் நாளே நாம் முதல் இடத்தைப் பிடித்துவிடவேண்டும்’ என்பதுதான் அந்தச் சவால். அநேகமாக எல்லா ஊரிலுமே அதைச் சாதித்தும் காட்டினார்கள்! விரைவில் தைனிக் பாஸ்கர் குழுமம், இந்தியாவிலேயே சர்க்குலேஷன் அதிகம் கொண்ட பத்திரிகைகளின் வரிசையில் சேர்ந்துவிட்டது. ஒரு புதிய செய்தித்தாளை எப்படி அறிமுகப்படுத்துவது, விற்பது, மார்க்கெட்டிங் செய்வது என எல்லாவற்றுக்கும் புதிய இலக்கணமே படைத்த பற்பல ஐடியாக்கள் பிறந்தது, அந்தச் சவாலில் இருந்துதான்.

புதுமைப் பயணத்தில் ஐடியாக்கள் முக்கியம்தான்; ஆனால் அவையே பயணத்தின் ஆரம்பம் அல்ல! புரட்சிகரமான புதுமை என்பது, ‘இதுவரை யாரும் தொடாத சிகரங்களில் ஏறுகிறேன்’ என்று கிளம்பும் ஒரு சாகசப் பயணம். இவை இரண்டுக்குமே, ஓர் அணியை உருவாக்கவேண்டும்; அவர்களை முழு மனத்துடன் பயணத்தில் ஈடுபடுத்தவேண்டும். முதலீட்டாளர்களைக் கண்டுபிடிக்கவேண்டும். வியூகங்களை வகுக்கவேண்டும். இது வரை இல்லாத புதிய பாதைகளை உருவாக்கவேண்டும்.

போகிற பாதையோ மிகவும் பயங்கரமானது! அதன் ஒவ்வொரு அடியிலும் புதிய புதிய சிந்தனைகள் தேவைப்படும். புதுமை செய்கிறேன் என்று புறப்படும் நிறுவனத்தின் பாதை, ஒரு கடினமான மலைப் பாதையைப்போல. அணியின் உற்சாகமும் ஈடுபாடும் அணைந்துவிடாமல் பார்த்துக்கொள்ளவேண்டும். அடிக்கடி நம் இதயம் சோர்ந்துபோய், ‘கீழே போய்விடலாம்’ என்று சொல்லும்; அதை மீறி மேலே போய்க்கொண்டே இருக்க வேண்டும். ஒரு சாகசப் பயணம் என்றால் வழியில் நூற்றுக் கணக்கான புயல்கள் வீசும், சவால்கள் மறிக்கும்.

கடைசியாக, பயணத்தின் நோக்கம் சிகரத்தை அடைவது மட்டும் அல்ல; இன்னும் பல சிகரங்களை எட்டுவதற்கான வல்லமையை வளர்த்துக்கொள்வதும்தான்!

நாம் ஆராய்ந்த, நம்முடன் வேலை செய்த பல புதுமையாளர்கள் இந்தக் கட்டங்களையெல்லாம் கடந்து வந்தவர்கள்தான். முதலில் ஒரு புரட்சிகரமான சவால்; பிறகு அதற்கு ஒரு வியூகம். முடியாத காரியம் என்று தோன்றும் சவால்களுக்கு, முற்றிலும் புதிய வியூகங்கள் தேவை. அதற்கு, விஷயங்களின் அடிவரை

போய் நன்றாகப் புரிந்துகொள்வது அவசியம்; அத்துடன், பழகிப்போன வழக்கமான நடைமுறைகளை ஒப்புக்கொள்ளா மல் தட்டிக் கேட்பதும் அவசியம்.

ஆனால் இது பயணத்தின் ஆரம்பம் மட்டும்தான். இதைவிடக் கடினமான காட்சி அடுத்து வருகிறது: இதில் எவ்வளவோ பேர் சம்பந்தப்பட்டிருப்பார்கள். நந்திகள், வழிமறிப்பவர்கள், கூடவே இருப்பவர்கள், குழிபறிப்பவர்கள் என்று பயணத்துக்கு உதவியாகவும் உபத்திரவமாகவும் ஏராளமானவர்கள் இருப்பார் கள். இத்தனை பேருடைய ஒத்துழைப்பையும் பெறவேண்டும். இது சுலபமான வேலையே அல்ல! ஒவ்வொரு கட்டத்துக்கும் ஒரு குறிப்பிட்ட மனநிலை, குறிப்பிட்ட அணுகுமுறை தேவைப்படும்.

முதலில் அணியின் ஒத்துழைப்பு. தலைவன் என்பவன் மற்றவர் களின் உற்சாகத்தைத் தூண்டிவிடவேண்டும். எடுத்த வேலை யின் நோக்கமும் லட்சியமும் எல்லோரிடமும் அப்படியே தொற்றிக்கொள்ளுமாறு செய்யவேண்டும். இல்லாவிட்டால் செக்கு மாடுபோல இருக்கும் இடத்திலேயே சுற்றிக்கொண்டு இருக்கவேண்டியதுதான்.

ஹோமி பாபாவை நினைத்துப் பாருங்கள். இந்திய அணு யுகத் தின் தந்தை. அவருடைய சிந்தனையின் ஆழமும் வீச்சும் பிரமிக்க வைப்பவை. 1966-ல் பாபா மறைந்துவிட்டார். நாற் பது வருடம் கழித்து, அணு சக்தித் துறையில் இருப்பவர்கள் அவரைப் பற்றி இன்னும் பய பக்தியுடன்தான் பேசுகிறார்கள். இந்தியாவின் அணுசக்தி யாத்திரைக்காக அத்தனை வருடத்துக்கு முன்னால் அவர் போட்டுத் தந்த பாதையில்தான் இன்னும் பயணம் செய்கிறோம். அவ்வளவு பெரிய ஆசையை வளர்த்துவிட்டபிறகு, எல்லோருடைய ஒத்துழைப்பையும் சம்பாதிக்கத் தெரியாவிட்டால் எப்படி? மனிதர் அதைச் செய்ய வும் செய்தார்! முதலில் டாடாவிடம் பேசினார்; டாடா இன்ஸ்டிட்யூட் ஆஃப் ஃபண்டமெண்டல் ரிசர்ச் என்ற ஆராய்ச்சி நிறுவனத்தைத் தொடங்கச் செய்தார். அதுதான் இந்தியாவின் முதல் அணு ஆராய்ச்சி நிறுவனம். இதெல்லாம் நடந்தது, இந்திய சுதந்தரத்துக்கு முன்பு. எனவே பிரிட்டிஷ் ஆட்சியாளர்களையும் வழிக்குக் கொண்டுவந்துதான் இதற்கு அனுமதி வாங்கியிருக்கவேண்டும்.

அதே போல் ஜவாஹர்லால் நேருவின் ஒத்துழைப்பையும் பெற்றார் பாபா. சுதந்தரத்துக்கு முன்பே ஒரு கப்பல் பயணத்தின் போது நேருவைச் சந்தித்து அவர் மனத்தைத் திருப்பினார். பிறகு சுதந்தர இந்தியாவின் பிரதமரானபோது, நேரு ஆர்வத்துடன் இதில் ஈடுபாடு காட்டினார். அவருடைய ஆதரவு மட்டும் இல்லா விட்டால் அணு ஆராய்ச்சித் திட்டம் நகர்ந்தே இருக்காது.

பிறகு பாபா, மும்பையைச் சுற்றிலும் இருந்த பணக்கார பார்ஸி இனத்தவர்களைக் கவர்ந்தார். அவர்கள் தங்கள் நிலங்களை நன்கொடையாகவோ, குறைந்த விலையிலோ கொடுக்க முன் வந்தார்கள். அப்படி உருவானதுதான் இந்திய அணு ஆராய்ச்சி மையம். பாபாவின் மரணத்துக்குப் பிறகு இதற்கு பாபா அணு ஆராய்ச்சி மையம் என்று பெயர் மாற்றப்பட்டது.

இந்தியாவின் கடந்த காலம், காலனி ஆதிக்க காலம். அதன் விளைவாக நமக்குத் தன்னம்பிக்கை குறைவாக இருந்தது. இதனால் பற்பல சக்திகள், லட்சியத்தை நீர்த்துப் போகவைக்கும் முயற்சியில் ஈடுபட்டபோதெல்லாம் அவற்றுடன் இடைவிடா மல் போராடினார் பாபா. அவர் உருவாக்கிய ஆச்சரியகரமான அணி, அவருடைய தொலைநோக்கையும் கனவையும் அப்படியே பாதுகாத்து வந்திருக்கிறது.

நம்முடைய லட்சியம் எண்ணற்றவர்களைத் தொற்றிக்கொள்ளச் செய்வது எப்படி?

அடுத்து வரும் பகுதிகளிலும் அத்தியாயங்களிலும் இத்தகைய மனநிலை கொண்டவர்களை நிறையப் பார்க்கப் போகிறோம்.

பகுதி 1-ல் பாதை மாற்றும் சவால் ஒன்றை புரட்சியாளர்கள் இருவரின் கண் வழியே பார்க்கப் போகிறோம்: தைனிக் பாஸ்கர், மற்றும் அரவிந்த் கண் மருத்துவமனை.

பகுதி 2, திருப்புமுனையான வியூகங்களைப் பற்றிப் பேசுகிறது. வழக்கமான வழிமுறைகளைத் தட்டிக் கேட்டு, விஷயங்களை ஆழமாகப் புரிந்துகொண்டு வெற்றி பெற்றவர்கள் கவின்கேர், ஐடிசி-ஐபிடி, பாஷ் இந்தியா ஆகியோர்.

பகுதி 3, எல்லோருடைய ஒத்துழைப்பையும் பெறுவது எப்படி என்பதை விவரிக்கிறது. திருச்சி போலீஸ், சோழா வாகன

ஃபைனான்ஸ், டைட்டன் எட்ஜ் ஆகியோர், தமது அணி முழுவதையும் வழக்கமான வேலையைத் தாண்டி வேறொரு தளத்துக்கு எடுத்துச் சென்றவர்கள்.

பகுதி 4-ல் லட்சியம் நீர்த்துப் போகாமல் தடுப்பது எப்படி என்பதைப் பார்க்கிறோம். இதற்கு உதாரணங்கள் சாந்தா பயோடெக், சூரத் மாநகராட்சி மற்றும் சு-காம்.

இந்த லட்சியக் கதைகள் ஒவ்வொன்றும் தன்னளவில் முழுமை யானவை. ஒவ்வொன்றிலும் பாதையை மாற்றும் சவால்கள் அனைத்தும் இருக்கின்றன. அவற்றைப் பகுதிகளாகப் பிரித்துக் கொடுத்திருப்பதற்குக் காரணம், சில திட்டங்களில் சில குறிப் பிட்ட சவால்கள் தீவிரமாக வெளிப்படுகின்றன. உதாரணமாக, சூரத் மாற்றங்கள். புதுமையாக ஏதாவது செய்யும்போதெல்லாம் எதிரில் புயல்கள் பல எழும்பும்; அவற்றுடன் தொடர்ந்து போராடுவது எப்படி என்பதை வெளிச்சம் போட்டுக் காட்டு கிறது இந்தக் கதை.

புதுமை படைப்பது எப்படி என்பதைப் படிப்படியாகச் சொல்லித் தரும் கையேடு அல்ல இது. இதில் சில லட்சியங்களின் வரலாறுகளைச் சொல்கிறோம். என்றைக்காவது நீங்களும் அப்படி ஒரு பயணத்துக்குப் புறப்பட்டால், இவை வழித் துணையாக இருக்கும். நீங்கள் கடக்கவேண்டிய கட்டங்கள், இங்கே சொல்லப்பட்டிருப்பது போலத்தான் இருக்கும். ஒவ்வொரு கட்டத்திலும் தேவைப்படும் சக்தியை இந்தப் புத்தகத்தின் பகுதிகளிலிருந்து முகர்ந்துகொள்ளலாம். உதாரண மாக, புரட்சிகரமான சவால் ஒன்றைத் தேடிப் போகிறீர்கள் என்றால், முதல் பகுதியில் உள்ள வரலாறுகள் உதவும். திருப்புமுனையான ஒரு வியூகம் தேவையா? திருப்புங்கள் இரண்டாம் பகுதியை!

இந்த வரலாறுகளைப் படிக்கும்போதே சில இடங்கள் சட் டென்று உங்கள் கவனத்தைக் கவரும்; அவற்றைப் பற்றி யோசி யுங்கள். இதுவரை நீங்கள் செய்யாத, ஆனால் செய்யவேண்டிய ஏதோ ஒன்றை அதில் நீங்கள் கவனித்திருக்கலாம். உடனே அதைச் செய்வதற்குத் திட்டமிடுங்கள்.

குறிப்பிட்ட எந்தத் தொழில்துறையையும் பற்றிப் படித்து, அதில் உங்கள் தொழில் பற்றிய விஷயங்களைத் தேட முயற்சி

செய்யாதீர்கள். எழுந்த சவால்கள் என்ன, அதை அவர்கள் எதிர்கொண்ட விதம் எப்படி என்பதை மட்டும் கவனியுங்கள். டைட்டன் எட்ஜ் கதை, தயாரிப்பில் புதுமை செய்வது எப்படி, அதற்குத் தேவையான மனப்பாங்குகள் எவையெவை என்பன வற்றைப் புரிய வைக்கிறது. உங்கள் தொழில் எதுவாக இருந் தாலும் இவை அதற்குப் பொருந்தும். புதுமை படைத்தவை என்ற அளவிலேயே இந்த லட்சியக் கதைகள் இங்கே இடம் பெறுகின்றன.

அவற்றிலிருந்து கற்கக்கூடிய பாடம், எல்லாத் தொழில்களுக் கும் எல்லாத் துறைகளுக்கும் பொருந்தும்.

பகுதி 1

சவால்: பழகிய பாதையை மாற்ற முடியுமா?

ஒரு புரட்சிகரமான புதுமை நடைபெறவேண்டும் என்றால் அதற்கு முதல் படி, ஓர் அறைகூவல். 'புலி வேட்டைக்குப் போகலாம். தயாரா?' என்ற சவால். பழக்கமான பாதையை விட்டு விலகிப் புதுமை படைப்பவர்கள், தயங்காமல் சவாலை ஏற்றுக்கொள் கிறார்கள். சாதாரண மனிதர்கள்கூட அசாதாரணமான சாதனைகளைச் செய்வதற்கு, இதைவிட நல்ல தூண்டுகோல் வேறு ஏதும் கிடையாது.

சிகிச்சையால் சரி செய்யக்கூடிய பார்வைக் குறை பாடு எல்லா நாடுகளிலும் உண்டு. இதை உலகம் முழுவதிலும் இருந்து ஒழிக்கவேண்டுமா? மஞ்சள் காமாலையை இந்தியாவிலிருந்தே துரத்த வேண்டுமா? பிசினஸ் ஆரம்பித்த அன்றைக்கே மார்க்கெட்டில் முதல் இடத்தைப் பிடிக்க வேண்டுமா? ஆறே மாதத்தில் போலீஸ் துறையைச் சீர்திருத்தவேண்டுமா? சூரத் நகரத்தை அடியோடு மாற்றவேண்டுமா?

இவை ஒவ்வொன்றும் ஒரு பயங்கரமான புலி. அவற்றுடன் போராடி வெற்றிகண்ட வீரர்கள் இருக்கிறார்கள். அவர்கள் நம் எல்லோரையும் போன்ற சாதாரண மனிதர்கள்தாம். பழகிய பாதையை விட்டு விலகி வித்தியாசமாகச் சிந்தித்த தால், அவர்களால் மாபெரும் சாதனைகளைச் செய்ய முடிந்தது.

மற்றவர்களெல்லாம் முடியாத காரியம் என்று கைவிட்டவற்றை எடுத்துக்கொண்டு மோதிப்

பார்த்துவிடுகிற மனம்தான் இதற்கு அடிப்படைத் தேவை. சூரத் நகரத்தில் பிளேக் நோய் பரவிவிட்டது. இப்போது ஊரையே சுத்தப்படுத்தியாக வேண்டும். அதிகாரிகள் எல்லோரும் இதில் கை வைக்கப் பயந்தார்கள். பதவிக்கே ஆபத்து வரவழைக்கக் கூடிய விஷயம் இது. அந்த நேரத்தில் ஒரே ஒரு அதிகாரி மட்டும் 'நான் செய்கிறேன்' என்று முன் வந்தார். அவர்தான் எஸ்.ஆர். ராவ். இருபதே மாதங்களில் வெற்றிகரமாக வேலையைச் செய்து முடித்தார். இன்றைக்கு, 13 வருடம் கடந்துவிட்டது. இன்னும் கூட சூரத் மக்களுக்கு அவர்தான் சூப்பர் ஸ்டார்!

என்னுடைய சகா ரஞ்சன் மாலிக், 'பெரிதாகக் குறி வை' என்று அடிக்கடிச் சொல்வார். முடியுமா முடியாதா என்றெல்லாம் கவலைப்பட்டுக்கொண்டிருக்காமல், 'வானத்தை வில்லாக வளைக்கிறேன்' என்று புறப்பட்டுவிட வேண்டும். முடியாத காரியத்தை முடித்துக்காட்ட வேண்டும்; அதிக பட்சப் பலன், அல்லது இருப்பதிலேயே பெரியதுதான் வேண்டும்; பாடப் புத்தகத்தில் மட்டுமே காணப்படும் உன்னத லட்சியங்களை எட்டவேண்டும். பிரச்னைகளை சொட்டுகூட மீதி வைக்காமல் தீர்க்கவேண்டும்.

வரப்ரசாத் ரெட்டி அதைத்தான் செய்தார்: 'இந்தியாவிலிருந்து மஞ்சள் காமாலையை (ஹெபடைடிஸ்-பி) ஒழித்துக்கட்டப் போகிறேன்!' என்று புறப்பட்டார். அரவிந்த் மருத்துவமனை யின் டாக்டர் ஜி.வெங்கடசுவாமி, இருப்பதிலேயே பெரிதான இலக்கு ஒன்றை வகுத்துக்கொண்டார்: 'உலகம் முழுவதிலும் பார்வைக் குறைபாடு நீங்கக்கூடியவர்கள் அனைவருக்கும் பார்வை தரப் போகிறேன்!' டைட்டன் வாட்ச் கம்பெனியின் செர்க்ஸெஸ் தேசாய், உலகத்திலேயே மெலிதான, நீர் புகாத கைக்கடிகாரத்தை வடிவமைத்துத் தயாரிக்க முற்பட்டார். இவர்களுடைய இலக்குகள் எல்லாமே அதிகபட்ச இலக்குகள்.

ஆனால் 'பெரிதாகக் குறி வை' என்பது ஆரம்பத்தில் மிகக் கடின மாகத் தோன்றும். ஏனென்றால் நம் வாழ்நாள் முழுவதும் இதற்கு மாறான முறையில் வேலை செய்தே பழகிவிட்டோம். இன்றைக்கு நம்மிடையே இருக்கும் நடைமுறை விதிகள் எல்லாம் 'போதுமென்ற மனமே பொன் செய்யும் மருந்து' என்ற அடிப்படையிலேயே அமைந்திருக்கின்றன. 'இருப்பதை விட்டு விட்டுப் பறப்பதைப் பிடிக்க நினைக்காதே', 'தேன்கூட்டில் கல் எறியாதே' என்பது போன்ற நம் பொன்மொழிகள் அனைத்தும்,

இப்போது இருக்கும் இடத்திலேயே இருந்தால் போதும், மாற்றம் கூடாது என்பதையே வலியுறுத்துகின்றன.

யாரைக் கேட்டாலும் இப்படித்தான் அறிவுரை சொல்வார்கள்: 'லட்சியவாதம் பேசாதே. ப்ராக்டிகலாக இரு. நடைமுறைக்கு ஏற்ப யோசி.' ப்ராக்டிகலாக இருப்பது என்றால் நம்பிக்கை இழந்து சோர்ந்து கிடப்பது என்பதுதான் அர்த்தமா? யதார்த்தங் களை மறக்காமல், அதே சமயம் ஊக்கத்துடனும் உற்சாகத் துடனும் வாழ முடியாதா?

உங்களுக்கு எதிரே ஒரு சவால் எழுகிறது என்று வைத்துக் கொள்வோம். நீங்கள் பின்பற்றும் தத்துவம் என்னவாக இருக்கும்? ப்ராக்டிகலாக வாழவேண்டும் என்பதற்காக ரிஸ்க் எடுக்காமல் நிதானமாகக் காய் நகர்த்துவீர்களா? அல்லது 'பெரி தாகக் குறி வைப்போம்' என்று தோள் தட்டிப் புறப்படுவீர்களா?

சூரத் நகரைச் சுத்தப்படுத்துவது என்று எஸ்.ஆர். ராவ் புறப்பட்ட போது தேன்கூட்டைக் கலைக்கவேண்டாம் என்ற கொள் கையைப் பின்பற்றவில்லை. அப்படி அவர் செய்திருந்தால் இன்றைக்கும் சூரத் நாறிக்கொண்டிருக்கும். நாட்டிலேயே இரண்டாவது சுத்தமான நகரம் என்ற பெருமையை சூரத் அடை வதற்கு, ராவின் 'பெரிதாகக் குறி வைக்கும்' அணுகுமுறைதான் காரணம்.

பெரிய மருந்து கம்பெனியின் பேக்கேஜிங் பிரிவில் வல்லுநர் ஒருவர் இருந்தார். அவருடைய மேலதிகாரி அவரிடம், 'இந்த முறை ஆசியாவிலேயே சிறந்த பேக்கேஜிங் தொழில்நுட்ப விருது நமக்குத்தான் கிடைக்கவேண்டும்' என்றார். பிறகு ஒரு நாள் வல்லுநரைச் சந்தித்தபோது என்ன செய்துகொண்டிருக் கிறார் என்று விசாரித்தோம். 'உலகத்திலேயே சிறந்த பேக்கேஜிங் தொழில்நுட்ப விருதுக்காக உழைத்துக் கொண்டிருக்கிறேன்' என்றார்.

'ஆனால் உங்கள் தலைவர் ஆசிய விருதுக்குத்தானே குறி வைத்திருக்கிறார்?'

'அது அவருடைய இலக்கு. என்னைப் பொருத்தவரையில் உலக விருதுக்குக் குறைந்து வேறு சிந்தனை இல்லை' என்றார் வல்லுநர்.

அவருக்கு உலக விருதும் கிடைத்தது!

மனிதனால் எது முடியும், எது முடியாது என்பதன் எல்லைகளை விஸ்தரிக்க இதுபோன்ற மனம்தான் வேண்டும். இந்த மனநிலை மட்டும் வந்துவிட்டால் அதனால் கிடைக்கும் பலன்கள் ஆச்சரியகரமானவை. மாற்றுப் பாதையில் மனம் சிந்திக்க ஆரம்பித்தவுடன் இலக்குகள் மட்டும் பெரிதாவதில்லை; அது மனிதர்களையும் ஒரேயடியாக மாற்றிவிடுகிறது. பழகிய பாதையை மாற்றியாகவேண்டும் என்ற சவால் தோன்றியவுடன், அதைச் சந்திப்பதற்குத் தேவையான திறமைகளும் தானாகவே வளர்ந்துவிடுகின்றன.

மாற்றுப் பாதையை விடுங்கள்; பெரும்பாலான நிறுவனங்களும் அணிகளும் புதிதாக எதையும் செய்ய முயற்சிப்பதுகூட இல்லை. அவர்கள் சொல்லும் முதல் சாக்கு, 'இதைச் செய்யத் தேவையான திறமைகள் நம்மிடம் இல்லை.' ஆனால் உண்மை என்னவென்றால், சவால்கள்தான் திறமையை வளர்க்கும். திறமையைக் கையில் வைத்துக்கொண்டு யாரும் சவால்களைத் தேடிப் போவதில்லை.

மனிதனைச் சந்திரனுக்கு அனுப்புவோம் என்று அமெரிக்க அதிபர் ஜான் எஃப். கென்னடி அறைகூவல் விடுத்தபோது அமெரிக்கர்களுக்கு அதைச் செய்து முடிக்கும் திறமை இருக்கவில்லை. இந்தியாவிலிருந்து மஞ்சள் காமாலையை ஒழிக்கவேண்டும் என்று வரப்ரசாத் ரெட்டி அறிவித்தபோது இந்தியாவில் அதற்கான வசதிகள் எதுவும் இல்லை. செர்க் ஸெஸ் தேசாய் உலகிலேயே மெலிய, நீர் புகாத கடிகாரம் தயாரிக்க முனைந்தபோது அவருடைய எஞ்சினியர்களே 'அது எங்களால் இயலாத காரியம்' என்றுதான் சொன்னார்கள். 'ஸ்விட்சர்லாந்துக்காரர்களாலேயே முடியாத விஷயம் இது. நம்மால் எப்படி முடியும்?' என்றார்கள்.

ஆனால் தேசாய் விடவில்லை; அவருடைய அணியும் சளைக்க வில்லை. கடைசியில் அதே எஞ்சினியர்கள், 'அட! நம்மிடமும் இந்தத் திறமை ஒளிந்திருக்கிறதே!' என்று கண்டுபிடித்தார்கள். நம்மால் என்ன சாதிக்க முடியும் என்பதற்கு அளவுகோலாக, நாம் இதுவரை சாதித்தவற்றையே வைத்துக்கொள்வது கூடாது; அப்போது ஓர் எல்லைக்கு மேல் வளராமல் நின்றுவிடுவோம்.

நமக்கேற்ற புதிய சவால்களைத் தேர்ந்தெடுப்பது எப்படி? மலை ஏறும் விளையாட்டு வீரர் டாட் ஸ்கின்னரைக் கேட்டால்

சொல்வார்: 'ஒரு மலையைப் பார்த்தவுடன் உங்கள் மனத்தில் பயம் எழவில்லையா? அப்படியானால் ஏறுவதற்கு மிகவும் சுலபமான மலையைத் தேர்ந்தெடுத்துக் கொண்டுவிட்டீர்கள். உண்மையான சவால் என்றால் அதை நினைக்கும்போதே மனத்தில் பிரமிப்பான பயம் ஏற்படவேண்டும். உங்கள் தற்போதைய வலிமைக்கு உட்பட்ட மலையில் ஏறுவது என்றால் அதில் செலவிடும் நேரம், உழைப்பு எல்லாமே வேஸ்ட். அது மட்டுமல்ல, பெரிய சாதனை ஒன்றைச் செய்யும் வாய்ப்பையும் தவற விடுகிறீர்கள்.'

அடுத்து வரும் அத்தியாயங்களில் நாம் பார்க்க உள்ள தைனிக் பாஸ்கர் பத்திரிகையும் அரவிந்த் கண் மருத்துவமனையும், மனத்தைக் கலங்கவைக்கும் மலைகளை வெற்றிகண்ட கதைகள். மற்ற அனைவரும் முடியாது என்று நினைத்த சவால்களை இவர்கள் ஏற்றுக்கொண்டார்கள். 'பெரிதாகக் குறி வைப்போம்' என்ற தத்துவத்தின்படி அவர்கள் தங்களுடைய தொழில்துறையின் வடிவத்தையே மாற்றி அமைத்தார்கள்.

1. தைனிக் பாஸ்கர்: முதல் நாளே நம்பர் ஒன்!

வருடம் - *1996.*

மத்தியப் பிரதேசம் முழுவதிலும் அப்போது தைனிக் பாஸ்கர் பத்திரிகையின் மொத்த சர்க்குலேஷன் மூன்றரை லட்சம் பிரதிகள். நாற்பது வருடங்களாக போபாலிலிருந்து வெளிவந்து கொண்டிருக்கும் தினசரி, தைனிக் பாஸ்கர்.

வருடம் - *2004.*

தைனிக் பாஸ்கர் குழுமத்தின் விற்பனை ஆயிரம் சதவிகிதம் அதிகரிப்பு! மத்தியப் பிரதேசம், சத்தீஸ்கர், ராஜஸ்தான், ஹரியானா, சண்டிகர், குஜராத் என்று ஆறு மாநிலங்களில் *35* லட்சம் பிரதிகள். இந்தியில் *23* லட்சம். குஜராத்தியில் *12* லட்சம். உலக அளவிலேயே *25* பெரிய பத்திரிகைகளில் ஒன்றாக இடம் பிடித்துவிட்டது தைனிக் பாஸ்கர்.

உலகப் பத்திரிகை வரலாற்றில் மற்றவர்கள் ஒரு நூற்றாண்டு காலத்தில் தொட்ட உயரங்களை பத்தே வருடங்களில் சாதித்துக் காட்டியது தைனிக் பாஸ்கர். இன்று பாஸ்கர் குழுமத்திலிருந்து வெளிவரும் பத்திரிகைகளான தைனிக் பாஸ்கர், திவ்ய பாஸ்கர், சௌராஷ்டிரா சமாச்சார், ப்ரபாத் கிரண், பிசினஸ் பாஸ்கர், டி.பி. ஸ்டார், டி.என்.ஏ ஆகியவற்றின் மொத்த விற்பனை *44* லட்சம்.

பாஸ்கரின் இந்த அசுர வளர்ச்சி நடந்தபோது நிலவிய சூழ்நிலையைக் கேட்டால் நம்பவே

மாட்டார்கள். இந்தியாவில் பெரிய, சக்தி வாய்ந்த பத்திரிகைகள் எல்லாமே ஆங்கிலத்தில்தான் வெளிவருகின்றன. இத்தனைக்கும் இந்திதான் இந்தியாவில் அதிகம் பேசப்படுகிற மொழி. இருந்தாலும் உள்ளூர் மொழிப் பத்திரிகைகள் யாவும் சின்னச் சின்னதாக சிதறிக் கிடக்கின்றன. சிறிய லோக்கல் பத்திரிகைகளின் ராஜ்ஜியம் அது! ஆங்கிலப் பத்திரிகைகள் செய்ததுபோல இந்திய மொழிப் பத்திரிகைகள் எதுவும், மாநில எல்லைகளைக் கடந்து சென்று கால் ஊன்ற முடியவில்லை.

அது மட்டுமல்ல; செய்திப் பத்திரிகைகளின் வளர்ச்சி எப்போதுமே மெதுவாகத்தான் இருக்கும். ஒரு தலைமுறை வாசகர்களைத் தாண்டித்தான் அடுத்த தலைமுறையிடம் போய்ச் சேர வேண்டும். மக்கள் அவ்வளவு சுலபத்தில் தங்கள் பேப்பர் படிக்கும் பழக்கங்களை மாற்றிக்கொள்வதில்லை. வருடக் கணக்காக விடாமல் கரைத்தால்தான் இந்தக் கல்லைக் கரைக்க முடியும்.

இந்தச் சூழ்நிலையை மனத்தில் அமர்த்திக்கொண்டு பின்வரும் புள்ளிவிவரங்களைப் பாருங்கள்: மத்தியப் பிரதேசத்துக்கு வெளியில் தைனிக் பாஸ்கர் கால் பதித்த முதல் இடம் ஜெய்ப்பூர். அங்கே 1996 டிசம்பர் 19 அன்று தைனிக் பாஸ்கர் தொடங்கப்பட்ட அன்றைக்கே 1,72,000 பிரதிகள் விற்று, மார்க்கெட்டில் முதல் இடத்தைப் பிடித்தது. அடுத்த இலக்கு சண்டிகர். மே 2000-ல் 69,000 பிரதிகள் விற்பனையுடன் இங்கேயும் நம்பர் ஒன். இதற்கு அடுத்த மாதமே ஹரியானாவில் மத யானை போல் புகுந்தது பாஸ்கர். 2,71,000 பிரதிகள் விற்று முதல் நாள், முதல் இடம்!

நாலாவதாக நுழைந்த அகமதாபாதில்தான், பாஸ்கர் ஓர் அகில உலக ரெக்கார்டே படைத்தது. ஜூன் 2003-ல் எடுத்த எடுப்பிலேயே 4,52,000 பிரதிகளுடன் தொடங்கியது அதன் பயணம். பாஸ்கர்தான் அங்கேயும் நம்பர் 1 என்று சொல்லத் தேவையில்லை.

அடுத்த பதினைந்து மாதங்களில் குஜராத்தில் வேகமான வளர்ச்சி. அகமதாபாதுக்கு அடுத்த பெரிய நகரங்களான சூரத், பரோடா இரண்டிலும் பாஸ்கரின் கொடி பறக்க ஆரம்பித்தது. இன்றைய தேதிக்கு குஜராத்திலேயே மிகப் பெரிய பத்திரிகையான பாஸ்கர், ஒன்பது பதிப்புகளாக வெளிவருகிறது. ஆடிட் பீரோ ஆஃப் சர்க்குலேஷன் தந்த தகவலின்படி, அதன் மொத்த விற்பனை பதினொன்றரை லட்சம் பிரதிகள்!

2006-ம் வருடத்தின் ஆரம்பக் காலம். இந்த முறை தன் மாயப் பொடியை, பஞ்சாபில் தூவியது பாஸ்கர். அமிர்தசரஸ், ஜலந்தர் இரண்டு நகரங்களிலும் ஒரே நேரத்தில் தொடங்கப்பட்ட பாஸ்கரின் விற்பனை 1,78,000. மூக்கின்மேல் விரல் வைக்கத் தூண்டும் சாதனை!

எல்லோர் மனத்திலும் ஒரே கேள்விதான்: இந்த மாதிரி கடினமான சூழ்நிலையில் இவ்வளவு குறைந்த காலத்தில் பாஸ்கர் குழுமம் எப்படி தன் சர்க்குலேஷனைப் பத்து மடங்காக்கியது?

ஆனால் இதைவிடப் பெரிய கேள்விகள் சில இருக்கின்றன.

இந்த ஆசாமிகள், மற்ற பத்திரிகைக்காரர்களிடமிருந்து மாறு பட்டு வித்தியாசமாக அப்படி என்னதான் செய்தார்கள்?

அதைத் தெரிந்துகொண்டு மற்ற எல்லோரும் அப்படியே காப்பி அடித்து வெற்றிபெற முடியாதா?

பத்திரிகை தவிர மற்ற துறைகளில் உள்ள நிறுவனங்கள் இதிலிருந்து கற்றுக்கொள்ளவேண்டிய பாடம் என்ன?

பாஸ்கரின் சாதனைகளைப் புரிந்துகொள்வதற்குமுன், தொழில் துறைகள் பொதுவாக எப்படி இயங்குகின்றன என்பதைப் புரிந்துகொள்வது அவசியம். எந்தத் தொழில்துறையை எடுத்துக் கொண்டாலும், அதில் ஏதாவது ஒரு நிறுவனம் தலைமை இடத்தில் இருக்கும். மற்றவர்கள் அதன் பின்னே துரத்து பவர்கள். முதலாவது இடத்தில் இருக்கும் நிறுவனம்தான் அந்தத் துறையையே ஆரம்பித்து வைத்திருக்கும். அல்லது ஏதோ ஒரு அபாரமான வியூகம் வகுத்து அந்த இடத்தைப் பிடித்திருக்கும்.

பின்னால் ஓடுபவர்கள் தலைமையை எட்டிப் பிடிக்க முயற்சி செய்துகொண்டே இருப்பார்கள். நம்பர் 1 கம்பெனியோ, மார்க்கெட்டில் பெரும் பகுதியை வளைத்துப் போட்டு வைத்திருக்கும். அளவு பெரிதாக இருப்பதால் அதன் தொழில் திறனும் அதிகமாக இருக்கும். மற்ற கம்பெனிகள் அதற்கு ஒரு தப்படி பின்தங்கியேதான் தொடர முடியும். ஆனால் இவர்கள் நிழலாகப் பின்தொடர்ந்து வருவதால் நம்பர் 1 நிறுவனம் ஒரு நிமிடம்கூடக் கண்ணை இமைக்க முடியாது. எல்லாத் துறை நிறுவனங்களிலும் இதே கதைதான்; வருடக் கணக்காக இந்த நிலை மாற்றமில்லாமல் அப்படியே இருந்துகொண்டிருக்கும்.

ஆனால் திடீரென்று ஒரு நாள், இரண்டு கையிலும் துப்பாக்கியுடன் கௌபாய் புரட்சிக்காரர் ஒருவர் தடாலடியாக மார்க்கெட்டில் நுழைவார். வித்தியாசமாகச் சிந்திப்பவர் அவர். விரைவாகச் செயல்படுபவர் அவர். வானத்தையே வளைத்துப் போடும் தாகம், புத்தம் புதுமைகள் படைக்கும் வேகம், தன் கனவுகளைச் சாதிக்க ஈவிரக்கமில்லாமல் போராடும் குணம் எல்லாம் அவரிடம் இருக்கும்.

அன்றுவரை அமைதிக் குளமாக இருந்த நம் துறையில் இந்தக் கல் விழுந்தவுடன், அலை அலையாக மாறுதல்கள் வரும். அவசர அவசரமாகத் தொழில்துறையே வேறு வடிவம் எடுக்க ஆரம்பிக்கும்.

பாஸ்கர் குழுமம் அப்படிப்பட்ட ஒரு புரட்சியைத்தான் செய்தது.

ஒரு வேளை நீங்கள் பாஸ்கரின் சாதனைகளைப் பற்றி ஏற்கெனவே கேள்விப்பட்டிருக்கலாம். அதன் பின்னணியையும் தெரிந்துகொண்டிருக்கலாம். 'ம்.. சுவாரசியமான சாதனைதான்; ஆனால் அதெல்லாம் நம்முடைய தொழில்துறைக்குச் சம்பந்தமில்லாதது' என்றுகூட நினைத்திருக்கலாம். ஏனென்றால் நீங்கள் வேலை செய்வது ஒரு எண்ணெய் கம்பெனியில்; அல்லது நுகர்வோர் பொருட்கள் விற்கும் நிறுவனத்தில்; அல்லது ஜவுளி ஆலையில். தைனிக் பாஸ்கர் செய்ததெல்லாம் உங்கள் துறையில் சாத்தியமில்லை...

இப்படி உங்கள் நினைப்பு ஓடினால், நீங்கள் பெரிய ஆபத்தில் இருக்கிறீர்கள்!

பாஸ்கர் போன்ற புரட்சிப் புதுமையாளர்கள் எங்கேயோ, எப்போதோ அத்தி பூத்தாற்போன்று முளைப்பவர்கள் அல்ல. அவர்கள்தான் இன்று தொழில்துறையை ஆளத் தொடங்கியிருக்கிறார்கள். நீங்களும் உடனே அவர்கள் வரிசையில் சேர்ந்துகொள்ள முந்துவது நலம். இல்லையென்றால் கண் இமைப்பதற்குள் உங்களை ஓரம் கட்டி உட்கார்த்தி வைத்துவிடுவார்கள்.

புதுமையாளர்களின் வியூகம் எப்படி இருக்கும் என்பதை அறிய, பாஸ்கர் குழுமத்தின் நடவடிக்கைகளைப் படிப் படியாகப் பார்க்கப் போகிறோம். ஒவ்வொரு படியிலும் அவர்களின் செயல்களைவிட, சிந்தனைகளை உன்னிப்பாகக் கவனியுங்கள்; ஆழமாக யோசியுங்கள். இந்த நிமிடத்தில் உங்களைப் போலவே

வேறு பலரும் இதைப் படித்துக்கொண்டிருப்பார்கள். அவர்களில் ஒருவரே உங்கள் தொழில்துறையின் அடுத்த புரட்சியாளராக இருக்கக்கூடும்!

> உங்கள் நிறுவனத்தின் எதிர்காலத்தை எப்படித் திட்டமிடுகிறீர்கள்? நாங்கள் பார்த்தவரையில் பெரும்பாலானவர்கள் தங்கள் பிசினஸ் வியூகத்தைத்தான் முதலில் வகுத்துக்கொள்கிறார்கள். ஒரு நல்ல வியூகம் மட்டும் கிடைத்துவிட்டால், அதற்கு ஏற்றபடி திட்டங்கள், சட்டங்கள், மைல் கற்கள் எல்லாம் முடிவு செய்யப்படுகின்றன.
>
> ஆனால் பாஸ்கர் மாதிரி புரட்சி சிந்தனையாளர்களோ, இதற்கு நேர் எதிர்த் திசையிலிருந்து பயணத்தை ஆரம்பிக்கிறார்கள். முதலில் அவர்கள் கையில் ஒரு கனவு அகப்படுகிறது; கிட்டத்தட்ட முடியாத காரியம் என்றே சொல்லக்கூடிய, மாபெரும் கனவு. அதிலிருந்து தொடங்கிப் பின்னோக்கிச் செல்கிறது அவர்கள் மனம். அந்தக் கனவை நனவாக்க உத்திகள், திட்டங்கள் எல்லாம் பிறகுதான் தயாராகின்றன.

சவால்: பழகிய பாதையை மாற்ற முடியுமா?

1992 முதல் 1995 வரை தைனிக் பாஸ்கர் பத்திரிகைதான் மத்தியப் பிரதேசத்தின் மறுக்க முடியாத தலைமை இடத்தில் இருந்தது. அதற்கு முன்னால் வெற்றிப் படியில் நின்றிருந்த 'நயீ துனியா'வை இடம் பெயர்த்திருந்தது.

இப்போது மாநிலத்தில் பாஸ்கர்தான் நம்பர் 1. அடுத்ததாக உள்ள நம்பர் 2 போட்டியாளர் எங்கோ பின்தங்கிவிட்டார். ஆனால் இது போதுமா? தைனிக் பாஸ்கர் பத்திரிகையை நடத்தும் அகர்வால் குடும்பத்துக்குக் கை துறுதுறுக்கிறது: 'நம்முடைய அடுத்த சவால் என்ன?'

அகர்வால் குடும்பத்தின் ரமேஷ் சந்திரா, சுதிர், கிரிஷ், பவன் ஆகிய அனைவரும் உட்கார்ந்து சீரியஸாக யோசித்தார்கள்.

வேறு மாநிலங்களில் கிளை பரப்பலாமா? புதிய மார்க்கெட்களில் நுழையலாமா? யோசித்தார்கள் அகர்வால் குடும்பத்தினர்.

இதில் ஆச்சரியம் ஒன்றுமில்லை; எந்த நிறுவனத்தின் டைரக்டர்களாக இருந்தாலும் இதைத்தான் செய்வார்கள்.

புதிய மார்க்கெட்களைப் பற்றி பாஸ்கர் குழு ஆராய்ச்சியும் செய்ய ஆரம்பித்தது. ராஜஸ்தானில் ஜெய்ப்பூர் நகரில்தான் மிக அதிகச் சாத்தியம் இருப்பதாகத் தெரிந்தது. ஜெய்ப்பூரில் நுழைவது எப்படி என்று திட்டமிட ஆரம்பித்தார்கள். இந்தக் கதையில் இதுவரை வித்தியாசமாக எதுவும் நடக்கவில்லை; ஆயிரக்கணக்கான மேனேஜர்களும் டைரக்டர்களும் தினம் தினம் செய்வதுதான் இது.

ஒரு நாள், அகர்வால் சகோதரர்கள் தங்கள் எதிர்காலக் கனவுகளையும் நம்பிக்கைகளையும் பற்றிப் பேசிக்கொண்டிருந்தார்கள். ஏனோ எல்லோருக்கும் அன்றைக்குப் படு உற்சாகமான மனநிலை. அப்போது திடீரென்று சேர்மன் ரமேஷ் சந்திரா கேட்டார்:

'என்ன பசங்களா, நீங்கள் பேசுவதையெல்லாம் பார்த்தால் ஏதோ வானத்தையே பிடிப்பதற்குத் திட்டம் போடுவதுபோல் இருக்கிறதே!'

'ஆமாம்!' என்றார்கள் மகன்கள்.

'வானத்துக்குப் போய்ச் சேரவேண்டும் என்றால் என்ன செய்ய வேண்டும் தெரியுமா?'

'தெரியும். உயிரை விடவேண்டும்!'

தந்தை அவர்களைக் கூர்மையாகப் பார்த்தார். 'ஆக, இந்த முயற்சிக்காக உயிரையும் விடத் தயாராக இருக்கிறீர்களா? நன்றாக யோசித்துப் பதில் சொல்லுங்கள். உயிரைப் பணயம் வைக்கத் தயாராக இல்லை என்றால், பேசாமல் மத்தியப் பிரதேசத்திலேயே இருந்துவிட்டுப் போகலாம். இங்கே சகல சௌகரியத்துடன் இருக்கிறோம். இதைவிடப் பெரிதாக வளர வேண்டும் என்றால், முதலில் பெரிய பெரிய அசௌகரியங்களைத் தாங்கிக்கொள்ள வேண்டும்...

'பத்திரிகைத் துறையில் நாம் ஏகப்பட்ட எதிரிகளைச் சம்பாதித்துக்கொள்ளப் போகிறோம். அத்தனை பேரும் கூட்டு

சேர்ந்துகொண்டு நம் கழுத்துக்குக் குறி வைப்பார்கள். போர்க் களத்தில் ஆடிப் பார்த்துவிடுவது என்று முடிவு செய்தால், முழு மூச்சாக அதில் இறங்கிவிடவேண்டும். போரில் அரை குறைப் போர் என்று எதுவும் கிடையாது. இதுவரை செய்யாத அளவில் யுத்தம் ஒன்று தொடங்கிவிட்டால், பிறகு நம் தனிப்பட்ட வாழ்க்கை, குடும்பம், குழந்தை எதையும் பார்க்க முடியாது... போர் முடிவடைவதற்கு வருடக் கணக்காக ஆகும். அதற் கெல்லாம் தயார் என்றால் முன்னேறுங்கள். இல்லை என்றால் சொல்லுங்கள்; இப்போதுகூட எல்லாவற்றையும் நிறுத்தி விடலாம்' என்றார் மூத்த அகர்வால்.

என்ன ஆனாலும் சரி, போராடிப் பார்த்துவிடலாம் என்றார்கள் மகன்கள்.

முதலில் ராஜஸ்தானில் ஜெய்ப்பூர்மீது படையெடுப்பது என்று முடிவு செய்யப்பட்டது. 'எதற்கும் துணிந்தாகிவிட்டது; எனவே ஆரம்பிக்கும் அன்றே நாம்தான் நம்பர் 2 இடத்தில் இருக்க வேண்டும்' என்று திட்டம் போட்டார்கள். 'அதற்கும் குறைவாகக் குறி வைத்தால் அது வெற்றியே இல்லை. ஜெய்ப்பூரில் இரண்டாம் இடத்தைப் பிடித்தே தீருவோம்' என்று சபதம் செய்தார்கள்.

> **இந்த இலக்கு, ஏதோ 'கிடைத்தால் நல்லது, கிடைக்காவிட்டால் பரவாயில்லை' என்று முடிவு செய்யப்பட்ட விஷயம் அல்ல. மிகத் தெளிவான இலக்கு அது: 'நம் பத்திரிகை வெளிவரும் அன்றைக்கே இரண்டாவது இடத்தைப் பிடித்துக் காட்ட வேண்டும்.'**

முதல் நாளே இவ்வளவு துணிச்சலாக நம்பர் 1, நம்பர் 2 என் றெல்லாம் அறிவித்துவிட்டுக் களத்தில் இறங்கும் நிறுவனங்கள் மிகவும் குறைவு.

உங்கள் கம்பெனி எப்படி? ஒரு புது மார்க்கெட்டில் உங்கள் தயாரிப்புகளையோ, சேவையையோ அறிமுகப்படுத்தும் அன்று 'நாம்தான் நம்பர் 1, அல்லது நம்பர் 2' என்று ஒரு திட்டவட்டமான முடிவுடன் இறங்குவீர்களா, அல்லது 'முதலில் கால்

ஊன்றிக்கொள்ள ஒரு சின்ன இடம் கிடைத்தால் போதும், பிறகு மெல்ல மெல்ல வளரப் பார்க்கலாம்' என்று நினைப்பீர்களா? 'இரண்டாவது இடத்தைப் பிடித்துவிட வேண்டும்' என்று நினைத்துப் புறப்பட்டால் உங்கள் வியூகம் எப்படி இருக்கும்?

பை தி வே, உங்கள் கனவுகளை நனவாக்குவதற்காக உயிரையும் கொடுக்கத் தயாரா? உயிரை விடுவது என்பது ஓர் உருவகம்தான்; உங்கள் தற்போதைய மனநிலைக்கும் வேலை செய்யும் ஸ்டைலுக்கும் பொருந்துமாறு பதில் சொல்லுங்கள்: பெரிதாக ஒன்றைச் சாதிப்பதற்காக 'உயிரை விடுவது' என்றால் என்ன?

அகர்வால் குடும்பத்தினர் தங்கள் லட்சியத்தை விவரித்தபோது, அதை எப்படி அடைவது என்பது அவர்களுக்கே தெரியாது. எந்தத் திட்டமோ, வியூகமோ கிடையாது. அவர்களுக்குத் தெரிந்ததெல்லாம் ஒன்றுதான்: பிசினஸை வளர்க்கவேண்டும் என்றால் பெரிய அளவில் திட்டம் போடவேண்டும்; களத்தில் இறங்கி இரண்டில் ஒன்று பார்த்துவிடவேண்டும்!

பாஸ்கரின் இலக்கு சாதாரணமானதல்ல. செய்தித் தாள்கள் நம்பர் ஒன் இடத்தைப் பிடிப்பதற்கு வருடக் கணக்காக உழைக்க வேண்டும். பிடித்தபிறகு வாசகர்களிடையே அவற்றுக்கு ஏற் படும் விசுவாசம் இருக்கிறதே, அதைப்போல வாடிக்கை யாளரின் விசுவாசத்தைப் பெறுவதற்கு, மற்ற தொழில்துறை யினர் கொலைகூடச் செய்யத் தயங்கமாட்டார்கள்! நியூஸ் பேப்பர் என்பது ஒருவருடைய காலைக் கடன்களில் ஒரு பகுதி; காபி, டீ போல அது ஒரு சடங்கு.

இதில் இன்னொரு பிரச்னையும் இருக்கிறது. செய்தித்தாள் விற்பனை செய்வதில் ஒரு பொருளாதார நஷ்டம் உண்டு. உங்கள் பேப்பர் அதிகமாக விற்றால், அதிகமாக நஷ்டம்! உற்பத்திச் செலவை ஈடு செய்யும் அளவுக்கு விளம்பர வருமானம் வர ஆரம்பிக்கும்போதுதான் சுதாரித்துக்கொள்ள முடியும். ஆனால் இதற்கு நீண்ட காலம் பிடிக்கும். எனவே எல்லோரும் முதலில் கொஞ்சம் வளர்ச்சி, பின்பு விளம்பரத்துக்காகக் காத்திருப்பது, பிறகு இன்னும் கொஞ்சம் வளர்ச்சி என்றுதான் செயல்படு வார்கள். வேதனையான வேலை. ஆனால் இந்தத் தொழிலே இப்படித்தான்.

சவாலே சமாளி!

'முதல் நாளே 50,000 பிரதி விற்பனை' என்ற இலக்குடன் ஜெய்ப்பூரிலேயே நம்பர் 2 செய்தித்தாளாக நுழைய விரும்பியது பாஸ்கர். பத்திரிகைத் துறையில் நுழைவதற்கும் வளர்வதற்கும் உள்ள அத்தனை தடைகளையும் நொறுக்கியது! அந்தத் துறையின் எல்லாப் படிமங்களையும் திருத்தி எழுதியது.

எந்த ஒரு தொழிலை எடுத்துக்கொண்டாலும், அதில் புதியவர்கள் நுழைவதற்கும் வளர்வதற்கும் சில தடைக் கற்கள் உள்ளன. எல்லா நிறுவனங்களும் இந்த விதிகளுக்குக் கட்டுப்பட்டவை. நுழைவாயில் தடைகள் புதியவர்களை வெளியே நிற்க வைக்கின்றன. வளர்ச்சித் தடைகள் தொழில்துறையை இருக்கும் இடத்திலேயே நிலை நிறுத்துகின்றன. நீங்கள் உங்கள் துறையில் நம்பர் 1 அல்லது 2 என்றால் சௌகரியமான குஷன் நாற்காலியில் உட்கார்ந்திருக்கிறீர்கள்.

ஆனால் என்றாவது ஒரு நாள், ஆர்வக் கோளாறு மிகுந்த புதிய பையன்கள் வந்து ஆட்டத்தில் நுழையத்தான் போகிறார்கள். இருக்கும் கோடுகளை அழித்துப் புதிதாக வரையத்தான் போகிறார்கள். உங்கள் சட்டதிட்டங்கள் எதுவும் அவர்களிடம் செல்லாது. அப்போது நீங்கள் கான்க்ரீட்டில் கட்டியதாக நினைத்துக்கொண்டிருக்கும் அஸ்திவாரம் கலகலத்துவிடும்; சீட்டுக் கட்டு மாளிகை போல் அத்தனையும் கீழே விழுந்துவிடும்!

அகர்வால் சகோதரர்கள் முதல் வேலையாக, நகரத்தின் வாசகர் களைப் பற்றி ஆழமாகத் தெரிந்துகொள்ள வேண்டும் என்று நினைத்தார்கள். சாதாரணமாக சர்வே எடுப்பது என்றால் ஒரு சில வாசகர்களை 'தற்செயலாக' தேர்ந்தெடுத்து அதிலிருந்து மொத்த நகரத்தின் போக்கையும் கண்டுபிடிக்க முயற்சிப்பார்கள். ஆனால் பாஸ்கர் குழுமமோ, ஜெய்ப்பூரில் பத்திரிகை வாங்கும் இரண்டு லட்சம் குடும்பங்களையும் நேரிடையாகச் சந்திக்க முடிவு செய்தது!

இவ்வளவு பெரிய முயற்சியில் அவர்கள் இறங்கியதற்குக் காரணம் இருந்தது: தங்கள் பத்திரிகை, ஒவ்வொரு வாசகரின் விருப்பத்

துக்கும் ஏற்ப அமையவேண்டும். 'பத்திரிகை வாங்குவது என்பது ஒருவரின் தனிப்பட்ட விருப்பத்தைப் பொருத்தது; இதில் யாரும் யார் மனத்தையும் மாற்ற முடியாது. எனவே, ஒவ்வொரு வாசகரையுமே தனித்தனி மனிதராக எடுத்துக் கொண்டுதான் அவரைச் சந்தித்துப் பேசவேண்டும்' என்றார் கிரிஷ் அகர்வால். அவர்தான் பாஸ்கர் குழுமத்தின் மார்க்கெட்டிங் துறையின் டைரக்டர்.

அப்படிப் பார்த்தால் சோப்பு, மொபைல் போன், அண்டர்வேர் எல்லாமேதான் தனி மனிதர்களின் விருப்பம். இதையெல்லாம் தயாரிக்கும் கம்பெனியினர் எத்தனை வாடிக்கையாளர்களைச் சந்தித்துப் பேசுகிறார்கள்? உங்கள் அனுபவம் எப்படியோ தெரியாது; இன்றுவரை இவர்கள் யாருமே என்னைச் சந்தித்து, எனக்கு என்ன வேண்டும் என்று விசாரித்ததில்லை.

> ஒரே நகரத்தில் உங்கள் வாடிக்கையாளர்களில் இரண்டு லட்சம் பேரை எப்போதாவது நீங்கள் சந்தித்திருக் கிறீர்களா? எனக்குத் தெரிந்த எந்த நிறுவனமும் இப்படிச் செய்ததில்லை. சர்வே என்றால் மார்க்கெட் ஆராய்ச்சி நிறுவனம் ஒன்று வரும்; பொறுக்கி எடுத்த மிகச் சில பேரிடம் சாம்பிளுக்கு ஒரு சில கேள்விகள் கேட்டுவிட்டுப் போகும். கடைசியில் அவர்கள் யாரைப் பார்த்தார்கள், யாரைப் பார்க்கவில்லை என்பது ஒருவருக்கும் தெரியாது.
>
> புள்ளியியல் கணக்குகள் போடுவார்கள். பெரிய பெரிய ரிப்போர்ட்கள் தயாரித்து எடுத்துக்கொண்டுபோய், மேள தாளம் முழங்க 'இதுதான் உங்கள் வாடிக்கையாளர்களின் விருப்பம்' என்று நிர்வாகத்திடம் சமர்ப்பித்துவிடுவார்கள்.

பாஸ்கர் குழுமத்தின் மூத்த தலைவர்கள் சர்வேயில் முழுவதும் ஆழ்ந்துவிட்டார்கள். அதன் அளவும் வீச்சும் பெரிதாக இருந்தது. இந்த சர்வே, விரைவிலேயே அவர்கள் திட்டத்தில் முக்கியமான ஆயுதமாகிவிட்டது. 'வாசகரைப் பற்றித் தகவல் திரட்டினால் மட்டும் போதாது, அவருக்கு இந்தச் சந்திப்பே ஓர் இனிய அனுபவமாகவும் இருக்கவேண்டும்' என்று சிந்தித் தார்கள். தைனிக் பாஸ்கர் பத்திரிகையிலிருந்து ஒருவர் நம்மைப் பார்க்க வந்திருக்கிறார் என்றால், வாசகர் அதை நினைத்து நினைத்து மகிழ்ச்சி அடையும்படி ஏதாவது செய்தாக வேண்டும்.

வாசகர்களுக்கு 'இனிய அனுபவம்' அமையவேண்டும் என்பது ஓர் அருமையான ஐடியா! பொதுவாக நிறுவனங்கள் வாடிக்கையாளரின் குறை, நிறைகளை விசாரிக்கும்; தங்கள் சேவையில் அவர்களுக்குத் திருப்தியா என்று சர்வே எடுக்கும். 'கஸ்டமருக்கு சர்வீஸ் செய்யப் போகிறோம்' என்றுகூடச் சொல்லும். சுத்த போர்!

உங்கள் கம்பெனி, வாடிக்கையாளர்களுக்கு ஒரு நல்ல அனுபவமாக இருக்க முயற்சி செய்வதுண்டா? பெரும்பாலான நிறுவனங்களில் வாடிக்கையாளர் சேவை மையம் என்று ஒன்று இருக்கும். 'சர்வீஸ்' செய்வதற்கு வாடிக்கையாளர் என்ன, காரா, ஸ்கூட்டரா? அதற்குப் பதிலாக, வாடிக்கையாளருக்கு 'மகிழ்ச்சியான அனுபவம் தரும் டிபார்ட்மெண்ட்' என்று ஒன்று இருந்தால் எப்படி இருக்கும்?

இவ்வளவு முக்கியமான பொறுப்பை ஏதோ ஒரு மார்க்கெட்டிங் ஆராய்ச்சி நிறுவனத்திடம் விட்டுவிட முடியாது. நுணுக்கமாகக் கையாளவேண்டிய விஷயம். அவர்களுடைய வியூகத்தின் ஆணி வேரே இந்தக் கணக்கெடுப்புதான். எனவே தாங்களே சர்வேயை நடத்துவது என்று முடிவு செய்தது பாஸ்கர் குழுமம். 700 பேர் கொண்ட சர்வே டீம் ஒன்று உருவாக்கப்பட்டது.

வரலாற்றுப் பக்கங்களில் இடம் பெறவேண்டிய அந்தக் கணக்கெடுப்பு ஆரம்பித்தது!

சர்வே நடந்துகொண்டிருக்கும்போதே மற்றொரு ஐடியாவும் தோன்றியது. முதலில் ஒரு முறை கணக்கெடுப்பு நடத்தி முடித்துவிடுவோம். பிறகு இரண்டாவது முறையாக அதே வீடுகளுக்குப் போவோம்; சர்வே முடிவுகளை வாசகருடன் பகிர்ந்துகொள்வோம்.

இதை அடுத்து எழுந்தது முக்கியமான சிந்தனை: 'இரண்டாம் முறையாக வாசகரைச் சந்திக்கிறோம்; நல்ல மூடில்தான் இருப்பார். அப்போது அட்வான்ஸாக பத்திரிகைக்கு ஒரு வருடச் சந்தா கேட்டால் என்ன?'

புரட்சிகரமான சிந்தனை! ஒரு புதிய நகரத்தில் வாசகர்களிடம் போய் அவர்கள் இதுவரை கண்ணாலேயே பார்க்காத ஒரு

பத்திரிகைக்குச் சந்தா கட்டச் சொல்கிறார்கள். பைத்தியக்கார ஐடியா என்று இதை ஒதுக்கித் தள்ளிவிடாமல், சந்தா கேட்பது என்று முடிவு செய்துகொண்டு அதிலிருந்து பின்னோக்கி வேலை செய்ய ஆரம்பித்தார்கள்.

திட்டம் விரிவாக இருந்தது. முன்கூட்டியே சந்தா கேட்பதென்றால், அதற்குமுன் வாசகர்களின் நம்பிக்கையைப் பெறுவது அவசியம். இதில் இரண்டு கேள்விகள்: 'பத்திரிகை வாங்குபவர்களுக்கு இருக்கக்கூடிய சந்தேகங்கள் என்ன? அவற்றைத் தீர்த்து வைப்பது எப்படி?'

வாசகர்களுக்கு இரண்டு பயங்கள் இருக்கும். எதிர்பார்த்த தரத்துடன் பத்திரிகை அமையாமல் போகலாம். அல்லது ஃப்ராடு ஆசாமிகளை நம்பிப் பணத்தைக் கொடுத்துவிட்டு, ஒரேயடியாக ஏமாந்து போகவும் வாய்ப்பு உண்டு.

முதல் பயத்தைத் தீர்க்க ஒரு வழிதான் உண்டு: முதலிலேயே வாசகரை ஆலோசனை கேட்டுக்கொண்டு, அவர்கள் விருப்பப்படியே பத்திரிகையை உருவாக்குவது. எனவே ஒவ்வொரு வாடிக்கையாளரிடமும் ஒரு கேள்வி கேட்டார்கள்: 'நீங்கள் இப்போது படிக்கும் பத்திரிகையில் என்ன குறை காண்கிறீர்கள்? உங்கள் செய்தித்தாள் உங்களுக்காக என்னென்ன செய்ய வேண்டும் என்று எதிர்பார்க்கிறீர்கள்?'

இந்தக் கேள்விகளுக்கு விடையைத் திரட்டிக்கொண்டு மறுபடி இரண்டு லட்சம் வீடுகளுக்கும் சென்றது சர்வே டீம். அவர்கள் விருப்பத்தை நிறைவேற்றுவதற்காகத் தாங்கள் என்னவெல்லாம் செய்திருக்கிறோம் என்பதை விளக்கியது.

700 சர்வேயர்களுக்கும் தீவிரமாகப் பயிற்சி கொடுக்கப்பட்டது. அவர்களின் தோற்றம் எப்படி இருக்க வேண்டும், உட்காருவது, நிற்பது, உடல் மொழி என எல்லாவற்றிலும் அவர்களுக்கு வல்லுநர்கள் பயிற்சி அளித்தார்கள். சமூகத்தில் பழகுவது, பண்பாடு, கஸ்டமரை எப்படி அணுகுவது போன்றவையும் சொல்லிக்கொடுக்கப்பட்டன.

> பெரும்பாலான கணக்கெடுப்புகள் மேம்போக்காகத்தான் நடப்பது வழக்கம். வாடிக்கையாளருடன் ஒரு நல்ல

உறவை ஏற்படுத்திக்கொள்ளவேண்டுமே என்ற ஆர்வமே அதில் தென்படாது. சர்வே எடுப்பவரும் சரி, எடுக்கப்படுபவரும் சரி, ஏதோ சம்பிரதாயத்துக்கு நாலு கேள்வி கேட்டு பதில் சொல்லித் தொலைத்தால் போதும் என்பது போல்தான் நடந்துகொள்வார்கள். அவர்கள் இருவருடைய உடல் மொழிகளையும் பார்த்தாலே இது புரியும். இவர்கள் வாடிக்கையாளரை நெருங்கும்போதே தயங்கித் தயங்கி மன்னிப்பெல்லாம் கேட்டுக்கொண்டு தான் அணுகுவார்கள்.

சாதாரணமாக உங்கள் கஸ்டமரை உங்களுக்குத் தெரியாது. முகமே இல்லாத ஒரு மனிதர் அவர். இப்படி அபூர்வமாக ஒரு சர்வே எடுக்கும்போதுதான் கஸ்டமரை நேருக்கு நேர் சந்தித்துப் பேச ஒரு பொன்னான வாய்ப்பு கிடைக்கிறது. அதைப் போய் வீணாக்குவது எவ்வளவு பெரிய முட்டாள்தனம்!

தொடுக்கப்பட்டது, மும்முனைத் தாக்குதல்!

கஸ்டமருடன் கலந்து உறவாடுவது, அவரைக் கேட்டே பத்திரிகையை வடிவமைப்பது, திரும்பத் திரும்பச் சென்று சந்திப்பது - இந்த மூன்றும் சேர்ந்து வாசகரின் பயங்களை வெகுவாகக் குறைத்தன. 'இந்தப் பத்திரிகைக்காரர்கள் தெரிந்தவர்கள் தானே. நல்ல பையன்கள். நட்பாகப் பழகுகிறார்கள். பத்திரிகையை உருவாக்குவதில் என் பங்கும் இருக்கிறது. முதல் தடவையாக, நாம் கொடுக்கும் காசுக்கு என்ன பொருள் கிடைக்கப் போகிறது என்பது ஓரளவுக்குத் தெளிவாகத் தெரிகிறது' என்று வாசகர்கள் நினைத்தார்கள்.

ஆறு மாதத்துக்கோ, ஒரு வருடத்துக்கோ சந்தா கேட்பதற்கு இதுவே போதுமானதாக இருந்தது. பணத்தை வாங்கிக்கொண்டு ஏமாற்றிவிடுவார்களோ என்ற கவலையில்லாமல், சர்வேயர் கையெழுத்திட்டு காரண்டி பத்திரம் கொடுத்தார்கள். 'எங்கள் பத்திரிகையைக் கடையில் வாங்கினால் 2 ரூபாய். சந்தா கட்டினால் 1.50தான். திருப்தி இல்லை என்றால் பணம் உடனே வாபஸ். எதிர்காலத்தில் மார்க்கெட்டில் விலை கூடினாலும் சந்தா கட்டியவர்களுக்குப் பாதிப்பு இருக்காது...'

இத்தனைக்கும் பிறகு அவர்கள் சந்தா கொடுக்காமல் இருப்ப தற்கு நியாயமே இல்லை; கொடுத்தார்கள்!

ஜெய்ப்பூரில் தைனிக் பாஸ்கர் தொடங்கிய அன்று 1,72,347 பிரதிகள் விற்றது. முதலில் திட்டமிட்டதோ நம்பர் 2 இடம்தான்; ஆனால் பாஸ்கர் அதிரடியாக நம்பர் 1 இடத்தையே பிடித்துவிட்டது!

அது வரை 'ராஜஸ்தான் பத்ரிகா'தான் முதல் இடத்தில் இருந்தது. 1 லட்சம் சர்க்குலேஷனை எட்டிப் பிடிக்க அவர்களுக்கு முப்பது வருடம் ஆயிற்று. இப்போது ஒரு கற்றுக்குட்டி பத்திரிகை, ஒரே இரவில் அவர்களை அரியணையிலிருந்து கீழே இறக்கிவிட்டது.

'சம்பிரதாயமாகச் சிந்திப்பதை நிறுத்த வேண்டும்' என்பார் கிரீஷ் அகர்வால். 'பாண்டவர்கள் மாறுபட்டுச் சிந்தித்தார்கள்; பாரதப் போரை வென்றார்கள். போரில் வெல்வதற்கு ஆள், படை, சேனைகள் தேவை என்பது வழக்கமான சிந்தனை. அதன்படிப் பார்த்தால் அவர்கள் கண்ணனின் சேனைகளைத்தான் கேட்டு வாங்கியிருக்க வேண்டும். ஆனால் அவர்கள் ஒற்றை ஆளான கண்ணனைக் கேட்டுப் பெற்றார்கள் - அதுவும் ஆயுதம் ஏந்தாத ஆளாக.'

ஜெய்ப்பூரில் பாஸ்கரின் வெற்றி மகத்தானது. இன்னொருவராக இருந்தால் தன் முதுகில் தானே தட்டிப் பாராட்டிக்கொண்டு திருப்தியுடன் ஓய்வெடுத்திருப்பார்கள். ஆனால் தைனிக் பாஸ்கர் டீம், முரசு கொட்டிக்கொண்டு முன்னேறியது. தங்கள் சேர்மனுக்கு வாக்களித்தபடி ஒவ்வொரு ஊராகப் போய் பத்திரிகை ஆரம்பித்தார்கள். சண்டிகர், ஹரியானா, அகமதாபாத், பிறகு குஜராத் முழுவதும். ஒவ்வோர் இடத்திலும் தொடங்கிய அன்றே நம்பர் ஒன்!

சண்டிகரில் ஆங்கிலப் பத்திரிகைகள்தான் அதிகம் விற்கும். இந்திப் பத்திரிகைகளைப் போல ஆறு மடங்கு விற்பனை. சண்டிகரில் ஓர் இந்திப் பத்திரிகையை நடத்துவது இயலாத காரியம் என்றே கருதப்பட்டது. ஆனால் மற்றவர்கள் தீர்க்க முடியாத பிரச்னை என்று நினைத்ததை, நம்முடைய அபாரமான டீம் பார்த்துவிட்டு 'என்ன அருமையான வாய்ப்பு!' என்றது.

ஜனவரி 2000-ல் தைனிக் பாஸ்கரின் சர்வேயர்கள் சண்டிகர் நகரின் தெருக்களில் புகுந்தார்கள். 2,20,000 வீடுகளில் கணக்கெடுப்பு நடந்தது. அப்போது, மற்ற பத்திரிகையாளர்களுக்கெல்லாம்

தெரியாத சில சூட்சுமங்கள் இவர்களுக்குத் தெளிவாகப் புரிந்தன. ஏனென்றால் அதுவரை மற்றவர்கள் யாரும் சாதாரண மனிதனிடம் பேசவே இல்லையே!

சண்டிகரில் ஒவ்வொரு வீட்டில் உள்ளவர்களுக்கும் இந்தி தெரியும். உண்மையைச் சொல்லப்போனால், ஆங்கிலத்தைவிட இந்தியில் செய்தி படிப்பதைத்தான் அவர்கள் விரும்பினார்கள். அவர்கள் ஆங்கிலப் பத்திரிகைகளை வாங்கியதற்குக் காரணம் அந்த மொழியின் மீதுள்ள பற்றினால் அல்ல; உண்மை என்னவென்றால், ஆங்கிலப் பத்திரிகைகளின் தரம்தான் நன்றாக இருந்தது. இது சண்டிகரின் ஒருமனதான தீர்ப்பு!

முப்பது வருடங்களாக சண்டிகரில் இந்தியைவிட ஆங்கிலப் பத்திரிகைகள் அதிகம் விற்றுக்கொண்டிருந்தன. ‘ஏனோ தெரியவில்லை, இந்த ஊர் மார்க்கெட்டே இப்படித்தான்’ என்று எல்லோரும் கேள்வி கேட்காமல் ஒப்புக்கொண்டு அமைதியாக இருந்துவிட்டார்கள். உண்மையான பிரச்னை தரம்தான் - பத்திரிகையின் உருவமும் உள்ளடக்கமும்தான் - என்பது ஒருவருக்குமே உறைக்கவில்லை.

‘பொது இடங்களில் வாசகர்கள் கையில் பிடித்திருப்பதற்கே பெருமைப்படும் வகையில் ஒரு பத்திரிகையை நாம் தர வேண்டும். இதற்கு, பத்திரிகையின் வடிவமைப்பு மிகவும் முக்கியம்’ என்று முடிவு செய்தார்கள் பாஸ்கர் குழுவினர். அதைவிடப் புதுமை ஒன்றும் செய்தார்கள்: சண்டிகருக்கே உரிய உள்ளூர் பாஷையைப் பத்திரிகையில் தாராளமாகக் கலந்து கொண்டார்கள்; ஆங்கிலமும் இந்தியும் கலந்த மணிப் பிரவாள மான மொழி அது. இதனால் வெளியூரிலிருந்து வந்த வாடையே தெரியாமல் தைனிக் பாஸ்கர், ஒரிஜினல் அக்மார்க் சண்டிகர் பத்திரிகையாக அவதாரம் எடுத்துவிட்டது.

பிரமாதம்! ஒரே அடியில் தங்களுக்கென்று போட்டியே இல்லாத ஒரு தனி மார்க்கெட்டை உருவாக்கிக்கொண்டுவிட்டார்கள். சண்டிகரில் ஆங்கிலப் பத்திரிகைகள் ஒன்றோடொன்று போட்டி போட்டன. இந்திப் பத்திரிகைகளும் தங்களுக்குள் போட்டி போட்டன. ஆனால் தைனிக் பாஸ்கர்தான் சண்டிகரின் ஒரே ‘ஹிங்கிலீஷ்’ பத்திரிகை. கூட்டத்தில் அது பளிச்சென்று தனித்துத் தெரிந்தது.

நாம் அவரவர்களது அடையாள வட்டங்களுக்குள்ளேயே சிக்கிக்கொண்டு சிந்திக்கிறோம்: 'நாம் ஒரு இந்திப் பத்திரிகை - அல்லது ஆங்கிலப் பத்திரிகை'. 'நாம் மொபைல் போன் தயாரிக்கிறோம் - அல்லது வாட்ச் தயாரிக்கிறோம்'.

இந்த மாதிரி அடையாளங்களால் நம்முடைய சிறைக் குள்ளேயே நம்மைப் பூட்டிக்கொண்டு விடுகிறோம். ஒரு இந்திப் பத்திரிகை ஆங்கிலத்தைக் கலந்து எழுதுவ தில்லை. மொபைல் போனில் கேமராவோ, பாடல்களோ, டி.வியோ வராது. வாட்ச் கம்பெனிகள் நகை தயாரிப்பில் ஈடுபடுவதில்லை...

கடைசியில் யாராவது ஒருவர் வந்து இதையெல்லாம் அட்டகாசமாகச் செய்ய ஆரம்பிக்கிறார். அப்போது வருகிறது வினை!

இந்தப் புதுமையின் விளைவாக பாஸ்கர் சண்டிகரில் முதல் நாளே முதல் இடத்தைப் பிடித்தது. 50,000 பிரதிகள் விற்பனை யுடன் உச்சியில் இருந்த ட்ரிப்யூனை வென்று 69,000 பிரதி களுடன் ஆரம்பித்தது. (தைனிக்கின் இப்போதைய விற்பனை ஒரு லட்சத்துக்கு மேல்.)

தைனிக் வருவதற்கு முன் சண்டிகர் நகரின் ஜனத் தொகையில் 54 சதவிகிதம் பேர் பத்திரிகை வாங்கினார்கள். இன்றைக்கு இது 61.4 சதவிகிதம். அதாவது, தைனிக் பாஸ்கர் மார்க்கெட்டையே விரிவடையச் செய்துவிட்டது!

தைனிக் போன்ற புரட்சி சிந்தனையாளர்கள் செய்வது இதுதான். அவர்கள் மார்க்கெட்டையே பெரிதாக்கி விடுகிறார்கள். 'கொஞ்சம் கொஞ்சமாகப் புதுமை செய்தால் போதும்' என்று நினைப்பவர்கள், இருக்கிற மார்க்கெட்டில் மல்லுக் கட்டித் தங்கள் பங்கை அதிகரிக்க முயற்சி செய்வார்கள். ஆனால் புதுமையாளர்கள் தங்களுக்கென்று புத்தம் புதிய மார்க்கெட் வட்டாரம் ஒன்றையே உருவாக்கிவிடுகிறார்கள். பழைய, புதிய வாடிக்கையாளர்கள் என்று இரண்டு தரப்பையும் கவர்ந்துகொள்கிறார்கள்.

உங்கள் நிறுவனம் செய்வது என்ன? தினம் தினம் மனநிலையை மாற்றிக்கொண்டு, ஆயிரம் குற்றம் குறை சொல்கிறார்களே உங்கள் கஸ்டமர்கள், அவர்களைத் திருப்தி செய்வதற்காக மேலும் மேலும் கடுமையாகப் போராடுகிறீர்களா? அதற்கு பதிலாக, உங்களது வாடிக்கையாளர் வட்டத்துக்கு வெளியே போய், கொஞ்சம் எட்டிப் பார்ப்பது பற்றி எப்போதாவது யோசித்தது உண்டா? ஆம் என்றால், இன்றுவரை அதற்காக என்ன செய்திருக்கிறீர்கள்?

ஜெய்ப்பூர், சண்டிகருக்குப் பிறகு ஹரியானா முழுவதும் வீசியது தைனிக் புயல். அதன் பிறகு அவர்கள் குறி வைத்த இலக்கு அகமதாபாத். அங்கே குஜராத்தி மொழியில் பத்திரிகை ஆரம்பிக்க முடிவு செய்தார்கள்.

ஒரு இந்திப் பத்திரிகைக்கு குஜராத்தியில் என்ன வேலை?

ஆரம்பத்திலெல்லாம் அகமதாபாதில் இருந்த குஜராத்தி பத்திரிகைகள் கவலையே படவில்லை: 'நல்ல வேளை, குஜராத்தில் நாமெல்லாம் பாதுகாப்பாக இருக்கிறோம். இங்கே தைனிக் பாஸ்கர் போன்று அதகளம் செய்யும் வெறியர்கள் கிடையாது. பாஸ்கர் ஒரு இந்தி குழுமம்தானே... அவர்கள் இங்கேயெல்லாம் வரமாட்டார்கள்.'

மறுபடியும் 'அடையாள வட்டம்' எப்படி வேலை செய்கிறது பாருங்கள்!

இப்படி நிம்மதியாக இருந்த குஜராத்தி பத்திரிகைகளின் தலையில் பாஸ்கர் இடியென இறங்கியது. அகமதாபாதில் 'திவ்ய பாஸ்கர்' என்ற பெயரைத் தாங்கி வந்தது பத்திரிகை. முதல் நாளே 4,52,000 பிரதிகள் விற்பனை. இது ஓர் உலக சாதனை. இங்கேயும் அவர்கள்தான் நம்பர் 1 என்பதைச் சொல்லத் தேவையில்லை.

ஆரம்பத்தில் குறிப்பிட்டபடி, உங்களுடைய சூழ்நிலையே வேறு என்று நீங்கள் நினைக்கலாம். உங்கள் நிறுவனம் அல்லது தொழில்துறை வேறு மாதிரி; அங்கே தைனிக் பாஸ்கர் போன்ற புரட்சியாளர்கள் ஒன்றும் செய்ய முடியாது என்றா நினைக்கிறீர்கள்? தவறு, தவறு!

தைனிக் கதையிலிருந்து நாம் கற்றுக்கொள்ள வேண்டிய முக்கியமான பாடம் ஒன்று உள்ளது. உங்கள் வீட்டுக்கு நேர் எதிரே இருக்கும் சுவரில் பெரிதாக எழுதியிருக்கும் சுவரொட்டி அறிவிப்பைப் படிக்கவேண்டும் என்பதுதான் அது. அந்த அறிவிப்பு சொல்வது என்ன?

'விரைவில் எதிர்பாருங்கள் - உங்கள் தொழில்துறையில் ஒரு புதுமைப் புரட்சி சினிமா. பசி வெறியோடு அலைபவன், புதுமைப் பித்தன், தடம் மாறி நடை போடுபவன் ஆகிய நட்சத்திரங்கள் நடித்தது. அனைவருமே இது வரை நீங்கள் பார்த்தறியாத புது முகங்கள்.'

உங்கள் வீட்டெதிரே இந்த மாதிரி போஸ்டர் ஏதாவது கண்ணில் தென்படுகிறதா? அகமதாபாதின் பத்திரிகையாளர்கள் கண்ணில் அது தெரியவில்லை.

தைனிக் பாஸ்கர் ஊருக்குள் நுழைந்தபோது, அகமதாபாதின் போட்டிப் பத்திரிகைகள் ஒன்றும் சும்மா தூங்கிக்கொண்டிருக்கவில்லை. தைனிக் தங்களுடைய மார்க்கெட்டில் நுழையப் போகிறது என்பது தெரிந்ததும், அதன் சக்தியை அவர்கள் குறைத்து மதிப்பிடவில்லை.

முன்னணி குஜராத்தி பத்திரிகைகள் யாவும் ஒன்று திரண்டன. ராஜஸ்தான், சண்டிகர், ஹரியானாவில் பாஸ்கரால் ஓரம் கட்டப்பட்ட பத்திரிகைகளுடன் கலந்து ஆலோசித்தார்கள். தைனிக் பாஸ்கருக்கு செக் வைக்க வேண்டும் என்பதே எல்லோருக்கும் பொதுவான நோக்கம். தைனிக் கையாளும் வழி முறைகள் என்ன, வியூகங்கள் என்ன என்று எல்லாவற்றையும் தெரிந்து கொண்டார்கள்.

பாஸ்கர் ராஜஸ்தானிலும் சண்டிகரிலும் வண்ணப் பக்கங்களுடன் செய்தித்தாளை அச்சிட்டது என்பது தெரிந்ததும், தாங்களும் அப்படியே செய்தார்கள். பத்திரிகை விலையைக் குறைத்தார்கள். விலை உயர்ந்த பரிசுகளை வாடிக்கையாளருக்குக் கொடுத்தார்கள்... ஆனால் எதுவும் போதவில்லை. டூ லேட்!

இவர்கள் செய்ததெல்லாம், தைனிக் பாஸ்கரின் புதுமைகளைக் காப்பி அடிக்க முயன்றதுதான். நான் மட்டும் இந்தப்

பத்திரிகைகளில் ஒன்றின் வாசகனாக இருந்தால் கொதித்து எழுந்திருப்பேன்:

'இத்தனை வருடமாக, வாசகனாகிய என்னைப் புல்லாக மதித்துப் பத்திரிகை நடத்தி வந்திருக்கிறார்கள். எனக்கு வேறு புகலிடம் இல்லை என்ற ஒரே காரணத்தால், அவர்கள் எனக்கு பழங் கஞ்சியைக் குடிக்கக் கொடுத்தார்கள்... இப்போது ஒரு புதிய பத்திரிகை வந்துவிட்டது; அவர்கள் என்னை வந்து பார்த்தார்கள்; என் விருப்பத்தைக் கேட்டு, அதன்படியே பத்திரிகையை அமைத்திருக்கிறார்கள். இதைப் பார்த்ததும் என்னுடைய பழைய பத்திரிகைக்காரர்கள் திடீரென்று விழித்துக்கொண்டிருக்கிறார்கள். கலர் பக்கங்கள், இலவசங்கள் என்று ஏதேதோ கொடுத்து என்னைத் தாஜா செய்யப் பார்க்கிறார்கள். இவர்களிடம் நான் விசுவாசத்துடன் இருப்பேன் என்றா நினைக்கிறார்கள்? மாட்டவே மாட்டேன்! என் பர்ஸை எடுத்துக்கொண்டு நேராகப் புதிய பாசறைக்குத்தான் போவேன்.'

இப்படித்தான் நினைத்தார்கள் பல வாசகர்கள்.

நீங்கள் என்ன செய்கிறீர்கள்? உங்கள் வாடிக்கையாளர்கள் எப்போதும் உங்களுடன்தான் இருக்கப்போகிறார்கள் என்று அசட்டையாக இருக்கிறீர்களா? நீங்கள் அவர்களுக்குக் கொடுப்பது என்ன? குறைந்தபட்சமாக ஏதாவது செய்துகொண்டிருந்தால் போதும் - அல்லது உங்கள் தொழில்துறையில் என்ன சராசரியோ அதைக் கொடுத்தால் மட்டும் போதும் என்று நினைக்கிறீர்களா? அல்லது வேறு யாருமே செய்ய முடியாத அளவுக்கு அவர்களுக்குச் சேவை தருகிறீர்களா?

இன்றைக்கு உங்கள் தொழில்துறையில் புதுமைத் தாகம் கொண்ட புரட்சிக்காரர் ஒருவர் நுழைந்தால், அவர் உங்கள் வாடிக்கையாளர்களுக்கு வித்தியாசமாக என்ன தருவார்? பெரும் எண்ணிக்கையில் உங்கள் கஸ்டமர்களைத் தன் பக்கம் இழுக்கும் அளவுக்கு அவரால் என்ன புதிய சேவைகள் தரமுடியும்?

இதைப் பற்றி எப்போதாவது யோசித்திருக்கிறீர்களா? யோசித்திருந்தால், அடுத்து என்ன நடவடிக்கை எடுக்கப் போகிறீர்கள்?

குஜராத்தியில் திவ்ய பாஸ்கர் 4,52,000 பிரதிகளில் ஆரம்பித்தது. இன்றைக்கு அவர்களுடைய குஜராத்தி பதிப்புகளின் மொத்த விற்பனை 11.5 லட்சம். திவ்ய பாஸ்கர் மார்க்கெட்டையும் வளர்த்தது; போட்டியாளர்களிடமிருந்தும் வாசகர்களை வளைத்துப் போட்டுக்கொண்டது.

வரலாறு காணாத சர்வே!

தைனிக் பாஸ்கர் நடத்திய சர்வே ஆச்சரியகரமானது. கணக்கெடுப்பவர்கள் எல்லாரும் பகுதி நேர ஊழியர்கள். இதற்காகவே டீம் ஒன்று அடிப்படையிலிருந்து உருவாக்கப்பட்டது. அகமதாபாதில் சர்வே நடத்தி வாசகரை மகிழச் செய்த டீம், மொத்தம் 12 லட்சம் வீடுகளுக்குச் சென்று சந்தித்தது - அதுவும் இரண்டு தடவை. குழுவில் 1,050 சர்வே பணியாளர்கள், 64 கண்காணிப்பாளர்கள், 16 சரக மேலாளர்கள், 4 கோட்ட மேலாளர்கள் இருந்தார்கள்.

சர்வே டீமுக்கு ஆள் சேர்த்தது எப்படி? இருக்கும் பத்திரிகைகளில் தைனிக் பாஸ்கர் விளம்பரம் கொடுக்க முடியாது! டி.வியில் விளம்பரம் செய்வதற்கோ செலவு அதிகம். எனவே கல்லூரிகளில் நோட்டீஸ் ஒட்டினார்கள். மற்றபடி வாய்மொழியாகவே பரவியது செய்தி. ‘கல்லூரி மாணவர்கள், பட்டதாரிகள், முதல் தடவையாக வேலை தேடுபவர்கள் - அனைவரும் வாருங்கள். ஒரு வித்தியாசமான பணி அனுபவம் கிடைக்கும். மிகவும் ஜாலியான வேலை! சர்வே முடிந்தபிறகு எங்கள் பத்திரிகையிலேயே முழு நேர ஊழியராகச் சேர்வதற்கும் வாய்ப்பு உண்டு’ என்று அறிவிக்கப்பட்டது.

தகுதியைப் பொருத்து அவர்களில் 40-50 சதவிகிதம் பேருக்கு தைனிக் பாஸ்கர் அல்லது திவ்ய பாஸ்கரில் வேலை கொடுக்கப்பட்டது. மற்றவர்களுக்கு இந்த மாபெரும் பணியில் ஈடுபட்டதற்கான பாராட்டுச் சான்றிதழ் கிடைத்தது. ராஜஸ்தானில் ‘சிகர்’ பத்திரிகையின் தலைவர், ஜெய்ப்பூரில் சர்வேயராக இருந்தவர்தான். கணக்கெடுப்பில் பங்குகொண்ட இளைஞர்களுக்கு, இது எவ்வளவு பெரிய முயற்சி என்பது தெரிந்திருந்தது. பின்னால் வேலை தேடும்போது இந்தப் பணி அனுபவம் அவர்களுக்குக் கை கொடுக்கும் என்பதையும் உணர்ந்திருந்தார்கள்.

நடை உடைகள், நாசூக்கு, உடல் மொழி, சமூக நடைமுறைகள், கஸ்டமருடன் பழகுவது எல்லாவற்றிலும் அவர்களுக்கு தீவிரப் பயிற்சி கொடுக்கப்பட்டது. இதனால் கணக்கெடுப்பாளர்கள் அனைவரும் பார்வைக்கு மட்டுமில்லாமல் பழக்கத்திலும் ஒரே மாதிரி இருந்தார்கள். உயர்ந்த சமுதாய நெறிமுறைகளை அவர்கள் கடைப்பிடிக்கிறார்களா என்பதை உறுதி செய்ய கண்காணிப்புக் குழுக்கள் அமைக்கப்பட்டன.

சர்வே டீம் தன் வேலையை அருமையாகச் செய்தது. இரண்டா வது முறையாக வாடிக்கையாளரைச் சந்திக்கப் போனபோது பல வீடுகளில் அவர்களை நெடுநாள் பழகிய நண்பர்கள்போல் வரவேற்று, காபி டிபன் எல்லாம் தந்து உபசரித்தார்கள். கஸ்டமருடன் ஒன்றாகக் கலந்து பழகவேண்டும், அவரை மகிழ்ச்சியில் ஆழ்த்தவேண்டும் என்று தைனிக் பாஸ்கர் திட்டமிட்டபோது அவர்கள் எதிர்பார்த்தது இதைத்தான்.

நாற்பது நாட்களுக்குள் அகமதாபாதில் எட்டு லட்சம் வீடு களுக்குப் போகவேண்டும். பக்கத்து மாவட்டங்களில் மேலும் நான்கு லட்சம் வீடுகள். ஆக, ஒரு நாளைக்கு 20,000 வீடுகளை கவர் செய்ய வேண்டும். ஒரு சர்வேயர் தினம் குறைந்தது இருபது பேரிடமாவது உருப்படியான சந்திப்பு நிகழ்த்த வேண்டும். ஒவ்வொரு குடும்பத்திலும் முக்கிய வருமானம் ஈட்டுபவர்தான் இலக்கு.

அகமதாபாதில் ஒரு காலை நேரம். அதிகாலைப் பொழுதிலேயே சர்வே டீம்கள் 200-300 பேர் கொண்ட குழுவாகக் கூடுகிறார்கள். நீலம், க்ரீம், மஞ்சள் சீருடை. முதலில் ஒரு பூங்காவிலோ, தோட் டத்திலோ சந்திக்கிறார்கள். பிரார்த்தனையுடன் ஆரம்பிக்கிறது காலைப் பொழுது. பிரார்த்தனை கீதம் என்ன தெரியுமா? அங்குஷ் படத்தில் வரும் 'இத்தனை சக்தி எமக்குத் தருக, மனத்தில் நம்பிக்கை மாறாது வளர்க' என்ற பாட்டு. அத்தனை பேரும் சீரான வரிசையில் நிற்க, இந்தப் பாட்டை இருநூறு குரல்கள் ஒரு சேரப் பாடுவதைக் கேட்கும்போது புல்லரிக்கும்.

நாம் ஒரு வேள்வியில் ஈடுபடுகிறோம், மகத்தான சாதனை ஒன்றைச் செய்யப் போகிறோம் என்ற பெருமிதத்தைக் கொடுக் கும் பயிற்சி இது. அடுத்து அன்றைய வேலைகளைப் பற்றி ஒரு சிறு அறிமுகம். பிறகு 20,000 வாசகர்களைச் சந்திக்கக் கிளம்பி விடுகிறார்கள். கதவைத் தட்டுவதில் ஆரம்பித்து, அவர்கள்

நடவடிக்கைகள் அனைத்தையும் உன்னிப்பாகக் கவனிக்கிறார்கள் சூபர்வைசர்கள். அவர்களின் வெற்றி, தோல்வி, பேசிப் பழகும் விதத்தில் உள்ள குறைபாடுகள் எல்லாவற்றையும் கவனித்து, குறைகளைச் சரி செய்கிறார்கள். தேவைப்பட்டால் வெற்றிகரமான வேறு சர்வேயர்களுடன் சேர்த்து அனுப்பி அவர்களைப் பார்த்துக் கற்றுக்கொள்ளச் செய்கிறார்கள்.

வாடிக்கையாளரிடம் பேசி, தகவல்களைச் சேகரித்த பிறகு, 'தாங்க் யூ' என்று சொல்லும் வகையில் ஒரு சிறு பரிசு கொடுப்பார்கள்: அகமதாபாத் நகரத்தைப் பற்றிய ஒரு கையேடும் பஞ்சாங்க காலண்டர் ஒன்றும்.

மாலையில் மறுபடி ஒன்றுகூடி, அன்று பெற்ற வெற்றிகளை அறிவிக்கிறார்கள். பாட்டுப் பாடுகிறார்கள். அன்றைய உயர்வுகளையும் தாழ்வுகளையும் விவாதிக்கிறார்கள். சூப்பர்வைசர்களும் மேலாளர்களும் தாங்கள் கவனித்த விஷயங்களைப் பகிர்ந்துகொள்கிறார்கள். அன்று சேகரிக்கப்பட்ட தகவல்கள் முழுவதும் கம்ப்யூட்டரில் பதிவு செய்யப்படுகின்றன. கற்றுக்கொள்வதும் கொண்டாட்டங்களும் சேர்ந்தே நடக்கின்றன.

சர்வே நடக்கும் நாட்களில், இடையிடையே பார்ட்டிகள் உண்டு. பல பிரபலங்கள் இதில் கலந்துகொண்டு சர்வே இளைஞர்களுடன் பேசுவார்கள். வெற்றிகரமான சர்வேயர்களுக்கும் டீம்களுக்கும் பரிசுகளும் கொடுக்கப்படும்.

பல நிறுவனங்களில் வேலை மட்டுமே உண்டு, விளையாட்டு கிடையாது. உங்கள் நிறுவனத்தில் வேடிக்கை, கேளிக்கைகள் உண்டா? ஊழியர்களை மகிழ்ச்சியாக வைத்திருப்பதற்கு என்னென்ன நடவடிக்கைகள் எடுத்திருக்கிறீர்கள்?

பாஸ்கர் குழுவில் யாவரும் சமம். ஒவ்வொரு செயலிலும் ஊக்கம், உற்சாகம்தான் முக்கியம். நகரத்தின் தலைமைப் பொறுப்பாளரே தினமும் சர்வேயர்களுடன் களத்தில்தான் நிற்பார். ஒவ்வொரு ஏரியாவாகப் போய் குழுக்களிடம் பேசுவார். பிரச்னைகள் எழுந்தால் அங்கேயே தீர்த்து வைப்பார்.

உதாரணமாக, அகமதாபாதில் சர்வே நடந்தபோது நல்ல கோடைக் காலம். கணக்கெடுக்கும் டீம்கள் தாகத்தில் தவித்தன. உடனே ஆயிரத்துக்கும் மேற்பட்ட சர்வேயர்களுக்கு தண்ணீரும் குளுக்கோஸும் வழங்க ஏற்பாடு செய்யப்பட்டது. முதலில் இதெல்லாம் திட்டத்திலோ, பட்ஜெட்டிலோ இல்லை. பாஸ்கர் தன்னுடைய ஊழியர்களை எந்த அளவுக்கு அக்கறையுடன் கவனித்துக்கொண்டது என்பதற்கு இந்த மாதிரிப் பல சம்பவங்கள் உதாரணம். பிரச்னைகள் அவ்வப்போது தீர்க்கப் பட்டதால் சர்வேயர்கள் மனத்தில் நிறுவனத்தின்மீது ஒரு நெருக்கம் ஏற்பட்டது.

சர்வே முடிந்தபோது 12 லட்சம் குடும்பங்களைச் சந்தித்து அவர்கள் நாடித் துடிப்பைத் தெரிந்துகொண்டாகிவிட்டது. திரட்டப்பட்ட தகவல்களையெல்லாம் தொகுத்தார்கள். அதை மத்தியக் குழு ஒன்று அலசியது. ஆசிரியர்கள், நிருபர்கள், வார மலர்களை கவனித்துக்கொள்ளும் டீம் என்று பலரும் அந்த உயர் மட்டக் குழுவில் இருந்தார்கள். பத்திரிகையின் உருவமும் உள்ளடக்கமும் தீர்மானிக்கப்பட்டன.

அடுத்த பெரிய வேலை, மறுபடியும் அதே வாசகர்கள் வீட்டுக்குப் போவது. மாபெரும் முயற்சி இது. லட்சக்கணக்கான வண்ணக் கலவைகளால் வானவில்லின் பிரம்மாண்டமான ஓவியம் ஒன்றைத் தீட்டிக்கொண்டிருந்தது பாஸ்கர் குழு.

பாஸ்கர் என்ற பேராசிரியர்

பாஸ்கர் குழுமம், வேகமாகச் செயல்படும் ஒரு குழுமம். ஒரு நகரத்தில் நுழைவது என்று முடிவு எடுத்தவுடன் சராசரியாக 9 முதல் 11 மாதங்களுக்குள் எல்லாம் முடிந்துவிடும். ஆரம்பித்த ஒவ்வோர் இடத்திலும் நம்பர் 1 அல்லது அதற்கு மிக அருகில். போட்டி என்று வந்துவிட்டால், இந்த ஆசாமிகள் மிகவும் ஆபத்தானவர்கள்!

மும்பையில் டி.என்.ஏ என்ற பத்திரிகை ஆரம்பித்தபோது வேண்டுமென்றே இரண்டாம் நம்பர் இடத்தில் தொடங்கி னார்கள். இதுவும் அவர்கள் வியூகத்தில் ஒரு பகுதிதான். 'நம்பர் 1-ஆக இருக்கவேண்டும் என்றால் 5 லட்சம் பிரதிகளுக்குமேல் விற்கவேண்டும். தயாரிப்புச் செலவுகளைக் கணக்கில் எடுத்துக்கொண்டு பார்த்தால் இது அவ்வளவு நல்ல ஐடியா அல்ல' என்கிறார் தைனிக் பாஸ்கரின் மார்க்கெட்டிங் கம்யூனி

கேஷன் கிளையின் தலைவர் சஞ்சீவ் கோட்னாலா. எனவே 3 லட்சம் பிரதிகளுடன் நம்பர் 2-ஆக நுழைந்து, அங்கிருந்து மெல்ல மெல்ல வளரலாம் என்று முடிவு செய்தார்கள். இன்றைக்கு மும்பையில் அவர்கள் விற்பனை 4.18 லட்சம். இதற்கிடையில் பாஸ்கரின் ஆங்கிலப் பதிப்பான டி.என்.ஏ, அகமதாபாத், சூரத், பூனா, ஜெய்ப்பூர் என்று திக் விஜயம் செய்து, 2008 டிசம்பர் 14 அன்று பெங்களூரிலும் நுழைந்துவிட்டது.

பழகிய பாதையிலிருந்து பிரிந்து பயணம் செய்பவர்கள் என்றால் எப்போதுமே தலைமை இடத்தில்தான் இருக்க வேண்டும் என்ற கட்டாயம் இல்லை. புதிய பாதை வகுப்பவர்களின் வேலை, தங்கள் தொழில்துறையின் சட்டதிட்டங்களை மாற்றி அமைப்பதுதான்.

தைனிக் பாஸ்கரின் திட்டமிட்ட சாதனைகளைப் பாருங்கள்:

1. ஆரம்பித்த அன்றே நம்பர் 2 என்று ஒரு இலக்கை வைத்துக்கொண்டார்கள். 'பத்திரிகைத் துறையில் மட்டும் வளர்ச்சி என்பது மெல்ல மெல்லத்தான் நடக்கும்' என்ற வழக்கமான மாடலுக்கு விடுக்கப்பட்ட சவால் இது.

2. ஒரு பத்திரிகையின் வாசகர்தான் பதிப்பாளரைத் தேடி வருவது வழக்கம். அவர் வந்து சேரும்வரை பொறுமை யாகக் காத்திருப்பதுதான் பத்திரிகையின் வேலை. தைனிக் பாஸ்கர் இதைத் தலை கீழாகக் கவிழ்த்தது. லட்சக் கணக்கான வாசகர்களை, ஒவ்வொருவராகத் தானே நேரில் போய் சந்தித்தது.

3. வாசகர் என்ன படிக்க வேண்டும், வேண்டாம் என்பதை எப்போதுமே பத்திரிகை ஆசிரியர்தான் முடிவு செய்வார். ஆசிரியர்தான் விஷயம் தெரிந்தவர் என்பது ஐதீகம். ஆனால் தைனிக் பாஸ்கரோ, வாசகரின் ஆலோசனைப் படியே பத்திரிகையை வடிவமைத்தது.

4. 'பத்திரிகை படித்தல் என்பது ஒருவரின் காலைக் கடன்; மக்களின் தினசரிப் பழக்கங்களை அவ்வளவு சுலபமாக மாற்ற முடியாது' என்பது ஒரு உலகப் பொது உண்மையாகக் கருதப்பட்டது. பாஸ்கர் இதையும் தூள் தூளாக்கியது.

ஆரம்பத்தில் தைனிக் பாஸ்கர் மத்தியப் பிரதேசத்தின் நம்பர் 1 பத்திரிகையாக இருந்தது. இன்று பாஸ்கர்தான் இந்தியா விலேயே அதிகம் படிக்கப்படும் பத்திரிகைகளின் குழுமம். மூன்று மொழிகளில் எட்டு பத்திரிகைகள் வெளிவருகின்றன. ஒன்பது மாநிலங்களில் விற்பனை (மத்தியப் பிரதேசம், சத்தீஸ்கர், ராஜஸ்தான், ஹரியானா, பஞ்சாப், ஹிமாச்சலப் பிரதேசம், டெல்லி, குஜராத், மகாராஷ்டிரா). இது தவிர யூனியன் பிரதேசமான சண்டிகர். ஒவ்வொரு நாளும் சுமார் 44 லட்சம் பிரதிகள் அச்சாகின்றன. (இந்த அத்தியாயத்தில் தெரிவிக்கப் பட்டிருக்கும் எண்கள் எல்லாம் -குறிப்பாகச் சொல்லப்பட்டிருந் தால் ஒழிய- தைனிக் பாஸ்கர் குழுமத்திலிருந்து பெறப்பட்ட தகவல்கள்.)

கடைசியில் கூட்டிக் கழித்துப் பார்க்கும்போது, எது முக்கியம்? இந்த மார்க்கெட்டில், இந்த வருடத்தில் நம்பர் 1 யார் என்பதா? இல்லை. 'யாரெல்லாம் பழகிய பாதையிலிருந்து மாற்றி யோசிப்பவர்கள்?' என்று பார்த்தால், இதோ ஒரு நிறுவனம் வழி காட்டுகிறது. நம்மாலும் முடியும் என்று நம்பிக்கை ஊட்டுகிறது. ஒரு பத்திரிகையையோ, அல்லது வேறு ஏதாவது பிராண்ட் பொருளையோ எப்படி வளர்த்து முன்னேற்றுவது என்று காலம் காலமாக இருந்து வந்த நம்பிக்கைகளை ஒரே நாளில் தகர்த்துக் காட்டியிருக்கிறது.

இதுவரை கேள்வி கேட்காமல் ஒப்புக்கொள்ளப்பட்டு வந்த விஷயங்களைத் தட்டிக் கேட்கவேண்டும்; புதுமை செய்ய அவ்வளவுதான் தேவை. இதைச் செய்ததுதான் பாஸ்கர் குழுமத்தின் மிகப் பெரிய சேவை.

உங்கள் தொழில்துறை எதுவாக இருந்தாலும், பாதையை மாற்றிப் பயணம் செய்தால் என்னவெல்லாம் சாதிக்க முடியும் என்று பாடம் நடத்தியிருக்கிறது பாஸ்கர் குழுமம்.

★ வருடக் கணக்காக, கொஞ்சம் கொஞ்சமாக வளரும் ஒரு நிறுவனத்தின் சாதனையை, புதிதாக வந்த புரட்சியாளர் ஒருவர் ஆறே மாதத்தில் மிஞ்சிவிட முடியும். நீங்கள் முதல் கட்சியா, இரண்டாவது கட்சியா? இது வரை நீங்கள் சிறுகச் சிறுக வளர்ந்துகொண்டிருப்பவர் என்றால், இனிமேல் என்ன செய்யப் போகிறீர்கள்?

★ இப்போதெல்லாம் போட்டி என்பது விற்கப்படும் பொருள்களுக்கு இடையே அல்ல. எப்படி பிசினஸ் நடத்துகிறீர்கள் என்ற சந்தைச் சிந்தனைகளுக்கு இடையில்தான் போட்டியே. உங்களது சிந்தனை என்ன? வித்தியாசமானதா, வழக்கமானதா?

★ நிறுவனங்களும் சரி, தனி மனிதர்களும் சரி, பொதுவாக ஒரு தவறு செய்கிறார்கள். இதுவரை கேள்விப்படாத விஷயம் ஒன்று இருந்தால் அது முடியாத காரியம் என்று நினைத்து குழப்பிக்கொள்வார்கள். வித்தியாசமானது எல்லாம் இயலாதது அல்ல. நீங்கள் இந்த இரண்டையும் தனியாகப் பிரித்துப் புரிந்துகொள்கிறீர்களா?

★ சம்பிரதாயமான சிந்தனைகள் காதில் விழும்போதெல்லாம் நீங்கள் அதைத் தட்டிக் கேட்பதுண்டா? கண்ணனா, அவருடைய சேனைகளா? உங்கள் சாய்ஸ் என்ன?

2. அரவிந்த் கண் மருத்துவமனை: ஒளி படைத்த கண்ணினாய், வா வா வா!

'அகிலத்தையே அசைத்துப் பார்த்து விடுவோம், புறப்படு!' -ஆப்பிள் நிறுவனத்தின் ஸ்டீவ் ஜாப்ஸ் அடிக்கடி சொல்லும் வார்த்தை இது.

அகிலத்தை அசைப்பதற்கு என்ன செய்யவேண்டும்? இதைத் தெரிந்துகொள்வதற்கு நீங்கள் கலிபோர்னியா வின் கூப்பர்டினோ வரை போகவேண்டியதில்லை. தமிழ் நாட்டில் உள்ள மதுரைக்குச் செல்லுங்கள். அங்கே ஒரு முப்பத்திரண்டு வயதான நிறுவனம், ஸ்டீவ் ஜாப்ஸ் சொன்னமாதிரியே அகிலத்தை அசைத்துக்கொண்டிருக்கிறது!

கண் பார்வையின்மையை வெற்றி கொள்வதில் அரவிந்த் மருத்துவமனை உலகப் புகழ் பெற்று விட்டது. அதிலும் அகிலத்தை சும்மா அசைக்க வில்லை, கிடுகிடுக்க வைத்துக்கொண்டிருக்கிறது!

உலகில் உள்ள 2.4 கோடி பேருக்குப் பார்வை இல்லை. பரிதாபம் என்னவென்றால், அவர்களில் மூன்றில் ஒருவர் தேவையே இல்லாமல் வாடிக்கொண்டிருக் கிறார். மருத்துவ உதவி மட்டும் கிடைத்தால் அவர்களுக்குப் பார்வை திரும்பும். பின்னே, பிரச்னை தான் என்ன? அவர்களில் பலருக்குக் கண் ஆபரேஷன் தேவை; ஆனால் அதற்கான டாக்டர்களின் எண்ணிக்கைதான் போதவில்லை.

பார்வையின்மையுடன் போராடுவதற்கு ஒரு வழி, டாக்டர்களை அதிகரிப்பது. ஆனால் அது அவ்வளவு சுலபமல்ல.

இதற்கு அரவிந்த் மருத்துவமனை வேறு ஒரு வழி கண்டு பிடித்தது: இருக்கும் டாக்டர்களின் வேலைத் திறனை அதிகரித்து, ஒவ்வொரு நாளும் நிறைய அறுவை சிகிச்சைகளைச் செய்ய வைப்பது. இது அரவிந்த் செய்த புதுமையான பரிசோதனை. தொழிற்சாலைகளில் உள்ள அசெம்ப்ளி லைன் போல நோயாளிகளைத் தொடர்ந்து அனுப்பி, இடைவிடாமல் ஆபரேஷன்களை நடத்த வைத்தது. இதனால் ஒவ்வொரு டாக்டரும் வழக்கத்தைப்போல் பத்து மடங்கு அறுவை சிகிச்சைகள் செய்ய ஆரம்பித்தார்!

சிகிச்சைக்கான செலவு வெகுவாகக் குறைந்தது; எனவே ஆயிரக் கணக்கான நோயாளிகளுக்கு முற்றிலும் இலவசமாகவோ, கிட்டத்தட்ட இலவசமாகவோ ஆபரேஷன் செய்ய முடிந்தது. பணம் கொடுக்க வசதியுள்ள ஒரு சில நோயாளிகள் தரும் கட்டணத்திலிருந்தே ஆஸ்பத்திரி நடக்கிறது.

அரவிந்துக்கு வரும் நோயாளிகளில் 30 சதவிகிதம் பேர்தான் கட்டணம் செலுத்துபவர்கள். அவர்களுக்கும் வெளியில் ஆகும் செலவைவிட இங்கே குறைவுதான். மற்ற 70 சதவிகிதம் பேருக்கு, ஏறக்குறைய இலவசச் சேவை!

என்ன, புருவத்தை உயர்த்துகிறீர்கள்? உங்களை வாய் பிளக்க வைக்கும் மற்றொரு செய்தி: அரவிந்த் என்பது ஒரு சின்ன ஊரில், நாலு படுக்கை வைத்து நடத்தும் இலவச ஆஸ்பத்திரி அல்ல. அது 35 சதவிகிதம் லாபம் ஈட்டும் ஒரு பக்கா பிசினஸ் நிறுவனம்! (ஆனால் லாப நோக்கமில்லாமல் நடத்தப்படுவதால், வருகிற எல்லா வருமானமும் ஆஸ்பத்திரியை விரிவுபடுத்துவதற்கே செலவாகிறது.)

இங்கே வருடத்துக்கு 24 லட்சம் புற நோயாளிகள் சிகிச்சை பெறுகிறார்கள். 2,86,000 காடராக்ட் ஆபரேஷன்கள் நடை பெறுகின்றன. அரவிந்த் ஓர் ஆஸ்பத்திரி மட்டுமல்ல; உலகத் திலேயே பெரிய கண் சிகிச்சைக் கல்வியகம் என்றால் அது அரவிந்த்தான்!

அரவிந்த் என்ற பெயருக்கு இருக்கும் மரியாதையே தனி. ஹார்வர்ட், ஜான்ஸ் ஹாப்கின்ஸ், யேல் போன்ற புகழ்பெற்ற அமெரிக்கப் பல்கலைக்கழகங்களில் இருந்தெல்லாம் மாணவர் கள் பயிற்சிக்காக இங்கே வருகிறார்கள்.

அரவிந்தின் பிசினஸ் முறையும் வித்தியாசமானதுதான். எஸ்.டி.டி தொலைபேசி பூத், அல்லது ஜெராக்ஸ் நகலகம் போன்ற சின்னச் சின்ன பிசினஸ்களின் மாடல் அது. ஒரு போன் பேசுவதில் அல்லது ஒரு பக்கம் நகல் எடுப்பதில் கிடைக்கும் லாபம் மிகவும் குறைவுதான். ஆனால் இதையே மிக அதிக எண்ணிக்கையில் செய்யும்போது கணிசமாக லாபம் தங்குகிறது. ஊருக்குத் தேவை யான இந்தச் சேவைகளும் நிறைவுபெறுகின்றன.

அரவிந்தின் கொள்கையும் இதுதான்; குறைந்த லாபத்தில் நிறையச் சேவை. இந்த மாதிரி செய்யப்படும் புண்ணியங்கள் வட்டமடித்து நமக்கே திரும்பி வரும்; அதிக எண்ணிக்கையில் ஆபரேஷன்கள் செய்யச் செய்ய, இன்னும் பல பேருக்கு இலவசமாக சிகிச்சை செய்ய முடிகிறது. இதனால் அரவிந்தின் மதிப்பும் கௌரவமும் கூடுகின்றன; அதைத் தொடர்ந்து மேலும் பல நோயாளிகள் வந்து சேர்கிறார்கள்.

அமைதியாக எங்கோ ஒரு மூலையில் இருக்கும் இந்த ஆஸ் பத்திரி, உலகத்துக்கே கண்ணொளி தருவதில் கலங்கரை விளக்கமாக மாறியது எப்படி?

கனவில் தொடங்கிய பயணம்

அகிலத்தை அதிர வைத்த பல திட்டங்களைப் போலவே, அரவிந்த் மருத்துவமனையும் ஒரு கனவில்தான் தொடங்கியது: ‘இந்தியா எங்கும் மிகப் பல பேர், தேவையே இல்லாமல் பார் வையை இழந்திருக்கிறார்கள்; அதைச் சரி செய்யவேண்டும்.’ கனவு கண்டவர், ஒரு முன்னாள் பேராசிரியர். மெலிந்த உருவம் கொண்டவர். மதுரை மருத்துவக் கல்லூரியில் கண் நோய் பிரிவில் பணி புரிந்து ஓய்வு பெற்றவர்.

இந்தக் கனவு, அரசாங்கத்தில் ஏதோ ஒரு துறையின் கனவு அல்ல; ஒரு சக்தி வாய்ந்த பெரிய நிறுவனத்தின் கனவும் அல்ல. இதைப் போன்ற நிறுவனங்கள் ஏனோ கனவுகள் காண்பதே இல்லை. அவற்றுக்கு இலக்குகள் உண்டு, வியூகங்கள் உண்டு, செய்து முடித்தாக வேண்டிய பணிகள் உண்டு. ஆனால் கனவு மட்டும் கிடையவே கிடையாது!

‘டாக்டர் வி’ என்று அழைக்கப்படும் டாக்டர் கோவிந்தப்பா வெங்கடசுவாமி, மகளிர் நோய்ப் பிரிவில் பணி செய்ய வேண்டும் என்றுதான் முதலில் விரும்பினார். அதற்கு ஒரு காரணம் உண்டு; அவருடைய ஒன்றுவிட்ட சகோதரிகள் மூன்று பேர் இளம் வயதிலேயே அடுத்தடுத்து பிரசவத்தின்போது இறந்து போய்விட்டார்கள். ஆனால் அவருடைய ப்ராக்டீஸை ஆரம்பிக்கும் வேளையில், பயங்கரமான மூட்டு வலி நோய் அவரைத் தாக்கியது. இரண்டு வருடம் படுத்த படுக்கையாக இருந்தார். கை கால்களை அசைக்க முடியவில்லை. அவர் மறுபடி எழுந்து நடமாடப் போவதில்லை என்றே எல்லோரும் நினைத்தார்கள். அப்படியே எழுந்தாலும் இனி சர்ஜனாக ஆவதெல்லாம் முடியாத காரியம்.

ஆனால் இந்த அதிசய மனிதர், மெதுவாகப் படுக்கையை விட்டு எழுந்தார்! கடும் உடல் வேதனையுடன் போராடியபடியே துளித் துளியாகப் பயிற்சி செய்தார். மறுபடி அறுவை சிகிச்சை செய்யும் அளவுக்கு உடலில் சக்தி திரும்பியது.

ஆனால் ஒரு பிரச்னை: டாக்டர் வியின் கை விரல்கள், நோயினால் முடங்கிப் போயிருந்தன. வழக்கமான சர்ஜரிக் கருவிகளை அவரால் கையாள முடியாது. தன் கையில் பிடித்துக்கொள்ளும் அளவுக்கு ஸ்பெஷலான கருவிகளை அவரே வடிவமைக்க ஆரம்பித்தார். ஆனால் ஒன்று புரிந்தது: மகளிர் நோய்ப் பிரிவில் அறுவை சிகிச்சை செய்வது மிகவும் கடினமான வேலை. அவருடைய விரல்களுக்கு அது ஒத்து வராது.

தன் கனவு நிறைவேற முடியாமல் போய்விட்டது என்று புலம்பிக்கொண்டு மூலையில் முடங்கிக் கிடக்கவில்லை டாக்டர் வி. மாற்றுப் பாதையில் சிந்தித்தார். வேறு ஏதாவது மென்மையான சர்ஜரி துறையை எடுத்துக்கொண்டு மருத்துவச் சேவையைத் தொடர்ந்தால் என்ன? உடனே ஞாபகத்துக்கு வந்தது கண் ஆபரேஷன்தான்.

முடிவு செய்தவுடன் தாமதிக்காமல் மறுபடி மருத்துவக் கல் லூரிக்குப் போய் பயிற்சியை ஆரம்பித்தார். பட்டப் படிப்பை முடித்தபிறகு அரசாங்க வேலையில் சேர்ந்தார். பிறகு மருத்துவ ஆசிரியராகவும் ஆனார்.

இந்தியாவில் பேராசிரியர் வியும் அவருடைய மாணவர்களும் சகாக்களும்தான் கிராமப்புறங்களில் கண் சிகிச்சை முகாம்கள்

நடத்துவதை ஆரம்பித்து வைத்தவர்கள். மதுரையைச் சுற்றியுள்ள கிராமங்களுக்கெல்லாம் சென்று கண் புரையால் பார்வை இழந்தவர்களுக்கு அறுவை சிகிச்சை செய்தார்கள்: 'சிகிச்சையால் சரி செய்யக்கூடிய பார்வைக் குறைபாடா? உங்கள் கண் பார்வையைத் திரும்பக் கொண்டுவந்தே தீருவோம்.' கண் இல்லாதவர்களுக்குக் கண்ணொளி தருவது டாக்டருக்கு ஒரு தவமாகவே ஆயிற்று.

இந்தப் பணியைச் செய்துகொண்டிருக்கும்போதே டாக்டர் விக்கு ஒரு விஷயம் புரிந்தது: பார்வை இழந்தவர்களுக்கு அவர் பார்வை மட்டும் தரவில்லை; அவர்களுடைய வாழ்நாளையே நீட்டிக்கிறார்!

அப்போதைய சூழ்நிலையில், வயதான ஒருவருக்குப் பார்வையும் கிடையாதென்றால், அவர் தின்னத் தெரிந்த ஒரு வாய்; ஆனால் கை இல்லாத முண்டம். உறவினர்கள் அவரைச் சரியாகக் கவனித்து சோறுகூடப் போட மாட்டார்கள். எனவே கண் பார்வை போனபிறகு ஒருவருக்கு சராசரி வாழ்நாள் இரண்டு வருடமோ, மூன்று வருடமோதான். கண்ணில் புரை விழுந்து பார்வை போனால், மரண தண்டனை விதித்தாகிவிட்டது என்று அர்த்தம்.

டாக்டர் வியின் அறுவை சிகிச்சையால் பார்வையைத் திரும்பப் பெற்றவுடன், அதே மனிதர்கள் பல வருடங்களுக்குப் பயனுள்ள வாழ்க்கை வாழ்ந்தார்கள்.

> நம்மில் பல பேருக்கு, ஏதோ கெட்டது நேர்ந்துவிட்டது என்பதால் அதிகம் பாதிப்பு கிடையாது. 'இனிமேல் நமக்கு இதுதான் நிரந்தரம்' என்று நினைத்துக்கொண்டு, கெட்டதை அப்படியே ஏற்றுக்கொள்கிறோமே, அதுதான் நம்மை முடக்கிப்போடுகிறது.
>
> தடம் தாண்டிச் சிந்திக்கும் டாக்டர் வி போன்றவர்கள், கெட்ட சூழலுடன் போராட முற்படுகிறார்கள். சூழலைத் தங்கள் விருப்பத்துக்கு ஏற்ப வளைத்துக்கொள்கிறார்கள். 'இதுதான் யதார்த்தம்' என்று சமாதானம் செய்துகொண்டு பிரச்னைகளை ஏற்றுக்கொள்ள மறுக்கிறார்கள். டாக்டர் வியால் மறுபடி எழுந்து நடமாட முடியாது என்பதுதான்

அன்றைக்கு இருந்த 'யதார்த்தம்'. நோயினால் அவர் கை விரல்கள் வளைந்து வடிவம் இழந்துவிட்டன, அவரால் மறுபடி சர்ஜரியே செய்ய முடியாது என்பதுதான் 'யதார்த்தம்'.

ஆனால் ஒருவர் யதார்த்தத்தை ஏற்றுக்கொள்ளப் பிடிவாதமாக மறுக்கும்போது அங்கே ஒரு மந்திர மாயம் நடக்கிறது. டாக்டர் வியின் கதையில் நடந்ததும் அதேதான்.

1976-ல் டாக்டர் வி தன் 56-வது வயதில் ஓய்வு பெற்றார். அத்துடன் தன் டாக்டர் தொழில் முடிவுக்கு வந்துவிட்டது என்று அவர் நினைக்கவில்லை; அப்போதுதான் ஆரம்பித்தது என்று நினைத்தார். தவிர்க்கக்கூடிய பார்வைக் குறைபாட்டுடன் போராடுவதற்கு ஒரு ஆஸ்பத்திரி ஆரம்பிக்க விரும்பினார். அவருடைய சகோதரி டாக்டர் நாச்சியார், அவர் கணவர் டாக்டர் 'நாம்' ஆகியோரின் உதவி இருந்தால் நன்றாக இருக்கும் என்று தோன்றியது. இரண்டு பேரும் கண் மருத்துவர்கள்தான்.

அப்போது தங்கையும் அவர் கணவரும் ஹார்வர்டில் இருந்தார்கள். டாக்டர் வியின் அழைப்பை ஏற்று இந்தியா வரத் தயங்கினார்கள். ஆனால் டாக்டர் வி தொடர்ந்து வலியுறுத்தி னார். அப்பா இறந்தபிறகு சகோதரியை வளர்த்து ஆளாக்கியவர் அவர்தான். மெடிக்கல் காலேஜில் தங்கைக்கு ஆசிரியராகவும் இருந்திருக்கிறார். டாக்டர் நாச்சியாருக்கும் அவர் கணவருக்கும் டாக்டர் வியின்மேல் அளவு கடந்த மரியாதை உண்டு. அவரிடம் போய் 'மாட்டேன்' என்று எப்படிச் சொல்வது?

அதுமட்டுமல்ல; ரிட்டயர் ஆனபிறகு டாக்டர் வி என்ன செய்யப்போகிறார் என்று சகோதரியும் அவர் கணவரும் ஏற்கெனவே கவலைப்பட்டுக்கொண்டிருந்தனர். டாக்டர் மன உறுதி மிக்கவர். கட்டுப்பாடு உள்ளவர். சுறுசுறுப்பானவர். அப்படிப்பட்டவர் எப்படி சும்மா உட்கார்ந்திருப்பார்?

கடைசியில் டாக்டருடைய லட்சியப் பயணத்திலேயே சேர்ந்து கொள்ள இருவரும் முடிவு செய்தனர். 'நாங்கள் அரை மனதாகத் தான் இந்தியாவுக்குத் திரும்பி வந்தோம். தாய் நாட்டுக்காகப் பெரிய தியாகம் செய்கிறோம் என்ற நினைப்புதான் அப்போது எங்களுக்கு இருந்தது' என்கிறார் டாக்டர் நாச்சியார்.

அவர்கள் திட்டம் இதுதான்: 'அரசாங்கத்தின் கண் பாதுகாப்புத் திட்டத்துக்கு மாற்றாக ஒரு முறையைக் கொண்டுவர வேண்டும். கண் சிகிச்சையில் அரசாங்கத்துக்கு நாம் உதவி செய்ய வேண்டும்; ஆனால் அவர்களிடமிருந்து எந்த உதவியையும் எதிர்பார்க்காமல். சாதாரண கிராம மக்களுக்கு நம் திட்டம் போய்ச் சேரவேண்டும். இது ஒரு சமூக நலத் திட்டம். குறைந்த செலவு. உலகத் தரம்.'

மதுரையில் ஆஸ்பத்திரியைத் திறக்க முடிவு செய்தார்கள். அங்கேதான் டாக்டர் வி பதினைந்து வருடம் வாழ்ந்து, பணி புரிந்திருக்கிறார். மதுரை ஒரு பழமையான நகரம்; அதைச் சுற்றிலும் நிறைய கிராமங்கள் உள்ளன. இந்தியாவின் கிராமங்களை முன்னேற்ற வேண்டும் என்ற இவர்கள் திட்டத்துக்கு அருமையான இடம். இப்போது நம் டாக்டர் அணியின் கனவு ஒன்றுதான். நீக்கக்கூடிய பார்வைக் குறைபாடு எங்கு இருந்தாலும், அதனுடன் முழுமூச்சாகப் போராடிப் பார்த்துவிடுவது.

அகிலத்தை அசைக்கும் புதுமையாளர்களுக்கும் மற்றவர்களுக்கும் ஒரு முக்கியமான வித்தியாசம் இருக்கிறது. அவர்கள் பெரிதாகக் கனவு காண்கிறார்கள். மற்றவர்களால் புரிந்துகொள்ளக்கூட முடியாத மெகா கனவு! அவ்வளவு பெரிய கனவினால் தாக்கினால், உலகம் அதிராமல் என்ன செய்யும்?

பெரிய பெரிய கனவுகளைக் காணும் சக்தி நம் ஒவ்வொருவருக்கும் இருக்கிறது. துரதிர்ஷ்டவசமாக, நாம் அதை உபயோகிக்க வேண்டாம் என்று சபதம் செய்துகொண்டதைப் போல் சும்மா இருந்துவிடுகிறோம்.

கனவைத் துரத்தியவர்கள்

கனவு கண்டால் போதுமா? இப்போது திட்டத்தை ஆரம்பிப்பதற்குப் பணம் வேண்டும். இந்த மாதிரி நல்ல விஷயத்துக்கு உதவி செய்வதற்குப் பலர் முன்வருவார்கள் என்று அனைவரும் சொன்னார்கள். தேவையான பணத்தைச் சேர்ப்பதில் அவ்வளவாகப் பிரச்னை இருக்காது என்றுதான் டாக்டர் வி குழுவினரும் நினைத்தார்கள்.

ஆனால் அது தவறு என்பது சீக்கிரமே தெரிய வந்தது.

நம் டாக்டர்களுக்கு ஒரே தர்மசங்கடமாகப் போய்விட்டது. திட்டத்துக்குக் கடனுதவி கிடக்கட்டும், உதவி செய்யக் கூடியவர்கள் ஒருவரும் இவர்கள் சொல்வதைக் காது கொடுத்துக் கேட்கக்கூட முன்வரவில்லை!

வங்கி ஊழியர் ஒருவர் டாக்டர் வியிடம் சொன்னதுதான் இதற்கெல்லாம் சிகரம்: 'ஐயா, உங்களுக்கோ வயதாகிவிட்டது. ரிட்டயரும் ஆகிவிட்டீர்கள். நாளைக்கே உங்களுக்கு ஏதாவது ஒன்று ஆகிவிட்டால், எங்கள் கடனை யார் திரும்ப அடைப் பார்கள்? உங்களுடன் இருக்கும் இந்த இரண்டு இளம் டாக்டர்கள்தானே? அவர்கள் தலையில் ஏன் இவ்வளவு பெரிய சுமையைச் சுமத்திவிட்டுப் போகப் பார்க்கிறீர்கள்?'

அதற்குப் பிறகு யாரிடமும் போய்க் 'கடன்' என்று கை நீட்டுவதில்லை என்று முடிவு செய்தார்கள். குடும்பத்தில் இருந்த நகைகளையெல்லாம் அடகு வைத்ததில், கொஞ்சம் சாதனங்கள் வாங்க முடிந்தது. டாக்டர் வி, நாச்சியார் ஆகியோரின் மற்றொரு சகோதரரான ஜி.சீனிவாசனின் வீட்டிலேயே 11 படுக்கைகளுடன் சிறிய ஆஸ்பத்திரி ஆரம்பிக்கப்பட்டது.

ஆரம்ப வருடங்கள் கடினமாக இருந்தன. 'பணம் திரட்டுவதில் இருந்த சிக்கல்களைப் பார்க்கும்போது, இந்தியாவுக்குத் திரும்பி வந்ததே தவறோ என்று நினைக்க ஆரம்பித்துவிட்டோம். அமெரிக்காவில் வசித்தபோது கார், வீடு, சுலபமான வாழ்க்கை என்று காலம் ஓடியது. இங்கேயோ ஒன்றுமே இல்லை. ஒரு நாளைக்குப் பதினெட்டு மணி நேரம் உழைத்தோம். அவ்வளவுதான் கண்ட பலன்' என்றார் டாக்டர் நாச்சியார்.

ஒவ்வொரு பேஷண்ட்டும் முக்கியமாக இருந்தார்கள். பணம் கொடுக்கும் நோயாளிகளிடமிருந்து 2,000 முதல் 3,000 ரூபாய் வரை கிடைத்தது. இலவசக் கண் முகாம்களை நடத்துவதற்கு இந்தப் பணம் அவசியமாக இருந்தது.

> எந்த ஒரு புதிய சாதனையையும் தொடங்கும்போது ஆரம்பத் தொல்லைகள் நிறைய இருக்கும். கிடைக்கும் நன்மைகளோ, குறைவாக இருக்கும். 'எல்லாவற்றையும் விட்டுவிட்டு பழைய வாழ்க்கைக்கே திரும்பிப் போய் விடலாம்' என்று அடிக்கடித் தோன்றும்.

> தொடர்ந்து பயணம் செய்ய ஊக்கம் தருவதற்கு, ஒரு மகத்தான சவால் தேவை. 'நம் வாழ்நாளில் செய்து முடிப்போமா' என்ற ஏக்கம் தேவை. 'நாம் மலையை மத்தாக்கிக் கடலைக் கடையப் போகிறோம்' என்ற எதிர்பார்ப்புதான் தொடர்ந்து முன்னேறத் தூண்டுதல் தரும்.

சில வருடங்களில் டாக்டர் நாமின் சகோதரியும் அவர் கணவரும் கூட அரவிந்தில் வந்து சேர்ந்துகொண்டார்கள். இப்போது மொத்தம் ஐந்து டாக்டர்கள் ஆகிவிட்டதால், இன்னும் சற்றுப் பெரிதாக ஒரு ஆஸ்பத்திரியைக் கட்ட ஆரம்பித்தார்கள். ஒவ்வொரு நாளும் கிடைக்கும் வருமானம் முழுவதும் அன்றைய கட்டட வேலை அல்லது சம்பளச் செலவுகளுக்குத் திருப்பி விடப்பட்டது.

டாக்டர் வியின் சகோதரர் சீனிவாசன் ஒரு எஞ்சினியர். ஆஸ்பத்திரி கட்டடம், வரவு செலவுகள் எல்லாவற்றுக்கும் அவர் பொறுப்பு எடுத்துக்கொண்டார். திறமையாகக் கப்பலை ஓட்டும் கேப்டன் போல், அவ்வப்போது கிடைக்கும் பணத்தை வைத்து உடனடிச் செலவுகளைச் சமாளித்தார்.

அரவிந்த் மருத்துவமனையின் வெற்றிப் பயணத்தில் சில மைல் கற்கள் இவை:

1977 முப்பது படுக்கைகள் கொண்ட மருத்துவமனை கட்டப்பட்டது.

1978 நூறு படுக்கைகளுடன் குறைந்த செலவு ஆஸ்பத்திரி தயார்.

1980 மதுரையில் இப்போது இருக்கும் கட்டடத்துக்கு மாறியது. (அப்போது ஆஸ்பத்திரி பாதிதான் முடிவடைந்திருந்தது.)

1982 ஆஸ்பத்திரி 200 படுக்கைகளும் 3 ஆபரேஷன் தியேட்டர்களுமாக விரிவடைந்தது.

1984 400 படுக்கைகள், 3 ஆபரேஷன் தியேட்டர்களுடன் இலவச ஆஸ்பத்திரி ஆரம்பிக்கப்பட்டது.

1985 தேனியில் அரவிந்த் மருத்துவமனையின் கிளை.

1988 திருநெல்வேலியில் அரவிந்தின் கிளை. 135 கட்டணம் செலுத்தும் நோயாளிகள், 400 இலவச நோயாளிகள் சிகிச்சை பெறலாம்.

1991 மதுரையில் ஆஸ்பத்திரி விரிவாக்கம். 280 கட்டண கேஸ்கள், 1100 இலவச கேஸ்கள்.

1992 ஆரோலாப் அமைக்கப்பட்டது.

1996 அரிமா அரவிந்த் சமூக கண் மருத்துவக் கழகம் (LAICO) தொடங்கப்பட்டது.

1997 கோயம்பத்தூரில் அரவிந்த் கிளை.

1999 மேற்படிப்பு படிக்கும் டாக்டர்களுக்காக ஹாஸ்டல் வசதிகள்.

2001 இலவச ஆஸ்பத்திரியில் 400 கூடுதல் நோயாளிகளைச் சேர்க்கும் வகையில் விரிவாக்கம் செய்யப்பட்டது.

2001 நர்ஸ்களுக்காக செவிலியர் விடுதி.

2003 பாண்டிச்சேரியில் அரவிந்த் கிளை பரப்பியது.

2004 மதுரை மேலூரில் புற நோயாளிகள் சிகிச்சை மையம். இப்போது திருமங்கலம், தூத்துக்குடி, திருப்பூர் என்று மொத்தம் 4 புற நோயாளிகள் நிலையங்கள் உள்ளன.

2005 ஒவ்வொரு 50,000 கிராம மக்களுக்கும் ஒன்று என்ற விகிதத்தில் பார்வை மையம் தொடங்கப்பட்டது. இப் போது இதுபோன்ற 30 மையங்கள் இருக்கின்றன.

2007 நவீன உற்பத்திப் பிரிவு ஆரம்பம். இதில் உட்கண் லென்சுகள், தையல் போடும் நரம்புகள், பிளேடுகள், மற்ற மருத்துவப் பொருட்கள் தயாரிக்கப்படுகின்றன.

2007 நாட்டின் பிற பகுதிகளில் AMECS என்னும் அரவிந்த் கண் பாதுகாப்பு சேவை மேலாண்மை மையங்கள் தொடங்கப் பட்டன. (அரவிந்த் மற்ற மருத்துவமனைகளுடனும் குறிப்பிட்ட சில நிறுவனங்களுடனும் இணைந்து பணியாற்றுகிறது. இப்படி உத்தரப் பிரதேசத்தில் இரண்டு, கொல்கத்தாவிலும் குஜராத்திலும் தலா ஒரு ஆஸ்பத்திரி செயல்படுகிறது.)

2008 டாக்டர் வெங்கடசுவாமி கண் ஆராய்ச்சி நிறுவனம் தொடங்கப்பட்டது. இந்த மிக நவீன ஆராய்ச்சிக்கூடம் மூலக்கூறு உயிரியல், மரபணு சார்ந்த கண் நோய்கள், மரபணுக்களில் ப்ரோட்டீன் கூறுகள் போன்றவற்றைப் பற்றி ஆராய்ச்சி செய்கிறது.

இதற்கிடையில் அரவிந்தின் கொள்கை, அது இயங்கும் விதம் எல்லாம் புடம் போடப்பட்டுக்கொண்டிருந்தன. ஆஸ்பத்திரி வளரவேண்டும். அதற்கு, மனத்தையும் உடல், பொருளையும் கடைசிச் சொட்டுவரை இழுத்துப் பிடித்து உபயோகிக்க வேண்டும். கஜானா கிட்டத்தட்ட காலியாக இருக்கும்போது கூடக் கண் சிகிச்சை முகாம்களை நடத்தவேண்டியிருந்தது. டாக்டர்கள் தொடர்ந்து பத்து மணி நேரம்வரை ஆபரேஷன் செய்தார்கள்.

எப்போதும் பணத் தட்டுப்பாடு நிலவிக்கொண்டிருந்ததால், முடிந்தவரை செலவுகளைக் குறைக்க முயற்சி செய்து கொண்டே இருந்தார்கள். இதற்கு அவர்கள் கண்டுபிடித்த வழி, எல்லாவற்றையும் தரப்படுத்துவது. அமைப்புகள், டிபார்ட் மெண்ட்கள், கருவிகள், சேவைகள் அனைத்தும் சீராக்கப் பட்டன. இப்போது அரவிந்தின் ஐந்து ஆஸ்பத்திரிகளிலும் ஒரே மாதிரி கருவிகள், ஒரே மாதிரி சேவைகள், செயல் முறைகள்தான்.

இதனால் ஏதாவது ஒரு சாதனம் வேலை செய்யவில்லை என்றால் வேறொரு ஆஸ்பத்திரியிலிருந்து கொண்டுவந்து உபயோகிக்கலாம். அவற்றைப் பழுது பார்ப்பதும் சுலபம். உதிரி பாகங்களை இடம் விட்டு இடம் எடுத்துப் போய் மாற்றிக் கொள்ளலாம். பயிற்சி பெற்ற டெக்னீஷியன்களும் எல்லா மையங்களிலும் சென்று வேலை பார்க்கலாம். நர்ஸ்களை எந்த ஆஸ்பத்திரிக்கு மாற்றல் செய்தாலும், பழகிய வேலை முறையாக இருப்பதால் குழப்பமின்றி உடனே பணியை ஆரம்பிக்கலாம்.

'இப்படி எல்லாவற்றையும் தரப்படுத்திவிட்டோம். செலவு களைக் குறைக்க, தொடர்ந்து முயற்சி செய்துகொண்டே இருக்கிறோம். இன்று அரவிந்துக்கு ஆகும் செலவு, இதே போன்ற ஆஸ்பத்திரிகளின் செலவில் ஐந்தில் ஒரு பங்குதான்' என்கிறார் டாக்டர் நாச்சியார்.

‘அது மட்டும் இருந்தால்...’ என்ற வார்த்தைகளை ஒரு நாளைக்கு எத்தனை தடவை சொல்கிறீர்கள்? பணம் மட்டும் இருந்தால் - பொருள் மட்டும் கிடைத்தால் - ஆட்கள், சந்தர்ப்பம், சுதந்தரம் மட்டும் இருந்தால் - என்று சொல்லிக்கொண்டே சும்மா இருக்கிறோம்.

ஆனால் அதிர்ச்சியூட்டும் உண்மை என்ன தெரியுமா? நாம் நினைக்கிற அளவுக்கு இவையெல்லாம் அத்தியாவசியத் தேவைகள் அல்ல. சில மாபெரும் கண்டுபிடிப்புகள், திருப்புமுனைகள் ஏற்பட்டதற்குக் காரணமே இவை யெல்லாம் இல்லாமல் போனதுதான். ஒரு புதுமை யாளருக்கு, தேவைப்பட்ட நேரத்தில் தேவைப்பட்ட பொருள் வளம் கிடைக்கவில்லை. அதனால்தான் அவர் வித்தியாசமான பாதையில் சிந்திக்க நேர்ந்தது.

எதிர்பார்த்தது நிகழாதபோது ‘அது மட்டும் கிடைத்திருந் தால்...’ என்று சமாதானம் சொல்வதில் நேரத்தை அவர்கள் செலவிடவில்லை. மாறாக, ‘கிடைக்கா விட்டால் என்ன?’ என்ற கேள்வியை எழுப்பினார்கள். வென்றார்கள்.

நாச்சியார் இதை விளக்கினார்: ‘பாத்திரம் முக்கியமல்ல, பண்டம்தான் முக்கியம் என்ற கொள்கையைக் கடைப்பிடிக்க ஆரம்பித்தோம். அழகான பேக்கேஜிங் எல்லாம் வேண்டாம் என்று முடிவு செய்தோம். தேவையற்ற அலங்காரங்கள் அனைத்தையும் நீக்கினோம். ஆனால் இதனால் தரத்தைக் குறைக்கிறோம் என்பதல்ல. எங்கள் தரம், எப்போதுமே உலகத் தரம்.’

மிகச் சிறந்த லென்ஸ்கள், சாதனங்கள், கருவிகளைத்தான் உபயோகித்தார்கள். ஆனால் மற்ற எல்லாவற்றிலும் சிக்கனம். ஆஸ்பத்திரி அறைகள்கூடச் சாதாரணமாகத்தான் இருந்தன. செலவு வைக்கும் எதையும் அரவிந்த் அனுமதிக்கவில்லை.

‘ஒரு நிறுவனத்தைக் கட்டி அமைப்பதில் பணம் அவ்வளவு முக்கியமல்ல என்பதைக் கண்டுபிடித்தோம்’ என்கிறார் டாக்டர் நாச்சியார். ‘பணத்துக்காகக் காத்துக்கொண்டிருந்தோமானால் காத்துக்கொண்டே இருந்திருப்போம். முதலில் வேலையை ஆரம்பித்தோம். பணம் பிறகு தானே வந்தது.’

எங்கள் அனுபவத்தில், சுற்றுப் பாதையை விட்டு விலகி யோசிப்பவர்களுக்கும் மற்றவர்களுக்கும் ஒரு முக்கிய மான வித்தியாசம் இருக்கிறது. அவர்கள் எதைப்பற்றியும் கவலைப்படாமல் வேலையைத் தொடங்கிவிடுவார்கள். விரிவாகத் திட்டமிடுவதில் அதிகமாக நேரத்தைச் செலவிடாமல், களத்தில் இறங்கிப் பணியை ஆரம்பித்து விடுவார்கள். அதற்காக அவர்கள் திட்டமிடுவதே கிடையாது என்பதல்ல; எல்லாச் சூழ்நிலைகளும் சரியாக அமையும்வரை காத்திருக்காமல் காரியத்தில் இறங்கி விடுகிறார்கள். வேலை நடந்துகொண்டிருக்கும்போது நல்ல சூழ்நிலைகள் தானாகவே திரண்டு வர ஆரம்பிக் கின்றன.

நல்ல நேரம் என்பது இன்றைக்குத்தான், இப்போதுதான். நல்ல டைம் என்பது இப்போது நம்மிடம் இருக்கும் டைம்தான். மற்ற எல்லாப் பேச்சுமே, முக்கிய வேலைகளைத் தள்ளிப் போடுவதற்குச் சொல்லும் சாக்குப் போக்குகள்.

உலகத் தரமாக இருக்கவேண்டும் என்று நாச்சியார் சொல்வது அப்படியே உண்மை. 'அல்லது' என்ற வார்த்தை எப்போதுமே அரவிந்தைக் கொடுமைப்படுத்துவதில்லை. உயர்ந்த தரமா, அல்லது குறைந்த செலவா - எது வேண்டும்? பணமா, அல்லது குணமா? இதுவா, அல்லது அதுவா?

அரவிந்த் டீமைக் கேட்டால் இரண்டுமே வேண்டும் என்றுதான் சொல்வார்கள். தரமும் உயர்வாக இருக்கவேண்டும், விலையும் குறைவாக இருக்கவேண்டும். இதில் சமரசமே கிடையாது. தாம் செய்வது எதுவுமே ஏதாவது ஒரு விதத்தில் மதிப்பு கூட்ட வேண்டும் என்ற மனநிலை அவர்கள் பரம்பரைச் சொத்து. வாடிக்கையாளருக்கு உலகத் தரமான சேவை அளிக்கவேண்டும்; அதற்கு என்ன செய்வது என்பதுதான் அவர்களின் ஓயாத கேள்வி. நினைத்ததைச் சாதிப்பதற்கு எப்படியாவது ஒரு வழியையும் கண்டுபிடித்துவிடுகிறார்கள்.

அறுவை சிகிச்சை செய்து கண்ணுக்குள்ளேயே பொருத்தப்படும் இன்ட்ரா ஆக்குலர் லென்ஸ்கள் (IOL) மார்க்கெட்டுக்கு வந்த போது, தன் பேஷண்டுகளுக்கும் அதை அறிமுகப்படுத்த விரும்பினார் டாக்டர் வி. அப்போதுதான் அரவிந்தில் உலகத் தரம் வாய்ந்த சிகிச்சை கிடைப்பதாக அர்த்தம். காடராக்ட்

நோயாளிகளுக்கு ஐ.ஓ. லென்ஸ் பொருத்தினால் விரைவில் பார்வை திரும்புவதோடு, சாதாரணக் கண்ணாடியைவிடத் தெளிவான பார்வையும் கிடைக்கும்.

ஆனால் அந்த லென்ஸின் விலையோ மிக அதிகமாக இருந்தது. ஒரு லென்ஸுக்கு விலை 5,000 ரூபாய் என்று சொன்னார்கள். அரவிந்துக்கு வரும் பெரும்பாலான நோயாளிகளின் பட்ஜெட்டுக்கு அப்பாற்பட்டது இது. எனவே டாக்டர் வியும் குழுவினரும், 'சரி, நாமே இந்த லென்ஸ்களைத் தயாரிக்க வேண்டியதுதான்' என்று தீர்மானித்தார்கள். அப்போது ஐ.ஓ.எல். தயாரிப்பது எப்படி, தேவையான தொழில்நுட்பம் என்ன, கருவிகள் எவை - எதுவும் தெரியாது. இருந்தாலும் லென்ஸ் தயாரித்தே தீருவது என்று முடிவு செய்துவிட்டார்கள்.

இப்படிப் பிறந்ததுதான் ஆரோலாப்.

லென்ஸ் தயாரிக்கக் கூட்டாளிகளைத் தேடிப் புறப்பட்டார்கள். சேவா ஃபவுண்டேஷன், சைட் சேவர்ஸ் இண்டர்நேஷனல், கம்பாட் ப்ளைண்ட்னஸ் ஃபவுண்டேஷன் போன்ற தொண்டு நிறுவனங்கள் உதவிக் கரம் நீட்டின. விரைவில் இது அவர்களுக்கு ஒரு வேள்வியாக, தவமாகவே மாறிவிட்டது.

லென்ஸ் தயாரிக்கும் தொழில்நுட்பம் வேண்டுமே. அதற்கு ஒரு அமெரிக்க கம்பெனியைப் பிடித்தார்கள். ஒரே தவணையாகப் பணம் கொடுத்து டெக்னாலஜி வாங்கப்பட்டது.

இப்போது அரவிந்த் வருடத்துக்கு 12 லட்சம் லென்ஸ்கள் தயாரிக்கிறது. லென்ஸின் விலை? லாப நோக்கம் இல்லாத ஆஸ்பத்திரிகளுக்கு 200 ரூபாய். வணிக ரீதியான நிறுவனங்கள் என்றால் 400 ரூபாய். அவ்வளவுதான். 1992-ல் ஆரோலாப் தொடங்கிய அன்றிலிருந்து இன்றுவரை, தொண்டு நிறுவனங்களுக்காக மட்டுமே 60 லட்சம் லென்ஸ்கள் தயாரித்துக் கொடுத்திருக்கிறார்கள். இந்தியா மட்டுமின்றி 85 அயல் நாடுகளுக்கும் ஆரோ லென்ஸ்கள் போகின்றன. உலகத்தில் பத்தில் ஒருவர் உபயோகிப்பது ஆரோ லென்ஸ்தான். இதைத் தொடர்ந்து உலக மார்க்கெட்டிலேயே ஐ.ஓ. லென்ஸ்களின் விலை ஒரேயடியாகச் சரிந்துவிட்டது.

லென்ஸ் மட்டுமின்றி, அறுவை சிகிச்சைக்குத் தேவையான ஊசி நூல்களும் தயாரிக்கிறது ஆரோலாப். இறக்குமதி செய்யப்படும்

நூல்களின் விலையில் நாலில் ஒரு பங்குதான். ஆபரேஷனுக்குப் பிறகு தேவைப்படும் மருந்துகளைக் குறைந்த விலையில் தயாரிக்க, மருந்துப் பிரிவு ஒன்றும் ஏற்படுத்தப்பட்டது. இன்று 26 வகையான கண் மருந்துகள் இங்கே தயாராகின்றன. லேசான, உடையாத ப்ளாஸ்டிக் கண்ணாடிகளும் பொருத்தப்படுகின்றன. அதுவரை அரவிந்தின் பேஷண்ட்களுக்கு ப்ளாஸ்டிக் லென்ஸ்கள் கிடைக்காமல் இருந்துவந்தன. விலை அதிகம் என்பதுதான் காரணம்.

இப்போது ஆரோலாப் சுயாட்சி பெற்ற மையம். போடப்பட்ட முதலீட்டைப்போல இரண்டு மடங்கு லாபம் சம்பாதிக்கிறது.

எந்த ஒரு புதிய செயலில் இறங்கும்போதும் அரவிந்த் 'பெரிதாகக் குறி வை' என்ற தத்துவத்தைத்தான் பின்பற்றுவது வழக்கம். இங்கே நோக்கம்தான் வியூகத்தைத் தீர்மானிக்கிறது. நோயாளிகளுக்கு உலகத் தரம் வாய்ந்த சிகிச்சையை கிட்டத்தட்ட இலவசமாகக் கொடுக்கவேண்டும் என்பது நோக்கம். அதற்குப் பொதுவாக என்ன செய்ய வேண்டும் என்பது தெரிந் திருந்ததே தவிர, நுணுக்கமான அளவில் எப்படிச் செய்ய வேண்டும் என்பது யாருக்கும் தெரியாது. இருந்தும் 'முதலில் வேலையை ஆரம்பித்து விடுவோம், போகப் போகப் பார்த்துக் கொள்ளலாம்' என்று இறங்கி விட்டார்கள்.

மற்ற அனைவரும் சோர்ந்துபோய் முயற்சியைக் கை விட்டபிறகும் தொடர்ந்து பயணம் செய்பவர்கள், விதி விலக்கான மனிதர்கள். முடியாத காரியம் என்று சொல்லப்படுவதைச் சாதிக்க வழி கண்டுபிடிப்பவர்கள். நாம் செய்வது ஒரு தொழில் என்று மட்டுமே பார்க்காமல், அடி வரை தோண்டிப் புதிய புதையல்களை வெளியே கொண்டு வருகிறார்கள். அவர்கள் எதையும் வித்தியாச மாகச் செய்பவர்கள்.

அவர்களால் உலகமே வித்தியாசமடைகிறது.

அரவிந்தில் மிகச் சிறந்த ஊழியர்கள் பணிபுரிகிறார்கள். இதற்காக அரவிந்த் கடும் முயற்சியும் நேரமும் செலவிடுகிறது. டாக்டர் நாச்சியார்தான் மனித வளத் துறையின் தலைவர்.

அரவிந்தில் மேற்பார்வை செய்வது என்பதே அதிகம் கிடையாது என்கிறார் அவர். 'ஒருவர் எங்களிடம் வேலைக்குச் சேரும் போதே அவருக்கு சரியான திசையைக் காட்டி, சரியான குழுவில் இணைத்துவிடுவதுதான் எங்கள் வேலை. நாங்கள் பணியாளர் களை மிகக் கவனமாகத் தேர்ந்தெடுக்கிறோம். டாக்டர் முதல் துப்புரவுப் பணியாளர்வரை நானே ஒவ்வொருவரையும் இண்டர்வியூ செய்கிறேன். இதற்கு நிறைய நேரம் செலவிடு கிறோம்.'

அரவிந்தில் உள்ள நர்ஸ்கள் போன்ற மருத்துவப் பட்டம் பெறாத பணியாளர்கள் பற்றி நிறையச் சொல்லலாம். அரவிந்தின் பிசினஸ் மாடலின் வெற்றிக்கு இவர்கள்தான் மிகவும் முக்கியம்.

கிராமங்களிலிருந்து பத்தாம் வகுப்பு படித்த பெண்களைத்தான் தேர்ந்தெடுக்கிறார்கள். இரண்டு வருடம் தீவிரப் பயிற்சிக்குப் பிறகு அவர்கள் நர்ஸ்களாக நியமனம் பெறுகிறார்கள். நோயாளிகளை ஆபரேஷனுக்குத் தயாரிப்பது, அவர்களுக்கு ஆலோசனை கூறுவது, கட்டு போடுவது போன்ற எல்லா வேலைகளும் இவர்கள் பொறுப்பு. அவர்களில் சிலர் ஆரோ லாபுக்கும் அனுப்பப்படுவதுண்டு. அங்கே ஐ.ஓ.லென்ஸ்கள் மற்றும் ஆபரேஷனுக்குத் தேவையான மருந்துகள், சாயங்கள், தையல் ஊசி, நரம்பு எல்லாவற்றையும் இவர்கள்தான் தயாரிக் கிறார்கள்.

நர்ஸ்களின் ஆரம்பச் சம்பளம் குறைவுதான்- 2,000 ரூபாய். ஆனால் நோயாளிகளின் கண் பார்வையை மீட்டுத் தருவதில் உதவி செய்வதால் அவர்களுக்குக் கிடைக்கும் மனத் திருப்தியே தனி. சமூகத்திலும் அவர்களுக்கு நல்ல மதிப்பும் மரியாதையும் கிடைக்கிறது.

அரவிந்தின் புரட்சிகரமான புதுமைகளில் ஒன்று நர்ஸ்கள் நியமனம். இதில் இருவருக்கும் பலன் இருக்கிறது. அரவிந்துக்கு குறைந்த சம்பளத்தில் விசுவாசமான ஊழியர்கள் கிடைக் கிறார்கள். நர்ஸ்களுக்கு ஒரு நல்ல வேலை என்பதுடன், சமூகத்தில் கௌரவமும் கிடைக்கிறது.

அரவிந்தின் இந்த மாடல், நாட்டுக்கே சவால் விடுகிறது. இந்தியாவில் ஒருவர் நர்ஸ் ஆகவேண்டும் என்றால் பட்டப் படிப்பு தேவை. அத்துடன் செவிலியர் பயிற்சியும் முடித்திருக்க

வேண்டும். ஆனால் அரவிந்தில் சேருவதற்கு பத்தாம் வகுப்பு முடித்திருந்தால் போதும். அரவிந்த் தன்னுடைய சொந்தப் பாடத்திட்டத்தை ஏற்படுத்தி அவர்களுக்குப் பயிற்சி தருகிறது.

எனவே நர்ஸ் வேலைக்கு சரியானவர்களை வடிகட்டித் தேர்ந்தெடுப்பது அவசியமாகிறது. டாக்டர் நாச்சியாரும் டாக்டர் உஷாவும் இதற்காக உழைக்கிறார்கள். வேலை தேடி வரும் பெண்களையும் அவர்கள் பெற்றோர்களையும் சந்தித்துப் பேசி, அவர்கள் குடும்பச் சூழ்நிலையைத் தெரிந்துகொள்கி றார்கள். பிறகு அரவிந்த் எப்படி ஒரு பெரிய குடும்பம் மாதிரி இயங்குகிறது என்பதை எடுத்துச் சொல்கிறார்கள்.

‘வேலைக்கு வருபவர் எவ்வளவு புத்திசாலி என்று நாங்கள் பார்ப்பதில்லை. சமயத்துக்கு ஏற்பச் செயல்படும் நடைமுறை அறிவு இருக்கிறதா என்றுதான் பார்க்கிறோம்’ என்கிறார் டாக்டர் நாச்சியார். ‘இந்தியாவின் பிரதமர் யார்?’ என்பது போன்ற பொது அறிவுக் கேள்விகள் கேட்கப்படுவதில்லை. விவசாயக் குடும்பத்திலிருந்து வரும் பெண்ணாக இருந்தால் ‘ஒரு ஏக்கருக்கு எவ்வளவு தண்ணீர் தேவை? உழுவதற்கு எத்தனை நாள் ஆகும்?’ போன்ற கேள்விகள்தான் கேட்கப்படுகின்றன. இது தெரிந்திருந்தால், அவள் தன் குடும்பத் தொழிலில் அக்கறை எடுத்துக்கொண்டிருக்கிறாள் என்பது தெரியும். இதுபோல அக்கறையாக வேலையை எடுத்துப் போட்டுக்கொண்டு செய்யும் ஊழியர்கள்தான் அரவிந்துக்குத் தேவை.

தேர்ந்தெடுக்கப்பட்ட பெண்களுக்கு ஒரு மாதம்வரை வழித்தடப் பயிற்சி. இது டாக்டர்கள் முதல் அலுவலகப் பணியாளர்கள் வரை எல்லோருக்கும் பொதுவான பயிற்சி. இந்தப் பயிற்சியின் போது அரவிந்தின் பாரம்பரியம், அதன் கலாசாரம், நெறிமுறை கள் போன்றவை விளக்கப்படும். ஒவ்வொரு மாணவரும் அனுபவம் வாய்ந்த வழிகாட்டி ஒருவருடன் இணைக்கப் படுவார்கள். இந்த வழிகாட்டிகள் அதேபோன்ற வேலையில் உயர்ந்த சேவை செய்திருக்கும் திறமைசாலிகள். அவர்கள் புதிய வர்களுக்கு ஊக்கம் கொடுத்து அரவிந்தின் பாதையில் அழைத்துச் செல்கிறார்கள். அரவிந்தின் சேவை மனப்பான்மையைக் கற்றுத் தருகிறார்கள்.

‘இந்த ஏற்பாட்டுக்கு நல்ல பலன் இருக்கிறது என்பதை நீங்கள் கண்ணாறப் பார்க்கலாம்’ என்கிறார் டாக்டர் நாச்சியார். ‘ஒரு

வார்த்தைகூட அறிவுரை சொல்லாமலேயே அவர்களிடம் ஒரு கட்டுப்பாடு வருகிறது. சரியாகக் காலை ஏழு மணிக்கு வரவேண்டும், மாலை ஏழு மணிக்குத் திரும்பவேண்டும். மேற்பார்வை என்பதே தேவையில்லாமல் தாங்களாக இதைச் செய்யவேண்டும்.

'ஒவ்வொரு நாளும் நாங்கள் 3,000 பேஷண்ட்களைப் பார்க்கிறோம். 300 ஆபரேஷன்கள் நடைபெறுகின்றன. இருந்தாலும் ஒரு கூச்சல், குழப்பம் கிடையாது, நெரிசல் கிடையாது. எல்லாமே அமைதியாக, கச்சிதமாக நடக்கிறது. சரியான நடைமுறை விதிகள் மட்டும் இருந்துவிட்டால் இது சுலபம் தான். ஒவ்வொருவரும் நம் கொள்கைகளைப் புரிந்துகொண்டு, முறைப்படி வேலை செய்யவேண்டும். ஊக்கமும் உணர்வும் இருந்தால்தான் அது முடியும். இந்த ஒரு மாதப் பயிற்சி முடியும் வரை அவர்களுக்கு வேறு எந்த வேலையும் கிடையாது.'

டாக்டர்கள் ஒரு பக்கம் என்றால், நர்ஸ்கள் போன்ற பிற ஊழியர்கள்தான் அரவிந்தின் முதுகெலும்பு. மற்ற ஆஸ்பத்திரிகளில் டாக்டர்கள் செய்யும் பல வேலைகளை இங்கே இவர்களே கவனித்துக் கொள்கிறார்கள். கண்ணாடிக்கான பவர் என்ன என்று சோதிப்பது, பேஷண்டுக்கு தைரியமூட்டுவது, என்ன ஆபரேஷன் அல்லது சிகிச்சை செய்துகொள்ளலாம் என்று முடிவெடுக்க உதவி செய்வது என்று அனைத்தையும் செய்கிறார்கள். இதனால் டாக்டர்களின் நேரம் மிச்சமாகிறது. அவர்கள் முக்கிய வேலையான ஆபரேஷன் போன்றவற்றில் கவனம் செலுத்த முடிகிறது.

அரவிந்த்தில் மருத்துவர் அல்லாத ஊழியர்களுக்கு, மற்ற ஆஸ்பத்திரிகளைவிடக் குறைந்த கல்வித் தகுதியே போதும் என்று முடிவு செய்திருக்கிறார்கள். இவர்கள் பின்தங்கிய கிராமப் பகுதிகளிலிருந்து வருபவர்கள்; அவர்களுக்குக் கொடுக்கப்படும் பொறுப்போ மிக அதிகம். இருந்தாலும் அவர்கள் வேலையை அருமையாகச் செய்துவிடுகிறார்கள்.

ஏட்டுப் படிப்பைவிட குணமும் நடத்தையும்தான் முக்கியம் என்பது இங்கே நிரூபிக்கப்படுகிறது. அவர்கள் மீது வைக்கப்படும் நம்பிக்கையும் கொடுக்கப்படும் பயிற்சியும்தான் அரவிந்தின் வெற்றி ரகசியம்.

அரவிந்தின் டாக்டர்கள் எல்லோரும் முழு நேர ஊழியர்கள். மற்ற ஆஸ்பத்திரிகள் போல பார்ட் டைம் வேலை செய்பவர்கள் கிடையாது. அவர்கள் தனியாக வெளியே க்ளினிக் வைக்கவும் அனுமதி இல்லை. அப்போதுதான் நிறுவனத்தின் மீது முழு விசுவாசமும் இருக்கும்; அதன் கலாசாரத்துடனும் ஒன்ற முடியும் என்பது அரவிந்தின் கொள்கை. பெரிய அளவில் ஒரு சமூகத் தாக்கம் ஏற்படுத்தவேண்டும் என்பதால், அதற்குத் தேவையான திறமைகளை வளர்க்கவும் இது உதவும்.

டாக்டர்களுக்கான பயிற்சியும் இதே போன்றதுதான். அரவிந் தின் அடிப்படைத் தத்துவம், வாழ்க்கை முறை ஆகியவைதான் வலியுறுத்தப்படுகின்றன. டாக்டர்களையும் அனுபவமுள்ள வழிகாட்டிகள் சிலருடன் இணைத்து, முதல் நாளிலிருந்தே அரவிந்தின் வாழ்க்கைப் பாடத்தைப் புகட்டுகிறார்கள்.

அரவிந்த் ஸ்டைல்!

அரவிந்தின் வாழ்க்கைமுறை என்ன? 'நாம் என்ன செய்கி றோமோ, அதைத்தான் நமது பணியாளர்களும் பின்பற்று வார்கள். நாளாவட்டத்தில் அது அவர்கள் வாழ்க்கையின் ஒரு பகுதியாகிவிடும்' என்கிறார் டாக்டர் நாம். 'இதைச் செய், அதைச் செய் என்று உத்தரவு மட்டுமே போட்டுக்கொண்டிருந்தால் அந்த நேரத்துக்கு அதைச் செய்வார்கள். ஆனால் சீக்கிரமே எல்லாம் மறந்துவிடும். எப்போதும் நாமே உதாரணமாக இருந்து வழி காட்டுவதுதான் நிலைக்கும்.'

அரவிந்தின் சீனியர் டாக்டர்கள், எதையும் தாங்களே முன் நின்று செய்வார்கள். தானே உதாரணமாக இருந்து வழிநடத்துவது என்பதுதான் அரவிந்தின் நாடித் துடிப்பு. 'நேரத்துக்கு வேலைக்கு வரவேண்டும் என்பதைத் தனியாக ஒவ்வொருவரிடமும் போய்ச் சொல்லிக்கொண்டிருக்க வேண்டியதில்லை. நாம் தினம் தினம் நேரம் தவறாமல் வருவதை அவர்கள் கண்கூடாகப் பார்க்கி றார்கள்; அதையே பின்பற்றத் தொடங்குகிறார்கள். ஆஸ்பத்திரி யில் எங்காவது தூசு தும்பு தென்பட்டால் நாங்களே அதைத் துடைப்போம். ஏதாவது கீழே விழுந்தால் நாங்களே குனிந்து பொறுக்கிப் போடுவோம். இதைக் கவனிக்கும் ஊழியர்களும் அச்சாக அதையே செய்கிறார்கள். நம்மை நாமே தொடர்ந்து சுய பரிசோதனை செய்துகொள்வதும், அடுத்த இலக்கை நோக்கி முன்னேறுவதும்தான் அரவிந்தின் வாழ்க்கை முறைகள்.'

இந்த வாழ்க்கை முறையை, இந்த வாழ்க்கைத் தத்துவத்தை சுலபமாக எல்லோராலும் கடைப்பிடித்துவிட முடியாது! அரவிந்த் மாடலை யார் வேண்டுமானாலும் பின்பற்றி வெற்றி பெற முடியாததற்கு அதுதான் காரணம். அரவிந்த் எதையும் ஒளிப்பதில்லை. ஆஸ்பத்திரி நிர்வாகம் பற்றிய அறிவை உலகில் யார் கேட்டாலும் சொல்லித் தருகிறது. ஆனால் மனத்தின் ஆழத்தில் இருக்கும் உணர்வை - மனப்பாங்கை - ஒருவரிட மிருந்து மற்றவருக்கு அப்படியே மாற்ற முடியாதே?

'செலவைக் குறைக்கும் சிக்கன நடவடிக்கைகளை வேண்டு மானால் சொல்லித் தரலாம். நிர்வாக நடை முறைகள், மேனேஜ் மெண்ட் நுணுக்கங்கள், மார்க்கெட்டிங் உத்திகள், தரக் கட்டுப் பாடு எல்லாவற்றையும் சொல்லிப் புரியவைக்க முடியும். உள்ளிருக்கும் ஆத்மாவை மட்டும் சொல்லித்தரவே முடியாது' என்கிறார் டாக்டர் நாச்சியார்.

செயல்முறைகள், நடைமுறைகள், கட்டமைப்புகள் போன்ற வற்றை எல்லோரும் சுலபமாகக் கற்றுக்கொள்கிறார்கள். ஆனால் ஆத்மாவை மட்டும் கோட்டை விட்டுவிடுகிறார்கள். கண்ணுக்குப் புலப்படக்கூடிய வன்பொருள்களை எடுத்துச் செல்கிறார்கள். கண்ணுக்குத் தெரியாமல் இருக்கும் மென் பொருள்களை ஏற்றுக்கொள்ளத் தவறிவிடுகிறார்கள். அரவிந்த் போன்று குறைந்த கண்காணிப்பில் நிறையச் சாதிக்கும் நிறுவனத்துக்கு இந்த மென்பொருள்தான் மிகவும் அவசியம்.

இந்த மாதிரி, பழகிய பாதையிலிருந்து விலகிப் பயணம் செல்லும் ஆசாமிகளிடம் பல சுவாரஸ்யமான முரண்பாடுகள் இருக்கின்றன: இவர்கள் மிகவும் மென்மையான மனிதர்கள்; ஆனால் வேலை என்று வந்துவிட்டால் அடிமை போலப் பிழிந்தெடுத்துவிடுவார்கள். அதே சமயம், தானே முதல் ஆளாகக் களத்தில் நின்று உழைப்பார்கள். தங்கள் ஊழியர்களின் மேல் நிறைய அக்கறை எடுத்துக்கொள்வார்கள். ஆனால் அவர்களைத் தத்தம் திறமையின் எல்லைவரை போய் நிற்க விரட்டுவார்கள். அந்த எல்லையைத் தொட்டபிறகு 'இன்னும் கொஞ்சம் ஓடு!' என்பார்கள். மனிதர்களைப் பின்னாலிருந்து செலுத்திச் செலுத்தி, சாதிக்க முடியாத சாதனைகளைச் சாதிக்க வைப்பார்கள்.

உங்கள் பணியாளர்கள், தங்கள் வேலையைப் பற்றி என்ன நினைக்கிறார்கள்? போரடிக்கும், சுவாரசியமே இல்லாத வேலை என்றா? அல்லது உலகத்தையே மாற்றப் போகிற முக்கியமான சாதனை என்றா? இது ஒரு பைத்தியக்காரன் மட்டுமே செய்யத் துணியும் பிரம்மாண்டமான சாதனை முயற்சி என்று நினைக்கிறார்களா? அந்த எண்ணத்தை அவர்கள் மனத்தில் விதைக்க நீங்கள் என்ன செய்ய முடியும்?

ஆபரேஷன் ஃபாக்டரி!

1950-கள், 1960-கள் முழுவதும் டாக்டருக்கு இதே சிந்தனை: தேவையே இல்லாமல் மனிதர்கள் பார்வை இழப்பதைத் தவிர்க்கவேண்டும். இது எவ்வளவு பெரிய காரியம்! அதன் அளவும் வீச்சும் மலைக்க வைத்தன. 1961-ல் கண் சிகிச்சை முகாம்களை ஆரம்பித்தார். அவரும் டாக்டர்கள் குழுவும் தமிழ்நாட்டின் தொலைதூரக் கிராமங்களில் நூற்றுக்கணக்கான கிலோமீட்டர்கள் பயணம் செய்வார்கள். நோயாளிகளைப் பரிசோதித்து அங்கேயே புரை அறுவை சிகிச்சை செய்வார்கள். ஆனால் அவர்கள் சாதித்த அளவு மிகவும் குறைவாகத் தோன்றியது. செய்யவேண்டியதோ மலையளவு இருந்தது. காடராக்டை முற்றிலும் ஒழிக்கவேண்டும் என்றால் ஒவ்வொரு டாக்டரும் இப்போது செய்வதுபோல் பல மடங்கு ஆபரேஷன்கள் செய்தாக வேண்டும்.

அப்போதுதான் டாக்டர் வி அமெரிக்காவுக்குச் செல்ல நேர்ந்தது. அங்கே மெக்டானல்ட் உணவகங்களைப் பார்த்தார். அவற்றின் தரப்படுத்தப்பட்ட சீரான நிர்வாகமும் தொழிற்சாலைபோல் வரிசையாக உணவுப் பொருட்கள் தயாராகும் அசெம்பிளி லைன் அமைப்பும் அவரை நிமிர்ந்து உட்கார வைத்தன!

‘இந்த இடத்தில் ஒரு புதுமையான ஐடியாவின் விதை இருக்கிறதே’ என்று நினைத்தார் அவர். கண் ஆபரேஷனும் அசெம்பிளி லைன் தயாரிப்பும் சம்பந்தமில்லாதவைபோல் தோன்றினாலும், இவை இரண்டையும் ஒன்றாக இணைக்க முடியுமா?

எப்படியோ, விரைவில் அதைச் சாதித்தே காட்டிவிட்டார் டாக்டர் வி! இன்று அதன் விளைவுகளைப் பார்க்கும்போதுதான் எவ்வளவு புரட்சிகரமான யோசனை என்பதே தெரிகிறது. ஒரு சராசரி கண் டாக்டர், வருடத்துக்கு 250 முதல் 400 அறுவை சிகிச்சைகள் செய்துவந்தார். மெக்டானல்ட்ஸ் போல அசெம்பிளி லைன் வந்தபிறகு, அரவிந்தில் ஒவ்வொரு டாக்டரும் வருடத்துக்கு 2,000 பேருக்கு ஆபரேஷன் செய்கிறார்.

புதுமையாளர்களின் ஒரு முக்கிய குணம் இது: இரண்டு வெவ்வேறு துறைகளிலிருந்து ஐடியாக்களை எடுத்துக் கொண்டு அவற்றைக் கலந்து புதிய திறமைகள் படைப்பது. அவர்கள் உலகத்தை ஓயாமல் சலித்தெடுத்து, புதுப்புது யோசனைகளைத் தேடுகிறார்கள். பற்பலவித மான துறைகளிலிருந்தும் கருத்துகளை எடுத்துவந்து தங்கள் வேலையில் புகுத்துகிறார்கள்.

நீங்கள் எப்படி? உங்கள் தொழில்துறை பற்றி மட்டுமே சிந்திப்பவரா? அல்லது எங்கிருந்தெல்லாம் ஐடியாக்கள் கிடைக்கும் என்று சல்லடை போட்டுத் தேடுபவரா?

அரவிந்தின் டாக்டர்கள், காலை 7 மணிக்கு வேலையை ஆரம்பிக்கிறார்கள். நர்ஸ்கள் 6.30-க்கே வந்து அன்றைய நோயாளிகளைத் தயார் செய்து விடுவார்கள். ஒவ்வொரு டாக்டருக்கும் நோயாளிகள் பிரித்து அனுப்பப்படுகிறார்கள். காலை 7.15 மணிக்கு, பக்கத்து பக்கத்து ஆபரேஷன் டேபிள்களில் இரண்டு நோயாளிகள் காத்திருக்கிறார்கள். ஒவ்வொரு அறுவை சிகிச்சை அறையிலும் நான்கு மேஜைகள் உள்ளன. இரண்டு டாக்டர்கள் ஒரே சமயத்தில் அறையில் இருப்பார்கள்; நான்கு நோயாளிகளுக்கு மாறி மாறி ஆபரேஷன் நடக்கிறது.

பெரும்பாலான மருத்துவமனைகளில் ஆபரேஷன் தியேட்டரில் இரண்டிரண்டு நோயாளிகளை ஒரே நேரத்தில் அனுமதிக்க மாட்டார்கள். தொற்று நோய் ஏற்படும் அபாயம்தான் காரணம். ஆனால் அரவிந்த் துணிச்சலாக இந்த வழக்கத்தை மாற்றியது. ஏனெனில் இங்கே வருபவர்களுக்குக் கண்ணில் மட்டும்தான் பிரச்னை; மற்றபடி பொதுவான உடல் ஆரோக்கியத்துடன்தான் இருப்பார்கள். அவர்களுக்கு நோய் தொற்றும் வாய்ப்பு குறைவு.

அரவிந்தில் ஆபரேஷன் செய்துகொண்டு போனவர்களுக்கு ஏற்படும் பிரச்னைகள் மிக மிகக் குறைவு என்பதே இதற்கு சாட்சி. ராயல் மருத்துவக் கல்லூரி இதன் பல அம்சங்களை எடுத்துக்கொண்டு ஆராய்ச்சி செய்திருக்கிறது. அவர்கள் கண்ட முடிவு, அரவிந்தின் நோயாளிகளுக்கு, இங்கிலாந்து ஆஸ்பத்திரி களில் ஏற்படுவதைவிடப் பிரச்னை குறைவு என்பதுதான்.

ஒவ்வொரு நோயாளிக்கும் இரண்டு நர்ஸ்கள் இருப்பார்கள். ஒருவர் ஆபரேஷனில் டாக்டருக்கு உதவி செய்வார். இரண்டாவது நர்ஸ், ஓடியாடுவதற்கு. அறுவை சிகிச்சைக்கான கருவிகள் 25 மீட்டர் தூரத்தில் உள்ள ஓர் அறையில் கிருமிகள் அணுகாமல் பாதுகாப்பாக வைக்கப்பட்டிருக்கும். இரண்டாவது நர்ஸ்தான் அவற்றை ஆபரேஷன் தியேட்டருக்கு எடுத்து வருவார். ஒவ்வொரு டாக்டருக்கும் இரண்டு உதவி நர்ஸ்கள், இரண்டு ஓடும் நர்ஸ்கள். இந்த மாதிரி பெரிய டீமாக வேலை செய்வதால்தான் அரவிந்த் மருத்துவமனையின் டாக்டர்களால், உலகத்தில் வேறு எந்த ஆஸ்பத்திரியையும்விட அதிக ஆபரேஷன்களைச் செய்ய முடிகிறது.

ஒரு பேஷண்ட்டுக்கு அறுவை சிகிச்சை நடந்து முடிப்பதற்குள் பக்கத்து டேபிளில் இரண்டாவது நோயாளியைத் தயார் செய்து கொண்டிருப்பார்கள். ஆபரேஷன் செய்ய வேண்டிய கண்ணுக்கு நேராக நுண்ணோக்கி (மைக்ரோஸ்கோப்) பொருத்தப்பட்டுத் தயாராக இருக்கும். சிகிச்சை முடிந்ததும் பேஷண்ட் வெளியே கொண்டு செல்லப்பட்டு, அந்த மேஜை அடுத்த கேஸுக்காகத் தயாராகும். டாக்டர் இரண்டாவது பேஷண்ட்டைக் கவனித்த கையோடு நாற்காலியைச் சுழற்றி இந்தப் பக்கம் திரும்பி, மூன்றாவது பேஷண்டின் அறுவை சிகிச்சையை ஆரம்பிக்க வேண்டியதுதான். அவருடைய நேரமும் சக்தியும் வீணாகாது. டாக்டர் ஓய்வெடுக்காமல் மாறி மாறி இரண்டு மேஜைகளிலும் வேலை செய்வார்.

ஒவ்வொரு டாக்டரும் காலை 7 மணிக்கு ஆரம்பித்தால் மதியம் 1 மணிக்குள் 25 முதல் 30 ஆபரேஷன்கள் வரை செய்து முடித்து விடுவார்கள். பிற்பகலில் அறுவை சிகிச்சை கிடையாது. ஆபரேஷன் அறையைச் சுத்தப்படுத்தி அடுத்த நாளுக்குத் தயாராக்குவதற்காக இந்த இடைவெளி. அப்போது டாக்டர்கள் புற நோயாளிகளைப் பார்ப்பது, ஆராய்ச்சி போன்றவற்றில் நேரத்தைச் செலவிடுவார்கள்.

இந்த நடைமுறையினால் அரவிந்தின் டாக்டர்கள் உலகின் வேறு எந்தப் பகுதியில் இருக்கும் டாக்டர்களை விடவும் மிகப் பல மடங்கு அதிகமாக அறுவை சிகிச்சைகள் செய்கிறார்கள். உலகின் உன்னதமான மருத்துவக் கல்லூரிகள் எல்லாம் இந்த முறைகளைத் தெரிந்துகொள்வதற்காக அரவிந்துக்கு வருகின்றன.

தொடு வானத்துக்கு ஒரு பயணம்

அரவிந்த் தொடுவானத்தைத் தொட்டுவிட்டது. ஆனால் ஆச்சரியம் என்னவென்றால் இங்கே எல்லோருமே - டாக்டர் வி, நாச்சியார், நாம், உஷா, அல்லது மருத்துவமனை நிர்வாகி டாக்டர் அரவிந்த் என்று யாருடன் பேசினாலும் - அடுத்த தொடுவானத்தைப் பிடிக்கப்போவது பற்றித்தான் பேசுகிறார்கள்.

இப்போது அரவிந்த் வருடத்துக்கு 2,86,000 அறுவை சிகிச்சைகள் செய்கிறது. 2015-க்குள் இதை 10 லட்சமாக உயர்த்தவேண்டும் என்கிறார் டாக்டர் அரவிந்த்.

இந்தியாவில் சர்க்கரை நோயால் பாதிக்கப்பட்டிருப்பவர்கள் 4.2 கோடி பேர். இதில் 20 சதவிகிதம் பேர் அந்த நோயினால் வரும் கண் பார்வைக் குறைபாட்டுக்கு ஆளாகி இருக்கிறார்கள். டாக்டர் நாம், இன்னும் 10 வருடங்களில் சர்க்கரை நோயால் கண் பார்வை இழப்பதை முற்றிலும் ஒழிக்கவேண்டும் என்று பேசுகிறார். இதைச் செய்து முடிக்க 80 லட்சம் பேருக்கு சிகிச்சை செய்தாகவேண்டும்!

தகவல் தொழில் நுட்பத்தையும் கிராமப்புற இண்டர்நெட்டையும் உபயோகித்து இன்னும் அதிக அளவில் நோயாளிகளைக் கொண்டுவந்து சேர்க்கவேண்டும் என்கிறார் டாக்டர் வி.

டாக்டர் நாம், டாக்டர் வி இருவரும் சொல்வதைப் பார்த்தால், இன்று கண் சிகிச்சை தேவைப்படுபவர்களில் வெறும் 7 சதவிகிதம் பேர்தான் டாக்டர்களைப் போய்ப் பார்க்கிறார்கள் என்று தெரிகிறது. மற்ற 93 சதவிகிதத்தினருக்கு என்ன ஆகிறது? இது மிகப் பெரிய எண்ணிக்கை. இத்தனை பேரையும் எப்படியாவது சிகிச்சை வட்டத்துக்குள் கொண்டுவரவேண்டுமே என்பதுதான் டாக்டர்களின் நிரந்தரக் கவலை.

அரவிந்த் மருத்துவமனை முழுவதுமே அடுத்த தொடுவானத்தை எட்டிப் பிடிப்பதில் முனைப்பாக இருக்கிறது. அவர்களின்

இப்போதைய கனவு, நூறு கோடி நோயாளிகளைச் சென்று அடையவேண்டும் என்பது!

பயணத்தின் அடுத்த கட்டமாக, லைகோ என்ற சமூகக் கண்ணொளித் திட்டம் ஆரம்பிக்கப்பட்டது. உலக அளவில் பார்வையின்மையை ஒழிக்கவேண்டும் என்ற முயற்சியின் ஒரு பகுதியே இது. அரவிந்த் தன்னுடைய சிகிச்சை முறைகளையும் செய்முறைகளையும் யார் கேட்டாலும் மகிழ்ச்சியுடன் கற்றுக் கொடுக்கும். 1992-ல் சர்வதேச அரிமா சங்கத்துடன் இணைந்து ஆரம்பிக்கப்பட்டதுதான் லைகோ. உலகம் முழுவதிலும் உள்ள குழுக்களும் நிறுவனங்களும் லைகோவுக்கு வருகின்றன; பெருவாரியான மக்களுக்குக் கண் பாதுகாப்பு அளிப்பது எப்படி என்ற அரவிந்தின் மாடலைக் கற்றுக்கொண்டு செல்கின்றன.

உலகெங்கும் - குறிப்பாக வளரும் நாடுகளில் - உள்ள கண் மருத்துவமனைகளின் திட்டமிடுதல், திறன், பயன் இவற்றை மேம்படுத்துவதுதான் லைகோவின் நோக்கம். அவர்களுக்கு ஆலோசனை கூறுவது, பயிற்சி அளிப்பது, ஆய்வு செய்வது என்று பல வழிகளில் உதவுகிறது லைகோ. இந்தியா, தென் கிழக்கு ஆசியா மற்றும் ஆப்பிரிக்காவில் உள்ள 150-க்கும் மேற்பட்ட ஆஸ்பத்திரிகளுடன் இணைந்து பணியாற்றியுள்ளது லைகோ.

லைகோ, ஆஸ்பத்திரி நிர்வாகத்தில் நீண்ட காலப் பயிற்சி வகுப்பு களை நடத்துகிறது. இது தவிர ஒரு சமூகத்துடன் தொடர்பு கொள்வது எப்படி, சமூகத்தின் உதவியுடன் கொள்கையைப் பரப்புவது எப்படி போன்றவையும் கற்றுக்கொடுக்கப்படும். கருவிகள் பழுது பார்ப்பதில் பயிற்சி நடக்கிறது. இவை குறுகிய கால வகுப்புகள்.

அரவிந்தின் சேவை மாடல், சங்கிலித் தொடராக உலகின் மூலை முடுக்கெல்லாம் பரவ உதவுகிறது லைகோ.

அடுத்த தொடுவானை நோக்கி ஒரு நிறுவனத்தைச் செல்லத் தூண்டுவது எது? முதலாவதாக, பணியின் பிரம்மாண்டம். அரவிந்த் மேற்கொண்டிருக்கும் வேள்வியின் அளவே மிகப் பெரியதாக இருக்கிறது. ‘எங்கள் இலக்கு, பார்வையின்மையை ஒழிப்பது. இது மாபெரும் பணி. ஏதோ ஒரு ஊரில் அல்லது பகுதியில் ஒரு குறிப்பிட்ட நோயை ஒழிப்பது போல அல்ல.

பார்வைக் குறைபாடு எங்கிருந்தாலும் அதை நீக்கவேண்டும்' என்கிறார் டாக்டர் அரவிந்த்.

இரண்டாவதாக, அவர்கள் ஒரு குறிக்கோளைக் கையில் எடுத்துக்கொண்டு அதிலிருந்து பின்னோக்கிச் சிந்திக்கிறார்கள். 'தற்போது நம்மிடம் இருக்கும் வசதி வாய்ப்புகள் என்ன, இதை வைத்துக்கொண்டு எதுவரை போக முடியும்' - என்று முன் னோக்கிச் சிந்திப்பதில்லை.

'நாங்கள் பார்வையின்மை என்ற பிரச்னைக்குப் பின் ஓடு கிறோம். வளமை, வசதிகளின் பின்னால் ஓடுவதில்லை. எத் தனை சிரமங்கள் இருந்தாலும், எப்படியாவது உதவி தேவைப் படும் மக்களைப் போய் அடைந்துவிடுகிறோம். அப்படிச் செய்யும்போது பொருள் வசதிகள் தானாகவே வந்து சேர் கின்றன என்பதைக் கண்டுபிடித்தோம்' என்கிறார் டாக்டர் அரவிந்த்.

டாக்டர் நாச்சியாரும் இதை எதிரொலிக்கிறார்: 'ஒரு நிறு வனத்தைக் கட்டி அமைப்பதில் பணம் முக்கியமல்ல. நம் லட்சி யத்தை நோக்கிப் பயணத்தைத் தொடங்கிவிட்டால், வேண்டிய பணம் தானாகவே நம் பின்னால் வருகிறது.'

இது கதேயின் வார்த்தைகளை அப்படியே நினைவுபடுத்துகிறது: 'ஒன்றை உருவாக்கவேண்டும் என்று நீங்கள் உறுதியாக மனத்தில் முடிவு செய்யும் கணத்தில், தெய்வச் செயலும் தன் வேலையை ஆரம்பிக்கிறது. உங்களுக்கு உதவி செய்வதற்காக, நடக்காத தெல்லாம் நடக்கின்றன. மனத் துணிவில்தான் அறிவு, சக்தி, அற்புதம் எல்லாமே அடங்கியுள்ளது. எனவே, ஆரம்பியுங்கள்; இன்றைக்கே ஆரம்பியுங்கள்!'

மூன்றாவதாக, அரவிந்தின் மனப்போக்கிலேயே 'மாற்றமடைய வேண்டும், பெரிதாக வளர்ச்சி அடையவேண்டும்' என்ற இரண்டு சிந்தனைகளும் இருக்கின்றன. டாக்டர் வியின் உந்து சக்தி, மேலும் மேலும் சாதிக்கத் தூண்டுதல் தருகிறது. அவர் தன்னுடைய வழிமுறைகளை உலகம் முழுவதும் உள்ள ஆஸ்பத்திரிகளுடன் தாராளமாகப் பகிர்ந்துகொள்கிறார். அறிவையோ தகவலையோ ஒளித்துவைப்பது என்பது அறவே கிடையாது.

நோயாளிகள் அவர்களாக ஆஸ்பத்திரிக்கு வரும்வரை காத்திருக் காமல், தாங்களாகவே நோயாளிகளைத் தேடிப் போய் சிகிச்சை

செய்வது டாக்டர் வியின் மற்றொரு வித்தியாசமான சிந்தனை. இலவச உதவி தேவைப்படுபவர்களுக்கெல்லாம் வலியப் போய் உதவி செய்யவேண்டும் என்பதே நோக்கம்.

அரவிந்தின் 'பேராசை' அதிகரித்துக்கொண்டே போகிறது. 'இது வரை எவ்வளவு செய்து முடித்திருக்கிறோம்' என்பது முக்கிய மல்ல; 'இன்னும் எவ்வளவு மீதியிருக்கிறது?' என்பதுதான் அவர்கள் அளவுகோல். 'இந்தியாவில் பார்வையின்மையை ஒழிப்பது' என்பதிலிருந்து ஆரம்பித்து, இப்போது உலக அள விலேயே அதைச் செய்வது என்ற இலக்கை எடுத்துக் கொண்டுவிட்டார்கள்.

இந்த ஆவல்தான் அரவிந்தை உலக வரைபடத்தில் ஒரு முக்கிய இடத்தில் கொண்டுபோய் வைத்திருக்கிறது. இன்றைக்கு, உலக அளவில் ஒரு மாறுதலைக் கொண்டுவர அரவிந்தால் முடியும்.

நூறு கோடி பேரின் வாழ்க்கையில் ஒளி ஏற்றி வைக்க அரவிந்தால் முடியும்!

நீங்கள் என்ன சாக்குப்போக்கு சொல்லிக்கொண்டு உட்கார்ந்திருக்கிறீர்கள்? ஒரு ஒடிசலான முதியவரின் கனவுக்கு உலகத்தையே அசைக்கும் சக்தி இருந்திருக்கிறது என்றால், நீங்கள் இன்னும் கனவு காணாமல் இருப்பதற்கு என்ன காரணம்?

நமக்கு வயதாகிவிட்டது என்பதா, இன்னும் வயதுக்கு வரவில்லை என்பதா? ரிட்டையர் ஆகிவிட்டீர்கள் என்பதா, இப்போதுதான் வேலையில் சேர்ந்திருக்கிறீர்கள் என்பதா? அதிகாரமே இல்லையா, அல்லது மிகவும் பெரிய அதிகாரியா? இருப்பதிலேயே கடை நிலை ஊழியரா? உடல் நிலை ஒத்துழைக்காது என்பதா? மனநிலையா?

இதெல்லாம் வழக்கமாக மற்றவர்களையும் நம்மையும் ஏமாற்றிக்கொள்ள நாம் சொல்லும் காரணங்கள். நம் திறன்களையும் திறமைகளையும் முழு அளவில் பயன்படுத்தாமல் இருக்கச் சொல்லப்படும் சாக்குகள். ஆனால் இந்த மனிதரைப் பாருங்கள்: ஐம்பத்தாறு வயதில் அரசாங்க வேலையிலிருந்து ஓய்வு பெற்றபிறகு

ஆரம்பித்து, உலகப் புகழ் பெற்ற அரவிந்த் கண் மருத்துவ மனையை ஏற்படுத்தியிருக்கிறார்.

நம்மில் பல பேர் அந்த வயதில் 'ரிட்டையர் ஆகி விட்டேன்' என்று சொல்லிக்கொண்டு சாய்வு நாற்காலியில் சரிந்திருப்போம்.

அரவிந்தின் கதையிலிருந்து ஒரு முக்கியப் பாடம் கிடைக்கிறது என்றால், அது 'அகிலத்தை நம்மாலும் அசைக்க முடியும்' என்பதுதான். எல்லாமே ஒரு கனவிலிருந்துதான் ஆரம்பிக்கிறது. 'யாராக இருந்தால் எனக்கென்ன?' என்ற அலட்சியமும் 'எது நடந்தால் எனக்கென்ன?' என்ற மனநிலையும்தான் அந்தக் கனவின் கை கால்கள்.

பகுதி 2

புரிந்துகொண்டால் போதும், புகுந்து விளையாடலாம்!

ஒவ்வொரு புதுமையான பிரச்னைக்கும் ஒரு புரட்சிகரமான வியூகம் தேவைப்படுகிறது.

அரவிந்த் ஆஸ்பத்திரியின் டாக்டர் வி, உலகத்தின் பார்வைக் குறைபாட்டைப் போக்குவது என்று முடிவு செய்தார். இந்த முயற்சியில் அவர் உடல் நலப் பாதுகாப்பில் ஒரு புதிய மாடலையே உரு வாக்கினார். ஆஸ்பத்திரி சேவைகள் நோயாளிகளை எப்படிச் சென்றடைகின்றன என்பதில் புதுமை படைத்த முன்னோடி அந்த மாடல்.

அரவிந்த் அடைய விரும்பிய நோயாளிகள் அனை வரும் பெரும்பாலும் கிராமப்புறத்தில் வசிப்பவர் கள். அவர்கள் எண்ணிக்கையும் மிக அதிகம். அத்தனை பேருக்கும் சிகிச்சை அளிக்கவேண்டும் என்றால், முதலில் செலவை ஒரேயடியாகக் குறைத் தாக வேண்டும். இதற்கு, புதிய வியூகங்களும் புதிய வர்த்தக உத்திகளும் வேண்டியிருந்தன.

டாக்டர் வியின் முக்கிய பிரச்னை, ஒரு கண் மருத்து வரால் ஒரு நாளில் நாலைந்து ஆபரேஷன்களுக்கு மேல் செய்ய முடியவில்லை என்பதுதான். இத னால் செலவு மிகவும் அதிகமாக இருந்தது. அவ ருடைய வர்த்தக மாடல் வெற்றியடைவதற்கு ஒரு புதிய தெளிவு, ஒரு புரிதல் தேவைப்பட்டது; புரட்சி கரமான ஐடியா ஒன்று தேவைப்பட்டது. டாக்ட ருக்கு அந்த ஐடியா கிடைத்தது மெக்டானல்ட்ஸில். அப்போதுதான் கண் அறுவை சிகிச்சையை அசெம் பிளி லைன் முறையில் செய்யும் வழியும் பிறந்தது.

வழக்கமாக எல்லா நிறுவனங்களும் வியூகம் வகுக்கும் முறையே வேறு: முதலில் மார்க்கெட்டின் போக்கை வைத்து, இந்த மார்க்கெட் எவ்வளவு தூரம் வளரும் என்று கணிக்கப் பார்ப் பார்கள். பிறகு அந்த எதிர்கால மார்க்கெட்டுக்குள் தன்னைப் பொருத்திப் பார்ப்பார்கள். இதற்கு, கடந்த காலத்தில் நாம் என்ன சாதித்தோம் என்பதே ஒரே வழிகாட்டி.

சத்தே இல்லாத முயற்சி!

உங்கள் கடந்தகால சாதனைகள் அப்படி ஒன்றும் சொல்லிக் கொள்வதுபோல் அமையவில்லை என்றால், அதனுடன் இணைத்து எதிர்காலத்தையும் ஏன் பாழாக்குகிறீர்கள்?

நம்முடைய பெரும்பாலான சிந்தனைகள், வரலாறு என்ற வட்டத்துக்குள்ளேயே முடங்கிப் போய்விடுகின்றன. வரலாறு என்பது என்ன? நம்முடைய - அல்லது நம் தொழில்துறையில் இருக்கும் மற்றவர்களுடைய - பழைய அனுபவம்தான் வர லாறு. புரட்சிகரமான சாதனைகளை மேற்கொள்ளவேண்டும் என்றால், வரலாற்றுக்குக் கொஞ்சம் ஓய்வு கொடுத்து அனுப்பி விட வேண்டும்.

அன்றுவரை யாரும் சந்திரனுக்குப் போனதே கிடையாது. முதல் தடவையாக ஒரு மனிதனை நிலவில் கொண்டுபோய் இறக்க வேண்டும் என்றால் அதற்கு வரலாற்றுப் பக்கங்களில் ஐடியா தேடிப் பயனில்லை. இதற்கு முன்பு இதுபோல் நடந்ததே இல்லை. இதுதான் முதல் தடவை!

வெற்றிகரமான புதிய சிந்தனைகளை எழவிடாமல் தடுப்பது நம்முடைய அறிவு அல்ல; உணர்ச்சிகள்தான். வரலாறு, அனுபவம் போன்றவை நமக்குப் பல உணர்ச்சிபூர்வமான தடைகள் போட்டு வைத்திருக்கின்றன. அந்தத் தடையை மீறிச் சிந்திக்கும்போதுதான் நம் பார்வை வேறு திசையில் போகும். அங்கேதான் புதுமையும் பிறக்கும்.

புதிய சிந்தனைகளைத் தடுக்கும் அணைகள் என்று சொல்லத் தக்கவை மூன்று உண்டு:

1. நாம் செய்ய நினைப்பதற்கு முன்மாதிரிகள் ஏதாவது உண்டா என்று தேடுவது.

2. இதைச் செய்வது ஏன் முடியாது என்று சாக்குப்போக்குகள் எழும்போது, அவற்றை ஒப்புக்கொண்டு அங்கேயே நிறுத்தி விடுவது.

3. ஏற்கெனவே தேடிச் சலித்த இடங்களிலேயே திரும்பத் திரும்பப் புது ஐடியாக்களைத் தேடுவது.

முன்மாதிரிகளைத் தேடும் படலம் ஆரம்பிக்கும்போது கேட்கப் படும் முதல் கேள்வி, 'இதற்கு முன் யாராவது இப்படிச் செய் திருக்கிறார்களா?' என்பதுதான். இதுவரை செய்யப்படா விட்டால், இனியும் அது முடியாத காரியம். முடியக்கூடியதாக இருந்தால், யாராவது இதற்குள் செய்திருப்பார்களே!

முன்மாதிரிகளைத் தேடுவது என்ற அணை, நம்முடைய அடிமை மனப்பான்மையிலிருந்து எழுவது.

டாக்டர் துவாரகாநாத், டைட்டன் நிறுவனத்தின் மூத்த துணைத் தலைவர்; நுண்பொறியியல் துறைத் தலைவர். இதற்குமுன் அவர் எச்.எம்.டி கம்பெனியில் வேலை செய்த அனுபவத்தைப் பற்றிச் சொல்வார்: ஏதாவது புதுமையாகவோ, வித்தியாச மாகவோ ஒரு ஐடியாவை எடுத்துக்கொண்டு தன் மேலதிகாரி களிடம் போவார். அந்த அதிகாரிகள் ஜப்பானில் சிட்டிஸன் நிறுவனத்தில் 18 மாதங்கள் வேலை செய்துவிட்டு வந்திருப்பவர் கள். 'ஜப்பானியர்களாலேயே ஒன்றைச் செய்ய முடியவில்லை என்றால், அது வேறு யாராலும் முடியாது. எனவே இந்த யோசனை சரி வராது' என்று நிராகரித்துவிடுவார்கள்.

பொறுத்துப் பொறுத்துப் பார்த்துவிட்டு, கடைசியில் துவாரகா நாத் அதிகாரிகளுக்குத் தெரியாமல் நேரடியாக சிட்டிஸனை அணுகினார். அவர் சொன்னதைக் கேட்ட ஜப்பானியர்கள் 'அருமையான ஐடியா!' என்று துள்ளிக் குதித்தார்கள். 'இந்த ப்ராஜெக்டில் உங்களுடன் நாங்களும் சேர்ந்துகொள்கிறோம்' என்று முன்வந்தார்கள்.

எனவே, முதல் அணையை உடைப்பதற்குத் தேவை, ஒரு முன் னோடியின் மன நிலை. 'முடிந்தால் இதற்கு ஒரு வழி கண்டுபிடிப் போம். இல்லாவிட்டால் நாமே ஒரு வழியை உருவாக்குவோம்' என்ற மன நிலை. ஒரு புதிய பிரதேசம் கண்டுபிடிக்கப் பட்டிருக்கிறது; அதற்கு வரைபடம் ஏதும் இல்லை. அதனால் என்ன, அங்கே யாருமே போக முடியாது என்று அர்த்தமா?

எரிஹ்வானின் ராஜீவ் நாரங்க் சொல்வார்: 'செய்ய முடியாதது என்று எதுவும் இல்லை. செய்வதற்கு ஒரு ஐடியா இன்னும் கண்டுபிடிக்கப்படவில்லை என்று வேண்டுமானால் சொல்ல லாம்.' அதைக் கண்டுபிடிக்கும்வரை அவருக்குத் தூக்கம் வராது!

சு-காம் நிறுவனத்தின் குமார் சச்தேவ் இதற்கு மற்றொரு எளிய பாலிசி வைத்திருக்கிறார்: 'எல்லோரும் செய்வதையே நாமும் திரும்பச் செய்து பயனில்லை. புதிதாக என்ன செய்யலாம்?'

புதிய சிந்தனைகளைத் தடுத்து நிறுத்தும் இரண்டாவது அணையைப் பார்க்கலாம். 'முதல் மாடியிலேயே நின்றுபோய் விடுவது' என்ற அணை இது. ஒரு விஷயத்தை 'ஏன் செய்ய முடியாது, என்னென்ன பிரச்னைகள் வரும்' என்றெல்லாம் சிந்தித்து அத்துடன் முயற்சியை நிறுத்திவிடுவது.

புதிய சிந்தனை பிறக்கவேண்டும் என்றால் தடைகளை உடைக்க வேண்டும்; இரண்டாவது மாடிக்குப் போகவேண்டும். அந்த மாடியில்தான் சக்தி வாய்ந்த கேள்வி ஒன்று வசிக்கிறது. 'வேறு எப்படி இதைச் செய்து முடிக்க முடியும்?' என்ற கேள்விதான் அது.

வெற்றிக்கான இரண்டாவது மனநிலை, பாசிட்டிவ் ஆகச் சிந்திப்பது. 'ஏன் முடியாது?' என்று பேசிக்கொண்டிருப்பதை நிறுத்திவிட்டு, 'எப்படியெல்லாம் செய்ய முடியும்?' என்று யோசிப்பது.

விப்ரோவின் தொலைக் கட்டமைப்பின் (Remote Infrastructure) தலைவராக இருக்கும் ஜி.கே. பிரசன்னாவிடம் இதற்கு ஓர் எளிய பாலிசி இருக்கிறது: 'ஒன்றைச் செய்ய முடியாது என்றால், அதற் கேற்ற கருவி ஒன்று இன்னும் கண்டுபிடிக்கப்படவில்லை என்பதுதான் காரணம். அந்தக் கருவியை முதலில் செய்வோம். முடியாததெல்லாம் தானே முடிந்துவிடும்.'

இந்தத் தத்துவம், விப்ரோவையும் பிரசன்னாவையும் தொலைக் கட்டமைப்பு நிர்வாகத்தில் உலக அளவில் முன்னோடிகளாக்கி விட்டது! இப்போது அவர்கள் அமெரிக்காவிலும் ஐரோப்பா விலும் உள்ள கம்ப்யூட்டர்களையும் மற்ற சாதனங்களையும் இந்தியாவில் இருந்தபடியே நிர்வாகம் செய்கிறார்கள்.

புதுமை வெள்ளத்தைத் தேக்கும் மூன்றாவது அணை, ஒரே இடத்திலேயே திரும்பத் திரும்ப ஆலோசனைகளைத் தேடிக்

கொண்டிருப்பது. புரட்சிகரமான சவால்களை எதிர்கொள்ள, புரட்சிகரமான சிந்தனைகள் தேவை. வழக்கமான இடங்களில் தோண்டிக்கொண்டிருந்தால் உருப்படியான ஐடியா எதுவும் கிடைக்காது!

ஆர்லா உணவுப்பொருள் நிறுவனத்தின் கார்ஸ்டென், ஒரு மிகப் புதுமையான வேலையில் இறங்கினார்: அவர்கள் தயாரிக்கும் பால் பொருள்களை பேக்கேஜ் செய்து விண்வெளிக்கு அனுப்ப வேண்டும்!

'எங்கள்முன் புயல்போல் எழுந்தது ஒரு சவால்; அது எங்களை பூமியிலிருந்தே பறித்து விண்வெளியில் வீசிவிட்டது!' என்று சிரிக்கிறார் கார்ஸ்டென். 'இதற்கு மிகவும் வித்தியாசமான சிந்தனை தேவைப்பட்டது. குழுவில் இருப்பதிலேயே டல்லான ஆசாமி கூட, 'வாவ்! மிகப் புதிதாக ஒரு வேலையில் இறங்கு கிறேன். வழக்கமாக என் வேலையை நிறுத்துப் பார்க்கும் அளவுகோல்கள் எதுவும் இங்கே செல்லாது' என்று நினைக்க ஆரம்பித்தான்.'

'விண்வெளி வரை பாலை அனுப்பவேண்டும் என்றால் புதுமையான பேக்கேஜிங் தேவை. பாலை விசையுடன் பீய்ச்சும் இயந்திரங்கள் தேவைப்படலாம். அல்லது மாமிசத் துண்டங்கள் போல் நீள வாக்கில் பாக்கிங் செய்யலாம். உலகத்தில் எங்கோ, யாரோ இது போன்ற புதிர்களுக்கு விடைகளைக் கண்டுபிடித்துக் கொண்டுதான் இருக்கிறார்கள். நாமும் புதிய திசைகளில் சிந்திக்க வேண்டும்.'

புதிய யோசனைகளும் புரிந்துணர்தலும் ஏன் சுலபத்தில் வர மறுக்கின்றன?

இதற்கு ஒரு மருந்து கம்பெனிக்காரர் சொல்லும் காரணம் இது: 'எல்லா மருந்து கம்பெனிகளும் வழக்கமாக அணுகும் மார்க்கெட் ஆய்வு நிறுவனங்களைத்தான் நாங்களும் நம்பி இருக்கிறோம். எங்களுக்கு என்ன தேவை என்று ஒரு சிறிய அறிமுகம் கொடுக்கிறோம். அதை வைத்துக்கொண்டு அவர்கள் பொதுவான ஆய்வு ஒன்று செய்து முடிவுகள் தருகிறார்கள். அந்த ஐடியாக்களை நாங்கள் விரிவாக்கம் செய்து பரிசோதனைகள் நடத்துகிறோம். இந்த சோதனைகளுக்கும் வெளியாரைத்தான் நம்ப வேண்டியிருக்கிறது. அவர்கள் டாக்டர்களையும் வாடிக்கையாளர்களையும் சந்தித்து மறுபடி பொதுவான முடிவு

களைத்தான் கொண்டு வருகிறார்கள்; துல்லியமான அளவீடுகள் செய்வதில்லை. எல்லா மருந்து கம்பெனிகளுக்குமே இதே ஆய்வு நிறுவனங்கள்தான் ஆலோசனை கூறுகின்றன. எனவே நாங்கள் அனைவரும் ஒரே மாதிரியாகக் காட்சியளிப்பதில் ஆச்சரியமில்லை!'

புதுமையான கருத்துக்கள் வேண்டுமென்றால் புதிய இடங்களில் போய்த் தேடவேண்டும். ஒரு உதாரணம்: முகம், கை கால்களில் தேவையற்ற முடியை நிரந்தரமாக நீக்கும் சிகிச்சைகள் இருக்கின்றன. ஆனால் இந்தியப் பெண்கள் இந்த சிகிச்சையை அதிகம் செய்துகொள்வதில்லை. ஏன் என்று தெரிந்துகொள்ள விரும்பியது ஒரு அழகு சாதன கம்பெனி. முதலில் அவர்களும் வழக்கமான இடங்களில்தான் தேடினார்கள்; சரும நோய் நிபுணர்களிடம் போய்க் கேட்டார்கள். ஒன்றும் புலப்பட வில்லை. கடைசியில் எரிஹ்வானில் உள்ள தேவிகா தேவய்யா, ஒரு வித்தியாசமான இடத்தில் தேடுமாறு ஆலோசனை கூறினார்.

இதைத் தொடர்ந்து, அவர்கள் கேள்வியையே கொஞ்சம் மாற்றிக் கேட்டார்கள்: 'நிரந்தரமான அழகு சிகிச்சைகள் என்ற வகையை எடுத்துக்கொள்வோம். இதில் ஏதாவது, ஆரம்பத்தில் அவ்வளவு பிரபலமாகாமல் இருந்துவிட்டு, இப்போது எல்லோராலும் விரும்பப்படுகிறதா?'

இதற்குக் கிடைத்த விடை: 'பச்சை குத்துதல்!'

உடனே பச்சை குத்தும் கலைஞர்களைத் தேடி ஓடினார்கள். பச்சை குத்திக்கொண்டவர்களிடமும் பேசினார்கள். இந்தப் பழக்கம் எப்போது, எப்படி ஃபேஷனாக மாறியது என்று தெரிந்துகொண்டார்கள். பல புதிய விஷயங்கள் புரிந்தன!

ஆக, மூன்றாவது அணையை உடைப்பதற்கான மன நிலை, 'இடம் மாற்றித் தேடுவது'. இதற்கு நம் துறையின் மையத்தை விட்டு ஓரமாகப் போய்த் தேடலாம். நம் தொழில்துறையும் வேறு துறைகளும் சந்திக்கும் குறுக்குச் சாலைகளில் தேடலாம். இந்தக் கணத்தில் வேறு ஏதோ ஒரு தொழில்துறையில் இருப்பவர், உங்களுக்கு இருக்கும் அதே மாதிரி பிரச்னையுடன் போராடிக்கொண்டிருக்கலாம் அல்லவா?

9/11 தாக்குதல்களுக்குப் பிறகு அமெரிக்க ராணுவத்துக்கு, தீவிரவாதத்துடன் போராடுவதில் தாங்கள் அவ்வளவு

வல்லவர்கள் அல்ல என்பது உறைத்தது. பாதுகாப்பு விஷயங்கள் பற்றிய தகவல்களுக்கு அவர்கள் வழக்கமாகப் படிப்பது 'ஜேன்ஸ் டிஃபன்ஸ் வீக்லி' போன்ற பத்திரிகைகள்தான். அவற்றில் எதுவும் சிக்கவில்லை. தேடித் தேடிக் கடைசியில் அவர்கள் போய் நின்றது எங்கே தெரியுமா? ஹாலிவுட்!

ஹாலிவுட் கதாசிரியர்களையும் இயக்குனர்களையும் கூப்பிட்டுப் பேசினார்கள். தாக்குதல் உண்மையாக நடப்பதற்கு இரண்டு வருடம் முன்பே அவர்கள் இந்த மாதிரி ஒரு சம்பவத்தை வைத்துப் படம் எடுத்திருந்தார்கள். இப்போதெல்லாம் அமெரிக்க ராணுவத்தினர், ஜேன்ஸ் பாதுகாப்பு வார இதழுக்குள் ஆழமாகத் தோண்டுவதை விட்டுவிட்டு, சுற்றி நாலா பக்கமும் குறுக்குப் பாதைகளிலும் ஐடியாக்களுக்காகத் தேடுகிறார்கள்.

புதுமையான வியூகத்தை அமைப்பதற்கு முதல் படி, நாமே நேரடியாக விஷயங்களைப் புரிந்துணர்வதுதான். புரிவதையும் உணர்வதையும் ஆள் வைத்துச் செய்ய முடியாது. நாங்கள் பார்த்தவரை புதுமையாளர்கள் அனைவரும் தாங்களே களத்துக்குச் சென்று தங்கள் கைப்பட கருத்துகளைச் சேகரிக்கிறார்கள்; புரிந்துகொள்கிறார்கள்.

கவின்கேர் நிறுவனத்தின் நிர்வாக இயக்குனர் சி.கே.ரங்கநாதன், முதலில் களத்தில் சென்று பலரிடமும் பேசி, கருத்துக்களையும் பின்னணித் தகவல்களையும் அறிந்துகொண்ட பிறகே தன்னுடைய அதிகாரிகளைச் சந்திக்கிறார். ITC-IBDயின் சிவகுமாரும் அப்படித்தான். நூறு வருடம் பழமையான ப்ராக்டர் அண்ட் காம்பிள் நிறுவனத்தின் தலைவர் ஏ.ஜி. லாஃப்லே உலகம் முழுவதும் சுற்றிக் கருத்துக்களை அறிந்துகொள்கிறார். கம்பெனி செய்திருக்கும் பல புதுமைகளுக்குக் காரணம், தானும் தன் நிர்வாகக் குழுவும் நேரடியாகப் பிரச்னைகளைப் புரிந்துகொள்ள களத்துக்குப் போவதுதான் என்கிறார்.

உங்களுடைய ஐடியாக்கள் எல்லாம் எங்கிருந்து கிடைக்கின்றன? ஏர் கண்டிஷன் அறைக்குள்ளிருந்தா? அல்லது களத்திலிருந்தா?

இந்தப் பகுதியில் நாம் பார்க்கப்போகும் வெற்றிக் கதைகள் எல்லாம் - கவின்கேர், ஐடிசி-ஐபிடி, பாஷ் இந்தியா - புதுமை

யான வியூகங்களை வைத்துக்கொண்டு புதிய பிசினஸையே உருவாக்கிய கதைகள். இந்த மூன்று நிறுவனங்களின் தலைவர்களும் தாங்களே களத்துக்குச் சென்று மார்க்கெட்டைப் புரிந்து கொள்வதை வழக்கமாக வைத்திருப்பவர்கள். தொடர்ந்து புதிய வியூகங்களை வகுக்க இது அவர்களுக்கு உதவுகிறது.

டாட் ஸ்கின்னர் சொன்னதைச் சற்று மாற்றிச் சொல்வதென்றால், 'நீங்கள் வரைபடத்திலேயே இல்லாத இடங்களுக்குப் பயணம் புறப்பட்டுவிட்டீர்கள் என்றால், அந்த இடங்களைப் பற்றி உங்களுக்கு என்ன தெரியும் என்பது முக்கியமல்ல; நீங்கள் எப்படிச் சிந்திக்கிறீர்கள், தகவல்களை எங்கிருந்து, எப்படிப் பெறுகிறீர்கள் என்பதுதான் முக்கியம்.'

3. கவின்கேர்:

பயந்து தும்மிய பயங்கர அசுரர்கள்!

தென்கிழக்கு ஆசியாவில் ஒரு பழமொழி உண்டு: இந்தியாவில் ஹிந்துஸ்தான் லீவர் ஒரு தும்மல் போட்டால், ஆசியா முழுவதிலும் உள்ள பங்குச் சந்தைகளில் யூனிலீவருக்கு ஜலதோஷம் பிடித்து விடும்!

ஹிந்துஸ்தான் லீவரை அதிகம் தும்ம வைத்தவர் ஒருவர் உண்டு என்றால், அது கவின்கேர் நிறுவனத் தின் சி.கே. ரங்கநாதன்தான்.

மாபெரும் அசுரர்களுக்கு ஜலதோஷம் வரவைக்க வேண்டும் என்றால், அது ஒரு புரட்சிப் புதுமை யாளரால்தான் முடியும். 1983-ல் வெறும் 15,000 ரூபாய் முதலீட்டில் கவின்கேரை ஆரம்பித்தார் ரங்கநாதன். அன்றுமுதல் சிறுசிறு நுகர்வோர் பொருட்களை விற்கும் பெரும் பெரும் பன்னாட்டு கம்பெனிகள் போட்ட தும்மல்கள், கணக்கில் அடங்கா.

கையில் வெறும் 15,000 ரூபாயை வைத்துக்கொண்டு ராட்சச FMCG கம்பெனிகளுக்குத் தண்ணி காட்டு வது எப்படி? பதில் மிகவும் சுலபம்: ஆட்டக் களத்தை சமதரை ஆக்கிவிடுங்கள்; இருவரும் சம பலத்தில் இருக்கும் இடமாகப் பார்த்துப் புகுந்து விளையாடுங்கள்!

அப்படிப்பட்ட சமபலமான விளையாட்டுக் களங் களில் ஒன்று, 'மார்க்கெட்டைப் புரிந்துகொள்ளு தல்' என்பது. புதுமை படைப்பதற்கு முதல் படி,

புரிந்துகொள்வதுதான். உலகம் முழுவதும் இதுதான் நடக்கிறது; மார்க்கெட்டைப் புரிந்துகொள்ளவேண்டும் என்றால், எவ்வளவு பெரிய அசுரர்களும் தரைக்கு இறங்கி வந்துதானே ஆக வேண்டும்?

இப்படித்தான் சீனாவின் லெனோவோ கம்ப்யூட்டர் நிறுவனம், தன் வாடிக்கையாளர்களின் தேவை ஒன்றைப் புரிந்துகொண்டது. பெரும்பாலான சீனர்கள் கம்ப்யூட்டர் வாங்குவது இண்டர்நெட்டுக்காகத்தான். ஆனால் அப்போது இருந்த கம்ப்யூட்டர்களை வைத்துக்கொண்டு சுலபமாக இணையத்துடன் இணைக்க முடியவில்லை. வெறுத்துப் போயிருந்தார்கள் வாடிக்கையாளர்கள். இந்த நிலையில்தான் இண்டர்நெட்டுக்காகவே தனிப்படத் தயாரித்த கம்ப்யூட்டரை லெனோவோ அறிமுகப்படுத்தியது. இதில் இணையத்துக்குப் பயணம் செய்ய ஒரே ஒரு பட்டனை அழுத்தினால் போதும்.

விளைவு? லெனோவோதான் மார்க்கெட்டில் நம்பர் 1. அது நாள் வரை மிகப் பெரிய போட்டியாளராக இருந்த ஐ.பி.எம், தோல்வியை ஒப்புக்கொண்டு தன் கம்ப்யூட்டர் பிசினஸையே லெனோவோவிடம் விற்றுவிட்டு ஒதுங்கிக்கொண்டது.

கவின்கேர் ரங்கநாதனும் தன் வாடிக்கையாளர்களைத் தெளிவாக அறிந்து வைத்திருப்பவர். அவருடைய தொழில் வியூகத்துக்கே அடிப்படை அதுதான். 15,000 ரூபாய் முதலீட்டில் ஆரம்பித்து, 725 கோடி ரூபாய்க்கு பிசினஸை வளர்த்திருக்கிறார். அத்தனையும் உள்ளிருந்தே தொழில் மூலம் கிடைத்த டர்ன் ஓவர்தான்!

2004-ல் எகனாமிக் டைம்ஸ் பத்திரிகை அவரை ஆண்டின் 'மிகச் சிறந்த தொழில்முனைவர்' என்று தேர்ந்தெடுத்தது. அதற்கு அவர்கள் தெரிவித்த காரணம், 'கவின்கேர் ஒரு சிறிய கம்பெனியாக இருந்தாலும் பொதுமக்கள் மனத்தில் வலுவான பிராண்ட் ஒன்றை உருவாக்கியிருக்கிறது. FMCG நுகர்பொருள்கள் மார்க்கெட்டின் விதிகளையே மாற்றி எழுதிவிட்டது. வாடிக்கையாளர்களின் மனத்தை உணர்ந்துகொண்டு, குறைந்த விலையில் தரமான பொருள்களைத் தந்திருக்கிறது. மிகப் பெரிய நிறுவனங்களையெல்லாம் தன்னைப் பின்பற்ற வைத்துவிட்டது; அதே சமயம் மிகச்சிறிய வாடிக்கையாளருக்கும்கூட எட்டும் விலையில் பொருட்களை விற்பனை செய்கிறது.'

தொடக்க காலத் துயரங்கள்

ரங்காவின் குடும்ப பிசினஸ், வெல்வெட் ஷாம்பூ. 1983-ல் அதை விட்டுவிட்டு தனியாக கம்பெனி ஆரம்பித்தார் ரங்கா. இந்தியாவில் 'சாஷே' - அதாவது சிறு பாக்கெட்டுகளில் ஷாம்பூ விற்கும் புரட்சியை ஆரம்பித்து வைத்ததே வெல்வெட்தான்.

ரங்கா தனியே கிளை பிரிந்து, 'பியூட்டி காஸ்மெடிக்ஸ்' என்ற பெயரில் கம்பெனி ஆரம்பித்தார். இதுதான் பின்னால் 'கவின்கேர்' ஆனது. முதலில் அவர் அறிமுகப்படுத்திய பொருள், ஒரு ஷாம்பூ பாக்கெட் - 'சிக்' ஷாம்பூ.

ஆரம்பத்தில் ரங்காவுக்கு நிறைய சோதனைகள். 250 ரூபாய்க்கு ஒரு வீட்டை வாடகைக்கு எடுத்து அதனைத் தனது ஆபீஸாகப் பயன்படுத்தினார். அட்வான்ஸ் 1,000 ரூபாய். இன்னொரு 1,200 ரூபாய் அட்வான்ஸ் கொடுத்து, 350 ரூபாய் வாடகையில் ஃபேக்டரி ஒன்றைப் பிடித்தார். ஷாம்பூ பாக்கிங் செய்யும் மெஷின் ஒன்று வாங்க 3,000 ரூபாய் ஆயிற்று.

ரங்கநாதனின் அப்பா பெயர் சின்னி கிருஷ்ணன். அதைச் சுருக்கி 'சிக்' என்று தன் தயாரிப்புக்குப் பெயர் வைத்தார்.

ரங்காவுக்கு வங்கிக் கடன் கிடைக்க மூன்று வருடம் ஆயிற்று. ஏனென்றால் வங்கிகள் ஏதாவது அடமானம் கேட்டன. இவரிடமோ அடமானம் வைப்பதற்கு எதுவும் இல்லை! கடைசியில் ஒரே ஒரு வங்கி மட்டும் 25,000 ரூபாய் தர முன் வந்தது. அதையே போட்டுப் புரட்டி 4 லட்சமாக்கினார். பிறகு 15 லட்சமாக்கினார்.

அந்த 25,000 கடன் கிடைத்ததற்குக் காரணம் சுவாரசியமானது. பேங்க் மேனேஜர் கடன் விண்ணப்பத்தில் எழுதிய குறிப்பு இது: 'இந்த விண்ணப்பதாரரிடம் அடமானமாக வைக்க ஏதுமில்லை. ஆனால் இந்தச் சிறு தொழில் நிறுவனம் சற்று வித்தியாசமாகத் தோன்றுகிறது. மற்ற கம்பெனிகள் போல இல்லாமல், இவர்கள் வருமான வரி கட்டுகிறார்கள்!'

பின்பு ஒரு நாள் ரங்கா ரீடிஃப் நியூஸுக்கு அளித்த பேட்டியில், 'வருமான வரியை ஒழுங்காகக் கட்டிவிட வேண்டும் என்பதில் குறிப்பாக இருந்தேன். அதனால்தான் என் பிசினஸுக்குப் பின்னடைவே இல்லை' என்றார்.

கையிலோ அதிகம் பணமில்லை; ஆரம்பத்தில் மூலப் பொருள் சப்ளை செய்பவர்களுக்குப் பணம் செலுத்துவதில் பிரச்னைகள் இருந்தன. ஆனால் விரைவிலேயே சப்ளையர்களுடன் நல்ல உறவை ஏற்படுத்திக் கொண்டுவிட்டார்.

'முதலீடு குறைவாக இருந்ததால் ஆரம்பத்தில் திணறலாக இருந்தது. ஒரு ஏஜெண்ட்டை நியமித்துக்கொண்டேன். இருந்த பணத்தைக் கவனமாகப் புரட்டினேன். சப்ளையர்களுக்கு இரண்டு மூன்று தடவை குறித்த நேரத்தில் பணத்தைத் திருப்பி விட்டால், அவர்கள் நம்மீது நம்பிக்கை வைத்துவிடுகிறார்கள். வர்த்தகத்தில் இது ஓர் அடிப்படை உண்மை. நம்பிக்கையைப் பெற்றபிறகு நமக்கு எவ்வளவு வேண்டுமானாலும் உதவி செய் வார்கள். அவர்களுக்கு என்றும் நன்றிக் கடன் பட்டிருக்கிறேன்' என்கிறார் ரங்கா.

சப்ளை சங்கிலி சரியாக அமைந்துவிட்டது. அடுத்து மார்க் கெட்டிங் பக்கம் திரும்பினார் ரங்கா. இங்கே அவர் வித்தியாச மாக ஒன்று செய்தார். மார்க்கெட்டில் ஏற்கெனவே இருக்கும் பெரிய கொள்முதலாளர்களிடம் போகவில்லை; கன்ஸ்யூமர் பொருட்கள் விற்பதில் முன் அனுபவமே இல்லாத விற்பனை யாளர்களிடம்தான் பேசினார். காரணம், அவர்கள் இப்போது தான் பிசினஸை ஆரம்பிப்பதால் ரங்கா சொல்லும் விதிமுறை களுக்குக் கட்டுப்படுவார்கள். மேலும், இந்தத் தொழிலில் முன் அனுபவம் என்பது தேவையே இல்லை! அவர்களுக்கு இருக்கவேண்டிய ஒரே தகுதி, நெஞ்சில் ஒரு கனல்; வாழ்க்கையில் முன்னேறவேண்டும் என்ற தாகம். அவ்வளவு தான்.

இன்னும் சொல்லப்போனால், ஒருவரின் பழுத்த அனுபவமே அவரை வித்தியாசமாகச் செயல்படாமல் தடுத்துவிடவும் வாய்ப்பு உண்டு! பண விஷயத்திலும் சரி, நட்புரீதியில் இருந் தாலும் சரி, அவர்கள், குறிப்பிட்ட சில பிசினஸ் வழிமுறை களுக்கு மட்டும்தான் பழக்கப்பட்டிருப்பார்கள்.

ஆரம்பத்தில் முன்னேற்றம் மெதுவாகத்தான் இருந்தது. 1983-ல் சிக் ஷாம்பூவின் ஒரு வருட பிசினஸ் ரூ. 5 லட்சம். 1986 பிறந்தபோது ரங்கா ராட்டினம் முழு வேகத்தில் சுழல ஆரம்பித்தது. ஒரு மாத டர்ன் ஓவர் 2.5 முதல் 3 லட்சம் வரை!

வித்தியாசமான வியூகம்

இத்தனை இருந்தும், ரங்காவுக்கு ஒரு மனக் குறை தொடர்ந்து கொண்டே இருந்தது. சிக் ஷாம்பூ என்ற பெயர் இன்னும் மக்கள் மனத்தில் நிரந்தரமாகத் தங்கவில்லை. பாக்கெட் ஷாம்பூ என்றாலே அவர்கள் நினைவுக்கு வந்தது வெல்வெட்தான் - ரங்கா எந்த கம்பெனியை விட்டு விலகி வந்தாரோ, அதே வெல்வெட்!

வாடிக்கையாளர்கள் திரும்பத் திரும்பக் கடைக்கு வரவேண்டும். 'சிக் ஷாம்பூ' என்று பெயர் சொல்லிச் சொல்லி கேட்டு வாங்கவேண்டும். இதற்கு என்ன செய்யலாம்?

1988-ல் ஒரு புத்தம் புதிய மார்க்கெட்டிங் ஐடியா தோன்றியது.

'ஏதாவது நான்கு காலி ஷாம்பூ பாக்கெட்களைக் கொண்டுவந்து கடையில் கொடுத்தால் ஒரு சிக் ஷாம்பூ பாக்கெட் இலவசம்' என்று அறிவித்தார் ரங்கா. இது, அன்றுவரை கேள்விப்படாத புதுமை. இதைக் கேட்டதும், மார்க்கெட்டில் ஒரு புயலே வீச ஆரம்பித்துவிட்டது!

பிறகு சலுகையைச் சற்று மாற்றி, நான்கு காலி சிக் ஷாம்பூ பாக்கெட்டுகளுக்கு ஒன்று என்று இலவசமாகக் கொடுக்க ஆரம்பித்தார். அவருடைய சக ஊழியர்கள், இந்தத் திட்டத்தில் ஓட்டைகள் இருக்கின்றன என்று எச்சரித்தார்கள். உதாரணமாக, கடைக்காரர்களே தெருவிலிருந்தெல்லாம் காலி பாக்கெட்டு களைப் பொறுக்கிக் கொண்டுவந்து புது ஷாம்பூ வாங்கிக் கொண்டு போகிறார்கள் என்பது தெரியவந்தது. இருந்தும் ரங்கா திட்டத்தைத் தொடர்ந்து நடத்தினார். ஏனென்றால் அவர்கள் விரும்பியோ, விரும்பாமலோ சிக் ஷாம்பூ பற்றித்தானே யோசிக்கிறார்கள்? அதற்கு ஏற்றாற்போல், நுகர்வோர் பலமும் அதிகரித்துக்கொண்டே வந்தது.

ரங்கா நினைத்தது சரி. 'நாலுக்கு ஒன்று' இலவச அறிவிப்பைத் தொடர்ந்து சிக் ஷாம்பூவின் விற்பனையில் பிரமிக்கத்தக்க வளர்ச்சி. 'சிக்' என்ற பெயரே மக்கள் மனத்தில் அழியாமல் தங்கிவிட்டது. சிக் என்பது இப்போது ஏதோ ஒரு ஷாம்பூ அல்ல; அது ஒரு பிராண்ட்.

ஒரே மாதத்தில் விற்பனை 3 லட்சத்திலிருந்து 12 லட்ச ரூபாய்க்கு அதிகரித்தது. 1990-91-ல் அவருடைய வருடாந்தர விற்பனை 4

கோடி ரூபாய்! வெல்வெட்டுக்கு அடுத்தபடி, தமிழ்நாட்டிலேயே இரண்டாவது இடத்தைப் பிடித்துவிட்டது சிக்.

1992-ல் 8 கோடி ரூபாய் டர்ன் ஓவர். தமிழ்நாட்டில் சிக் ஷாம்பூ முதல் இடத்துக்கு வந்தது. 1993-ல் இந்தியா முழுவதிலும் சிறகு விரித்தது. சில வருடம் கழித்து, சிக் ஷாம்பூதான் இந்தியா விலேயே அதிகம் விற்பனையாகும் ஷாம்பூ என்ற பெருமையும் ஒரு நேரத்தில் கிடைத்தது. இப்போது நம்பர் 2 இடத்தில் இருந்தாலும் 'க்ளினிக் ப்ளஸ்'ஸைவிடக் கொஞ்சம்தான் பின்னால் இருக்கிறது சிக்.

சிக் ஷாம்பூவின் இந்த அதிரடி வளர்ச்சிக்குக் காரணம், ரங்காவுடைய 'புரிந்துணரும்' திறமைதான்.

'சிக்' புரிந்துகொண்டது என்ன?

இந்தியாவின் ஜனத்தொகையில் 72 சதவிகிதம் கிராமங்களில் தான் இருக்கிறது. இருந்தாலும், கிராமங்களில் ஷாம்பூ உப யோகிப்பவர்கள் வெறும் 8 சதவிகிதம் பேர்தான். எனவே ஷாம்பூ என்பது இந்தியாவின் நகர நாகரிகத்தின் ஒரு பகுதி என்று சொல்லலாம்.

ஆனால், கிராமங்களில் 70% பேருக்கு ஷாம்பூ பற்றித் தெரியும். அவர்கள் அதை உபயோகிப்பதுதான் கிடையாது. மொத்த இந்தியாவிலேயே ஷாம்பூ உபயோகம் 14% தான். அப்படி யானால், மற்ற 86% பேரும் தலைக்கு என்னதான் தேய்த்துக் கொள்கிறார்கள்?

ரங்கா இதைக் கண்டுபிடிக்கப் புறப்பட்டார்!

சென்னையைச் சுற்றியுள்ள சில நுகர்வோர் குடும்பங்களை நேருக்கு நேர் சந்தித்துப் பேசியபோதுதான் அந்த முக்கியமான க்ளூ கிடைத்தது.

'நீங்களெல்லாம் தலைக்கு என்ன தேய்த்துக் குளிக்கிறீர்கள்?' என்று கேட்டார் ரங்கா.

'சோப்பு!' என்று பதில் வந்தது.

ரங்காவுக்கு ஆச்சரியம். 'தலை முடிக்குப் போய் ஏன் சோப்பு போடுகிறீர்கள்? அது முடிக்குக் கெடுதல் என்று தெரியாதா?'

‘நீங்கள் ஷாம்பூ கம்பெனியிலிருந்து வருவதால், வியாபாரத்துக் காகத்தானே இப்படிச் சொல்கிறீர்கள்? எங்கள் அப்பா, தாத்தா எல்லோரும் தலைக்கு சோப்புதான் தேய்த்துக் குளித்தார்கள். அவர்களுக்கெல்லாம் ஒன்றும் ஆகிவிடவில்லை. எழுபது வயதிலும் எங்கள் தாத்தாவுக்கு எவ்வளவு முடி தெரியுமா? சோப்பினால் என்ன கெடுதல்?’

‘மைக்ராஸ்கோப்பில் முடியை வைத்து, கண்ணுக்கு நேராகக் காட்டினால்தான் இவர்களுக்கெல்லாம் புரியும் போலிருக் கிறதே’ என்று நினைத்தார் ரங்கா. ஆனால் அப்போது சட் டென்று ஓர் உண்மை புலப்பட்டது: ‘கஸ்டமருக்கு எதைப் பற்றி யாவது தீவிர நம்பிக்கை இருந்தால், அதைத் தாக்கிப் பேசாதே; நம்ப மாட்டார்கள். அதற்குப் பதிலாக, உன் தயாரிப்பை அவர்கள் வாங்குவதற்குத் தடையாக இருப்பது எது என்று கண்டுபிடி; அதை முதலில் நீக்கு.’

அன்றுவரை கிராமப்புறங்களில் மார்க்கெட்டிங் செய்வதற்கு, எல்லா கம்பெனிகளும் செய்வதைத்தான் ரங்காவும் செய்தார். அவருடைய குழுவினர் கிராமம் கிராமமாகப் போவார்கள்; சோப்பினால் விளையும் தீமைகளையும் ஷாம்பூவின் நன்மை களையும் பற்றிச் சொல்லித்தருவார்கள். அவ்வளவுதான்.

இத்தனை காலமாக நேரத்தை வீணடித்துவிட்டோமோ என்று ரங்காவுக்குத் தோன்றியது.

அந்தத் தவறைச் சரி செய்வதற்காக, ரங்கா வேறொரு கேள்வியைக் கேட்க ஆரம்பித்தார்: ‘நீங்கள் ஷாம்பூ உபயோகிக்க வேண்டும் என்று நினைக்கலாம்; ஆனால் அதற்குத் தடையாக இருப்பது எது?’

முக்கிய பிரச்னை, ஷாம்பூவின் விலைதான் என்று தெரியவந்தது!

ஒரு ஷாம்பூ பாட்டிலின் விலை, கிராமப்புற மக்களால் நெருங்க முடியாத அளவில் இருந்தது. சாஷே பாக்கெட்டுகள் கூட 1 ரூபாய் முதல் 2 ரூபாய் வரை விலை வைத்து விற்றன. கிராமத்தில் ஒவ்வொரு குடும்பத்திலும் 5 அல்லது 6 பேர் இருப்பார்கள். இந்த 6 பேரும் வாரம் ஒரு முறை 2 ரூபாய் செலவழித்து தலைக்கு ஷாம்பூ போடவேண்டும் என்றால் 12 ரூபாய் ஆகும். மாதத்துக்கு கிட்டத்தட்ட 50 ரூபாய். 1980-களில் ஒரு கிராமத்துக் குடும்பத்தின் பட்ஜெட்டுக்குள் அடங்கவே அடங்காத விலை இது!

மார்க்கெட்டைப் புரிந்துகொள்வது மிகவும் முக்கியம். மேலோட்டமாகப் பார்த்துவிட்டு, 'பொது மக்கள் அறியாமையில் இருக்கிறார்கள்; அவர்களுக்குப் பாடம் நடத்த வேண்டியிருக்கிறது' என்றுதான் பல பிராண்ட் மேனேஜர்கள் சொல்வார்கள். 'சோப்பின் தீமைகள், ஷாம்பூவின் நன்மைகள் பற்றி மக்களுக்குக் கற்றுக் கொடுக்கவேண்டும்' என்பார்கள்.

இப்படி ஆளாளுக்கு வந்து பாடம் சொல்லித் தரப்போகி றார்கள் என்றால், நாமெல்லாம் பேசாமல் பள்ளிக் கூடத்திலேயே போய் வசிக்க வேண்டியதுதான்.

ரங்காதான் பிரச்னையின் உள்ளே ஊடுருவிச் சென்று ஒரு கேள்வி கேட்டார்: 'நீங்கள் ஷாம்பூ உபயோகிக்காமல் தடுப்பது எது?' அப்போதுதான் உண்மையான காரணம் கிடைத்தது: விலை!

நுகர்வோருக்குப் பாடம், படிப்பினை எதுவும் தேவை யில்லை; அப்படிச் செய்ய முயன்றபோது நேர் எதிரிடை யான விளைவுகள்தான் ஏற்பட்டன. மக்களுக்குத் தேவை, கட்டுப்படி ஆகக்கூடிய விலையில் ஷாம்பூ. அவ்வளவு தான்.

அடுத்த கேள்வி: 'எந்த அளவில் விலை வைத்தால் உங்களுக்கு ஷாம்பூவில் ஆர்வம் ஏற்படும்?'

'பாக்கெட்டுக்கு 25 பைசா என்றால் மிகவும் மகிழ்ச்சி அடை வோம். ஆனால் 50 பைசா என்றாலும் பரவாயில்லை' என்றார்கள்.

பாக்கெட் 50 பைசா என்றால் அதே குடும்பத்துக்கு மாதம் 12 ரூபாய்தான் செலவாகும். ரங்கநாதன் தன் டீமுடன் ஆலோசித் தார். '50 பைசா விலையில் ஷாம்பூ கொடுப்பது எப்படி?' சிக்கின் அப்போதைய விலை 1 ரூபாய்.

'50 பைசாவுக்கெல்லாம் விற்க ஆரம்பித்தால், பிறகு 1 ரூபாய் பாக் கெட்டை யாரும் வாங்க மாட்டார்கள். நம்முடைய முக்கிய தயாரிப்பின் ஆயுள் அத்துடன் முடிந்துவிடும். நமது கை காலை நாமே வெட்டிக்கொண்ட மாதிரி ஆகிவிடும்' என்று அவருடைய பிராண்ட், விற்பனை, நிதி டிபார்ட்மெண்ட் ஆசாமிகள் அனை வரும் ஒரே குரலில் சொன்னார்கள்.

ரங்காவுக்கும் அவருடைய டீமுக்கும் ஒரே குழப்பம். மேலே செல்வதா, வேண்டாமா?

பல நிறுவனங்களிடம் ஒரு பயம் உண்டு. புதிய தயாரிப்பு ஒன்றை அறிமுகப்படுத்தினால், ஏற்கெனவே மார்க்கெட்டில் நன்றாக விற்றுக்கொண்டிருக்கும் நம் பழைய தயாரிப்புகள் பாதிக்கப்பட்டுவிடுமோ என்ற பயம். இதனாலேயே புதிய விஷயங்களைச் செய்யாமல் காலம் கழிப்பார்கள். நாளாவட்டத்தில், இருக்கும் தயாரிப்பின் பயனீடும் குறைந்துகொண்டே வரும்.

திடீரென்று ஒரு நாள் வெளியிலிருந்து ஒருவர் நுழைவார். புத்தம் புதிதாக எதையோ கொண்டு வந்து, மொத்த மார்க்கெட்டையும் அள்ளிக்கொண்டு போய்விடுவார்.

இப்போது மார்க்கெட்டில் இருக்கும் உங்கள் தயாரிப்புகளுக்கு அப்படி என்ன புனிதம் இருக்கிறது? புதிய பொருளைத் தயாரித்து இன்னும் அதிக மார்க்கெட்டைக் கைப்பற்ற முடிந்தால், அது புதுமை! மாறாக, இருக்கிற சின்ன மார்க்கெட்டைத் துண்டு துண்டாகப் பிரித்து, இது கிராமம், இது நகரம், இது ஆண்களுக்கு, இது பெண்களுக்கு என்று கூறு போட்டு, கடைசியில் மார்க்கெட்டே காணாமல் போய்விடுகிறது!

நம் பார்வையை இன்னும் கொஞ்சம் விசாலமாக்கினால் என்ன? ‘மொத்த மார்க்கெட்டையும் நானே கைப்பற்றுவேன்’ என்று அறைகூவிப் புறப்பட்டால் என்ன? இருக்கிற வாடிக்கையாளர்கள் மட்டுமின்றி, இது வரை நம் பொருளை வாங்கியிருக்காத வாடிக்கையாளர்களையும் நம் பக்கம் இழுக்கவேண்டும்.

‘கஞ்சனைப்போல் சிந்தித்தால், உங்கள் நுகர்வோர் மொத்தமும் ஒரு குறிப்பிட்ட எண்ணிக்கைக்குள் அடங்கிவிடுகிறார்கள். வள்ளலைப்போல் சிந்தித்தால், மொத்த உலகமுமே உங்கள் மார்க்கெட்தான்!’ அதன் பிறகு, சந்தையைக் கூறு போட்டுப் பார்க்கத் தேவையே இல்லை.

ஆனால் ரங்காவுக்கு மட்டும் உள் மனத்தில், ஒரு ரூபாய் பாக்கெட்டை வாங்கிப் பழகியவர்கள் 50 பைசாவுக்கு மாற மாட்டார்கள் என்று தோன்றியது. 50 பைசா பாக்கெட்டின் அளவு, ஒரு ரூபாய் பாக்கெட்டில் பாதிதான் இருக்கும்; ஆனால் பெரிய பாக்

கெட்டின் அளவுக்கே நுரை வரும். ஏனெனில் அதன் அடர்த்தி அதிகம்.

பழகிய கஸ்டமர்கள், அளவில் சிறிதாக இருக்கிறது என்று 50 பைசா பாக்கெட்டை வாங்க மாட்டார்கள். ஆனால் விலை குறைவு என்பதால் இந்தச் சிறிய பாக்கெட் நிறையப் புதிய கஸ்டமர்களைக் கவர்ந்து இழுக்கும்.

ரங்கா ஒரு முடிவுக்கு வந்தார். 1998-ல் 50 பைசா சிக் ஷாம்பூ மார்க்கெட்டுக்கு வந்தது.

ரங்காவின் ஒரே நோக்கம், விற்பனையை அதிகரிப்பது. அதற்கு, நாட்டின் பொருளாதாரம் கொஞ்சம் முன்னேறி, எல்லோரும் 1 ரூபாய் கொடுத்து ஷாம்பூ வாங்க முடிவதுவரை காத்திருக்கலாம். அல்லது ஒரு ரிஸ்க் எடுத்து விலையைப் பாதியாகக் குறைத்து, அதனால் மார்க்கெட்டே விரிவடைகிறதா என்று பார்க்கலாம். ரங்கா குழுவினர் தேர்ந்தெடுத்தது இரண்டாவது வழியை.

அடிக்கடி யாராவது ஒருவர் நம்மிடம் இப்படிச் சொல்லிப் புலம்புவார்கள்: 'நாங்கள் வளர முடியவில்லை. ஏனென்றால் மார்க்கெட்டே அவ்வளவுதான் இருக்கிறது. மார்க்கெட் வளர்ந்தால்தானே கம்பெனி வளர முடியும்?

மார்க்கெட் டல்லாக இருந்தபோதே எப்படி உங்களால் பிசினஸை வளர்க்க முடிந்தது என்று ரங்காவிடம் கேட்டபோது, அவர் பதில் கேள்வி ஒன்று போட்டார்: 'என்னது? மார்க்கெட், மந்தமாக இருக்கிறதா? இன்றைக்கு எனக்கு 10 சதவிகிதம் மார்க்கெட் இருக்கிறது. ஹிந்துஸ்தான் லீவரிடம் 90 சதவிகிதம். அத்தனையும் என்னுடைய மார்க்கெட்! இவ்வளவு வேலை மீதி இருக்கும்போது, மார்க்கெட் போதவில்லை என்று எப்படிச் சொல்லலாம்?'

ஐடியா சரி; அதை முடிப்பது எப்படி?

ஐம்பது பைசாவுக்கு ஷாம்பூ தருவது என்று முடிவாகிவிட்டது; ஆனால் அதை நடைமுறைக்குக் கொண்டு வருவது எப்படி? திடீரென்று விலையைப் பாதியாகக் குறைப்பது அவ்வளவு சுலபமல்ல. அவருடைய ஆராய்ச்சி-வளர்ச்சிப் பிரிவில் இருந்தவர்களே, 'ஷாம்பூவின் தரத்தை பாதிக்காமல் விலையை இதற்கு மேல் குறைக்க முடியாது' என்று கையை விரித்துவிட்டார்கள்.

‘முடியாது’ என்ற வார்த்தைதான் வளர்ச்சியின் முதல் எதிரி என்பார் ரங்கா. ஏதாவது ஒன்றை இயலாது என்று ஒதுக்கிவிட்டால் மனம் அதைப் பற்றி மேலே சிந்திக்காமல் நிறுத்திவிடும். சிக் ஆராய்ச்சிக் கூடம் சிந்திப்பதை நிறுத்திவிட்டது. ‘50 பைசா’ என்ற வார்த்தையைக் கேட்டதுமே அவர்கள் தோல்வியை ஒப்புக் கொண்டுவிட்டார்கள்.

ரங்காவுக்கும் கெமிஸ்ட்ரி தெரியும். எனவே சட்டைக் கையை மடித்துவிட்டுக்கொண்டு டீமுடன் தானே வேலை செய்ய உட்கார்ந்துவிட்டார். புதுப்புது விதமாக ரசாயனங்களைக் கலந்து புதிய ஃபார்முலாவைக் கண்டுபிடிக்க உழைத்தார்கள். கடைசியில் 50 பைசா சிக் ஷாம்பூவும் பிறந்தது.

50 பைசா பாக்கெட், 1 ரூபாய் பாக்கெட்டில் பாதி சைஸ்தான். அளவும் பாதிதான். 4 மில்லி. ஆனால், முடியை அலசுவதில் அதே முழுத் திறனுடன் வேலை செய்தது! ஏனென்றால் அதன் அடர்த்தி அதிகம்.

‘நாங்கள் செய்ததெல்லாம், தண்ணீரைக் குறைத்து ஷாம்பூவை அடர்த்தியான திரவமாகச் செய்ததுதான். ஆனால் இரு வேறு சைஸ்களில் பாக்கெட் இருந்ததால் இரண்டும் மார்க்கெட்டில் அருகருகே வாழ முடிந்தது. இரண்டுமே நன்கு விற்பனை ஆயின. புதிய வாடிக்கையாளராக இருந்தால் முதலில் சிறிய பாக்கெட்டை வாங்கிப் பார்ப்பார். திருப்தி ஏற்பட்டபிறகு ஒரு ரூபாய் பாக்கெட்டை வாங்க ஆரம்பித்துவிடுவார்!

‘அதே சமயம் நாங்கள் ஒரு ரூபாய் ஷாம்பூவை இன்னும் முன்னேற்றினோம். கண்டிஷனரை அதிகரித்து, வாசனையையும் கூட்டினோம். அதனால் இப்போது ஒரு ரூபாய் பாக்கெட்டே பிடித்துப் போய், அதையே தொடர்ந்து வாங்க ஆரம்பித்தார்கள்.’

ரங்கா அடுத்ததாக ஷாம்பூ பாட்டில்கள் பக்கம் கவனத்தைத் திருப்பினார். பாட்டில் ஷாம்பூவின் விலை அதிகம். ஏனென்றால் அரசாங்க வரிகள் அப்படி. 8 மில்லி பாக்கெட்டுகள் ஆறு வாங்கினால் 6 ரூபாய் ஆகிறது. அதுவே 50 மில்லி பாட்டிலாக இருந்தால் விலை 10-15 ரூபாய்வரைகூட ஆகிவிடுகிறது.

‘இது அரசாங்கம் மற்றும் வரிகள் சம்பந்தப்பட்ட விஷயம்; நம் கையில் ஒன்றும் இல்லை’ என்று ஏற்றுக்கொள்வதற்கு பதிலாக, இதற்கு ஏதாவது செய்யவேண்டும் என்று தீர்மானித்தார் ரங்கா.

சாஷே பாக்கெட்டுகள் அவ்வப்போது தீர்ந்துவிடும். குடும்பத்தினர், கடைக்குப் போய்த் திரும்ப வாங்குவதற்கு சோம்பல் பட்டுக்கொண்டு சோப்பையே தடவிக்கொள்ள ஆரம்பித்துவிடுகிறார்கள். எனவே வீடுகளில் எப்போதும் ஷாம்பூ இருந்துகொண்டே இருக்கவேண்டும். இதற்காக ரங்கா 50 மில்லி பாட்டிலை வெறும் 6 ரூபாய்க்குக் கொண்டு வந்தார். இந்த பாட்டில் மட்டுமே அவருக்குக் கூடுதலாக ஒரு 5 சதவிகித மார்க்கெட்டைப் பிடித்துக் கொடுத்தது.

சிக் இன்னும் நிறைய மார்க்கெட்டைக் கைப்பற்ற முடியும் என்ற ரங்காவின் நம்பிக்கையை, 50 பைசா பாக்கெட்டும் 6 ரூபாய் பாட்டிலும் உண்மையாக்கின. இதுவரை யாருமே எட்டிப் பார்க்காமல் இருந்த ஒரு பெரிய மார்க்கெட்டையே பிடித்தாகிவிட்டது. 2000, 2001 ஆகிய இரண்டு வருடங்களில் மட்டுமே சிக்கின் மார்க்கெட் பங்கு 5 சதவிகிதத்திலிருந்து 22 சதவிகிதமாக உயர்ந்தது. இன்றைக்கு க்ளினிக் ப்ளஸ்ஸுக்கு அடுத்தபடியாக அதிகமாக விற்பனையாகும் ஷாம்பூ சிக்தான்.

சோதனை ஓட்டம் செய்த சாதனை

ரங்காவின் வெற்றிகளுக்குப் பின்னால் இருந்தது, மார்க்கெட்டைப் புரிந்துகொண்ட ஒரு தொழிலதிபரின் மனம். தன்னைவிடப் பண பலமும் படை பலமும் விளம்பர பட்ஜெட்டும் மிகுந்த போட்டியாளர்களை அநாயாசமாக எதிர்கொள்ள அவருக்கு உதவியது இந்தப் 'புரிந்துணர்தல்'தான். மார்க்கெட்டின் நுணுக்கங்களை நேரடியாகப் புரிந்துகொண்டதால் எதிராளியுடன் சம வலிமையில் மோத முடிந்தது. இதற்கு மாறாக, வாடிக்கையாளரைப் புரிந்துகொள்வதற்கு மார்க்கெட் ஆய்வு செய்யும் கம்பெனிகளை நம்பியிருந்தால், புத்தகத்தைப் படித்துவிட்டு நீச்சல் கற்றுக்கொள்வதுபோல் ஆகியிருக்கும்.

ரங்காவின் அடுத்த தேடல் ஆரம்பமாயிற்று.

இந்த முறை அவர் கேட்ட கேள்வி, 'இந்தியாவில் 82% பேர் ஷாம்பூவே உபயோகிப்பதில்லை. அவர்களெல்லாம் தலை முடியைப் பராமரிக்க என்ன செய்கிறார்கள்?'

அவர்களில் பெரும் பகுதியினர் சோப்பு தவிர, தலைக்கு சீயக்காய் போன்ற இயற்கைப் பொருள்களைப் பயன்படுத்துகிறார்கள் என்று தெரிந்தது.

இப்போது ரங்காவின் மூளைக்குள் மற்றொரு மின்னல் வெட்டியது: இந்தியர்கள் ஏற்கெனவே கூந்தலுக்கு இயற்கைப் பொருள்களைப் பயன்படுத்துகிறார்கள். இதையே நம் பிசினஸுக்கு உபயோகித்துக்கொண்டால் என்ன?

தலைக்கு என்ன தேய்க்கிறார்கள் என்பது மாநிலத்துக்கு மாநிலம் வேறுபடுகிறது. அதே சமயம், எல்லா மாநிலத்தவர்களும் நம்பிக்கை வைக்கும் பொதுவான சில பொருட்களும் உள்ளன. 'ஆந்திராவில் ரீட்டா கொட்டையைப் பொடி செய்து உபயோகிப்பது வழக்கம். நாமும் ரீட்டா விதைகளை வைத்து ஒரு ஷாம்பூ தயாரித்தால் என்ன?'

பொது மக்களிடம் பேசப்பேச, இன்னும் பல விஷயங்களும் தெரியலாயின. ரீட்டா தவிர, பாதாமும் தலைக்கு நல்லது என்று மக்கள் நினைத்தார்கள். ரங்கா இவை இரண்டையும் கலந்து ஒரு ஷாம்பூ தயாரித்தார்: மீரா ஷாம்பூ.

உடனடியாக மாபெரும் வெற்றி!

காஸ்ட்லியான பொருட்களால் தயாரிக்கப்பட்டது என்பதால் மீரா ஷாம்பூவை அதிக விலையிலும் விற்க முடிந்தது.

தமிழ்நாட்டைப் பொருத்தவரை, கூந்தல் என்றால் சீயக்காய் தான். எனவே மீரா ஷாம்பூ இங்கே சீயக்காயால் தயாரிக்கப் பட்டது. கேரளாவில் செம்பருத்தி இலைகள். கர்நாடகாவில் அவர்களுடைய உள்ளூர் சரக்குகளைக் கொண்டு செய்த 'கார்த்திகா' ஷாம்பூவை, ஒரு ரூபாய் விலையில் அறிமுகப் படுத்தினார் ரங்கா. வழக்கமான மீரா ஷாம்பூ விலை 2 ரூபாய்.

இந்த முன்முயற்சிகளின் விளைவு? தென் இந்தியாவிலேயே பெரிய 'கூந்தல் பராமரிப்பு கம்பெனி' என்றால் அது கவின்கேர் தான் என்ற பெயர் நிலைத்துவிட்டது. ஹிந்துஸ்தான் யூனி லீவரும் ப்ராக்டர் அண்ட் காம்பிளும்கூட இதற்குப் பின்னால் தான் வருகின்றன. ஆந்திராவில் ரங்காவுக்கு 48% மார்க்கெட் பங்கு. தமிழ்நாட்டில் 43%. கர்நாடகாவில்கூட மற்ற இரண்டு கம்பெனிகளையும்விட முன்னால் இருக்கிறது கவின்கேர்.

இப்போது ரங்காவுக்கு மார்க்கெட்டின் நாடி பிடிபட ஆரம்பித்து விட்டது. அடுத்து என்ன செய்யலாம் என்று யோசித்தார். வாசனைத் திரவியங்களின் பக்கம் அவர் கவனம் திரும்பியது.

இந்தியாவில் பர்ஃப்யூம் மார்க்கெட் மிகவும் சிறியது. 1% மக்கள் கூட அவற்றை உபயோகிப்பதில்லை. நுகர்வோருடன் பேசினால் எல்லோருமே தாங்கள் செண்ட் பூசுவது உண்டு என்றுதான் சொன்னார்கள். ஆனால் மேலே கேள்வி கேட்டால், ஒவ்வொருவரும் மிக அரிதாக எப்போதாவதுதான் பர்ஃப்யூம் உபயோகிக்கிறார்கள் என்பது தெரிய வந்தது. கல்யாணம் அல்லது விசேஷங்களின்போது மட்டும் பூசிக்கொள்வார்கள். மற்ற நாட்களில் பீரோவுக்குள் வைத்துப் பூட்டிவிடுவார்கள். குடும்பத்தில் உள்ள மற்றவர்களைக்கூடத் தொட விடமாட்டார்கள்! நடுத்தர வகுப்புக் குடும்பங்களிலும், செண்ட் என்பதை அரிதான பொருள் மாதிரி வருடக் கணக்கில் போற்றிப் பாதுகாத்து வைத்துக்கொள்வார்கள்.

செண்ட் பிடிக்காது என்று சொன்னவர்களிடம் காரணம் விசாரித்த போது 'அதனால் தலை வலி வருகிறது' என்றார்கள். மேலும் தூண்டித் துருவியபோது, இங்கேயும் விலைதான் பிரச்னை என்று தெரிய வந்தது. ஒரு நல்ல செண்ட் பாட்டில் சராசரியாக 100 ரூபாய்க்கு விற்றது.

இங்கே ஒரு வர்த்தக வாய்ப்பு இருக்கிறது என்று புரிந்துகொண்ட ரங்கா, 10 ரூபாயில் 'ஸ்பின்ஸ்' வாசனைத் திரவியத்தை அறிமுகப்படுத்தினார்.

ஸ்பின்ஸ் சுமாராக விற்றது; ஆனால் ரங்காவுக்குத் திருப்தி ஏற்படவில்லை. அடுத்து 2 ரூபாயில் ஒரு முறை உபயோகிக்கும் பாக்கெட் கொண்டு வந்தார். முதலில் நன்றாகப் போயிற்று. ஆனால் விரைவிலேயே விற்பனை குறைந்துவிட்டது.

ரங்கா, மறுபடி கஸ்டமரிடம் போனார்!

'பர்ஃப்யூம் என்றால் நாள் முழுவதும் வாசனை வீச வேண்டாமா? இது இரண்டு மூன்று மணி நேரம்தானே நீடிக்கிறது' என்றார்கள். அது மட்டுமல்ல, 'நல்ல பர்ஃப்யூம் எல்லாமே கண்ணாடி பாட்டிலில்தானே வருவது வழக்கம், இது பிளாஸ்டிக் காக இருக்கிறதே?' என்றும் கேட்டார்கள்.

ரங்காவும் டீமும் இன்னும் வேலை செய்து அழகான சிறிய 2 மில்லி கண்ணாடி பாட்டில்களில் 'டாபான்' என்ற பர்ஃப்யூமைக் கொண்டுவந்தார்கள்.

கொஞ்ச காலத்துக்கு ஸ்பின்ஸ்தான் விற்பனையில் நான்காவது இடத்தில் இருந்தது. இப்போது அவ்வளவு நன்றாகப் போகவில்லை; ஆனால் ரங்காவும் குழுவும் அதை எப்படியும் வெற்றிகரமாக ஆக்கிக் காட்டுவோம் என்கிறார்கள்.

> ரங்கா, பரிசோதனைகள் செய்துகொண்டே இருப்பார். மாதிரித் தயாரிப்புகள் செய்து கொஞ்சமாக மார்க்கெட்டில் விட்டு எப்படிப் போகிறது என்று பார்ப்பார். நுகர்வோர் என்ன சொல்கிறார்கள் என்று கவனமாகக் கேட்பார். அவர்கள் கருத்துக்களைக் கேட்டறிந்து அதன்படி தயாரிப்பில் மாறுதல்கள் செய்து மறுபடி வெளியிடுவார்.
>
> புதுமையாளர்கள் திரும்பத் திரும்ப கஸ்டமரிடம் போய்ப் பேசிக்கொண்டே இருப்பார்கள். 'இதுதான் என் தயாரிப்பு - பிடித்தால் எடுத்துக்கொள்ளுங்கள், இல்லாவிட்டால் விடுங்கள்' என்ற பேச்சே அவர்களிடம் கிடையாது. பொருள் முழுமை அடையும்வரை அதை மேம்படுத்திக் கொண்டே இருப்பார்கள். அவர்களின் தயாரிப்புகள், கால வெள்ளத்தில் ஒருபோதும் தேங்கி நிற்பதில்லை. ஒவ்வொரு முறை மார்க்கெட்டுக்குப் போகும்போதும் அவர்களுக்குப் புதிய விஷயங்கள் புரிகின்றன. அதனால் தயாரிப்பு மேலும் பக்குவம் அடைகிறது.

பிளாஸ்டிக் பாக்கெட்டில் பர்ஃப்யூம்களை வாங்குவதைவிட, கண்ணாடி பாட்டில்களையே கஸ்டமர்கள் விரும்புகிறார்கள். அந்தத் தயாரிப்பு முதலில் மார்க்கெட்டுக்குப் போகாவிட்டால், இந்த விஷயமே தெரிய வந்திருக்காது. செண்ட் பூசினால் அதன் வாசனை நாள்முழுவதும் நிலைத்திருக்கவேண்டும் என்ற எதிர்பார்ப்பும் இப்படியே.

கம்பெனியில் நடக்கும் விவாதங்கள் எல்லாம், என்ன வாசனை என்பதைச் சுற்றியே அமைந்திருக்குமே தவிர, எத்தனை நேரம் வாசனை நீடித்திருக்க வேண்டும் என்று யாருமே யோசித் திருக்க மாட்டார்கள். ப்ரோட்டோடைப் - முன்மாதிரிகளைச் செய்து பார்க்கும்போதுதான் இந்தமாதிரி 'புரிதல்கள்' நிகழும்.

ஒரு பொருளை கையில் எடுத்துப் பார்த்தபிறகுதான் கஸ்டமர் களுக்கு அதைப் பற்றி அபிப்பிராயங்களே எழும். 'சீரியஸ் ப்ளே' புத்தகத்தில் மைக்கேல் ஸ்க்ரேஜ் சொன்னபடி, 'நாங்கள்

கேட்டதை நீங்கள் தயாரித்துக் கொடுத்துவிட்டீர்கள். நன்றி. ஆனால் இதைக் கண்ணால் பார்த்தபிறகுதான் எங்களுக்கு வேண்டியது இதுவல்ல என்று புரிகிறது!' என்பார்கள்.

புதுமையாளர்கள் அதைக் காது கொடுத்துக் கேட்பார்கள். மாதிரி வடிவங்களை அவர்கள் செய்வதே இதற்காகத்தானே!

ஃபேரெவர் பரிசோதனை

பிப்ரவரி 1998. கவின்கேருக்கு நல்ல தசை. அவர்கள் தயாரிப்புகள் ஒவ்வொன்றும் அந்தந்தப் பிரிவில் முன்னணியில் இருந்தன. ரங்கா தன் ராஜ்ஜியத்தை விரிவுபடுத்த முடிவு செய்தார்.

மேனியைச் சிவப்பாக்கும் க்ரீம்களைத் தயாரிப்பது அடுத்த இலக்கு.

வழக்கம்போல மார்க்கெட்டை ஆய்வு செய்ததில் சில முக்கிய உண்மைகள் வெளிவந்தன:

(1) இந்த பிசினஸில் மிக அதிக லாபம் இருக்கிறது.

(2) மொத்த மார்க்கெட்டில் 90% ஓரே கம்பெனியிடம்தான் இருக்கிறது - ஃபேர் அண்ட் லவ்லி!

(3) மக்களில் 1% பேர்தான் சிவப்பழகு க்ரீம்களை உபயோகிக்கிறார்கள்.

(4) இதற்கு முன்னால் இந்த பிசினஸில் நுழையவேண்டும் என்று பலர் முயற்சித்து மண்ணைக் கவ்வியிருக்கிறார்கள். அவர்களின் பிரச்னையே விளம்பர பட்ஜெட்தான்.

ஃபேர் அண்ட் லவ்லியின் விளம்பர பட்ஜெட் தொகை, கவின் கேரின் மொத்த விற்பனையைவிட அதிகம்!

'இங்கே வெற்றிபெறவேண்டும் என்றால், வித்தியாசமாக ஏதாவது செய்தாகவேண்டும். ஃபேர் அண்ட் லவ்லியின் மந்திரக் கட்டுக்களை விடுவித்தாக வேண்டும். நம் தயாரிப்பைப் பிரபலமாக்க வேண்டும்.' இவ்வாறு ஓடியது ரங்காவின் சிந்தனை.

நம் தயாரிப்பு நன்றாக விற்கவேண்டும் என்றால் முதலில் மக்கள் மனத்தில் நம்பிக்கையை ஏற்படுத்தவேண்டும். நம் தயாரிப்பும் அவர்களுக்குப் பிடித்துப் போகவேண்டும்.

கவின்கேர் முதலில் ஒரு சிவப்பழகு க்ரீமைத் தயாரித்து வாடிக்கையாளர்களுக்குக் காட்டியது. 'ம், பரவாயில்லை' என்றார்களே தவிர, ஒன்றும் பெரிய உற்சாகம் அடைந்ததாகத் தெரியவில்லை. உடனே ரங்காவும் குழுவும் கஸ்டமர்களிடம் போய், என்ன மாதிரி க்ரீம் கிடைத்தால் அவர்களுக்கு ஆனந்தம் ஏற்படும் என்று கேட்டார்கள். 'சருமம் நன்கு சிவப்பாக வேண்டும் என்றால், க்ரீமில் என்னென்ன பொருட்கள் கலந்திருக்கவேண்டும்?'

ஒரு பெண்மணி, அவர்கள் குடும்பத்தில் கர்ப்பமான பெண்களுக்குப் பாலும் குங்குமப்பூவும் கொடுப்பது வழக்கம் என்று தெரிவித்தார். அப்போது குழந்தை சிவப்பாகவும் ஆரோக்கியமாகவும் பிறக்கும் என்பது நம்பிக்கை.

ரங்கா குழு, குங்குமப்பூவை மேலும் ஆராய்ந்தது. இது ஒரு பரவலான நம்பிக்கை என்று தெரிந்தது. ஆயுர்வேதப் புத்தகங்களும் இதை உறுதி செய்தன. பாலும் குங்குமப்பூவும் சாப்பிடுவதற்கு சரி; ஆனால் மேலுக்குப் பூசினால் தோல் சிவப்பாகுமா?

ரங்கா குழுவினர் ஆயுர்வேதத்தில் பெரிய ஆராய்ச்சியே செய்தார்கள். கடைசியாக, பாலையும் குங்குமப்பூவையும் உடம்பில் பூசிக்கொண்டாலும் பலன் இருக்கும் என்று புத்தகங்களில் குறிப்பிட்டிருந்ததைக் கண்டுபிடித்தார்கள்!

இப்படித்தான் பிறந்தது ஃபேரெவர்.

'சிவப்பழகு க்ரீமில் பாலும் குங்குமப்பூவும் இருந்ததால், மக்கள் மனத்தில் உடனே நம்பிக்கை பிறந்துவிட்டது' என்கிறார் ரங்கா.

> ரங்காவும் குழுவும், கஸ்டமர்களோடு சேர்ந்தே ஃபேரெவரைத் தயாரித்தார்கள். வாடிக்கையாளர்களிடம் பேசி அவர்களின் நம்பிக்கைகள், பாரம்பரியம் இவற்றைத் துணைக்கு அழைத்துக் கொண்டார்கள். விளைவு, உடனடி வெற்றி.
>
> நீங்கள் உங்கள் பொருட்களையும் சேவையையும் எப்படித் தயாரிக்கிறீர்கள்? முதலில் தயாரித்தபிறகு கஸ்டமரிடம் போகிறீர்களா? மாறாக, அவருடன் கூட்டணி அமைத்துத் தயாரித்திருந்தால் உங்கள் பொருள் எப்படி அமைந்திருக்கும்?

‘திருமணம் ஆக வேண்டுமா, சிகப்பழகு பெறுவீர்’ என்றுதான் ஃபேர் அண்ட் லவ்லி விளம்பரம் செய்து வந்தது.

ஆனால் 20-25 வயது குரூப்பில் கல்யாணத்துக்குத் தயாராக இருப்பவர்கள் கொஞ்சம் பேர்தான். ஆனால் சிவப்பாக ஆகவேண்டும் என்ற விருப்பம், டீன் ஏஜ் முதல் திருமணம் ஆனவர்கள் வரை எல்லோருக்கும் பொதுவானது. எனவே, ‘ஃபேரெவர் உங்கள் வாழ்க்கையை, எதிர்காலத்தை மாற்றப் போகும் க்ரீம்’ என்று விளம்பரம் செய்தார்கள்.

போட்டியாளர்களைவிட விலை குறைவாக விற்பதுதான் கவின் கேரின் வழக்கமான உத்தி. ஆனால் ஃபேரெவரை மட்டும் கூடுதல் விலை வைத்து விற்க முடிவு செய்தார்கள். குங்குமப்பூ விலை உயர்ந்த சரக்கு என்பதால் அதிக விலையை கஸ்டமர்கள் ஏற்றுக் கொள்வார்கள் என்பதை அவர்கள் புரிந்து வைத்திருந்தார்கள்.

கவின்கேரின் மற்றொரு பலம், விற்பனையாளர்களுடன் அவர்கள் ஏற்படுத்தி வைத்திருந்த நல்ல உறவு.

கவின்கேர் வருவதற்கு முன், மார்க்கெட் முழுவதையும் ஒரே கம்பெனி ஆக்கிரமித்து வைத்திருந்தது. இந்த நிலையில் அந்த கம்பெனி என்னதான் செய்தாலும், வாடிக்கையாளர்களும் விற்பனையாளர்களும் அவர்களின் கைதி போலவே இருந்தார்கள். கவின்கேர் போட்டியில் நுழைந்தவுடன் விற்பனையாளர் கமிஷன்கள் திடீரென்று உயர்ந்தன.

ரங்கா விற்பனையாளர்களுக்குப் பாராட்டு தெரிவிக்கும் வகையில் பொது விழாக்களை ஏற்பாடு செய்தார். உள்ளூர் மிஸ் அழகிப் போட்டிகளை நடத்தி, விற்பனையாளர்கள் கையால் பரிசுகளை வழங்கச் செய்தார். லோக்கல் பத்திரிகைகளில் செய்திகள் வந்தன. இதனால் விற்பனையாளர்கள் மனத்தில் ‘இது நம்முடைய க்ரீம்’ என்ற எண்ணம் பிறந்தது.

முதல் வருடத்திலேயே ஃபேரெவர் தென்னிந்தியாவில் 18% மார்க்கெட்டைப் பிடித்தது. இன்று இந்தியா முழுவதிலும் அதற்கு 8% மார்க்கெட் இருக்கிறது.

அடுக்குத் தொழில் மன்னர்!

ரங்கா, அடுத்தடுத்துப் பல தொழில்களை ஆரம்பிக்கும் தொழில் முனைவர். அழகு சாதனப் பொருட்களைத் தொடர்ந்து உணவுப்

பொருள் மார்க்கெட்டையும் ருசி பார்த்தார். அவருடையதுதான் 'ருசி', 'சின்னி' ஆகிய பிராண்ட் ஊறுகாய்கள்.

வழக்கம்போல் மார்க்கெட்டுக்குப் போய்வந்தபோது, பல சில்லறை கம்பெனிகள் சின்ன பாக்கெட்டுகளில் ஊறுகாய் விற்பதைப் பார்த்தார். சுகாதாரம் இல்லாத பாலிதீன் பாக்கெட்டு களில் அடைக்கப்பட்ட ஊறுகாய்கள். அவற்றை வாங்கிப் பரிசோதித்துப் பார்த்தால் ஒரே பாக்டீரியா மயம்! ஊறுகாயை பாக்கிங் செய்யும்போது கை பட்டு வீணாகிவிடுகிறது.

கவின்கேர் இயந்திரத் தயாரிப்பாளர்களுடன் கூட்டாக வேலை செய்து, ஊறுகாய் பேக்கிங் செய்யும் மெஷின் ஒன்றை வடிவமைத்தது.

ஊறுகாய்களை பேக் செய்வது கொஞ்சம் கடினம். ஒவ்வொரு மாங்காய் அல்லது எலுமிச்சைத் துண்டும் வெவ்வேறு வடிவம், வெவ்வேறு அளவுகளில் வெட்டப்பட்டு வரும். எண்ணெய் தனியாக மிதக்கும். ஊறுகாயை பேக்கிங் செய்வதற்கு அதுவரை சரியான இயந்திரமே கிடையாது.

கவின்கேரின் முயற்சியால் அப்படி ஒரு இயந்திரம் கண்டு பிடிக்கப்பட்டு, பாக்டீரியமே நெருங்காமல், ஊறுகாயை பாக்கெட்டில் அடைக்க முடிந்தது. இன்று இந்தியாவிலேயே அதிகம் விற்பனையாகும் பாக்கெட் ஊறுகாய் சின்னிதான்.

> ரங்கா, நிரந்தரமாக மார்க்கெட்டைக் கலைத்துப் போடு பவர். பெரிய பெரிய கம்பெனிகளைக் கண்டு அவருக்கு பயமே கிடையாது. அவர்கள்தான் இவரைக் கண்டு பயப்படுகிறார்கள்! ரங்காவின் கதையிலிருந்து கிடைக்கும் நீதி இதுதான்: எத்தகைய கிரிக்கெட் மைதானமாக இருந்தாலும் சரி, அதை நமக்கு சாதகமாக சமப்படுத்தி விடலாம். புரிந்துணர்தல் வேண்டும்; புதுமைச் சிந்தனை வேண்டும். அவ்வளவுதான்.
>
> இது ரங்காவால் முடியும் என்றால், உங்களாலும் முடியும். எங்கெங்கே ஐடியா கிடைக்கிறது என்று பார்த்துக் கொண்டே இருங்கள்.

கவின்கேர் இப்போது 750 கோடி ரூபாய் கம்பெனி. 15,000 ரூபாயில் ஆரம்பித்து 750 கோடிக்கு கவின்கேர் வளர்ந்தது

பெரிதல்ல; பல தரப்பட்ட துறைகளில் வெற்றிகரமாக வளர்ந்தது தான் பெரிய விஷயம்.

போட்டி என்று வந்துவிட்டால் ரங்கா, சரியான சண்டைக் கோழி! பன்னாட்டு கம்பெனிகளுடன் அவர்கள் வலுவாக இருக்கும் ஏரியாவிலேயே மோதுவதற்கு அவர் பின்வாங்கு வதில்லை. இந்தியாவில், நிர்மா தவிர மற்ற கம்பெனிகளுக் கெல்லாம், பன்னாட்டு நிறுவனங்களின் கோபத்துக்கு ஆளாகி விடுவோமோ என்று மரண பயம்! கவின்கேர் என்ற ஒரே ஒரு கம்பெனிதான் மல்ட்டிநேஷனல் குகையிலேயே புகுந்து விளையாடுகிறது.

ரங்கா, யாருமே போட்டி போடாத சிறு மார்க்கெட்டைப் பிடித்துக்கொள்ள முயற்சிப்பதில்லை. பன்னாட்டு கம்பெனி களின் பிடியில் இருக்கும் அதே தயாரிப்புகளிலேயே இறங்கி, மார்க்கெட்டைப் புரிந்துகொள்ளும் தன் திறமையாலேயே வெற்றி பெறுகிறார். கூட்டமாகப் பல பெரிய தலைகள் இருக்கும் மார்க்கெட்டில், தனக்கென்று ஓர் இடத்தை அவர் ஏற்படுத்திக்கொள்ள முடிவது இதனால்தான்.

மாபெரும் ராட்சசர்களைப் பண பலம், படை பலத்தால் வெல்ல முடியாது. ஆனால் ஐடியாக்களால் அடித்து வீழ்த்திவிட முடியும்!

கவின்கேர் அதை வெற்றிகரமாகச் செய்கிறது.

4. ஐடிசி – ஐபிடி: நொறுங்கியது பிசினஸ் மாடல்!

உண்மையிலேயே புரட்சிகரமான நிறுவனம் என்றால் தன்னுடைய மொத்த பிசினஸ் மாடலையே - தன் அடிப்படையான இயங்கும் விதத்தையே - உடைத்து எறியக் கூடத் தயங்காது.

எந்த ஒரு தொழில் துறையிலும் என்றைக்காவது ஒரு நாள் பிரச்னைகள் எழத்தான் செய்யும்: வாடிக்கையாளர்கள் முரண்டு பிடிப்பார்கள்; போட்டி அதிகரிக்கும்; உற்பத்தி அதிகரித்து, விலை சரியும். லாபம் குறைந்துவிடும்.

இதெல்லாம் நடக்கும்போது வழக்கமாக கம்பெனிகள் 'திறனை அதிகரிப்போம்' என்று முனைவார்கள். 'முழுத் தரக் கட்டுப்பாடு' என்பார்கள். சிக்ஸ் சிக்மா, சிக்கனச் சிந்தனை என்று என்னென்னவோ செய்து பார்ப்பார்கள்.

ஆனால், ஒரு நிறுவனம் தன்னுடைய பிசினஸ் மாடலையே இடித்துத் தள்ளும் நிலை ஏற்பட்டால்? அப்போது எல்லா மட்டங்களிலுமே புதிதாகச் சிந்திக்கவேண்டிய கட்டாயம் ஏற்பட்டுவிடும். உங்கள் நடைமுறைகளையும் வழிமுறைகளையும் மாற்றி அமைத்துக்கொள்ளவேண்டும். கஸ்டமர்கள், சப்ளையர்களுடன் உள்ள உறவுகளை அழித்து எழுதவேண்டும். உங்கள் தயாரிப்புகள், சேவைகள், அதிகார அடுக்குகள், அலுவல் முறைகள் எல்லாமே க்ளோஸ்!

இந்த மாறுதல்கள் ஒவ்வொன்றும் உங்களை ஒரு புதிய சிந்தனைக்கு இட்டுச் செல்லலாம்; உங்கள்

நிறுவனத்தை எட்டாத உயரத்தில் கொண்டுபோய் வைத்து விடலாம்.

அதாவது, அந்தப் புதிய மாடலும் மறுபடி இடித்துத் தள்ளப் படும்வரை!

செய்யும் வேலையில் செயல் திறன் தேவைதான், சிக்கனம் தேவைதான். ஆனால் அதனால் மட்டுமே உலகத்தை உலுக்கி விட முடியாது; நீங்கள் புரட்சிப் புதுமையாளர் ஆகிவிட முடியாது.

கம்ப்யூட்டர் சில்லுகள் தயாரிக்கும் இண்டெல் நிறுவனத்துக்கு ஒரு சோதனை வந்தது: 'ராம்' எனப்படும் நினைவகச் சில்லுகள் தயாரிக்கும் பிசினஸில் இருந்தது இண்டெல். நாளாவட்டத்தில் ஜப்பானிய கம்பெனிகளின் போட்டி தாங்க முடியவில்லை.

இண்டெல் துணிச்சலாக ஒரு முடிவெடுத்தது. நினைவகச் சில்லுகள் தயாரிப்பதையே சட்டென்று நிறுத்தியது; அதாவது, தன்னுடைய பிசினஸ் மாடலையே தூக்கி எறிந்தது!

நிதிச் சேவைகள் தரும் நிறுவனம் சார்ல்ஸ் ஷ்வாப். தன்னுடைய பிசினஸ் மாடலை ஒரு முறையல்ல, இரண்டு முறை உடைத்தது. இன்று நிதித் துறையில் அது ஒரு மெகா நிறுவனம்.

ஐ.பி.எம்கூடத் தன் பிசினஸ் மாடலை மாற்றிக்கொண்டது. இதைப் பார்த்த முன்னாள் சேர்மன் லூ கெஸ்னர், 'அட! யானை கூட நாட்டியம் ஆடுகிறதே!' என்று வியந்தார்.

நம் வீட்டுக் கொல்லைப்புறத்திலேயே உதாரணம் வேண்டுமா? இந்தியாவின் ஐடிசி (ITC) குழுமத்தின் பன்னாட்டு வர்த்தகப் பிரிவான ஐபிடியின் (IBD) கதையைப் பார்க்கலாம். தன் பல்லாண்டு கால பிசினஸ் மாடலை உடைத்துக்கொண்டு, உலகிலேயே செல்வாக்கு மிகுந்த நிறுவனங்களில் ஒன்றாக வெளிவந்தது ஐபிடி.

ஐடிசி ஒரு பெரிய இந்தியக் குழுமம். டப்பாவில் அடைக்கப் பட்ட நுகர்பொருள்கள், ஹோட்டல்கள், காகித அட்டை, பேக்கேஜிங், தகவல் தொழில் நுட்பம், விவசாயப் பொருள்கள் என்று பலவிதத் தொழில்கள் அதற்கு. வருட விற்பனை 5 பில்லியன் அமெரிக்க டாலர். சந்தை மதிப்பு 18 பில்லியன் டாலர்.

இந்த மெகா நிறுவனத்தில் ஒரு மிகச் சிறிய கிளையாக இருந்தது தான் ஐபிடி.

விவசாய விளைபொருள்களைக் கொள்முதல் செய்து விற்பனை செய்துகொண்டிருந்த ஐபிடி, தன்னுடைய மொத்த பிசினஸ் மாடலையும் தூக்கிக் குப்பைத் தொட்டியில் வீசியது!

இந்திய அளவில் பார்த்தால், விவசாயக் கொள்முதலில் அப்போதே ஐடிசி ஒரு பெரிய ஆளாகத்தான் இருந்தது. ஆனால் இந்தியாவின் விவசாயத் துறை சிறு சிறு துண்டுகளாகச் சிதறிக் கிடந்தது. எனவே உலக அளவில் பார்க்கும்போது ஐடிசி எங்கோ ஒரு மூலையில் ஒளிந்துகொண்டிருந்தது! ஐபிடி வாங்கி விற்ற எந்தப் பொருளிலும் அதன் மார்க்கெட் பங்கு ஒற்றை இலக்க சதவிகிதத்தைத் தாண்டவில்லை. விளைபொருள் மார்க்கெட்டோ, நாளுக்கு நாள் உலகமயமாகிக் கொண்டிருந்தது. இந்தத் தொழிலில் பழம் தின்று கொட்டை போட்ட கார்கில், மிட்சுபிஷி, கொனாக்ரா போன்ற மாபெரும் கம்பெனிகள் ஐபிடியை ஓதுக்கி ஓரம் கட்டியிருந்தன.

இந்த நிலையில் தவித்துக்கொண்டிருந்த ஐடிசி-ஐபிடி தன் பிசினஸ் மாடலை மாற்றிக்கொண்டது. மாற்றியதும், அதுவரை இல்லாத பல புதிய கதவுகள் திறந்தன; நிறுவனம் வளர்ந்தது. 1999-ல் 300 கோடி ரூபாயாக இருந்த வர்த்தகம், 2005-ல் 1,800 கோடி ரூபாய் ஆயிற்று. 2008-ல் 3,000 கோடி ரூபாயாக உயர்ந்தது.

இப்போது இந்திய கிராமங்களுடன் வர்த்தகம் செய்வதற்கு பார்ட்னர் தேடுபவர்கள் எல்லோரும் நாடி வருவது ஐபிடியைத்தான். ஐபிடி மட்டும் தன்னுடைய வர்த்தக முறையை மாற்றிக்கொண்டிராவிட்டால் இது எதுவும் சாத்தியமாகியிருக்காது.

புறப்படு, தோழா!

ஐபிடியின் வெற்றிப் பயணம் 1999-ல் ஆரம்பிக்கிறது. ஐபிடியின் தலைமைப் பொறுப்பில் இருந்தவர், ஷிவ் என்கிற எஸ்.சிவகுமார். அவருக்கு ஒரு நாள் ஐடிசியின் சேர்மன் ஓய்.சி.தேவேஷ்வரிடமிருந்து அழைப்பு வந்தது: ‘ஐபிடியின் எதிர்காலத்தைப் பற்றிக் கொஞ்சம் விவாதிக்க வேண்டும், வாருங்கள்’ என்றது அழைப்பு!

தேவேஷ்வர் சொன்னது சுருக்கமான செய்தி. 'இப்படியே ரொம்ப நாள் காலம் தள்ள முடியாது. ஐபிடி வளரவேண்டும். அதற்கான வழி எதுவாக இருந்தாலும் சரி, அதைக் கண்டுபிடித்தாக வேண்டும்' என்று கண்டிப்பாகச் சொல்லி விட்டார் தேவேஷ்வர்.

தாய் நிறுவனமான ஐடிசி மிகப் பெரியது. அதில் ஐபிடி மட்டும் வெறும் 300 கோடி ரூபாய் கம்பெனியாக, சவலைக் குழந்தை போல் இனியும் உயிர் வாழ முடியாது. 'சிறு டிவிஷனாகவே தொடர்ந்துகொண்டிருந்தால் பிசினஸ் ஆபத்துக்கள் அதிகம். நாம் எடுக்கும் ரிஸ்க்குக்கு ஏற்ற லாபம் கிடைக்காது. விவசாயப் பொருள் மார்க்கெட்டில் எப்போதுமே ஏற்ற இறக்கங்கள் அதிகம். கம்பெனி பல மடங்கு வளர்ந்தால்தான் அந்த அபாயங் களைச் சமாளித்து நீந்த முடியும்.'

'ம்... வளர வேண்டியதுதான். ஆனால் அதற்கு நிறையப் பொருள் வசதி வேண்டுமே?' என்றார் ஷிவ் சிந்தனையுடன்.

கார்கில், மிட்சுபிஷி, கொனாக்ரா போன்ற வர்த்தக ராட்சசர்கள் மார்க்கெட்டைத் தங்கள் கட்டுப்பாட்டில் வைத்திருந்தார்கள். உற்பத்தியாளர்முதல் நுகர்வோருக்குப் போய்ச் சேர்வதுவரை, சங்கிலி முழுவதும் அவர்கள் பிடியில் இருந்தது. 'அவர்களுடன் போட்டி போடவேண்டும் என்றால் நம் கட்டமைப்புகளை வலுப்படுத்த வேண்டும்' என்றார் ஷிவ்.

அதற்கு நிறையப் பணம் தேவை.

தேவேஷ்வர் தலையை ஆட்டினார். 'பணமெல்லாம் எதிர்பார்க் காதீர்கள். விளைபொருள் மொத்த வர்த்தகத்தில் எப்போதுமே அந்த அளவுக்கு லாபம் வருவதில்லை. இருந்தாலும் பிசினஸை வளர்க்கவேண்டும். அதற்கு வேறு ஏதாவது வழி தோன்றுகிறதா என்று பாருங்களேன்?'

சவால் இதுதான்: கார்கில் போன்ற அசுரர்களுடன் மோத வேண்டும்; பன்னாட்டு நிறுவனங்களின் அளவுக்கு வசதியோ, முதலீடோ இல்லாமல்.

இதற்கு ஒரு புத்தம் புதிய பிசினஸ் மாடலையே உருவாக்கி னால்தான் உண்டு. வித்தியாசமாக யோசிக்க வேண்டிய நேரம் இது!

வழக்கமான சிந்தனைத் தடங்களிலிருந்து மனிதனைக் கட்டாயமாக விலகிச் செல்ல வைப்பது எது? இது போன்ற சவால்கள்தான். நிறுவனங்களிலும் தொழில்துறையிலும் நாளாவட்டத்தில் வேலையின் தரம் நீர்த்துப் போய்விடுகிறது. 'எல்லோரும் செய்வதையே நாமும் செய்வோம்' என்ற மனப்பான்மைதான் இதற்கு முக்கியமான காரணம்.

ஆனால் புரட்சியாளர்களோ, வித்தியாசமாக, மிகப் பெரிதாக எதையாவது உருவாக்கிவிடுகிறார்கள். அது ஒரு புதிய மார்க்கெட்டாக இருக்கலாம்; உலகத்துக்கே தெரியாத புதிய கண்டுபிடிப்பாக இருக்கலாம். அல்லது புதிய நடைமுறைகளாக இருக்கலாம். ஸ்டீவ் ஜாப்ஸைப் பாருங்கள். ரிச்சர்ட் ப்ரான்ஸனைப் பாருங்கள். தைனிக் பாஸ்கர், வரப்ரசாத் ரெட்டி, டாக்டர் வெங்கடசுவாமி - என்று உதாரணங்கள் இன்னும் நிறைய உண்டு.

யோசித்தார் சிவகுமார். இந்தப் பிரச்னையை சமாளிக்க இன்னும் சில மூளைகள் சேர்ந்து வேலை செய்யவேண்டும் என்று உணர்ந்தார். தன்னுடைய சீனியர் அதிகாரிகள் 32 பேரையும் அழைத்துப் பேசினார். இது நடந்தது 1999, மே மாதத்தில். அவர்கள் முன்பு வைக்கப்பட்டது ஒரே கேள்வி: 'இருக்கும் இடத்திலேயே இனி நாம் இருக்க முடியாது. மேலே போக வேண்டும். என்ன செய்யலாம்?'

வழக்கமான மேலாளர் மீட்டிங் வைத்தால் வழக்கமான யோசனைகள்தான் வரும். புதிதாக எதுவும் தேறாது. இந்தத் தடவை வித்தியாசமாக ஏதாவது செய்யவேண்டும் என்று நினைத்தார் ஷிவ். வழக்கமான 'வியூகம் வகுக்கும்' கூட்டத்துக்குப் பதிலாக, 'முதலிலிருந்து ஆரம்பிப்போம்; புதிய காட்சிகளைக் கற்பனை செய்து பார்ப்போம்' என்றார். 'இது வரை நாம் சேகரித்து வைத்திருக்கும் நம்பிக்கைகள், நினைவுகள் எல்லாவற்றையும் அழித்துவிட்டு பூஜ்ஜியத்திலிருந்து ஆரம்பிக்கலாம். நம் பிசினஸையே இப்போதுதான் புதிதாகப் பார்ப்பது போல் பார்க்கலாம்.'

கருத்துக்கள் எல்லாம் சுதந்தரமாக வெளியே வரவேண்டும் என்றால் 'நான்தான் இங்கே ஜெனரல் மேனேஜர்' என்ற சிம்மா

சனத்தில் உட்கார்ந்துகொண்டு பேசினால் நடக்காது. எனவே கீழே இறங்கிவந்து கூட்டத்தோடு கூட்டமாக உட்கார்ந்து கொண்டு எல்லோரையும் சுதந்தரமாகப் பேச விட்டார் ஷிவ்.

எடுத்த எடுப்பில், வழக்கமான சிந்தனைத் தடைகள் அனைத்தும் எழுந்தன: 'நாம் இருப்பது, விளைபொருள்களை வாங்கி விற்கும் பிசினஸ். இங்கே வளரவேண்டும் என்றால் பெரிய பெரிய கம்பெனிகளைப் பார்த்துக் கற்றுக்கொள்ளவேண்டும். அவர்கள் செய்வதுதான் சரி. நிறையப் பண பலம் இல்லாவிட்டால் இதில் போட்டி போட்டுக் கரையேற முடியாது. இந்தியாவில் விவசாயிகள் அங்கங்கே சிதறிக் கிடக்கிறார்கள். அவர்களை ஒன்று திரட்டுவது கடினம்...'

நல்ல வேளையாக, கூட்டம் ஆரம்பிக்கும் முன்னாலேயே அவர்கள் 'எல்லாக் கருத்துக்களையும் கேள்வி கேட்கவேண்டும், எதையும் கண்ணை மூடிக்கொண்டு ஒப்புக்கொள்ளப் போவ தில்லை' என்று முடிவு செய்துகொண்டுதான் பேசவே உட்கார்ந் தார்கள். எனவே விரைவிலேயே சில சுவாரசியமான ஐடியாக் களும் புரிதல்களும் வெளியே வர ஆரம்பித்தன.

அடிப்படை நம்பிக்கைகளைத் தட்டிக் கேட்டபோது, சில விஷயங்கள் புரிந்தன.

விளைபொருள் ஒரு பக்கம் இருக்கட்டும்; ஒவ்வொரு கஸ்ட மருக்கும் சில பிரத்தியேகமான தேவைகள் இருக்கலாம். பொரு ளின் தரம், பேக்கிங், லாஜிஸ்டிக்ஸ் போன்றவை. இவை தவிர, பணம் செலுத்தும் விதத்திலும் அவர்களுக்குச் சில எதிர்பார்ப்பு கள் இருக்கலாம். இவற்றை நிறைவு செய்வதே முக்கியக் குறிக்கோள்.

இப்படிக் குழுவாக ஒன்று சேர்ந்து, புதிய சாத்தியத்தை உணர்ந்து விட்டதால், அனைவருக்கும் ஒரே உற்சாகம்!

> வியூகத்தைத் திட்டமிடுவதற்கு எல்லா கம்பெனிகளிலும் கூட்டம் போடுவார்கள்; பேசுவார்கள். கடந்த ஆண்டின் சாதனைகளை விவரிப்பார்கள். அதை வைத்தே, அடுத்த ஆண்டில் எவ்வளவு வளரப்போகிறோம் என்பதைத் தீர்மானிப்பார்கள்.

இதை விடக் கொட்டாவி வரவழைக்கும் வேலை ஏதாவது உண்டா?

உங்கள் எதிர்காலம், கடந்தகாலத்தின் வெறும் நீட்சிதானா? உங்கள் வளர்ச்சி, தொழில்துறையின் சராசரியையே தாண்டப் போவதில்லையா? பிறகு எதற்காக இந்தக் கூட்டம், திட்டம், வியூகம் எல்லாம்? திடீரென்று உங்களை வானில் பறக்க வைக்க ஏதாவது மந்திரக் கம்பளமா வரப் போகிறது?

நீங்களா அகிலத்தை அசைக்கப்போகிறீர்கள்! அப்படி என்றால் எப்படி?

உங்களுடைய நிர்வாகக் குழுவின் மீட்டிங்குகள் எப்படி நடக்கின்றன என்று யோசித்துப் பாருங்கள். எல்லோரும் பழைய கதையையே பேசுகிறார்களா? அப்படியானால் அது பிசினஸ் வியூகமே அல்ல. 'இருப்பதை அப்படியே வைத்துக்கொண்டால் போதும்' என்று பேசினால் அது எப்படி வியூகம் ஆகும்? நீங்கள் பேச வேண்டியது, அழிவைப் பற்றி! அழித்துவிட்டு மறுபடி ஆக்குவதைப் பற்றி.

பிசினஸ் மாடல்களை எப்படி உடைத்துத் தூளாக்கலாம் என்று பேசினால், அது பேச்சு! நடைமுறைகளைத் தூக்கி எறிய வேண்டும்; தயாரிப்புகளை மாற்ற வேண்டும்; அந்த இடத்தில் புதியவற்றைக் கொண்டு வரவேண்டும்.

மூன்று மாதம் கூட்டங்கள் நடந்தன. வெவ்வேறு தொழில் துறைகளிலிருந்து வல்லுநர்களை அழைத்து அவர்களுடைய அனுபவங்களைப் பகிர்ந்துகொள்ளச் சொன்னார்கள்.

ஒவ்வொரு துறையிலும் முன்னணியில் இருப்பவர்களுடன் பேசினார்கள். சிவகுமார் குழுவினரும் பல நிறுவனங்களுக்குச் சென்று அவை இயங்கும் விதத்தைக் கவனித்தார்கள்.

சிவகுமார் டீம் தங்கள் தொழில்துறைக்கு வெளியே பார்வையைத் திருப்பியது. அன்றுவரை மறுக்க முடியாத உண்மை என்று கருதப்பட்டவை அனைத்தையும் மறுத்துக் கேள்விகளைக் கேட்க ஆரம்பித்தது. அப்போது, முற்றிலும் புதிய வியூகம் ஒன்று அங்கே பிறந்தது.

மந்திர மாயம் நிகழ்வதற்கு இரண்டு அடிப்படைத் தேவைகள்: 'நாம் வரலாறு படைக்க வேண்டும்' என்ற புதுமை வேகம். நம் தொழில்துறையில் பரவலாக ஒப்புக் கொள்ளப்பட்ட சிந்தனைகளைத் தட்டிக் கேட்கும் துணிச்சல்.

தைனிக் பாஸ்கரையும் அரவிந்த் கண் மருத்துவ மனையையும் பற்றிப் பார்த்தோம். இரண்டு நிறுவனங் களுக்குமே சரித்திரம் படைக்கும் விருப்பம் இருந்தது. எனவேதான் தங்கள் தொழில்துறையின் நீண்ட நாள் மனப் போக்கைத் தகர்க்கும் கேள்விகளை எழுப்பினார்கள்.

ப்ராஜெக்ட் சிம்ஃபனி

சிவகுமாரின் அணி சிறு சிறு குழுக்களாகப் பிரிந்து அடுத்த கட்ட வேலைகளைத் தொடங்கியது. ஜூன் 1999 பிறந்தபோது ஒவ்வொரு குழுவினரும் தங்கள் ஐடியாக்களை மற்றவர்களுடன் விவாதிக்க ஆரம்பித்தனர். செப்டெம்பருக்குள் சுமார் 40 யோசனைகள் வடிவத்துக்கு வந்தன.

இவற்றில் நான்கு வித்தியாசமான ஐடியாக்களைத் தேர்ந் தெடுத்து, அவற்றுக்கு மொத்தமாக 'ப்ராஜெக்ட் சிம்ஃபனி' என்று பெயர் வைத்தார்கள்:

1. *கஸ்டமருடன் உறவை வளர்ப்பது - ஒரு வகையில் வாடிக்கை யாளரை 'தத்து எடுத்துக் கொள்வது'.*

2. *விவசாயிகள், சப்ளையர்கள் இவர்களுடன் இணைந்து செயல்படும் திட்டம். இதன் பெயர் 'ஈ-சௌபால்'.*

3. *'இன்ஷ்யூர்' என்ற பெயரில் ஒரு விபத்துக் காப்பீடு-மேலாண்மை திட்டம்.*

4. *கற்பது-கற்பிப்பதற்கு ஒரு திட்டம். பெயர்: 'மந்தன்'.*

இந்த நான்கையும் தேர்ந்தெடுத்ததற்குக் காரணம் உண்டு. விளை பொருள் வாணிபத்தில் இயங்கும் சக்திகள், சவால்கள் அப்படிப் பட்டவை. ஐபிடி ஒரு சிறிய இந்திய கம்பெனி. போட்டியாளர் கள் அனைவரும் பெரிய பன்னாட்டு நிறுவனங்கள். உலகம்

முழுவதும் 24 மணி நேரமும் ஓய்வில்லாமல் நடக்கும் பிசினஸ். கொந்தளிப்பான வியாபாரம் இது!

அந்நியச் செலாவணியில் ஏற்றத் தாழ்வுகள், அரசாங்கங்களின் கொள்கைகள் என்று பல திசைகளிலும் அலைக்கழிக்கப்படும் மார்க்கெட். விளைபொருள்களை அதிக நாள் வைத்திருக்க முடியாது; கெட்டுப் போய்விடும்.

அலைபாயும் இந்த மார்க்கெட்டில் மெகா கம்பெனிகள் முட்டி மோதுகின்றன. மிட்சுபிஷி - 110 பில்லியன் டாலர். கார்கில் - 55 பில்லியன் டாலர் கம்பெனி. கொனாக்ரா - 25 பில்லியன் டாலர். இவை ஒவ்வொன்றுக்கும் உலகத்தைச் சுற்றிப் பல்வேறு இடங்களில் அலுவலகங்கள் உண்டு.

இவற்றின் நடுவே குட்டியாக உட்கார்ந்திருக்கிறது ஐபிடி. அதன் ஆண்டு வரவு செலவு எவ்வளவு தெரியுமா? வெறும் 60 மில்லியன் டாலர்! ஐபிடிக்கு, இந்தியாவுக்கு வெளியே ஒரு கர்ச்சீப் அளவுக்கு அலுவலகம் கூடக் கிடையாது. அதன் சப்ளை சங்கிலியின் கட்டமைப்போ படு பலவீனமாக இருக்கிறது.

இந்தப் பின்னணியில் பயமுறுத்தும் கேள்வி ஒன்று எழுந்து நின்றது: பல பெரிய தலைகள் சேர்ந்து தொழில்துறையைத் தங்கள் கைப்பிடியில் அடக்கி வைத்திருக்கிறார்கள். உலகில் எங்கெல்லாம் விளைபொருள்கள் கிடைக்கின்றனவோ, அவற்றை எல்லாம் குறுக்கும் நெடுக்குமாக ஒருங்கிணைத்து, மிகத் திறமையான கட்டமைப்புகளை உருவாக்கி வைத்திருக் கிறார்கள். இதற்கு நடுவில் நம் கஸ்டமர்களுக்கு இதைவிட நல்ல சேவை அளிப்பது எப்படி?

இதற்கு ஷிவ் குழுவினர் மொத்தமாக ஒரு விடை கண்டுபிடித் தார்கள்: தகவல் தொழில்நுட்பம்! நம்மிடம் ஏற்கெனவே இருக்கும் கம்ப்யூட்டர் திறமைகளை உபயோகித்து ஏதாவது செய்ய முடியுமா? எப்படி, என்ன செய்யலாம் என்பதுதான் சிம்ஃபனி திட்டம்!

சிம்ஃபனியின் முதல் அம்சம், சிறப்பான வாடிக்கையாளர் சேவை. ஒவ்வொரு கஸ்டமருக்கும் தனிப்பட்ட சில தேவைகள் இருக்கலாம். அவற்றையெல்லாம் கேட்டுத் தெரிந்துகொண்டு உடனுக்குடன் நிறைவேற்றுவதுதான் CRM என்ற திட்டம்.

விளைபொருள் மார்க்கெட்டில் இது ஒரு புரட்சி!

இந்த பிசினஸில் பொதுவாகவே, வாங்குபவரும் விற்பவரும் ஒருவரை ஒருவர் சந்தேகக் கண்ணோட்டத்துடன்தான் பார்ப் பார்கள். வாங்குபவர்கள் அவசர, அவசியத் தேவையில் இருப் பார்கள்; ஆனால் அதைத் துளிக்கூட வெளியே காண்பித்துக் கொள்ள மாட்டார்கள். விற்பவர் உஷாராகி விலையை ஏற்றி விடுவார் என்ற பயம்!

ஆனால் ஐபிடி இந்தச் சிந்தனையை அப்படியே ஏற்றுக்கொள்ள வில்லை. பெரிய கஸ்டமர்களிடம் நேராகச் சென்று பேசினார் கள். 35 நாடுகளில் 80 வாடிக்கையாளர்கள்; மொத்த பிசினஸில் 70% இவர்களிடமிருந்துதான் வருகிறது.

பேசியபோது ஒரு முக்கியமான விஷயம் வெளிவந்தது: இந்தத் துறையில் 1 பில்லியன் டாலர் பெறுமானமுள்ள ஒரு மார்க்கெட் கேட்பாரில்லாமல் கிடக்கிறது!

விஷயம் இதுதான்: எல்லா விற்பனையாளர்களும் தங்கள் கஸ்டமர்களிடம் ஒரே மாதிரி ஒப்பந்தம்தான் போட்டார்கள். ஆனால் ஒவ்வொரு வாடிக்கையாளருக்கும் வெவ்வேறு தேவைகள். ஒருவருக்கு, தனிப்பட்ட சில தரக் கட்டுப்பாடுகள் தேவைப்படலாம். இன்னொருவருக்கு, குறிப்பிட்ட வகையான பேக்கேஜிங் தேவைப்படலாம். சிலருக்கு கோடவுன், டெலிவரி விஷயங்களில் திருப்தி இல்லாமல் இருக்கலாம். இருந்தும் வேறு வழியில்லாமல் சமரசம் செய்துகொண்டு வழக்கமான காண்ட்ராக்டிலேயே கையெழுத்து போட்டுக்கொண்டு இருந்தார்கள்.

காண்ட்ராக்டில் சொல்லியிருப்பது ஒரு விலையாக இருக்கும்; ஆனால் உண்மையில் காரியத்தை முடிக்க ஆகும் செலவோ அதைவிட அதிகமாக இருக்கும். இந்த ஓட்டைகளையெல்லாம் அடைத்து, அவர்கள் கேட்கிற நேரத்தில், கேட்கிற மாதிரி பேக்கிங்கில், எதிர்பார்க்கிற தரத்தில் பொருளைக் கொண்டு சேர்க்க முடியும் என்றால் அதன் மதிப்பே தனிதான்.

ப்ராஜெக்ட் சிம்ஃபனியின் ஐடியாக்கள் எல்லாம் நிறுவனத் தலைவரின் மூளையில் மட்டுமே உதித்தவை அல்ல; 32 பேரின் திறமையும் உழைப்பும் அதில் இருக்கிறது. ஒவ்வொருவரும் பிரச்னையை வெவ்வேறு கோணத் திலிருந்து அலசினார்கள். சிறு குழுக்களாகப் பிரிந்து பல

கம்பெனிகளுக்குச் சென்று, அவர்கள் எதை, எப்படிச் செய்கிறார்கள் என்பதைக் கவனித்தார்கள். முப்பது நாற்பது யோசனைகள் வெளிவந்தன. அவற்றில் திருப்புமுனையாக இருக்கும் என்று தோன்றியவற்றை வடிகட்டி நான்கு அம்சங்களாகச் சுருக்கினார்கள்.

உங்கள் அலுவலகத்தில் 'திருப்புமுனை' ஐடியாக்கள் எப்படி உருவாகின்றன? தலைமை அதிகாரி மட்டும்தான் புதிய யோசனைகளைக் கொண்டு வருவார் என்றால், கம்பெனியிலேயே விரல் விட்டு எண்ணக்கூடிய ஐடியாக்கள்தான் எழும். மொத்த டீமும் சிந்தனையில் ஈடுபடும்போது ஐடியாக்கள் ஊற்றெடுக்கின்றன. அவர்கள் அலுவலகத்துக்கு வெளியே போய் வெளி உலகம் என்ன செய்கிறது என்று பார்க்கும்போது, அந்த ஐடியாக்கள் முழுமை பெறும்.

இதிலிருந்துதான் இரண்டாவது யோசனை எழுகிறது: சப்ளை செயின் எனப்படும் கொள்முதல் சங்கிலியைச் சரி செய்ய வேண்டும். புதிய வாய்ப்புகளை அடையாளம் கண்டாகி விட்டது. நாம் விற்கும் பொருளின் தரம், அளவு போன்றவை சரியாக அமையவேண்டும் என்றால், விவசாயியிடம் ஆரம்பித்து நம் கொள்முதல் சங்கிலி முழுவதும் சரியாக அமையவேண்டும்.

இந்தியாவின் விளைபொருள் மார்க்கெட், மண்டிகளை நம்பியிருக்கிறது. கிராமத்து விவசாயிகளோ, தரகர்களோ விளைபொருட்களை மண்டிக்கு எடுத்து வருவார்கள். ஆனால் மண்டியில் பொருட்களின் தரத்தைச் சரியாக அளவிடுவதற்கு ஒரு வழியும் கிடையாது; கண்ணால் பார்த்து மதிப்பிடுவதுதான். எல்லாப் பண்ணைகளிலிருந்தும் வரும் பொருட்களை மொத்த மாகக் கலந்துவிடுவதால் எது எங்கிருந்து வந்தது என்பதே தெரிவதில்லை; தரத்தில் குறைபாடுகள் இருந்தால் அதன் மூலத்தையும் கண்டறிய முடிவதில்லை. இந்தப் பிரச்னைக்கு அடிப்படை, இந்தியாவில் எல்லோருமே சிறு விவசாயிகள். விவசாயக் கட்டமைப்போ மிகவும் பலவீனமாக இருக்கிறது.

இதற்கு ஐபிடி கண்டுபிடித்த தீர்வு, இண்டர்நெட்!

அவர்கள் தீர்வு இதுதான்: இதுவரை தனித்தனியாகச் சிதறி யிருக்கும் உற்பத்தியாளர்களையெல்லாம் இணையம் மூலம்

இணைத்து, ஒரு பெரிய எலெக்ட்ரானிக் பண்ணையாக ஒன்று சேர்க்க முடியும். இந்தத் தகவல் உலகத்தில் விவசாயிகள், தரகர்கள் அனைவரும் பங்குதாரர்களாக இருப்பார்கள்.

நிறுவனத்தின் பிசினஸ் வியூகம் என்பது என்ன? அது ஏதோ சில எண்கள், புள்ளி விவரங்கள் என்று மட்டுமே சிவகுமாரின் அணி பார்க்கவில்லை. வர்த்தக வியூகம் வகுப்பது ஒரு அறிவியல் பூர்வமான விஷயம் என்றே பலரும் நினைக்கிறார்கள். உண்மையில் பிசினஸ் வியூகம் என்பது ஒரு கலைப் படைப்பு.

புதுமையாளர்கள் கணக்கு வழக்குகளைக் கூட்டிப் பார்த்து வியூகம் வகுப்பதில்லை. அவர்கள் முழுப் பிரச்னையை யும் ஒரே கண் வீச்சில் பார்க்கிறார்கள். வேலையை முடித்தபிறகு பார்த்தால் அதன் மொத்த மதிப்பு, எல்லாப் பகுதிகளையும் கூட்டினால் வருவதை விட அதிகம் இருக்கும்.

புதுமையாளர்களுக்கும் மற்றவர்களுக்கும் இதுதான் வித்தியாசம். அவர்கள் வியூகம் என்பதைத் துண்டு துண்டாகப் பிரித்துப் பார்ப்பதில்லை. அப்படிச் செய்தால் சில பகுதிகளை மட்டும் கவனித்துவிட்டு மற்றவற்றை விட்டுவிட வாய்ப்பு உண்டு. அவர்கள் பிரச்னையையும் சூழ்நிலைகளையும் முழுதாக எடுத்துக்கொண்டு வேலை செய்கிறார்கள்.

ஐபிடியின் திட்டத்தின் நான்கு அம்சங்களும் தனித்தனி யாகப் பார்த்தாலோ, மொத்தமாகக் கூட்டிப் பார்த்தாலோ கூட நினைத்த பலனைத் தராது. அவை நான்கும் சேர்ந்து ஒத்திசைந்து வேலை செய்யும் போதுதான் அதன் முழுத் தாக்கமும் தெரியும்.

சிம்ஃபனியின் மூன்றாவது அம்சம், இந்தத் தொழிலில் இருக்கும் அபாயங்களின் அளவைக் குறைக்கவேண்டும்; ரிஸ்க் எடுப்பதாக இருந்தாலும் அதன் விளைவுகளைக் கட்டுப்படுத்த வேண்டும்.

பிசினஸ் அபாயங்களைச் சமாளிக்க நிர்வாகவியலில் பல வழி முறைகள் இருக்கின்றன. ஆனால் இவை எல்லாமே மேல் நாட்டுச் சூழ்நிலைகளுக்காகத் தயாரிக்கப்பட்டவை. அங்கே

இருப்பதெல்லாம் பக்குவப்பட்ட மார்க்கெட்கள்; வியாபாரத்தின் அளவும் அதிகம். அதெல்லாம் நம் நாட்டுக்கு ஒத்து வராது!

எனவே ஐபிடி தனக்குத் தேவையான கருவிகளைத் தானே தயாரிக்க முனைந்தது. இந்தியாவில் அரசாங்கம் அடிக்கடி மார்க்கெட்டில் தலையிடும்; ஏனென்றால் சிறு விவசாயிகள், நுகர்வோர் இரண்டு பேரின் நலன்களையும் பாதுகாக்க வேண்டியிருக்கிறது. இதன் காரணமாக விலையில் அவ்வப்போது ஏற்றத்தாழ்வுகள் ஏற்படும். இதையும் கணக்கில் எடுத்துக் கொண்டது ஐபிடி குழு.

ஐபிடி திட்டத்தில் நான்காவது அம்சம், தகவல்-அறிவை நிர்வகிப்பது. இதற்கு ஈ-சௌபால் என்று பெயர் வைத்தார்கள். 'சௌபால்' என்பது கிராமத்தின் நடுவே மக்கள் கூடும் இடம்.

சிம்ஃபனி திட்டத்தின் முதுகெலும்பு, சப்ளை சங்கிலி. அந்தச் சங்கிலியின் மேலாண்மைத் திட்டம்தான் ஈ-சௌபால். சங்கிலியின் ஆரம்பப் புள்ளியான விவசாயிவரை ஒரு திட்டம் நீள்வது இதுவே முதல் தடவை. அதற்கு முன்னால் ஐடிசி தன் விவசாயிகளை நேரடியாகச் சந்தித்ததில்லை. விளைபொருளின் தரம், அளவு இரண்டையும் விவசாயியிடமே தொடங்கி கட்டுப்படுத்த ஆரம்பித்தால், வாடிக்கையாளர்கள் எதிர்பார்க்கும் சேவையைத் தர முடியும். மார்க்கெட்டில் ஒரு வித்தியாசமான கம்பெனி என்ற பெயரும் ஐடிசிக்குக் கிடைக்கும்.

எனவே ஐடிசி, தன்னுடைய உற்பத்தியாளர்களுடன் நேரடியாகப் பேச முடிவு செய்தது. ஆனால் அது அவ்வளவு சுலபமாக இருக்கவில்லை!

மலையென எழுந்த சோதனை!

ஐடிசியுடைய பிரச்னையின் முழு அளவையும் புரிந்து கொள்வதற்கு, இந்தியாவின் விளைபொருள் மார்க்கெட் எவ்வளவு பரந்து விரிந்து கிடக்கிறது என்பதைப் புரிந்துகொள்ள வேண்டும். மார்க்கெட்டை இயக்கும் சக்திகள், பல ஆண்டுகளாகப் பின்பற்றப்பட்டு வரும் நடைமுறைகள் ஆகியவற்றைப் புரிந்துகொள்ளவேண்டும்.

முதலில் மார்க்கெட்டின் அளவு: இந்தியாவில் பெரிய பண்ணைகள் என்பதே கிடையாது. ஒவ்வொரு விவசாயியிடமும்

இருப்பது ஒரு சில ஹெக்டேர்கள்தான். மொத்தம் 13 கோடி விவசாயிகள். மற்ற எந்தத் தொழில்துறையிலும் இப்படி ஒரு சிக்கல் கிடையாது. இங்கே, உற்பத்தியாளர்களிடம் நேரடியாகப் பேசுவது என்றால் 13 கோடி தனி மனிதர்களிடம் பேசவேண்டும்!

நாடு முழுவதும் பரவிக் கிடக்கும் விவசாயிகளுடன் தொடர்பு கொள்ள, செலவு பயங்கரமாக ஆகும். இதற்காகத்தான் இடைத் தரகர்கள் இருக்கிறார்கள். பலவீனமாக இருக்கும் சப்ளை சங்கிலியை நிறைவு செய்வது அவர்கள்தான். தரகர்கள் கொண்டுவரும் சப்ளைகளும் சேவைகளும், நம் அமைப்பில் உள்ள குறைகளை மூடி மறைத்து சரி செய்கின்றன. ஆனால் அவர்களால் ஆகும் மொத்தச் செலவைக் கூட்டிப் பார்த்தால், மார்க்கெட்டில் பொருளின் விலை ஏறி விடுகிறது; உலகத்துடன் நாம் போட்டி போட முடியாமல் போய்விடுகிறது.

இந்தியாவில் ஒரு விவசாயி, தனியாருக்கு நேரடியாகப் பொருள் களை விற்க முடியாது. யாரும் விவசாயியை நேரடியாக அணுகவும் முடியாது. எல்லாக் கொடுக்கல் வாங்கலும், அரசாங்கக் கட்டுப்பாட்டில் இருக்கும் மண்டியின் நான்கு சுவர்களுக்குள்தான் நடக்கவேண்டும்.

மண்டிகள் உருவாக்கப்பட்டதன் நோக்கம், நேர்மைக் குறை வான வியாபாரிகளிடம் விவசாயிகள் ஏமாந்துவிடக்கூடாது என்பதுதான். ஆனால் நாளாவட்டத்தில் இடைத் தரகர்கள் இதில் நுழைந்தபோது நிலைமை மாறியது. விரல் விட்டு எண்ணக் கூடிய சில தரகர்களே மார்க்கெட்டை ஆக்கிரமித்தார்கள். வியாபாரிகளுக்குப் பதிலாக, இப்போது தரகர்கள் விவசாயியை ஏமாற்ற ஆரம்பித்தார்கள்!

தரகர்கள்தான் விவசாயிக்கும் வெளி உலகத்துக்கும் உள்ள ஒரே இணைப்பு. முக்கியமான தகவல்கள் எதுவும் விவசாயிக்குப் போய்விடாமல் அவர்கள் பார்த்துக்கொள்வார்கள். மார்க்கெட் விவரங்கள் விவசாயிக்குத் தெரிவது தரகர்களுக்கு நல்லதல்ல! உதாரணமாக, தரகர் டாலரில் பிசினஸ் பேசி முடித்திருக்கிறாரா, யென் அல்லது யூரோவில் புழங்குகிறாரா என்பது விவசாயிக்குத் தெரியப்போவதில்லை. ஒரு குறிப்பிட்ட மண்டியில் இன்று என்ன விலை நிலவரம் என்பது அங்கே போனபிறகுதான் விவசாயிக்குத் தெரியும். அதுவும் வண்டி நிறையத் தன் விளைபொருள்களை ஏற்றிக்கொண்டு போனபிறகு. (செல்

போன்கள் வந்துவிட்டதால் இப்போது இந்த நிலைமை சற்று மாறியிருக்கிறது.)

மண்டியில் என்ன விலை சொன்னாலும் பேசாமல் ஒப்புக் கொண்டு மூட்டையை இறக்கிவைத்துவிட்டுப் போகவேண்டி யதுதான். மறுபடி வேறு மண்டிக்குக் கொண்டுபோவது என்றால் செலவு அதிகமாகிவிடும். விலை விவரங்கள் வெளியே தெரிந்து விடாமல் பாதுகாப்பதன்மூலம் தரகர்களால் லாபத்தில் பெரும் பங்கைச் சுருட்ட முடிகிறது. விவசாயிக்கும் வேறு வழி இருப்ப தில்லை.

கடைசியில் விவசாயிக்குக் கிடைப்பது சொற்பத் தொகை. அவர் வாழ்க்கை, கைக்கும் வாய்க்கும் சரியாகவே கழிந்துவிடுகிறது. உற்பத்தியை அதிகரிக்கும் எந்தத் தொழில்நுட்பத்திலும் அவரால் முதலீடு செய்ய முடிவதில்லை.

இந்தச் சூழ்நிலையில்தான் ஐடிசி-ஐபிடி விவசாயிக்கு உதவ முனைந்தது. இதனால் இரண்டு லாபம். ஐடிசிக்கு அவர்கள் எதிர்பார்க்கும் தரத்திலும் அளவிலும் பொருட்கள் கிடைக்கும். விவசாயிக்கு, தான் பட்ட பாட்டுக்குத் தகுந்த பலன் கிடைக்கும். அடுத்தமுறை இன்னும் தரமான விளைச்சலைத் தயாரிப்பதற்கு ஊக்கமும் இருக்கும்.

ஆனால் சம்பந்தப்பட்ட எல்லோருக்கும் லாபம் இருக்குமாறு பார்த்துக்கொள்வது அவசியம். ஒரு சுரண்டல் திட்டத்தை மாற்றி விட்டு இன்னொரு சுரண்டலைக் கொண்டு வந்து பயனில்லை. விவசாயிக்கு வெற்றி கிடைக்கச் செய்வது ஐடிசியின் கடமை. 'இந்த பிசினஸ் கோபுரத்தில் உள்ள எல்லாப் பங்குதாரர்களுக்கும் செல்வம் சேர வேண்டும் என்றால், அஸ்திவாரத்தில் இருக்கும் விவசாயிக்குச் செல்வம் கிடைக்கவேண்டும்' என்கிறார் சிவகுமார்.

விவசாயியின் வாழ்க்கையை முன்னேற்றுவதற்கு, புத்திசாலித் தனமாகச் சில உண்மைகளைக் கிரகித்துக்கொண்டது அவ ருடைய டீம்:

1. பிளேட்டைத் திருப்பிப் போடு!

இத்தனை நாள் விவசாயி, கொடுத்ததை வாங்கிக்கொண்டு பேசாமல் போனார். இப்போது அதிகாரத்தை அவர் கைக்கு மாற்றவேண்டும்.

2. சேர்ந்து இருப்பதைப் பிரித்துப் போடு!

இது வரை மார்க்கெட் விலை பற்றிய தகவல் வேண்டும் என்றால், மூட்டையை ஏற்றிக்கொண்டு விவசாயி மண்டிக்குப் போகவேண்டியிருந்தது. இனிமேல் விலை விவரத்தையும் விற்பனையையும் தனித்தனியாகப் பிரிப்போம் என்றது ஐபிடி குழு. விவசாயி நாலு இடத்தில் விசாரித்துவிட்டு, நல்ல விலை தருபவர்களிடம் போகலாம்.

3. இது வரை சிதறிக் கிடந்ததையெல்லாம் திரட்டிப் போடு!

கடன் வசதி, இடுபொருள்கள், வானிலை விவரங்கள் போன்ற எல்லாவற்றுக்கும் விவசாயிகள் நாலாபுறமும் ஓடி ஆட வேண்டியிருக்கிறது. இப்போது ஈ-சௌபால் வழியே ஒரே இடத்தில் இத்தனையும் கிடைக்கும்.

ஐடியா தெளிவாக இருந்தது. போகிற பாதையும் தெளிவடைந்து கொண்டே வந்தது. அடுத்த வேலை, ஒரு நல்ல பிசினஸ் மாடலை உருவாக்குவது. இந்த மாடலில் விவசாயிகள்தான் நடு நாயகமாக இருக்கப்போகிறார்கள். அதே சமயம், ஏற்கெனவே இருக்கும் நடைமுறைகளையும் உடனே தூக்கி எறிந்துவிட முடியாது; புதிதாக எல்லாக் கட்டமைப்புகளையும் உருவாக்குவது என்றால் செலவு கட்டுக்கடங்காது!

புதிய மாடலில், தகவல் தொழில்நுட்பத்தை முழுவதும் உபயோகிக்கவேண்டும். அப்போதுதான் செலவைக் குறைக்க முடியும். இடைத் தரகர்களை ஒட்டுமொத்தமாக விலக்கிவிடக் கூடாது. அப்படிச் செய்தால், ஒன்று, செலவு அதிகமாகும்; இரண்டு, நாம் கொண்டுவர நினைக்கும் மாற்றங்களுக்கு எதிர்ப்பும் பலமாக இருக்கும்.

கேள்வி: விளைபொருட்களை வாங்க, சேகரிக்க இடைத் தரகர்கள் தேவை. அதே சமயம் மார்க்கெட் நிலவரங்கள் விவசாயிக்குப் போய்ச் சேராமல் தடுக்கவும் கூடாது. இது எப்படிச் சாத்தியம்?

தரகர்களிடம் ஒரே குறை என்னவென்றால், அவர்கள் தகவலை விவசாயியிடம் போய்ச் சேராமல் ஒளித்தார்கள் என்பதுதான். ஆக, தகவல்களை மட்டும் நேரடியாக விவசாயிக்குக் கொண்டு செல்லவேண்டும். ஆனால், அப்போதும் தரகர்கள் இருப்

பார்கள். அவர்கள், பொருள்களை வாங்கி, விற்று கமிஷன் சம்பாதிக்க முடியும். ஆனால் அவர்களால் விவசாயிகளைத் தங்கள் இரும்புப் பிடியில் வைத்திருக்க மட்டும் முடியாது.

> ஷிவ் குழுவின் ஐடியாவை வியக்காமல் இருக்க முடியவில்லை. அவர்கள் பழையனவற்றைக் கழித்து, முற்றிலும் புதிதாக ஒன்றைப் புகுத்தினார்கள்.
>
> 'எல்லோரும் போங்கள். போய் யோசியுங்கள். புதிய பிசினஸ் மாடலை உருவாக்கிக் கொண்டுவாருங்கள்!' என்று உட்கார்ந்த இடத்திலிருந்தே கட்டளை பிறப்பிக்கவில்லை. ஷிவ், வழக்கமான சிந்தனைப் பாதையில் போகவில்லை. எல்லோரும் செய்து பார்த்த, நன்றாக நிரூபிக்கப்பட்ட விஷயங்களையே செய்யச் சொல்லவில்லை. 'போங்கள், வீர சாகசம் செய்யுங்கள்!' என்று குழுவினரைத் தூண்டிவிட்டார்.
>
> அவர் ஒரு பயணத்தை ஆரம்பித்தார். டீம் முழுவதையும் வண்டியில் ஏறிக்கொள்ளச் சொன்னார். வழித் துணைக்கு நல்ல ஐடியாக்களைக் கொண்டுவரச் சொன்னார்.
>
> புதுமையாளர்களின் முத்திரை இது. அவர்களுடன் போனால், நமக்கும் நல்ல பயணம் ஒன்று நிச்சயம்!

1999, அக்டோபர் ஒன்றாம் தேதி. முதல் ஈ-சௌபால் நிலையம் அமைக்கப்பட்டது. விவசாயிகள் ஒரே இடத்துக்கு வந்து தகவல் அறிவு, இடுபொருள் எல்லாவற்றையும் பெற முடிந்தது. அக்டோபர் இறுதிக்குள், இந்த ஈ-சௌபால் யோசனை எவ்வளவு தூரம் பயனுள்ளதாக இருக்கிறது என்று சிவகுமார் டீம் ஆராய்ந்துகொண்டிருந்தது.

ஏறக்குறைய இதே சமயத்தில் இன்னொரு நிகழ்ச்சியும் நடந்தது. 'இந்தியா-இணைய உலகம்' என்ற கண்காட்சிக்குப் போயிருந்தார் சிவகுமார். அங்கே டாடா கன்சல்டன்ஸி அமைத்திருந்த இண்ட்ராநெட் ஒன்றைப் பார்த்தார். ஹைதராபாதில் விவசாயிகள் சந்தைக்காக உருவாக்கப்பட்ட ஒரு சோதனை முயற்சி அது. இதைப் பார்த்தவுடன் சிவகுமார் மனத்தில் ஈ-சௌபால்தான் தோன்றியது என்று சொல்லத் தேவையில்லை. இதை எவ்வளவு பெரிய அளவில் ஆழமாகப் பயன்படுத்த முடியும் என்பது

உடனே அவருக்குப் புரிந்துவிட்டது. பல ஈ-செளபால்களை கம்ப்யூட்டர் வலையில் இணைத்து வர்ச்சுவல் சந்தை ஒன்றை உருவாக்கும் ஐடியா பிறந்தது. இதுதான் அவர்களுடைய புதிய பிசினஸ் மாடல்!

அடுத்த கட்டம், ப்ரோடோடைப் எனப்படும் மாதிரி வடிவம் ஒன்றைச் செய்து பார்ப்பது. இதற்கு ஐடிசி இன்ஃபோடெக்கின் உதவியை நாடினார்கள். 1999 நவம்பர்வாக்கில் வேலைகள் தொடங்கின. 2000 பிப்ரவரியில் ஈ-செளபால் இணையத்தளம் ரெடி! அடுத்து, நிர்வாகத்தினருக்கு இதைக் காட்டி ஒப்புதல் பெற வேண்டியதுதான் பாக்கி.

தேர் இழுக்க வாருங்கள்!

மார்ச் 2000.

ஐடிசியின் எல்லாப் பிரிவுகளும் தத்தம் பிசினஸ் திட்டங்களை இயக்குநர் குழுவிடம் சமர்ப்பித்து ஒப்புதல் பெறவேண்டும். ஒவ்வொரு திட்ட யோசனையும் நூறு பக்கம்வரை இருக்கும். அதை நான்கு பக்கத்துக்குச் சுருக்கி, கூட்டம் ஆரம்பிப்பதற்கு முன் இயக்குநர்களுக்குக் கொடுத்துவிட வேண்டும். கூட்டத்தின் போது விவாதிக்க, சாரத்தை மட்டும் எடுத்து ஒரு பக்கம் மட்டுமே வரக்கூடிய ரிப்போர்ட் ஒன்றையும் கொடுக்கவேண்டும்.

தன்னுடைய பிசினஸ் திட்டம் எவ்வளவு ஆழமானது என்பதை உணர்ந்திருந்தார் சிவா. வெறும் நாலு பக்கத்தில் அதை விளக்கிப் புரிய வைப்பது கடினம். வழக்கமான வழவழா ரிப்போர்ட்டு களுக்கு வேண்டுமானால் அது சரியாக இருக்குமே தவிர, புரட்சிகரமான இந்தச் சிந்தனையை அவ்வளவு தூரம் சுருக்க முடியாது.

மீட்டிங்குக்கு முன்பாகவே ஷிவ் ஒவ்வொரு இயக்குநரையும் தனித்தனியே சந்தித்துப் பேசினார். ஐடிசி சேர்மன் ஒய்.சி. தேவேஷ்வரையும் முழு ரிப்போர்ட்டையும் படிக்கும்படிக் கேட்டுக்கொண்டார். பிறகு சமயம் கிடைக்கும்போதெல்லாம் இதை நினைவூட்டிக்கொண்டே இருந்தார். ஐடியாவின் முழுப் பரிமாணத்தையும் சேர்மன் புரிந்துகொள்ளவேண்டும் என்றால் திட்டத்தின் ஒவ்வொரு வரியையும் அவர் படித்தாக வேண்டும்.

கூட்டத்துக்கு முந்தின நாள் நடந்த பார்ட்டியின்போது தேவேஷ்வரை மெல்ல அணுகி, 'அந்த ரிப்போர்ட்டைப் படித்துவிட்டீர்களா?' என்று கேட்டார் ஷிவ்.

'இன்னும் இல்லையே!'

'தயவுசெய்து கூட்டத்துக்கு வரும்போது முழுவதும் படித்துவிட்டே வாருங்கள்' என்று வற்புறுத்தினார் ஷிவ்.

'பாஸை மடக்கி என் கோரிக்கையைத் திரும்பத் திரும்ப வலியுறுத்திக்கொண்டே இருந்தேன். அவர் ஒப்புக்கொள்ளும் வரை விடவில்லை' என்கிறார் ஷிவ்.

பார்ட்டி முடிவதற்கு இரவு 12 மணி ஆகிவிட்டது.

இரவு 2 மணிக்கு ஐடிசியின் தகவல் தொழில் நுட்பப் பிரிவின் தலைவர் வீட்டில் டெலிபோன் ஒலிக்கிறது. எடுத்தால் சேர்மன் தேவேஷ்வர்!

'ஷிவ் கொடுத்த ரிப்போர்ட்டைப் படித்தீர்களா? இல்லாவிட்டால் முழுக்கப் படித்துவிட்டு வாருங்கள். இங்கே ஓர் அருமையான பிசினஸ் வாய்ப்பு இருக்கிறது!' என்கிறார் தேவேஷ்வர் உற்சாகமாக.

அடுத்த நாள் காலை கூட்டம் ஆரம்பித்தது. மற்ற எல்லாத் திட்டங்களும் கிடப்பில் போடப்பட்டு, முதல் வேலையாக ஈ-சௌபாலை எடுத்துக்கொண்டு விவாதிக்க ஆரம்பித்தார்கள். நாள் முழுவதும் அதைத் தவிர வேறு பேச்சே இல்லை!

முதல் காயை நகர்த்தியாகிவிட்டது. ஈ-சௌபாலுக்கு இப்போது ஐடிசியின் முழு ஆசியும் உண்டு.

> நிர்வாகத்தின் ஆதரவைப் பெறுவதற்கு ஷிவ் எடுத்த தொடர் நடவடிக்கைகளைக் கவனியுங்கள். முதலில் மாதிரி வடிவம் ஒன்றைத் தயாரித்துக் காட்டினார். அது, தன் திறமையைத் தானே அறிவித்தது. அதைப் பார்த்தவுடனே இந்த பிசினஸ் மாடல் வேலை செய்யும் என்பது புரிந்துவிட்டது.
>
> ஷிவ், சம்பிரதாயமான மீட்டிங்கை நம்பியிருக்காமல் அதற்கு முன்னாலேயே டைரக்டர்களைத் தனித் தனியாகச்

சந்தித்து, திட்டத்தை விளக்கினார். அவர்கள் ஒவ்வொரு வருடைய ஆதரவும் கிடைத்தது. அனைவரையும் தன் பக்கம் இழுத்துக்கொண்ட பிறகுதான் திட்டத்தை அதிகார பூர்வமாகச் சமர்ப்பித்தார்.

ஆட்டத்திலேயே முக்கியமான ஆசாமியான சேர்மனை ரிப்போர்ட்டைப் படிக்க வைப்பது சுலபமாக இல்லை! ஷிவ் அவரைத் துளைத்தெடுத்து, எப்படியோ படிக்க வைத்துவிட்டுத்தான் ஓய்ந்தார்.

மறுபடி கூட்டத்துக்கு வருவோம். 'இந்தத் திட்டத்தை நிறை வேற்றுவதற்கு எவ்வளவு பணம் தேவைப்படும்?' என்றார் தேவேஷ்வர்.

சிவகுமார் தயங்காமல் 'ஐம்பது லட்சம் ரூபாய் கொடுங்கள்' என்று கேட்டார்.

தேவேஷ்வர் ஒரு படி மேலே போய்விட்டார். 'இது ஓர் அருமை யான ஐடியா. முழு மூச்சாக ஆரம்பியுங்கள். எந்த நிலையிலும் பணம் ஒரு தடையாக இருக்கவேண்டாம். நான் 10 கோடி ரூபாய் தருகிறேன்' என்றார்!

ஷிவ்வுக்கு இப்போது ஒரே கலவரம். 10 கோடி முதலீடு செய் தால் ஒவ்வொரு வருடமும் 3 கோடியாவது வருமானம் வந்தாக வேண்டும். இருந்தாலும் சளைக்காமல் சவாலை ஏற்றுக் கொண்டார்.

தன்னுடைய ஐடியாவுக்கு ஆதரவு திரட்டுவதற்காக ஷிவ் ஒரு சூறாவளிப் பிரசாரமே செய்தார்.

உங்களுடைய பிரசார உத்தியாக என்ன திட்டத்தைக் கையில் வைத்திருக்கிறீர்கள்? ஏதாவது திட்டம் இருக் கிறதா, அல்லது உங்கள் ஐடியாவின் மகத்துவத்தை என்றைக்காவது ஒரு நாள் யாராவது தானாகவே கண்டு பிடிப்பார்கள் என்று காத்திருக்கிறீர்களா?

சிவகுமார் இதைச் சாதித்தபோது அப்படி ஒன்றும் சக்தி வாய்ந்த பதவியிலும் இல்லை. அவர் ஐடிசியில் ஒரு சின்னக் கிளையின் தலைவர். அதுவும் நஷ்டத்தில் ஓடிக் கொண்டிருந்த கிளை; எந்த நிமிஷமும் மூடிவிடலாம் என்ற

> நிலையில்தான் இருந்தது. இதைவிட நீங்கள் பலவீனமாக, பரிதாபமாக இருந்திருக்க முடியுமா? இருந்தும் ஷிவ் ஒரு கடும் பிரசாரத்தை நடத்தி, தன் யோசனையை வெற்றி கரமாக ஆக்கிக் காட்டினார். பின்னே, உங்களைத் தடுப்பது எது?

இயக்குநர்களின் ஒப்புதல் கிடைத்துவிட்டது; அடுத்தது, திட்டத்தைச் செயல்படுத்த வேண்டியதுதான். ஆனால், இதைச் சொல்வது எளிது, செய்வது கடினம்!

ஒரு புரட்சிகரமான யோசனையை நிறைவேற்றுவதில் புரட்சி கரமான சவால்களும் எழுகின்றன. ஒரு திருப்புமுனையைக் கொண்டுவந்துவிடவேண்டும் என்று முயற்சி செய்யும் அணிகளுக்கு எழும் சவால்களும் பெரிதாக இருக்கும்; அநேகமாக அவர்களது தற்போதைய திறமைகள், தகவல் அறிவு ஆகியவற்றுக்கும் மேலானதாகவே அந்தச் சவால்கள் இருக்கும். அந்தச் சவால்களை முறியடிக்க, அணியும் தம் திறமைகளை வளர்த்துக்கொள்ள வேண்டும்.

சிந்தனை சரி, செயல் எப்படி?

ஒவ்வொரு ஈ-செளபாலுக்கும் உள்ளூரில் நம்பிக்கை வாய்ந்த விவசாயி ஒருவரை ஒருங்கிணைப்பாளராக நியமித்தார்கள். ‘சஞ்சாலக்’ எனப்படும் இவர்தான் விவசாயிகளுக்கும் ஐடிசிக்கும் இடையில் பாலம். ஒருங்கிணைப்பாளரின் வீடுதான் ஈ-செளபால்; அங்கேதான் கம்ப்யூட்டர் வைக்கப்பட்டிருக்கும்.

உள்ளூரிலும் பக்கத்து கிராமங்களிலும் உள்ள விவசாயிகள் அங்கே வருவார்கள். ஒருங்கிணைப்பாளரின் உதவியோடு கம்ப்யூட்டரில் தகவல்களைப் பெற்றுக்கொள்வார்கள். தங்கள் விளைபொருட்களுக்கான மார்க்கெட் விலை, உலக அளவில் விலை நிலவரங்கள், ஐடிசி எவ்வளவு தருகிறது, பக்கத்து மண்டிகளில் என்ன விலைக்குப் போகிறது - இப்படி எல்லாவற்றையும் தெரிந்துகொள்வார்கள்.

கமிஷன் ஏஜெண்டுகளுக்கு ஈ-செளபாலில் ‘சம்யோஜக்’ என்று பெயர், அதாவது ஒத்துழைப்பாளர்கள். மார்க்கெட்டையும் விவசாயிகளையும் பற்றி நன்றாக அறிந்தவர்கள் அவர்கள்தான். எந்த கிராமத்தில் யாரை ஒருங்கிணைப்பாளராகப் போடலாம்

என்பதை அவர்கள் கண்டறிந்து சொல்வார்கள். கொள்முதல் செய்வது, மூட்டைகளில் அளந்து அடைப்பது, பாதுகாத்து வைப்பது, வண்டியில் ஏற்றி இறக்குவது எல்லாம் அவர்கள் தான். அலுவலகத்துக்குத் தேவையான படிவங்கள், ரசீதுகள் தயார் செய்வதும் அவர்கள் வேலை. இதற்காக அவர்களுக்கு அரை சதவிகிதம் கமிஷன் உண்டு. தங்கள் ஏரியாவின் மண் வளம், எதிர்பார்க்கப்படும் விளைச்சல் எவ்வளவு, தரம், விலை போன்றவற்றைப் பற்றி ஆதாரபூர்வமான தகவல் சேகரித்துத் தருவதும் அவர்கள்தான்.

ஷிவ் சொல்வார்: 'இந்தத் திட்டத்தின் அழகே இதில் எல்லோருக்கும் பலன் இருக்கிறது என்பதுதான். ஒருவரின் வெற்றிதான் மற்றவரின் தோல்வி என்பது கிடையாது. இதில் பாட்டாளிக்கும் நஷ்டமில்லை, கூட்டாளிக்கும் நஷ்டமில்லை. கம்பெனிக்கோ, கஸ்டமருக்கோ நஷ்டமே இல்லை.'

அமைப்பில் உள்ள குறைகளைக் கண்டுபிடித்து நீக்கு வதாலேயே இந்தத் திட்டத்தில் வருமானம் வருகிறது. எந்த ஒரு வளரும் பொருளாதாரத்திலும் உள்ளூர சில இறைக்கப்படாத ஊற்றுகள் இருக்கும். அவற்றைக் கண்டறிந்து பயன்படுத்திக் கொண்டதுதான் ஐபிடியின் பிசினஸ் மாடல்.

ஈ-சௌபால் எப்படி வேலை செய்கிறது? ஒவ்வொரு கிராமத் திலும் இண்டர்நெட் இணைப்புடன் கம்ப்யூட்டர். உள்ளூர் மொழியிலேயே அமைந்த இணையத்தளம். ஐடிசிக்கும் கிராமத்தினருக்கும் இடையே இரு வழிப் பாதையாகத் தகவல்கள் போகும். சிறந்த விவசாய முறைகள், உள் நாட்டு-வெளி நாட்டு மார்க்கெட் நிலவரங்கள் போன்றவற்றைத் தெரிவிக்கும் இணையப் பக்கங்கள் இருக்கும். விவசாயிகள் தங்கள் சந்தேகங்களைக் கேட்டு ஐடிசிக்கு மின்னஞ்சல் அனுப்பி பதில் பெறலாம். தங்கள் விளைபொருட்களையும் கம்ப்யூட்டர் வழியாகவே விற்கலாம்.

ஒவ்வொரு ஈ-சௌபாலிலும் ஒரு கம்ப்யூட்டர், இணைய இணைப்பு, பிரிண்டர், தடைபடாத மின்சாரத்துக்கு பேட்டரி ஆகியவை உண்டு. மின்சாரம் அடிக்கடி துண்டிக்கப்படும் கிராமங்களில் சூரிய சக்தியிலிருந்து மின்சாரம் தயாரிக்கும் வசதி

இருக்கும். இண்டர்நெட் இணைப்பு சரியில்லை என்றால் வி-சாட் என்ற செயற்கைக்கோள் வழியான தொடர்பும், அதை இயக்குவதற்குத் தனியாக ஒரு சூரிய மின்கலமும் உண்டு.

விளை நிலங்களுக்குப் பக்கத்திலேயே ஆங்காங்கே கிடங்குகள் கட்டினார்கள். விவசாயிகளுக்குத் தேவையான தகவல்களும் இடுபொருள்களும் கிடைக்கச் செய்தார்கள். விளைச்சலை அந்தந்தப் பண்ணையிலேயே உடனுக்குடன் தரப் பரிசோதனை செய்து முடிவுகளை விவசாயிகளுக்குத் தெரிவித்தார்கள். இதனால் எந்தப் பண்ணையிலிருந்து வருகிற பொருள் எந்தத் தரத்தில் இருக்கிறது என்பதைத் தெளிவாகப் பின்தொடர முடிந்தது. இடுபொருள்களையும் விவசாய முறைகளையும் எப்படி மாற்றினால் தரத்தை உயர்த்தலாம் என்பது விவசாயிக்குப் புரிந்தது. பொருள் நன்றாக இருந்தால் விவசாயிக்கு விலையும் அதிகமாகக் கிடைத்தது; ஐடிசிக்கும் கொள்முதலின் தரம் உயர்ந்தது. இந்த இரண்டு புதுமைகளும் முதல் தடவையாக நடக்கின்றன; இதனால் ஐடிசியின் பிசினஸ் வேறொரு புதிய மட்டத்துக்கு உயர்ந்துவிட்டது. அதுதானே ஐடிசி எதிர்பார்த்தது!

சர்வதேச மார்க்கெட் கிடக்கிறது... உள்ளூரிலேயே ஐடிசிக்கு இதனால் பயன் விளைந்தது. என்ன மாதிரி பொருட்கள் எங் கெங்கே கிடைக்கும் என்று தெரிந்துபோய்விட்டதால் அந்தந்தப் பகுதியின் உள்ளூர் மக்களின் ரசனைக்கு ஏற்ற பொருட்களை வாங்கிக்கொடுக்க முடிந்தது. உதாரணமாக, டெல்லியில் ‘ஆசீர்வாத்’ என்ற பெயரில் விற்பனையாகும் கோதுமை மாவில் உபயோகிக்கப்படும் கோதுமை வகைகள் வேறு; அதுவே தென்னிந்தியாவுக்கு அனுப்பப்படும் மாவில் வேறு வித கோதுமைகள் கலந்திருக்கும்.

பிறகு ஈ-சௌபால் வழியே, வெளியார் தயாரிப்புகளையும் விற்பனை செய்ய ஆரம்பித்தது ஐடிசி. தேவைப்படுபவர் களுக்கு, கிராமத்து மார்க்கெட் ஆய்வுச் சேவைகளையும் செய்து கொடுத்தது. ‘ப்ராஜெக்டின் அடுத்த கட்டமாக, கிராமங்களுக்கு மேலும் பல ITES - தகவல் தொழில்நுட்ப சேவைகளைத் தரப்போகிறோம்’ என்கிறார் ஷிவ். மேலும், உடல் நலப் பாதுகாப்புக்கான ஆலோசனைகள், கல்வி, கம்ப்யூட்டர் வழியே அரசாங்க இலாகாக்களின் சேவைகள் என்று விரிகிறது அவரது திட்டம்!

இதன் பிசினஸ் விளைவுகள் அற்புதமாக இருந்தன. ஐடிசி-ஐபிடி இப்போது 3,000 கோடி ரூபாய் கம்பெனியாக வளர்ந்துவிட்டது. இதில் முக்கியமாகக் கவனிக்க வேண்டியது, மார்க்கெட்டில் யாரையும் பாதிக்காமல் இந்த வளர்ச்சி கிடைத்தது. அமைப்பில் இருந்த குறைபாடுகளைச் சரி செய்வதன் மூலம் கிடைத்த வளர்ச்சி அது.

இந்தப் புதிய பிசினஸ் மாடல் வந்தபோது, பழைய மாடலில் இருந்த ஏஜெண்டுகளை அகற்றாமல் அவர்களையும் துணைக்கு அழைத்துக்கொண்டார்கள். பிசினஸின் மொத்த மதிப்பு கூடியது; புதிய செல்வம் உருவாயிற்று.

ஒரு பிசினஸ் என்பது பொம்மைச் சிப்பாய்களை வைத்து விளையாடும் சதுரங்க ஆட்டமல்ல; இதில் விளையாடுபவர்கள் உயிருள்ள மனிதர்கள். சிவகுமாரின் அணி ஒரு செயற்கையான பிசினஸ் மாடலை அல்ல, உயிரோட்டமுள்ள ஓர் இயற்கைச் சூழலையே உருவாக்கினார்கள். இதில் எல்லோரும் எல்லோரை யும் சார்ந்து வாழ்வார்கள். பிசினஸில் நாம் அடிக்கடி கேள்விப் படும் வார்த்தைகள் - போட்டி, போர், ஈவிரக்கமில்லாத 'நீயா நானா' சண்டை போன்றவைதான். ஆனால் சிவகுமார் அணி, பிசினஸ் என்பது ஓர் உயிர்ச் சூழல் என்ற அடிப்படையில் யோசித்தது; வர்த்தகம் செய்வதில் ஒரு புதிய முறையைக் கண்டுபிடித்தது.

பிரச்னைகள், தீர்வுகள், பிரச்னைகள்...

முதல் நாளிலிருந்தே ஐபிடிக்கு ஏராளமான தொழில் நுட்பப் பிரச்னைகள் எழுந்தன. கிராமங்களில் போதிய கட்டமைப்பு இருக்காது என்பது தெரிந்ததுதான். கம்ப்யூட்டர்களை நிறுவு வதும் இணைப்பதும் கடினமாக இருந்தது. விவசாயிகள் மத்தி யில் ஈ-சௌபாலுக்கு நல்ல வரவேற்பு. ஆனால் அதை வேலை செய்ய வைப்பதில்தான் பற்பல தடைகள். பல இடங்களில் விஷயம் தெரிந்த ஆட்கள் கிடைக்கவில்லை. கம்ப்யூட்டரை எங்கே நிறுவுவது? அதை யார், எப்படி இயக்குவார்கள்? நிறையக் கேள்விகள்.

சம்யோஜக் எனப்படும் ஒத்துழைப்பாளர்கள்தான் இங்கே மிகவும் உதவியாக இருந்தார்கள்; ஒருங்கிணைப்பாளராகப் பணியாற்றுவதற்கு ஏற்ற விவசாயிகளைக் கண்டுபிடித்துக் கொடுத்தார்கள்.

இந்திய கிராமங்களின் டெக்னாலஜி சூழ்நிலையை நினைத் தாலே கதி கலங்கியது. தொலைதூர இடங்களில் டெலிபோன் வசதியே இல்லை. இதற்கு அவர்கள் பற்பல வழிகளை யோசித் தார்கள். செயற்கைக்கோள், ஃபைபர் ஒளி இழை கேபிள்கள், ஏர்டெல் இணைப்பைப் பெற்று, குழு தொலைபேசி எண்களைப் பயன்படுத்துவது, டெலிபோன் கம்பியே இல்லாமல் வீடு வரை ஒயர்லெஸ் தொழில் நுட்பத்துக்குப் போவது, RNS, RAX போன்ற நுட்பங்களை வைத்து இணையத்துடன் இணைப்பது, சாட்டிலைட் ரேடியோ சானல்களை உபயோகிப்பது என்று பல யோசனைகள் எழுந்தன. கடைசியாக இப்போது ஒவ்வொரு ஈ-சௌபாலுக்கும் வி-சாட் என்ற சிறிய டிஷ் ஆண்டெனாக்கள் மூலம் செயற்கைக்கோள் தொடர்பை நிறுவிக்கொண்டிருக் கிறார்கள்.

நெட் இணைப்பைக் கவனித்தாயிற்று; அடுத்த பிரச்னை மின்சாரம். கிராமங்களில் அடிக்கடி பவர் கட், வோல்டேஜ் மாறுதல்கள். சூரிய சக்தியில் இயங்கும் பேட்டரிகளை வாங்க லாம் என்று பார்த்தால், ஒரு செட் 45,000 ரூபாய் ஆகிறது.

சிவகுமார் அணி, தளராமல் தேடிக்கொண்டே இருந்தது. கடைசி யில் வழியும் பிறந்தது. வழியைச் சொல்லித் தந்தவர் வேறு யாருமல்ல, ஒரு விவசாயிதான்!

விவசாயி சொன்ன ஐடியா இதுதான்: நிரந்தரமாக சூரிய சக்தி பேனல்களை நிறுவுவதற்கு அவசியமே இல்லை. நமக்குத் தேவைப்படுவதெல்லாம் பேட்டரியை சார்ஜ் செய்யும் வசதி தானே? அதில் கால் பங்கு செலவில் பேட்டரி சார்ஜர் ஒன்று வாங்கிக்கொள்ளலாம். தகவல்களை கம்ப்யூட்டரில் பெறும் வரை பேட்டரி சக்தி நீடித்தால் போதும்... இதனால் செலவு 45 ஆயிரத்திலிருந்து 12 ஆயிரமாகக் குறைந்தது.

வேலை செய்யும் களத்திலேயே விடைகளைத் தேடினால் புதுமையான ஐடியாக்கள் கிடைக்கும் என்பதற்கு இதுதான் உதாரணம். எல்லாவற்றையும்விட முக்கியமானது, 'என்னால் முடியும் - செய்து காட்டுவேன்' என்ற மனநிலைதான்.

வரிசை வரிசையாகப் பிரச்னைகள்; அதுவும் மிகப் பெரிய பிரச்னைகள். இதனால் டீம் மனம் தளர்ந்துவிடக்கூடாதே? இதற் காக சிவகுமாரும் சீனியர் அதிகாரிகளும் சேர்ந்து ஒரு வழி முறை ஏற்படுத்தினார்கள். ஒவ்வொரு புதிய ஐடியாவையும்,

(1) முதலில் ஒரு சிறிய அளவில் செய்து பார்ப்பது; (2) அதில் எழும் பிரச்னைகளைக் கண்டுபிடித்து சரி செய்வது; (3) பிறகு அதையே பெரிய அளவில் எல்லா இடங்களுக்கும் விரிவு படுத்துவது.

நம்மிடம் முழுமையான தீர்வு இல்லாவிட்டாலும் பரவா யில்லை. முடிந்தவரை செய்து நிஜ உலகில் வெளியிட்டுவிட வேண்டும். இரண்டாவது கட்டத்தில்தான் பொறுமையாகப் பிரச்னைகளைத் தீர்க்கவேண்டும். இதன் நோக்கம், 'தவறுகள் நேர்ந்தாலும் பரவாயில்லை, காரியத்தைச் செய்துகாட்டுவது தான் முக்கியம்' என்ற செய்தி எல்லோருக்கும் சென்று அடைவதுதான். இதனால் முயற்சிகள் நீர்த்துப் போகாமல் பாது காக்கப்படும். பிரச்னைகளைச் சமாளித்து முன்னேறுவதற்குத் துணிச்சல் வரும்.

ஈ-சௌபாலுக்கு ஐடியாக்கள் தொடர்ந்து வந்துகொண்டே இருந்தன. எதையும் அவர்கள் நிராகரிக்கவில்லை. இதனால் அணிக்கு, 'நம்மால் எதையும் சாதிக்க முடியும் போலிருக்கிறதே' என்ற தன்னம்பிக்கை எழுந்தது. நடக்காத காரியங்களெல்லாம் நடந்தன.

நல்ல முயற்சிகள் நாளாவட்டத்தில் நீர்த்துப் போவது என்பது, சமயம் பார்த்துக் காத்திருக்கும் ஆபத்து! ஒவ்வொரு தடைக் கல்லிலும் அது ஒளிந்திருக்கும். சம்பந்தப்பட்டவர்களுடன் பேசும் ஒவ்வொரு மீட்டிங் கிலும், நம்மை ஏதேனும் நந்தி வழி மறிக்கும். உடனே 'இது வரை செய்தது போதும்' என்று ப்ராஜெக்டை வெட்டிச் சுருக்கிவிடுவார்கள். முதலில் போட்ட திட்டத்தின் ஒரு நிழல் வடிவம்தான் கடைசியில் மிஞ்சும்.

திட்டம் நீர்த்துப் போகாமல் தடுக்க ஒரே வழி, தொடர்ந்து போராடிக்கொண்டே இருப்பதுதான். என்னுடைய சகா ராஜீவ் நாரங்க் சொல்வார்: 'மிகப் பெரிய ஐடியாக்கள் எதுவும் கொல்லப்படுவதில்லை; நீர்த்துத்தான் போய்விடுகின்றன.' புதுமையாளர்கள் இதற்கு எதிராக உயிரைக் கொடுத்துப் போராடுவார்கள்.

சிவகுமாருக்குத் தெரியும் - ஐபிடியின் வழக்கமான பிசினஸ் நன்றாகப் போகவில்லை என்றால் முதல் வெட்டு ஈ-சௌபால் மீதுதான் விழும்! இதைத் தவிர்க்க அவர்

முன்கூட்டியே நடவடிக்கை எடுத்தார். ஈ-சௌபாலுக்காகத் தனியே பட்ஜெட் ஒதுக்கச் செய்தார். எனவே முக்கிய பிசினஸில் பின்னடைவு நேர்ந்தாலும் ஈ-சௌபால் மட்டும் பாதிக்கப்படாது.

பெரும்பாலான கிராமங்களில் இரண்டில் ஒன்று இல்லை - மின்சாரம் அல்லது டெலிபோன்! ஆனால் ஏதாவது ஒரு இடத்தில் இந்த இரண்டுமே இல்லை என்றால்? இதற்கு டீம் கண்டுபிடித்த விடை, நடமாடும் ஈ-சௌபால்!

ஒரு டொயோட்டா குவாலிஸ் வண்டியில் பெரிய திரையுடன் ஒரு கம்ப்யூட்டர், பேட்டரி ஆகியவற்றை ஏற்றிக்கொண்டு கிராமம் கிராமமாகப் போனார்கள். இந்த சௌபாலின் வடிவ அமைப்பே தனி; பக்கத்தில் இருக்கும் ஏதாவது ஒரு ஈ-சௌபாலுக்குப் போய், இணையத்திலிருந்து தகவல்களை இறக்கிக் கொள்ளும். பிறகு போகும் இடமெல்லாம் அதையே திரையில் போட்டுக் காட்டும். கிராமத்தினருக்குச் சுடச்சுட செய்திகள் கிடைக்காது என்பது உண்மைதான்; ஆனால் நான்கு மணி நேரத்துக்குள்ளாவது செய்திகள் அவர்களை வந்தடைந்துவிடும். ‘முயன்று பார் - பிழைகள் இருந்தால் திருத்து - பெரிய அளவில் செய்’ என்பதற்கு மற்றொரு உதாரணம் இது.

கம்ப்யூட்டர், இண்டர்நெட் இதெல்லாம் விவசாயிகளுக்குப் புரியுமா என்று ஐடிசிக்குக் கவலை இருந்தது. அவர்களுக்காக இரண்டு முழு நாள் பயிற்சி வகுப்புகள் ஏற்பாடு செய்திருந்தார்கள். ஆனால் இனிய அதிர்ச்சியாக, விவசாயிகள் அரை நாளுக்குள்ளேயே எல்லாவற்றையும் புரிந்துகொண்டு ஈ-சௌபாலை உபயோகிக்க ஆரம்பித்துவிட்டார்கள்.

புதிய ஒருங்கிணைப்பாளர்களைத் தயார் செய்வதற்கு, தொடர்ந்து பயிற்சி வகுப்புகள் நடத்தப்படுகின்றன. இணையத்தை உபயோகிப்பது, ஐடிசியின் தயாரிப்புகள் ஆகியவை பற்றிப் பயிற்சி இருக்கும்.

ஐடிசிக்கு உள்ளே, ஈ-சௌபாலின் வெற்றிக்குத் தேவையான பட்ஜெட் தனியாக ஒதுக்கப்பட்டது. முக்கிய பிசினஸில் லாபமோ, நஷ்டமோ வந்தாலும், ஈ-சௌபாலின் பணத்தை மட்டும் தொடக்கூடாது. அப்போதுதான் திட்டம் சுதந்தரமாக வளரும். பிசினஸ் என்றால் தினம் தினம் ஏதாவது ஒரு பிரச்னை

வரத்தான் செய்யும். உண்மையிலேயே ஒரு கட்டத்தில் ஐபிடியின் விளைபொருள் வர்த்தகத்தில் பின்னடைவு இருந்தது. அதற்கு இடையிலும் ஈ-சௌபால் மலர்ந்து விரிந்தது.

அதிகார வர்க்கத்தின் தாமதங்கள், சிவப்பு நாடா இவற்றாலும் திட்டம் பாதிக்கப்படக் கூடாது. இதற்காகவே, முடிவுகளை விரைவாக எடுக்கும் தனி முறை அமல்படுத்தப்பட்டது.

'இது வளர்ந்து கொண்டிருக்கும் ப்ராஜெக்ட். ஓர் இடத்தில் உறைந்து நின்றதில்லை. 'இதுதான் எங்கள் திட்டம்' என்று அறுதியிட்டுச் சொல்லிவிட முடியாது. எல்லாக் கேள்விகளுக்கும் எங்களிடம் விடையும் கிடையாது' என்கிறார் ஷிவ். 'இதில் வேலை செய்பவர்களுக்கு, பரிசோதனை செய்துபார்க்க நிறைய சுதந்தரம் தேவை. ஏதாவது புதிதாகச் செய்து பார்க்க வேண்டும் என்று தோன்றினால், செய்யுங்கள்! விண்ணப்பங்களை நிரப்பி அனுப்பிவிட்டு அனுமதிக்காகக் காத்திருக்க வேண்டியதில்லை. அதையெல்லாம் பிறகு பார்த்துக்கொள்ளலாம். தொகை பெரிதாக இருந்தாலோ, மிக முக்கியமான முடிவாக இருந்தாலோ, போனை எடுங்கள்; உங்கள் மேலதிகாரியை அல்லது நேரடியாக நிறுவனத்தின் தலைவரைக் கூப்பிட்டுப் பேசுங்கள்; ஒரு தடையும் இல்லை.'

அது ஒரு பெரிய பயணம். எதிர்பார்த்ததும் எதிர்பார்க்காததுமாகப் பல பிரச்னைகள். ஏதாவது ஒன்றைச் செய்து பார்க்க இறங்கும் போதுதான் இதுவரை அனுபவித்தறியாத புதிய சிக்கல்கள் எழும். இதற்குத்தான் 'செய்து பார் - சரி செய் - செய்து முடி' என்ற மந்திரம் இருக்கிறது; விலை மதிப்பற்ற மந்திரம் அது.

ஈ-சௌபால் - நடந்தது என்ன?

ஈ-சௌபாலின் பிசினஸ் தாக்கம் மிகப் பெரியதாக இருந்தது!

ஐடிசி-ஐபிடியின் டர்ன் ஓவர் 300 கோடியிலிருந்து 3,000 கோடியாக உயர்ந்தது. லாபம் பெருகியது. இன்னும் 7 முதல் 10 வருடங்களில், ஈ-சௌபாலிலிருந்து வரும் லாபம் மட்டுமே ஐடிசியின் மொத்த டர்ன் ஓவரான 10,000 கோடியைத் தாண்டிவிடும் என்ற எதிர்பார்ப்பு எழுந்துள்ளது. 38,000 கிராமங்களில் 6,500 சௌபால்கள் 40 லட்சம் விவசாயிகளுக்குப் பயன்படுகின்றன. அடுத்த சில வருடங்களில் 15 மாநிலங்களில் ஒரு லட்சம் கிராமங்களுக்குப் போய்ச் சேருவது என்று திட்டம்.

அடுத்ததாக கிராமப்புறங்களில் ஒரு மெகா ஷாப்பிங் மால் ரேஞ்சுக்குப் பெரிய கடைகளை ஆரம்பித்தார்கள். 'சௌபால் சாகர்' என்ற இந்த அங்காடிகள், விவசாயிகள் ஐடிசிக்கு விற்ற பொருட்களை எடுத்து வந்து சேர்க்கும் கோடவுன்களிலேயே அமைந்திருக்கும். இவற்றில் ட்ராக்டர் முதல் டூத் பேஸ்ட் வரை விவசாயிக்குத் தேவையான அனைத்துப் பொருள்களும் விற்பனைக்குக் கிடைக்கும். இதற்காக இனி அவர்கள் பக்கத்து நகரம்வரை போகவேண்டியதில்லை.

சௌபால் சாகரில் ஒரு மருத்துவ மையம், பயிர் ஆலோசனை மையம், மண் வளப் பரிசோதனை நிலையம் போன்றவையும் இருக்கும். ஏற்கெனவே 24 சௌபால் சாகர்கள் இயங்கத் தொடங்கிவிட்டன.

சௌபால்களின் உதவியால் ஐபிடி, விளைபொருள் வர்த்தகத் தின் பிசினஸ் மாடலையே புரட்டிப் போட்டுவிட்டது. கிராமப் புற வர்த்தகத்தில் தொழில்நுட்பத்தை இணைத்தது ஒரு புதுமை. விவசாயிகளுடன் நேரடியாக வர்த்தகம் செய்யத் தொடங்கியது மற்றொரு புதுமை. முன்னாள் தரகர்கள் - இன்னாள் ஒத்துழைப் பாளர்களையும் கூட்டு சேர்த்துக்கொண்டது மற்றொரு வித்தி யாசமான சிந்தனை.

ஈ-சௌபால் வருவதற்குமுன், ஐபிடி என்பது ஐடிசிக்குள் ஒரு மிகச் சிறிய பிசினஸ் பிரிவு. சொல்லப்போனால் அதை இழுத்து மூடுவதற்கே தேதி குறித்துக்கொண்டிருந்தார்கள். இன்றோ, ஐபிடி என்பது ஐடிசியின் தூண்! இந்தியாவில் ஐடிசி குழுமத்தின் மற்ற சேவைகளையும் கிராமப் பகுதிகளுக்கு எடுத்துச் செல்ல ஒரு நெடுஞ்சாலை மாதிரி பயன்படுகிறது ஐபிடி.

ஐபிடி, கிராமங்களில் வரலாறு காணாத அளவுக்கு வேர் விட்டுக் கொண்டிருக்கிறது. இதில் மற்ற பல நிறுவனங்களும் கூட்டாளி களாகச் சேர்ந்திருக்கின்றன. ஐடிசி சமீபத்தில் பாக்கெட்டில் அடைத்த உணவுப் பொருள் விற்பனைத் தொழிலை ஆரம்பித் திருக்கிறது. இதிலும் ஐபிடி ஒரு முக்கிய அங்கம்.

ஈ-சௌபாலின் வெற்றியால், இந்தியாவில் கம்ப்யூட்டர் வணிகம் தொடர்பான எல்லா விஷயங்களுக்கும் ஐடிசியை ஆலோசனை கேட்கிறார்கள். ஷிவ், தேவேஷ்வர் இருவருமே மின் நிர்வாகம், கிராமப்புற வளர்ச்சி போன்ற தலைப்புகளில்

அடிக்கடி உரை ஆற்றுகிறார்கள். ஐபிடி உலகப் புகழ்பெற்ற கம்பெனியாகிவிட்டது.

உலக வங்கியின் கூட்டங்களில் பேச சிவகுமாரை அழைக்கிறார்கள். ஜோஹான்னஸ்பர்கில் நடந்த பூமி உச்சி மாநாட்டில் பேசக் கூப்பிட்டார்கள். வளரும் நாடுகளில் விவசாயிக்குப் பயன் படுகிற வகையில் எப்படி மின் வணிகத்தைப் பயன்படுத்தலாம் என்று அவர் மத்திய திட்டக் குழுவுக்கு ஆலோசனை கூறுகிறார். இந்தத் திட்டத்தினால் ஐடிசி குழுமத்துக்கு மின் வணிகத்தில் நல்ல அனுபவம் ஏற்பட்டுள்ளது. இதை அவர்கள் ஊருக்கெல் லாம் ஆலோசனை தரும் ஒரு தொழிலாகவே செய்யத் தொடங்கி விட்டார்கள்!

ஐடிசி குரூப்பில் ஒரு பிசினஸ் பிரிவு, மூடப்படும் நிலையில் இருந்தது. அதே பிரிவுதான் இன்றைக்கு ஐடிசி குழுமத்தின் வளர்ச்சிக்கு சக்தி தரும் எஞ்சின். உலகமே இதை ஒரு பாடமாகப் படித்துக் கற்றுக்கொள்கிறது.

ஐபிடி மட்டும் தன்னுடைய பிசினஸ் மாடலை உடைத்து எறிந்திருக்காவிட்டால், இத்தனையும் நடந்திருக்காது. ஐபிடி கதையைப் படித்தவுடன் உங்கள் மூளைக்குள் ஒரு டைனமைட் வெடிக்கிறதா?

5. பாஷ் இந்தியா:
எழுந்தது புதுமை, சிலிர்த்தது ஐரோப்பா!

சில மிகப் பெரிய திருப்புமுனைகள் நடந்திருக்கும். பிரமிப்புடன் உள்ளே நுழைந்து பார்த்தால் மூச்சு அடைத்துப் போய்விடுவோம். அந்த அளவுக்கு எளிமையாக இருக்கும்!

சில சமயம், பிரச்னைகளை வேறொரு கோணத்தில் அணுகினாலே போதும்; பிரச்னை சட்டென்று தீர்ந்துவிடும். ஆப்பிள் நிறுவனத்தின் தலைவராக இருந்தவர் ஜான் ஸ்கல்லி. அவர் 'நியூட்டன்' என்ற பெயரில் உள்ளங்கை அளவு கம்ப்யூட்டர் ஒன்று (PDA) தயாரித்தார். கீ போர்டில் டைப் செய்யத் தேவையில்லாமல், நம் கையெழுத்தையே அது படித்துப் புரிந்துகொள்ளும் என்று சொல்லப் பட்டது.

கடைசியில் நியூட்டனுக்கு என்ன ஆயிற்று? பரிதாபத் தோல்வி! அந்த இயந்திரத்தால் மனிதக் கையெழுத்தைச் சரியாகப் படித்துப் புரிந்துகொள்ள முடியவில்லை. அன்றைய டெக்னாலஜியே அவ்வளவுதான். இதை நம்பி 500 மில்லியன் டாலர் செலவழித்து முடிந்தபிறகு இந்தத் தோல்வி.

இதே சமயத்தில் வேறு பல நிறுவனங்களும் 'கையால் எழுதியதைப் படிக்கும் கம்ப்யூட்டர்' என்று தயாரிக்க முயன்றாலும், அவற்றுக்கும் தோல்விதான். மொத்தத்தில் 1 பில்லியன் டாலர் சாக்கடையில் போய்விட்டது!

இப்படித் தோல்வி அடைந்த கம்பெனிகளில் ஒன்று தான் 'பாம் கம்ப்யூட்டிங்'. அதன் தலைவர் ஜெஃப்

ஹாக்கின்ஸ். அவர் யோசித்துப் பார்த்துவிட்டு, அடிப்படைக் கேள்வியையே தலைகீழாகப் புரட்டிப் போட்டார். 'இது வரை எல்லோரும் சிக்கலான மென்பொருள் எழுதி எழுதி, கம்ப்யூட்டர் எப்படிப்பட்ட கையெழுத்தையும் புரிந்துகொள்ளுமா என்றுதான் முயற்சி செய்துள்ளார்கள். இதற்கு நேர்மாறாக, கம்ப்யூட்டரால் புரிந்துகொள்ளக்கூடிய விதத்தில் நாம் எழுத முயன்றால் என்ன?'

பிறகு அவர்கள் கண்டுபிடித்தது 'க்ராஃபிட்டி' என்ற ஒரு வகை எழுத்து வடிவம். பேனாவை எடுக்காமல் ஒரே வீச்சில் ஒவ்வொரு எழுத்தையும் எழுதும் முறை அது. இதை நாம் எழுதக் கற்றுக்கொள்வதும் சுலபம்; படிப்பதும் கம்ப்யூட்டருக்கு எளிது. அப்படிப் பிறந்ததுதான் பாம் பைலட்!

பாம் பைலட் 1997-ல் விற்பனைக்கு வந்தது. 2000-க்குள் வருடத்துக்கு 1 பில்லியன் டாலருக்கு மேல் வருமானம் ஈட்டித் தந்தது. பாம் பைலட்டை உருவாக்க ஆன செலவு? வெறும் 3 மில்லியன் டாலர்!

இது எப்படி சாத்தியமாயிற்று? எல்லாம் 'பிரச்னையைத் திருப்பிப் போடு' என்ற மந்திரம்தான்!

இதையே வேறொரு விதத்தில் செய்த நிறுவனம் இந்தியாவிலேயே இருக்கிறது: பாஷ் இந்தியா. சர்வதேச எஞ்சினியரிங் மெகா நிறுவனமான பாஷ் குழுமத்தின் இந்தியப் பிரிவு.

டீசல் எஞ்சின்கள் வெளியாக்கும் நச்சுப் புகையின் அளவைக் கட்டுப்படுத்துவதற்கு என்று கடும் விதிமுறைகள் உண்டு. இதற்காக எஞ்சினுக்கு வெளியே உயர் அழுத்த பம்ப் ஒன்று பொருத்தப்பட்டிருக்கும். மிகவும் சிக்கலான மெக்கானிசம் கொண்ட பம்ப் இது. அது மட்டுமல்ல; பம்ப்புக்கு ஏற்றவாறு எஞ்சினில் பெரிய அளவு மாறுதல்கள் செய்ய வேண்டும்.

பாஷ் இந்தியா டீம், பிரச்னையைப் புரட்டிப் போட்டது: பம்ப்புடன் இணைப்பதற்காக எஞ்சினில் மாறுதல் செய்யவேண்டும் என்றால் பெரும் செலவாகிறது. எஞ்சினை அப்படியே வைத்துக்கொண்டு பம்ப்பை மாற்றிவிட்டால்? எப்படியோ, புகை குறைந்தால் சரிதானே?

இன்றைக்கு யோசித்துப் பார்த்தால் இது மிகவும் சுலபமான சிந்தனையாகத் தோன்றும். எல்லா மகத்தான உண்மைகளும் இப்படித்தானே? ஆனால் அந்தக் காலகட்டத்தில், இருக்கிற எஞ்சின்களை மாற்றாமல் அதற்கேற்ப ஒரு பம்ப்பை டிசைன் செய்வது நடக்காத காரியம் என்றுதான் கருதப்பட்டது. எனவே அந்தத் திசையிலேயே யாரும் யோசிக்கத் துணியவில்லை. டீசல் எஞ்சின் தயாரிப்பாளர்களை எப்போது, எப்படி வழிக்குக் கொண்டு வரலாம், எஞ்சின்களை மாற்றி அமைக்க ஒப்புக் கொள்ள வைக்கலாம் என்பதே அவர்கள் கவலையெல்லாம். 'கடுமையான மாசுக் கட்டுப்பாட்டுச் சட்டம் கூடிய விரைவில் வந்துவிடப் போகிறது; இனி நீண்ட நாள் தாக்குப் பிடிக்க முடியாது' என்று அந்தத் தொழில்துறையே நினைத்தது.

பாஷ் இந்தியா டீம் மட்டும் வித்தியாசமாக யோசித்தது!

புகையைக் கட்டுப்படுத்துவதில் எரிபொருள் செலுத்தும் பம்ப்புக்குத்தான் மிக அதிகம் பங்கு உள்ளது. எனவே, புதிய வகை பம்ப் ஒன்றை வடிவமைக்க முடியுமா?

சவால்: இருக்கிற எஞ்சின்களை வைத்துக்கொண்டு இதைச் செய்ய முடியாது. எஞ்சினில் நிறைய மாறுதல்கள் செய்ய வேண்டும். செலவு அதிகமாகும். இதற்குப் புதுமையாக யோசித்து வேறு ஏதாவது வழி கண்டுபிடிக்க முடியுமா?

ஆம். முடியும்!

இப்போது வழக்கமான டீசல் எஞ்சின்களை வைத்துக்கொண்டே யூரோ-4, 5, 6 போன்ற மாசுக் கட்டுப்பாட்டு விதிகளைச் சந்திக்க முடியும். எஞ்சினை மாற்றி வடிவமைக்க முயன்றிருந்தால் 3 முதல் 20 மில்லியன் யூரோ வரையிலும்கூடச் செலவு ஆகியிருக்கும். இப்போதோ, வெறும் 20 யூரோ (சுமார் ரூபாய் 1,200!) மதிப்புள்ள ஒரு பம்ப் போதும். PF-45 என்ற இந்த பம்ப்பை சற்று மாற்றி, இப்போதுள்ள எந்த எஞ்சினுடனும் பொருத்தி விடலாம்.

இந்தக் கண்டுபிடிப்பின் விளைவுகள் மிகப் பெரியவை. 2006-ம் வருடம் பம்ப் விற்பனைக்கு வந்தபோது, அடுத்த வருடத்தில் சுமார் 70,000 பம்ப்புகள் விற்கும் என்று எதிர்பார்த்தார்கள். ஆனால் 1,60,000 பம்ப்புகள் விற்பனையாயின. 2010-ல் விற்பனை

10 லட்சம் பம்ப்புகளைத் தாண்டிவிடும் என்று தெரிகிறது. இப்போது உள்ள எஞ்சின்கள் அதே டிசைனை மாற்றாமல் யூரோ-6 வரை தொடர முடியும். தற்போதைய திட்டத்தின்படி உயர்ந்தபட்ச மாசுக் கட்டுப்பாட்டு விதி, யூரோ-6தான்.

ஆரம்பித்தது எப்படி?

கதை ஆரம்பிப்பது 1989-90 வாக்கில். அப்போது டீசல் எஞ்சின் களில் பிஎஃப் (PF) பம்ப் என்ற ஒற்றை சிலிண்டர் பம்ப் ஒன்று இருந்தது. அதன் டெக்னிக்கல் பொறுப்பு முழுவதும் பாஷ் இந்தியாவிடம் ஒப்படைக்கப்பட்டிருந்தது.

2002 பிறப்பதற்குள், இந்த வண்டி இனி நீண்ட நாள் ஓடாது என்பது புரிந்துவிட்டது. ஆராய்ச்சி-வளர்ச்சிப் பிரிவினர் கவலைப்பட ஆரம்பித்தார்கள். பாஷ் இந்தியாவின் பிஎஃப் பம்ப்புகளுக்கு நாள் குறித்தாகிவிட்டது.

உலகமே 'காமன் ரெய்ல்' அமைப்பு (CR) என்ற புதிய வகை பம்ப்புக்கு மாறிக் கொண்டிருந்தது. இவை அதிக அழுத்தத்தில் வேலை செய்யும் பம்ப்புகள். பழைய மாடல் பிஎஃப் பம்ப்புகள் அதிகபட்சம் யூரோ-2 விதிகளைத்தான் எட்டிப் பிடிக்க முடியும். எதிர்காலத்தில் மாசுக் கட்டுப்பாட்டு விதிகள் மேலும் மேலும் கடுமையாகப் போகின்றன. அதை எதிர்கொள்ள உயர் அழுத்த பம்ப்புகள் தேவை.

யூரோ-4 அல்லது அதற்கு மேற்பட்ட விதிகளுக்கு உட்பட வேண்டும் என்றால் பழைய எஞ்சின்கள் அனைத்தும் சிஆர் பம்ப்புக்கு மாறியாக வேண்டும். தற்போதைய டீசல் எஞ்சின் களில் மிகவும் காஸ்ட்லியான மாற்றங்கள் தேவைப்படும்! அதன் ட்ரைவ் அமைப்பிலும் க்ராங்க் பாக்ஸிலும் மாற்றங்கள் தேவை. இவைதான் எஞ்சினிலேயே விலை உயர்ந்த பாகங்கள். மாற்றம் செய்வதானால் எஞ்சினின் வகை, அளவு ஆகியவற்றைப் பொருத்து 20 மில்லியன் யூரோ வரை செலவாகும். இது வளர்ச்சியடைந்த நாடுகளைத்தான் அதிகம் பாதிக்கும்.

இந்த மாற்றத்தின் இன்னொரு விளைவு, பிஎஃப் பம்ப்புகளின் விதி அத்துடன் முடிந்துவிடும்!

டீமுக்கே இது வாழ்வா, சாவா என்ற பிரச்னை.

டீசல் எஞ்சின்களில் புகையையும் மாசுகளையும் கட்டுப் படுத்தும் முக்கிய பாகம், எஞ்சினுக்குள் எரிபொருளைச் செலுத்தும் அமைப்புதான். டீசல் முழுவதுமாக எரிய வேண்டும் என்றால் எரிபொருள் அதிக அழுத்தத்தில் எஞ்சினில் நுழையவேண்டும். யூரோ-2-க்கு 500 'பார்' (bar) அழுத்தம் இருந்தால் போதும். ஆனால் யூரோ-4-க்கு 1400 முதல் 1600 பார் வரை அழுத்தம் தேவைப்படும். யூரோ-5-க்கு 2200-2400 பாருக்கு மேலே போகவேண்டும்!

மிகப் பெரிய சவால் இது. அழுத்தத்தை 100-200 பார் அதிகரிப்பது என்றாலே தற்போதைய உற்பத்தி முறைகள், வழிகள் எல்லாவற்றையும் மாற்றவேண்டும். இதில் இரண்டு பிரச்னைகள்: (1) புதிதாக டிசைன் செய்யப்படும் பம்ப், 1600 பார் அளவுக்கு உயர் அழுத்தங்களை உருவாக்கவேண்டும். (2) அந்த அழுத்தத்தில் பம்ப் வெடித்துவிடாமல் இருக்கவேண்டும்.

இந்தப் பிரச்னையின் அளவைப் பார்த்துவிட்டு, அவர்கள் ஒரு புது வகை பம்ப்பையே உருவாக்கிவிட்டார்கள். அதுதான் காமன் ரெய்ல் (சிஆர்) அமைப்பு. அது மூன்று அறைகள் கொண்ட பெரிய பம்ப். அதில் அழுத்தத்தை அளவிடும் கருவியும் செலுத்தும் அமைப்பும் இருக்கும்.

பாஷ் குழுவுக்கு உள்ளூர இது தெரிந்துதான் இருந்தது: சிஆர் பம்ப்புதான் நிகழ்காலம்; பிஎஃப் என்பது கடந்த காலம். இந்தியாவில் இருந்த சிஆர் டீம்கூட, 'பிஎஃப் எல்லாம் ஹைதர் அலி காலத்துத் தொழில் நுட்பம்' என்று பேசியது. மொத்த கம்பெனியே 'சிஆர், சிஆர்' என்று ஜபித்துக்கொண்டிருந்த நேரம் அது. போனால் போகிறது என்று பிஎஃப் பம்ப்பை விட்டு வைத்திருந்தார்கள். அதைவிட மோசம், பிஎஃப் டீம் என்ன சாதித்துவிட்டது என்று கேள்விகள் வேறு எழுப்பப்பட்டன. 'இந்த ஆசாமிகள், ஜெர்மனியிலிருந்து வரும் தயாரிப்புகளைக் கொஞ்சம் தட்டிக் கொட்டி லேசாக மாற்றித் தருகிறார்கள். வேறு என்ன உருப்படியாகச் செய்கிறார்கள்?'

பிஎஃப் குழுவுக்கு ரோஷமாக இருந்தது. இதற்கு ஏதாவது செய்தே ஆகவேண்டும்!

அவர்களின் எஞ்சினியரிங் ஆராய்ச்சி-வளர்ச்சிப் பிரிவின் உதவிப் பொது மேலாளர் ஆர். பாஸ்கரன் யோசித்தார். 'எப்படியாவது நம் பிஎஃப்ப் பம்ப்பை, புதிய சிஆர் பம்ப் அளவுக்குத் திறன் உள்ளதாகச் செய்ய முடியுமா? இதை மட்டும் செய்துவிட்டால், பிறகு எஞ்சினை மாற்றவேண்டியதில்லை. செலவு குறையும். இருக்கும் எஞ்சின்களை மாற்றாமலேயே மாசுக் கட்டுப்பாட்டின் தரத்தை உயர்த்த முடியும். லட்சக் கணக்கான டாலர் மிச்சமாகும். குறிப்பாக, இது வெளி நாடுகளுக்கு மட்டுமல்ல, இந்தியா வுக்கேகூட மிகவும் உபயோகமாக இருக்கும். இப்போது நாம் யூரோ-3-ல் இருக்கிறோம். அடுத்த கட்டமாக யூரோ-4-க்குப் போவதென்றால், எல்லா வாகனங்களும் எஞ்சினில் பெரிய மாற்றம் செய்யவேண்டியிருக்கும். வாகனங்களின் விலை கூடிவிடும்...'

இது எவ்வளவு பெரிய சவால் என்பதற்கு ஓர் உதாரணம் கொடுக்க முடியும். ப்ரொபெல்லர் விமானத்தையும் ஜெட் விமானத்தையும் எடுத்துக்கொள்ளுங்கள். 20-ம் நூற்றாண்டின் முதல் பாதியில் ப்ரொபெல்லர் விமானங் கள் மேலும் மேலும் முன்னேறிக் கொண்டிருந்தன. அதிக வேகம், அதிக தூரம், அதிக உயரம். ஆனால் இவற்றால் ஓர் எல்லைக்கு மேல் வேலைத் திறனைக் காட்ட முடியாது. அதற்கு மேலும் வேகம், தூரம், உயரம் போகவேண்டும் என்றால் அதற்கு ஜெட் எஞ்சின்கள் தேவை. அதே போல் பிஎஃப்ப் பம்ப்புகளால் ஓர் அளவுக்குமேல் அழுத்தம் தர முடியாது. அந்த எல்லையை மீறுவதற்கு சிஆர் பம்ப் வேண்டும்.

பாஷ் இந்தியா, பிஎஃப்ப் பம்ப்பை வைத்து என்ன செய்யத் துணிந்தது? ப்ரொபெல்லர் விமானத்தை ஜெட் விமானம் போல் பறக்க வைக்க முனைந்தது - ஆனால் செலவை அதிகரிக்காமலேயே!

ஐடியாவில் ஆரம்பித்த பயணம்

அப்படிப்பட்ட பம்ப் ஒன்றைத் தயாரிப்பது எப்படி? நம் பிஎஃப்ப் குழுவுக்கு ஓரளவுக்கு ஐடியா இருந்தது. ஆனால் அவர்களுக்கு ஒரு கஸ்டமர் தேவை. துணிந்து இந்த பம்ப்பை முயற்சி செய்து பார்க்க யார் முன்வருவார்கள்? அப்படி ஒரு வாடிக்கையாளரைப்

பிடித்தால்தான் புதிய பம்ப்பைத் தயாரிப்பதற்குப் பொருள் வசதி கிடைக்கும்.

கடைசியாக ஒரு கஸ்டமர் கிடைத்தார். இந்தியாவில் அல்ல, ஜெர்மனியில்!

வால்வோ, ரெனால்ட் போன்றவர்களுக்காக டீசல் எஞ்சின்கள் தயாரிக்கும் டாய்ட்ஸ் கம்பெனிதான் அந்த கஸ்டமர். நடுத்தர சக்தியுள்ள லாரிகளுக்காக வால்வோவிடமிருந்து டாய்ட்ஸுக்கு ஓர் ஆர்டர் கிடைத்திருந்தது. இதுவரை அவர்கள் இந்த வகை எஞ்சின்களைத் தயாரித்ததில்லை. சிஆர் பம்ப்புகளை உபயோகித்துப் பழக்கமும் இல்லை. எனவே, 'புது வகை பிஎஃப் பம்ப் என்கிறார்களே, முயற்சி செய்துதான் பார்ப்போமே' என்று பாஷ் இந்தியாவிடம் வந்தார்கள்.

பாஷுடன் கூட்டாகச் சேர்ந்து புதிய பம்ப்பைத் தயாரிக்கலாமா என்று யோசித்தபோது டாய்ட்ஸுக்குள்ளேயே நிறைய சந்தேகங்கள் எழுந்தன. ஒரு பக்கம், சிஆர் பம்ப்புகளை உபயோகித்து அவர்களுக்குப் பழக்கமில்லை. ஆனால், இந்த மாதிரி கேள்விப்படாத அதிசய பிஎஃப் பம்ப்பை நம்பிப் பரிசோதனையில் இறங்கலாமா என்ற சந்தேகமும் இருந்தது.

இந்தியாவிலும் ஜெர்மனியிலும் இருந்த பாஷ் நிறுவனத்தினருடன் பேசினார்கள். கடைசியில் ஒரு முடிவுக்கு வந்தார்கள். 'சரி. ஆரம்பியுங்கள் வேலையை. பம்ப்பை வடிவமைக்கும் செலவில் நாங்களும் பங்கெடுத்துக் கொள்கிறோம்' என்றார்கள். பட்ஜெட் முடிவு செய்யப்பட்டது. 2005-க்குள் பம்ப் தயார் ஆகவேண்டும் என்று திட்டம். அப்போது வருடம் 2002. இன்னும் மூன்று வருடம்தான் இருக்கிறது!

> உலகம் முழுவதும் பிஎஃப் பம்ப்புகளைக் கைவிட்டு சிஆர் அமைப்புக்கு மாறிக்கொண்டிருந்தது. ஆனால் பாஷ் இந்தியா குழு போராடிப் பார்த்துவிடலாம் என்று முடிவு செய்தார்கள்.
>
> உலகத்தின் டீசல் தொழில்துறையையே அதிரவைக்கிற அளவுக்கு அவர்களிடம் சக்தி இருக்கிறது என்பது அந்தச் சமயத்தில் பாஷ் குழுவுக்குத் தெரியாது!

நமக்கெல்லாம் எவ்வளவு செல்வாக்கு இருக்கிறது என்று நினைத்துக்கொண்டிருக்கிறோம்? 'நம்மிடம் பலம் கிடையாது; பரிதாபமாக இருக்கிறோம்; யாரையும், எதையும் மாற்றும் வலிமை நமக்கில்லை' என்றெல்லாம் நினைத்துக்கொண்டிருக்கிறோம். உண்மையில் நாம் நினைப்பதைவிட நமக்கு பலம் அதிகம்; உலகத்தின்மீது செலுத்தக்கூடிய செல்வாக்கு அதிகம்.

திட்டம் என்னவோ பெரிதாகப் போட்டாகிவிட்டது. ஆனால் அதை நிறைவேற்றுவதில் பற்பல பிரச்னைகள். நிறுவனத்தின் உள் பிரச்னைகள், மனிதர்கள், தொழில்நுட்பம் என்று பல முனையிலும் தடங்கல்கள். புதிய பம்ப் ஐடியாவைப் பற்றி பாஷுக்கு உள்ளேயே நிறையச் சந்தேகங்கள், தடைகள் எழுந்தன.

ஆரம்பத்தில் மொத்தத் திட்டத்தையுமே ரகசியமாக வைத்துக் கொள்ள முடிவுசெய்தனர். வெளியே தெரிந்தால், உள்ளே இருப்பவர்களே கழுத்தறுத்துவிடுவார்கள்! ஒரு பம்ப்பைத் தயாரித்து முடித்து, 'இது உண்மையாகவே வேலை செய்கிறது' என்று நிரூபித்தபின்புதான் அதை வெளிப்படையாகப் பார்வைக்குக் கொண்டுவந்தனர்.

பம்ப்பைப் பார்த்தவுடன் பாராட்டு மழைகள் தொடங்கின! இந்தியாவிலிருந்து முழுக்க முழுக்க ஒரு புதிய பம்ப் தயாரிக்கப்படுவது பாஷ் நிறுவன வரலாற்றிலேயே இதுதான் முதல் முறை.

கம்பெனிகளில் உள் அரசியல் அதிகம் இருக்கும். 'இது என் ஏரியா, உன் ஏரியா' என்று சண்டை போட்டுக்கொண்டிருப்பார்கள். அந்த மாதிரி சமயங்களில் புதுமையாளர்கள், பதுங்கு குழிக்குள் போய்விடுவார்கள்! ரகசியமாகத் தங்கள் பணியைத் தொடர்வார்கள். ஏதாவது கணிசமாகச் செய்து எடுத்துக்கொண்டுதான் வெளியே வருவார்கள். இல்லாவிட்டால், யாராவது பெரிய பதவியில் இருப்பவர்கள் மொத்தக் காரியத்தையும் கெடுத்துவிடுவார்கள்!

யோசித்துப் பார்த்தால், தொழில்நுட்பம் என்பது எப்போதுமே வளர்ந்துவிட்ட நாடுகளிலிருந்துதான் வாய்க்கால் வழியே கசிந்தோடி இந்தியாவுக்கும் கொஞ்சம் பொசிந்திருக்கிறது. இதற்கு எதிர்த் திசையில், நாம் அவர்களுக்குக் கற்றுக் கொடுப்பதாவது? யாராவது செய்ததை அப்படியே அச்சாகப் பிரதி எடுப்பது என்றால் நமக்குத் தெரியும்; ஒன்றைப் பார்த்துக் கற்றுக்கொண்டு திருப்பிச் செய்ய முடியும். இவ்வளவுதான் நம்மைப் பற்றி நமக்கிருக்கும் நம்பிக்கை.

உலகத்தில் எங்காவது, யாராவது கண்டுபிடித்த பொருளை நம்மிடம் காட்டினால், சில வாரங்களிலேயே அதே போல் இன்னொன்று தயாரித்துக் காட்டிவிடுவோம். காலம் காலமாக இதைப் பற்றி நினைத்து நமக்கு ஒரு பெருமிதம் வேறு! ஆனால், உலகத்திலேயே இதுவரை இல்லாத புதிதான ஒன்றை நம்மால் செய்ய முடியுமா? அதுவும் எஞ்சினியரிங் திறமை தேவைப்படும் பொருளாக இருந்தால்? முடியவே முடியாது. நம்மிடம் அந்தத் திறமை இருக்கிறது என்று நமக்கே முதலில் நம்பிக்கை கிடையாது; இதனால்தான் உலகத்துக்கும் இப்படி ஒரு அபிப்பிராயம் ஏற்பட்டுவிடுகிறது.

இந்தியாவில் இயங்கும் பன்னாட்டு கம்பெனிகளில்கூட இதே நிலைமைதான்! எம்.என்.சி. கம்பெனிகளில் இந்தியப் பிரிவு என்பது, சின்ன எடுபிடி வேலைகள் செய்வதற்கு மட்டுமே பயன் படுத்தப்படுகிறது. மேலை நாடுகளின் தயாரிப்புகளை ஓரத்தில் கொஞ்சம் மாற்றிச் சரி செய்வதுதான் அவர்களுடைய வேலை. இவர்களுக்கு ஆராய்ச்சி-வளர்ச்சிப் பிரிவு என்ற பெயரே பொருத்தமில்லை. 'ஆராய்ச்சி'யைவிட அங்கங்கே திருகுவது, மாற்றுவது - இதுதான் நடக்கிறது. ஏற்கெனவே செய்யப்பட்ட பொருளை எடுத்துக்கொண்டு இந்தியச் சூழ்நிலைக்கு ஏற்பச் சற்றே திருத்தி அமைக்கிறார்கள். அவ்வளவுதான்.

பாஷ் இந்தியாவிலும் இதே நிலைதான். 'இந்த ப்ராஜெக்டை ஏற்றுக்கொண்டபோதே மிகவும் பயமாக இருந்தது' என்கிறார் அணியில் இருந்த ஒருவர். 'இதுவரை எங்களுக்கு பழைய பம்ப்புகளில்தான் வேலை செய்து பழக்கம். அதுவும் சின்னச்சின்ன மாற்றங்கள் மட்டும்தான் செய்துகொண்டிருந்தோம். இப்போது முதல் தடவையாக, அடிப்படையிலிருந்து ஆரம்பித்து ஒரு முழு பம்ப்பை டிசைன் செய்யப்போகிறோம். நம்மால் முடியுமோ, முடியாதோ என்ற கவலை தாங்கவில்லை.'

பாஷ் இந்தியாவுக்கு இது ஒரு மிக முக்கியமான ப்ராஜெக்ட். அது வேறு வயிற்றைக் கலக்கியது.

இதில் இருக்கும் நுட்பப் பிரச்னைகள் மிகப் பெரியவை. தற்போதைய எஞ்சின் வடிவமைப்பிலேயே பொருந்திவிடக்கூடிய ஒற்றை சிலிண்டர் பம்ப்பாக இருக்கவேண்டும் என்பதுதான் முக்கியமான கட்டுப்பாடு. எஞ்சினில் எந்த மாற்றமும் தேவைப்படக் கூடாது. வடிவத்தில் சாதாரண பிஎஃப் பம்ப் போலவே இருக்கவேண்டும். வேலையிலோ, சிஆர் பம்ப்பைப் போல இயங்கவேண்டும்!

ஒற்றை சிலிண்டர் பிஎஃப் பம்ப்பை உபயோகித்து, தேவையான அளவு எரிபொருளை, 1600 பார் அழுத்தத்தில் எஞ்சினுக்குத் தரவேண்டும். இதுதான் சவால். சிஆர் பம்ப்பில் மூன்று பம்ப்புகள் இயங்குவதால் இது சுலபம். ஒற்றை சிலிண்டர் பம்ப்பால் முடியாது. அதனால் அதிக பட்ச அழுத்தமாக 750 பார்தான் ஏற்படுத்த முடியும். யூரோ-4 மாடலுக்கு, பம்ப் குறைந்தது 1600 பார் அழுத்தத்தைத் தாங்கவேண்டும்.

புதுமை, புதுமை!

இங்கேதான் புதுமைகள் ஆரம்பிக்கின்றன. ஒரு நிச்சயமற்ற சூழ்நிலையில் வேலை செய்துகொண்டிருந்தது டீம். இது சாத்தியமா என்பதுகூட அவர்களுக்குத் தெரியாது.

'முதல் வேலையாக, இப்போது இருக்கும் சிஆர் பம்ப்பை அக்கக்காக அலசுவோம்; அதன் ஒவ்வொரு நட், போல்ட்டையும் கேள்விக்கு உட்படுத்துவோம்' என்று முடிவு செய்தார்கள்.

சாதாரண சிஆர் பம்ப்பில் மூன்று பகுதிகள்: (1) பம்ப்பைச் செலுத்தும் பகுதி, அதாவது ட்ரைவ்; (2) பம்ப்புகள் மற்றும் (3) எரிபொருளின் அளவைக் கட்டுப்படுத்தும் பாகம்.

இங்கே பாஷ் இந்தியா டீம் உபயோகித்த மந்திரம், 'சேர்ந்து இருப்பதைப் பிரித்துப் போடு!'

சிஆர் பம்ப்பின் மூன்று பாகங்களையும் தனித்தனியே பிரிக்க முடியுமா? மூன்றையும் குறுக்கு விசாரணை செய்தார்கள். முதலில், செலுத்தும் பகுதியிலிருந்து ஆரம்பிக்கலாம். பம்ப்பை

இயக்குவதற்காகத் தனியாக ஒரு ட்ரைவ் தேவையா? நேரடியாக அதை எஞ்சினின் காம் ஷாஃப்ட்டிலேயே பொருத்த முடியாதா?

ட்ரைவை நீக்கிவிட்டுப் பார்த்தால், இப்போது பம்ப் முழுவதும் எஞ்சின் ப்ளாக்கிலேயே கச்சிதமாக உட்கார்ந்துவிட்டது! இது முதல் வெற்றி.

அடுத்து, சிஆர் பம்ப்பில் உள்ள மூன்று பம்ப் பகுதிகளை ஒன்றாக்குவது. அதிக அழுத்தத்தை உருவாக்கவேண்டும் என் பதற்காக பம்ப் மூன்றாகப் பிரிக்கப்பட்டிருந்திருந்தது. ஒரே பகுதியை வைத்துக்கொண்டு இதை நிறைவேற்ற முடியுமா?

இதற்கு டீம் கண்டுபிடித்த வழி, முக்கோண வடிவில் அமைந்த காம் லோப் (cam lobe) என்ற அமைப்பு. எஞ்சினின் காம் ஷாஃப்ட், பம்ப்பைச் சுழற்றும். ஷாஃப்ட் ஒரு முறை சுற்றி முடிப்பதற்குள், பம்ப்பின் தண்டு, முக்கோணத்தின் முனை களால் தூக்கப்பட்டு மூன்று தடவை உயர்ந்து தாழும். சாதாரண சிஆர் பம்ப்பின் மூன்று பகுதிகளும் சேர்ந்து செய்த வேலை இப்போது ஒரே பகுதியில் முடிந்துவிட்டது!

> இங்கே அவர்கள் கையாண்ட டெக்னிக், 'அவ்வளவாகப் பயன்படுத்தப்படாமல் இருப்பவற்றை முழுவதும் உபயோகித்துக்கொள்' என்பதாகும். இப்படி யோசித்து அவர்கள் எஞ்சினின் காம் ஷாஃப்ட்டை முழுப் பயனுக்குக் கொண்டுவந்தார்கள்.
>
> உங்களுடைய நிறுவனத்தில் அதிகம் பயன்படுத்தப் படாமல் கிடக்கும் செல்வங்கள் என்னென்ன? வழக்கமாக இப்படி ஏராளமான பொருட்கள், வசதிகள் கேட்பாரின்றிக் கிடக்கும். பிரச்னையை வேறு கோணத்தில் அணுகும்போது அவற்றுக்கும் மிகப் புதிய உபயோகங்கள் தோன்றும்.

சின்ன விஷயம்போல் தோன்றிய சில வேலைகள்தான் ஏராள மான நேரத்தையும் உழைப்பையும் சாப்பிட்டன: உதாரணமாக, பரிசோதனையின்போது காமில் இருக்கும் கைட் பின் (guide pin) என்ற பாகத்தின்மீது மிக அதிகமான அழுத்தம் விழுவதைக் கண்டுபிடித்தார்கள். அதைச் சரி செய்ய ஒரு வழி கண்டுபிடிப் பதற்கே கிட்டத்தட்ட ஒரு வருடம் ஓடிவிட்டது. பிறகு அதை நன்றாகச் சோதனை செய்யவேண்டும். சோதனை என்றால் ஓரிரு

முறை அல்ல - ஒரு கோடி தடவை அதை இயங்க வைத்துப் பரிசோதிக்கவேண்டும்!

இதற்கெல்லாம் நேரமும் முயற்சியும் அதிகம் தேவைப்பட்டன. புதிய பம்ப் எந்தப் பிரச்னையும் இல்லாமல் 5 லட்சம் மணி நேரத்துக்கு உழைக்கவேண்டும். சாதாரண பிஎஃப் பம்ப்புகளின் ஆயுள் 1.5 லட்சம் மணிதான். 5 லட்சம் மணி என்றால் சுமார் 20 வருடம்! எனவே சின்னத் தப்புகூட நடந்துவிடக் கூடாது.

கடைசியாக எரிபொருள் அளவைக் கட்டுப்படுத்தும் அமைப்பு தான் பாக்கி. அதைத் தனியாகப் பிரித்து வேறிடத்தில் வைத்தார் கள். இனி எஞ்சின் ப்ளாக்கில் அது இடத்தை அடைக்காது.

அடுத்த சவால்: பம்ப்பின் வெளிக் கவசம், அந்தக் கடுமையான அழுத்தத்தையும் வெப்பத்தையும் தாங்கவேண்டும். இதற்கு ஒரு மோனோ ப்ளாக் வைத்து டிசைன் செய்தார்கள். ஆனால் சீக்கிரமே பிஸ்டன் இயங்குவதை நிறுத்திவிட்டது!

பிரித்துப் பார்த்தால், வெப்பத்தைத் தாங்க முடியாமல் உடல் பகுதியே வளைந்து உருமாறிக் கிடந்தது. இதில் இன்னும் வேலை இருக்கிறது என்று உணர்ந்தது டீம். கடைசியாக, உள் பகுதிகளில் கார்பன் தோய்ந்த பூச்சு ஒன்றைப் பூசி, உராய்வையும் தேய்மானத்தையும் குறைத்தார்கள்.

புரட்சிகரமான புதிய பம்ப் தயாராகிவிட்டது. ப்ராஜெக்ட் தாமதமும் ஆகவில்லை, பட்ஜெட்டையும் மீறவில்லை. டாய்ட்ஸ் கேட்ட தேதியில் பம்ப்பைக் கொடுத்துவிட்டார்கள். இதற்கு ஒரு பேடண்ட் - உரிமமும் வாங்கப்பட்டது. எல்லா வற்றுக்கும் ஆதாரம், தொடர்ந்து புதுமைகள் படைக்கும் சிந்தனை. பயணத்தின் ஒவ்வொரு அடியிலும் புதுமை; பம்ப்பின் ஒவ்வொரு பாகத்திலும் புதுமை.

பாஷ் டீம் சந்தித்த ஒவ்வொரு சோதனையும் ஒவ்வொரு புதுமையை உருவாக்கியது!

ஒரு தயாரிப்புக்கு இருக்கக்கூடிய மிகப் பெரிய கால் கட்டு, அதன் வெற்றிக்கே காரணமான முக்கிய பாகமாகத்தான் இருக்கும்! ப்ரொபெல்லர் விமானங்களின் முக்கியப் பகுதி ப்ரொபெல்லர். ஆனால் அதே ப்ரொபெல்லரை நீக்கியபிறகுதான் ஜெட் விமானம் வர முடிந்தது. சிஆர்

பம்ப்பின் முக்கிய பலமே அதன் ட்ரைவ் மற்றும் மூன்று அறை அமைப்பு. இவற்றை நீக்கிப் பார்த்தவுடன் புதுமையான பிஎஃப்-45 பிறந்தது.

உங்கள் தயாரிப்பின் வெற்றிக்கு மூலகாரணமான முக்கியப் பகுதிகள் என்ன? உங்களால் அவற்றை நீக்க முடியுமா?

புதுமையின் விளைவு?

பிஎஃப்-45 பம்ப்பின் விளைவுகள் மகத்தானவையாக இருந்தன. பிசினஸ் பெருகி வளர்ந்தது.

புதிய பம்ப் மிக எளிமையானது. எனவே பம்ப் தயாரிப்பதற்கும் பொருத்துவதற்கும் பழுது பார்ப்பதற்கும் ஆகிக்கொண்டிருந்த செலவு, பயங்கரமாக விழுந்துவிட்டது. சிஆர் பம்ப்புகளை சர்வீஸ் செய்ய, கை தேர்ந்த டெக்னீஷியன்கள் தேவை. அதனால்தான் ரிப்பேர் செலவு அதிகமாயிருந்தது. இப்போது அது கிட்டத்தட்ட நீக்கப்பட்டுவிட்டது. புதிய பம்ப்புக்கு சர்வீசிங்கே தேவையில்லை. சாதாரண சிஆர் பம்ப்பைப் போல் மூன்று மடங்கு உழைக்கும். பம்ப் விலை 20 யூரோதான் (ரூபாய் 1,200)- சிஆர் பம்ப்பின் விலையில் நாலில் ஒரு பங்கு. கொடுத்த காசு முழுவதும் செரிக்கும்!

மனிதத் திறமையும் ஒரு முக்கிய முதலீடுதான். எங்கே அதிகம் உபயோகப்படுத்தப்படுகிறதோ, அங்கேதான் போகும் திறமை. ஒவ்வொரு வருடமும் பாஷ் இந்தியாவில் சுமார் 30 புதிய எஞ்சினியர்கள் சேருவார்கள். எந்த டிபார்ட்மெண்டில் வேலை செய்வது என்பதை அவர்களே தேர்ந்தெடுக்கலாம். வழக்கமாக ஐந்தாறு பேர்தான் ஆராய்ச்சி-வளர்ச்சிப் பிரிவில் சேர்வார்கள். ஆனால் போன வருடம் 30-க்கு 24 பேர் அந்தப் பிரிவில்தான் சேரவேண்டும் என்று அடம் பிடித்தார்கள்.

ஆராய்ச்சி-வளர்ச்சிப் பிரிவிலிருந்து புதுமையான கண்டுபிடிப்புகள் வருவது தெரிந்தவுடன், திறமைசாலி களை அதுவே காந்தம் போல் இழுக்க ஆரம்பித்துவிட்டது! டைட்டன் நிறுவனம் உலகத்திலேயே மெல்லிய, தண்ணீர்

புகாத வாட்சைக் கண்டுபிடித்தஉடன் இதே போல்தான் நடந்தது. டாடா நானோ காரைக் கண்டுபிடித்தபோதும் அதே கதைதான்.

புதிய திறமைசாலிகளின் ஒரு கூட்டமே, இத்தகைய கம்பெனிகளை நாடி வர ஆரம்பித்திருக்கிறது. அமெரிக்காவுக்குப் போன இந்தியர்கள் இந்தியா திரும்பி வருகிறார்கள்; 'மூளை இழப்பு' எதிர்த் திசையில் திரும்பிவிட்டது என்று பத்திரிகைகள் பக்கம் பக்கமாக எழுதுகின்றன. எங்கே திறமை மிக அதிகமாக உபயோகப் படுத்தப்படுகிறதோ, அங்கேதான் திறமை போய்ச் சேரும் என்பதற்கு இதுவே சாட்சி.

தற்போது உங்களிடம் இருக்கும் மனித வளம் திருப்திகர மாக இல்லையா? முதலில், இருக்கிற ஆட்களை வைத்துக்கொண்டு ஏதாவது புதுமைகளைச் செய்து காட்டுங்கள். இல்லாவிட்டால் புதிய திறமைகளை ஈர்க்க முடியாது!

புதுமைகள் எப்போது நிகழும்? புரட்சிகரமான சவால்கள் எழும்போது. பாஷ் டீம் அப்படிப்பட்ட ஒரு சவாலைத் தான் எடுத்துக்கொண்டது.

இந்த பம்ப் வந்தபிறகு பாஷ் இந்தியாவின் வாழ்க்கையிலும் மகத்தான மாற்றங்கள். சீனாவில் செலவு குறைவாக இருக்கிறது என்று எல்லா உற்பத்தி-வளர்ச்சி வேலைகளும் அங்கே போய்விடுமோ என்று ஒரு கவலை இருந்துகொண்டிருந்தது. இரண்டு நாடுகளுக்கும் வேறு எந்த வித்தியாசமும் இல்லை. எனவே இன்றில்லாவிட்டாலும் நாளைக்கு எல்லாம் கையை விட்டுப் போய்விடும் என்று பயந்தார்கள். இப்போது பிஎஃப் பம்ப் போல இந்தியா படைக்கும் புதுமைகளைப் பார்க்கும் போது, இந்த பயம் தற்போதைக்குத் தணிந்திருக்கிறது.

டீசல் எஞ்சின் துறையிலேயே இது ஒரு சூறாவளி. எஞ்சின் தயாரிப்பாளர்களும் சரி, கமர்ஷியல் வண்டிகளை வாங்குபவர் களும் சரி, தங்கள் வாழ்நாளே நீடிக்கப்பட்டிருக்கிறது என்று உணர்வார்கள். இனி மாசுக் கட்டுப்பாட்டு விதிகளுக்காகப் பெரும் செலவில் எஞ்சின்களை மாற்றி அமைக்க வேண்டிய தில்லை. அதில் ஒரு குறுந்தொகைக்கே அதே பயன் கிடைத்து

விட்டது. இந்த பம்ப்பைச் சிறிது முன்னேற்றினால் யூரோ-5 விதிகள் வரும்போதும் அப்படியே பயன்படுத்திக் கொள்ளலாம். ஐரோப்பாவில் 2013-ல் யூரோ-5 வரப் போகிறது; இந்தியாவில் 2020-ல். (யூரோவை அமல்படுத்துவதில் இந்தியா சுமார் எட்டு வருடம் பின்தங்கிப் பயணிக்கிறது.)

பாஷ் இந்தியா டீமுக்கும் இதனால் மிக நல்ல பெயர். இந்தியாவில் ஒரு மூலையில் இருந்த பிஎஃப்ப் குழு, திடீரென்று பாஷ் கம்பனிக்குள் மட்டுமல்லாமல் மொத்த டீசல் உலகத்தின் கவனத்தையும் ஈர்த்துவிட்டது. திறமையான புதிய எஞ்சினியர்கள் பலர் அதன் ஆராய்ச்சி-வளர்ச்சிப் பிரிவை நாடி வருகிறார்கள். வழக்கமாக, பயிற்சி எஞ்சினியர்களில் 20 சதவிகிதம் பேர்தான் அந்தத் துறைக்கு வருவார்கள். கடந்த வருடம் இது 80 சதவிகிதமாக உயர்ந்தது.

டீமின் ஊக்கமும் தன்னம்பிக்கையும் வானத்தைத் துளைத்துக் கொண்டு போய்விட்டது! 'சிறுவனுக்கு தங்கப் பதக்கம் கிடைத்ததுபோல் இருக்கிறது' என்கிறார் ஒருவர். மற்றொருவர், 'இப்போது என்னால் எந்தச் சவாலையும் சந்திக்க முடியும். பிஎஃப்ப்-45 எங்கள் தன்னம்பிக்கையை அந்த அளவுக்கு வளர்த்திருக்கிறது' என்கிறார். எல்லோருக்கும் பெருமிதம்.

'இந்தியர்களால் சொந்தமாக எதையும் தயாரிக்க முடியாது; எல்லாமே ஐரோப்பாவில் செய்யப்பட்டு இங்கே வரும். அதுவும் பத்து வருடம் கழித்து, உலகமே வேறு டெக்னாலஜிக்கு மாறிவிட்ட பிறகுதான் வரும். அவர்கள் சாப்பிட்டுப் போட்ட எச்சில் மிச்சம்தான் நமக்கு' என்று நினைத்துக்கொண்டிருந்தவர்கள், 'இன்றைக்கு நாங்களும் அருமையான கண்டுபிடிப்புகளைக் கற்பனை செய்து, உருவம் கொடுத்து, தயாரித்துக் காட்டவும் முடியும்' என்கிறார்கள்.

இந்தியா போன்ற வளரும் நாடு ஒன்றில் புதுமைகள் பிறக்காமல் தடுப்பது ஒன்று உண்டு: 'இதுவரை யாராவது இதைச் செய்திருக்கிறார்களா?' என்ற கேள்வி. 'யாருமே செய்ததில்லை என்றால் நாம் மட்டும் எப்படிச் செய்ய முடியும்?'

இதனால்தான் 'இருப்பதை அப்படியே வைத்துக் கொள்வோம்; ஆங்காங்கே சிறிதளவு மாற்றம் செய்தால் போதும்' என்ற நினைப்பு வந்துவிடுகிறது. 'உலகமே காணாத புதுமைகளை நாம் உருவாக்க வேண்டும்' என்ற எண்ணமே எழுவதில்லை!

இதற்கு முன்பு அவர்கள் மனநிலை, 'பாஷ் ஜெர்மனியின் தயாரிப்புகளை உபயோகத்துக்குக் கொண்டுவருவது மட்டும் தான் எங்கள் வேலை. அவர்களிடம் நிறையக் கெஞ்சி, அனுமதி கிடைத்தால் சிறிய மாறுதல்கள் மட்டுமே செய்யலாம்' என்று இருந்தது. இப்போது இது மாறி, 'உலகத்திலேயே வேறு யாரும் செய்யாத டெக்னாலஜியை நாங்கள் உருவாக்குகிறோம். புதிய ஐடியாக்களுக்கு நாங்கள்தான் முன்னோடிகள்' என்று காலரைத் தூக்கிவிட்டுக் கொண்டார்கள். மேற்கத்தியர்களையோ, ஜப்பானியர்களையோ பார்த்தவுடன் கன்னத்தில் போட்டுக் கொள்வது, வளரும் நாடுகளுக்கே உரிய மனப்பான்மை. அதை இவர்கள் வென்றுவிட்டார்கள்.

இப்போது இதே டீம், பிஎஃப்-51 என்ற நவீன பம்ப் ஒன்றையும் தயாரித்துவிட்டது. இது இன்னும் சிறிய பம்ப். சாம்பிள் தயாரிக்கும் பிரிவில் இருக்கும் அமர்நாத், 'இதைவிட எளிமை யான, திறமையான பம்ப் உலகிலேயே கிடையாது' என்கிறார். பிஎஃப்-45 செய்யும் அதே வேலையைத்தான் இதுவும் செய் கிறது; ஆனால் அளவிலும் எடையிலும் அதில் நான்கில் ஒரு பங்குதான்.

ப்ராஜெக்டின் சாம்பியன் பாஸ்கரன் இன்னொரு விஷயமும் தெரிவித்தார்: வழக்கமாக எஞ்சினுக்குத் தகுந்தாற்போல்தான் பம்ப் தயாரிப்பார்கள். ஆனால் இப்போதெல்லாம் எஞ்சின் தயாரிப்பாளர்கள் எங்களது பம்ப்பை மனத்தில் கொண்டே தங்கள் எஞ்சினை டிசைன் செய்ய ஆரம்பித்துவிட்டார்கள்! இது புதிய தலைமுறை பம்ப். புதிய டிசைன். சிறிய அளவு, விலையும் குறைவு என்று ஒவ்வொரு அம்சத்திலும் புரட்சியையே உரு வாக்கிக்கொண்டிருக்கிறது.

எல்லாவற்றையும்விட முக்கியப் புரட்சி, புதுமைக் காற்று திசை மாறி வீச ஆரம்பித்ததுதான். இந்தியாவுக்காகவே டிசைன் செய்யப்பட்ட பம்ப் இது. இங்கேதான் கமர்ஷியல் வாகனத் தயாரிப்பாளர்கள், ஒரு பைசாகூடச் செலவை அதிகரிக்க ஒப்புக்

கொள்ள மாட்டார்கள். ஆனால் இந்த பம்ப் இப்போது ஐரோப்பா முழுவதையும் தன் வலையில் வீழ்த்திவிட்டது.

நாளைய மாசுக் கட்டுப்பாட்டுச் சட்டங்களைப் பின்பற்றுவதில் இந்தியாவுக்கு வலி தெரியாமல் இருக்கவேண்டும் என்று நினைத்து ஆரம்பித்த ப்ராஜெக்ட், இப்போது மேற்கத்திய நாடுகளையும் பெரிய அளவில் பாதித்திருக்கிறது. இந்தியாவுக்காக எதை டிசைன் செய்தாலும் மிக மிகக் குறைந்த விலையில், ஆனால் நல்ல தரத்தில் இருக்கவேண்டும். இதற்காகக் கண்டு பிடிக்கப்படும் புதுமைகள் பல, பிறகு மேலை நாடுகளையும் சென்று அடைகின்றன. பிஎஃப்-45 பம்ப் இதற்கு ஒரு நல்ல உதாரணம்.

டீசல் உலகமே 'இதுதான் நம் விதி' என்று ஏற்றுக்கொண்டு விட்ட ஒரு விஷயத்தை மாற்றுவதற்கு, கொஞ்சம்கூட அதிகாரமோ, பலமோ இல்லாத ஒரு டீம் வருகிறது. 'விதியை மதியால் வெல்வோம்' என்று முனைகிறது.

அப்போது ஆரம்பித்ததுதான் இவ்வளவும்.

பகுதி 3

புறப்படுங்கள், லட்சியப் பயணம்!

ஒரு கப்பல் கட்ட வேண்டுமா? உங்கள் ஆட்களைக் கூப்பிட்டு, மரத்தைக் கொண்டுவரச் சொல்லி, வேலைகளைப் பிரித்துக் கொடுத்து, உத்தரவுகள் போட்டுக்கொண்டு உட்கார்ந்திருக்காதீர்கள். முடிவு இல்லாத அகண்ட கடலை நினைத்து ஏங்குவதற்கு அவர்களுக்குக் கற்றுக்கொடுங்கள், போதும்.

- அந்துவான் தி செய்ன்ட் எக்ஸுபெரி

எல்லோரையும் நம்முடைய பயணத்தில் சேர்ந்து கொள்ளச் செய்வதற்கு என்ன செய்ய வேண்டும்? அவர்கள் 'நானும் வருகிறேன்' என்று சொன்னால் மட்டும் போதாது. அவர்களின் அடி மனத்தில் நுழைந்து பாதித்து, உங்களைவிட அவர்கள் அதிக உற்சாகமாகப் புறப்படும்படிச் செய்துவிட வேண்டும்.

ஐடிசி-ஐபிடியின் சிவகுமார், இப்படித்தான் சேர்மன் ஒய்.சி. தேவேஷ்வரைப் பயணத்தில் சேர்த்துக் கொண்டார். அடுத்த நாள் இயக்குனர் கூட்டத்தில் சிவகுமார் தன் ப்ராஜெக்டை விவரித்து ஆதரவு திரட்ட வேண்டும்; அதற்குப் பதிலாக சேர்மனே அந்த வேலையை ஆவலுடன் செய்ய ஆரம்பித்து விட்டார்!

மனிதர்களைக் கூட்டு சேர்த்துக்கொள்வது என்றால், அவர்கள் முழுக்க முழுக்க 'இது என்னுடைய வேலை' என்று சொந்தம் கொண்டாடவேண்டும். அதற்கு, பிசினஸ் இலக்குகளோ, புள்ளி விவரங்

களோ போதாது. ஒரு லட்சிய வேள்வியின் பயனாக விளைவது அது. இந்தப் புத்தகத்தில் வரும் ஒவ்வொரு புரட்சியாளரும் அப்படி ஒரு வேள்வியைத்தான் நடத்தினார்கள்.

கூட்டாளிகள் வந்து சேரவேண்டும் என்றால், சம்பந்தப்பட்ட அத்தனை பேருக்கும் வெற்றி கிடைக்கவேண்டும். வெற்றி பெறுவதற்கு ரஞ்சன் மாலிக் ஒரு மும்முனைத் திட்டம் வைத்திருக்கிறார்:

1. எடுத்த காரியம் வெல்லவேண்டும்.

2. நாம் வெல்லவேண்டும்.

3. நம்முடன் சேர்ந்தவர்கள் வெல்லவேண்டும்!

ஐடிசி-ஐபிடி இப்படிப்பட்ட ஃபார்முலாவுடன்தான் களத்தில் இறங்கியிருக்க வேண்டும். எடுத்த காரியம் (ஈ-சௌபால்) வெற்றியடைந்தது; ஐடிசி வெற்றியடைந்தது; அதில் பங்கு பெற்ற ஒருங்கிணைப்பாளர்கள், ஒத்துழைப்பாளர்கள் அனைவரும் வெற்றி பெற்றார்கள்.

ராஜீவ் நாரங்க் இன்னொரு தத்துவம் சொல்வார்: 'நம்முடைய லட்சியத்தால் கவரப்பட்டு, தோழர்கள் தானாக வந்து சேர்ந்து கொள்ளவேண்டும்; நம் சுருதியில் இழைந்து பாடவேண்டும். யாரையும் வலிமையைக் காட்டி இழுக்கக்கூடாது.'

கட்டாயப்படுத்தி கூட்டாளிகளைச் சேர்த்துக்கொண்டோமானால், எப்போது அவர்கள் நம் முதுகில் குத்துவார்கள் என்றே தெரியாது. நம் முதுகைக் காப்பாற்றுவதற்கே நேரம் சரியாகப் போய்விடும். ஆனால் பணியின்மீது முழு ஈடுபாட்டை அவர்கள் மனத்தில் ஏற்படுத்திவிட்டால் போதும்; எப்போதும் நமக்குத் துணையாக இருப்பார்கள்.

மஞ்சள் காமாலையை ஒழிக்கவேண்டும் என்ற லட்சியத்தை எடுத்துக்கொண்டார் வரப்ரசாத் ரெட்டி. ஏதேதோ நாடுகளிலிருந்து, ஏதேதோ கலாசாரங்களிலிருந்து, யார் யாரோ உதவிக் கரம் நீட்டினார்கள். அமெரிக்காவில் இருந்தபடியே சொந்தக் காசைச் செலவு செய்து, அவருக்கு உதவி செய்தார் ஒரு விஞ்ஞானி. அந்த விஞ்ஞானியின் மனைவி, வீட்டில் டெலிபோன் பில் ஏகத்துக்குப் போய்க்கொண்டிருக்கிறது என்று புகார்

சொல்லும் அளவுக்கு இந்த உதவி சென்றது! சாந்தா பயோ டெக்கின் ஊழியர்கள்கூட லட்சிய வேட்கையால்தான் அந்த நிறுவனத்தில் சேர்ந்தார்கள்.

வழித் துணைவர்களைச் சம்பாதிப்பதற்கு மற்றொரு டெக்னிக் இருக்கிறது. 'மாட்டேன்' என்பவர்களை மெல்ல இழுத்துப் போய், 'பார்க்கலாம்' என்ற நிலையில் கொண்டுபோய் நிறுத்துவது. பெரும்பாலானவர்கள் நம்முடைய யோசனையை அப்படியே முழுவதும் நிராகரிப்பதில்லை; அதில் அவர்களுக்குப் பிடிக்காத சில பகுதிகள்தான் இருக்கும். எனவே ஒன்றை நாம் வெளிப்படையாகக் கேட்டுத் தெரிந்துகொள்ளவேண்டும்: 'முடியாது' என்பதிலிருந்து 'பார்க்கலாம்' என்று அவர்கள் இறங்கி வருவதற்கு, நாம் என்ன செய்யவேண்டும்?

எம்.வி. ஃபவுண்டேஷன், கொத்தடிமைகளாக வேலை செய்யும் குழந்தைகளை மீட்டுப் பள்ளிக்கூடத்துக்கு அனுப்பும் பணியைச் செய்து வருகிறது. இதற்காக அவர்கள் நிலச் சொந்தக்காரர்கள், குழந்தையின் பெற்றோர்கள், அவர்களுடைய சமூகம், ஆசிரியர்கள், அரசாங்க அதிகாரிகள் என்று பலருடன் பேசிக் கரைக்க வேண்டியிருக்கிறது. இவர்களில் பலருக்கு ஒன்றுக்கொன்று முரண்பாடான தேவைகள், நோக்கங்கள். மிகப் பொறுமையாக ஒவ்வொருவரிடமாகப் பேசினார்கள். 'முடியாது' என்ற சொல்லை, 'பார்க்கலாம்' என்று மாற்ற வைத்தார்கள்.

எம்.வி. ஃபவுண்டேஷனால், 12 லட்சத்துக்கு மேற்பட்ட குழந்தைகள் இன்று முழு நேரம் பள்ளிக்கூடம் போகிறார்கள்!

தோழர்களைச் சேர்த்துக்கொள்வது என்பது, ஏதோ சேல்ஸ் மேன்கள் செய்யும் விற்பனை போன்றது அல்ல. ஒரு பொருளை விற்பது என்றால் அதன் நன்மைகளை எடுத்துச் சொல்லி, பொருளை அவர்களிடம் தள்ளிவிடுவது. கூட்டு சேர்த்துக்கொள்வது என்றால் அவர்களிடம் ஒத்துழைப்பைக் கேட்டு வாங்குவது. அவர்கள் உற்சாகம் அடைந்து, தானே வேலை செய்ய ஆரம்பித்துவிட வேண்டும்; உங்கள் பணியைச் செய்து முடிக்க அவர்கள் முன்வர வேண்டும். இதற்காக அவர்கள் எதையாவது தியாகம் செய்யவும் நேரலாம்.

அடுத்து வரும் புதுமையாளர் வரலாறுகளில், திருச்சி போலீஸையும் சோழா வாகன ஃபைனான்ஸ் கம்பெனியையும் பற்றிப்

பார்க்கப் போகிறோம். இருவருமே தங்கள் அணியைச் சேர்ந்தவர்களை, மிக அடிப்படையான ஒரு தளத்தில் தோழர்கள் ஆக்கிக் கொண்டார்கள். உடனே அங்கே அபாரமான ஊக்கமும் சக்தியும் வெளிப்பட்டன!

தங்கள் நிறுவனத்தின் தலைவிதியையே அவர்கள் தலைகீழாக மாற்றிவிட்டார்கள்.

6. திருச்சி போலீஸ்:
கவரி வீசிய காவலர்கள்

இந்தியாவைப் போல தீவிரவாதத்தால் பாதிக்கப் பட்ட நாடு வேறில்லை. தீவிரவாதிகள் ஒவ்வொரு நகரமாகத் தேர்ந்தெடுத்து அநாயாசமாகத் தாக்கு கிறார்கள். எல்லா நாடுகளையும்விட, இந்தியாவில் தான் தீவிரவாதத்தினால் ஏற்பட்ட மரணங்கள் அதிகம்.

ஒவ்வொரு முறை அசம்பாவிதம் நடக்கும்போதும் போலீசும் அரசியல்வாதிகளும் கையைப் பிசை வார்கள். 'அடுத்த முறை இன்னும் உஷாராக இருக்கப்போகிறோம்' என்பார்கள். 'இதற்கு எங்களுக்கு இன்னும் அதிகமான போலீஸ்காரர்கள் தேவை. உளவுத் தகவல்கள் தேவை. சாதனங்கள் தேவை. கடுமையான சட்டங்கள் தேவை.'

ஆனால் நாட்டில் சில இடங்கள் ஆங்காங்கே தனித்துத் தெரிகின்றன. அங்கெல்லாம் குற்றமும் தீவிரவாதமும் கட்டுப்படுத்தப்பட்டிருக்கின்றன. உதாரணமாக, திருச்சி போலீசார் அதிக சாதனங் களோ ஆள்களோ சட்டங்களோ இல்லாமல் தீவிர வாதத்தை வெற்றிகரமாக அடக்கியிருக்கிறார்கள். குறைவான ஆள்கள், சாதனங்களைப் பயன்படுத்தி, இருக்கிற சட்டங்களை வைத்துக்கொண்டே இதைச் சாதித்திருக்கிறார்கள். உண்மையான புரட்சி என்பது இப்படித்தான் இருக்கும்.

24 லட்சம் மக்கள் வசிக்கும் ஒரு நகரத்தில் அமைதி யைப் பாதுகாக்க எத்தனை போலீஸ்காரர்கள் தேவை என்று நினைக்கிறீர்கள்? சும்மா

அமைதியைக் காத்தால் மட்டும் போதாது; குற்றங்களைக் குறைக்கவேண்டும். தலையெடுத்துக்கொண்டிருக்கும் தீவிர வாதத்தைக் களையெடுக்க வேண்டும். ஏற்கெனவே நகரம், மதத்தின் அடிப்படையில் பிளவுபட்டுக் கிடக்கிறது. உலக அளவில் எந்தப் போலீஸ் அதிகாரியைக் கேட்டாலும், இவ் வளவு பெரிய வேலைக்கு 7,000 போலீஸ்காரர்களாவது தேவை என்றுதான் சொல்வார்.

ஐரோப்பாவின் வளர்ச்சியடைந்த நாடுகளில் இந்த ஜனத் தொகைக்கு 5,000 போலீசார் இருக்கிறார்கள். தமிழ் நாட்டில், திருச்சியில் இருந்தது வெறும் 260 கான்ஸ்டபிள்கள்! இதை வைத்துக்கொண்டே திருச்சி போலீசார் குற்றங்களை 40% குறைத் தார்கள். தீவிரவாதத்தையும் பயங்கரவாதத்தையும் முளை யிலேயே கிள்ளினார்கள். மொத்தம் உள்ள 2,600 போலீஸ்காரர் களில் 260 பேரை மட்டுமே வைத்துக்கொண்டு இதைச் சாதித் தார்கள். அதிலும் இவர்கள், தீவிரப் பயிற்சி பெற்ற அதிரடிப் படைகளோ கமாண்டோக்களோ அல்ல; நீங்களும் நானும் தினமும் தெருவில் பார்க்கும் சாதாரண கான்ஸ்டபிள்கள்தான்.

இது நடந்தது எப்படி? திருச்சியிடமிருந்து நாடு கற்றுக்கொள்ள வேண்டியது என்ன?

மாற்றம் ஆரம்பம்

வருடம் 1999.

திருச்சியின் மக்கள் தொகை அமைப்பே வித்தியாசமானது: மூன்றில் ஒரு பங்கு இந்துக்கள். மூன்றில் ஒரு பங்கு முஸ்லிம்கள். மீதி கிறிஸ்தவர்கள். அடிப்படைவாதம் வேர் விட்டு வளர்வதற்குச் சரியான நாற்றங்கால்!

இந்த நிலையில் ஒரு இனத்தின் தலைவர் கொல்லப்பட்டுவிட, நகரமே பரபரப்பாக இருந்தது. மக்கள் போலீசைக் கண்டாலே வெறுத்தார்கள். போலீஸ் கட்டடங்களில் வெடி குண்டுகள் வைக்கப்பட்டன; மதத்தினரிடையே வேற்றுமைகள் வளர்ந்து கொண்டிருந்தன. போலீஸ்காரர்கள்மீது சில தாக்குதல்கள் வேறு நடந்துவிட, அவர்கள் பயத்தில் வாழ்ந்துகொண்டிருந்தார்கள்.

கோயம்புத்தூரில் முஸ்லிம் அடிப்படைவாதிகள்மீது துணிச்ச லாக நடவடிக்கை எடுத்த ஒரு போலீஸ் ஆபீசர்மீது தனியாகக்

குறி வைத்திருந்தார்கள். அவர் மீது வெடிகுண்டு வீசினார்கள். பழிவாங்கியது போலவும் ஆயிற்று, போலீஸும் மேற்கொண்டு தங்கள்மீது நடவடிக்கை எடுக்கத் தயங்குவார்கள் என்பது நோக்கம். கோயம்புத்தூர் குண்டு வெடிப்புகளைத் தொடர்ந்து மத விரோதங்கள் பொங்கிக்கொண்டிருந்தன!

இந்தக் கொந்தளிப்பான சூழ்நிலையில்தான் அப்போதைய பிரதமர் வாஜ்பாய், உள்துறை அமைச்சர் எல்.கே. அத்வானி மற்றும் பல பாரதிய ஜனதா கட்சித் தலைவர்கள் திருச்சிக்கு வருவதாக இருந்தது. தீவிரவாத அச்சுறுத்தலில் இருக்கும் நம் ஊருக்கு இவ்வளவு பெரிய தலைவர்கள் வரப்போகிறார்களே என்பதை நினைத்து திருச்சி போலீசார் தூக்கம் இழந்தார்கள். அங்கே நடக்க இருந்த பாஜக மாநாட்டின்மீது தீவிரவாதிகள் தாக்குதல் நடத்துவார்கள் என்ற பயம் எல்லோருடைய மனத்தையும் அழுத்திக்கொண்டிருந்தது.

இந்த நிலையில்தான் ஒரு புது போலீஸ் அதிகாரி திருச்சியின் போலீஸ் கமிஷனராகப் பொறுப்பேற்றுக் கொண்டார். அவர்தான் ஜே.கே. திரிபாதி. 1985 பேட்ச் ஐபிஎஸ் அதிகாரி.

நில்லுங்கள்! ஒரு நிமிடம் யோசியுங்கள். நீங்கள் திரிபாதியின் இடத்தில் இருந்தால் என்ன செய்வீர்கள்?

முயற்சிக்கேற்ற பலன்கள் கிடைக்கவில்லை என்றால் பெரும் பாலானவர்கள் இன்னும் அதிகமாக முயற்சி செய்வார்கள். செய்வதையே இன்னும் தீவிரமாகச் செய்து பார்ப்பார்கள். புலனாய்வுத் துறையை இன்னும் முடுக்கி விட்டு, மேலும் தகவல்கள் கொண்டு வரச் சொல்வார்கள்.

ஆனால் உலகம் மாறிவிட்டது. உளவுத் துறையினரால் இதற்கு மேல் செயல்பட முடியாத நிலை. குண்டு வெடிப்புகளுக்குப் பிறகு சமூகங்கள் பிளவுபட்டு, சந்தேகங்கள் அதிகரித்திருந்தன. இதனால் உளவுத் தகவல்கள் கிடைப்பது அரிதாகியிருந்தது.

உலகம் மாறிவிட்ட பிறகு, செய்ததையே இன்னும் அதிகமாகச் செய்வதால் பயனில்லை.

திரிபாதியின் லட்சியம்

திரிபாதி பதவி ஏற்று இரண்டே வருடத்தில் திருச்சி நகரம் அடியோடு மாறிவிட்டது!

261 பயங்கரமான கிரிமினல்கள் பிடிபட்டார்கள். குற்றங்கள் 40% குறைந்தன. அதுவரை இயலாத காரியம் என்று கருதப்பட்ட சாதனை இது. எப்படியும் குற்றங்கள் அதிகரித்துக்கொண்டே தான் போகும்; அதிகபட்சம் இதே அளவில் கட்டுப்படுத்த முயற்சிக்கலாம் என்றுதான் போலீசார் நினைத்தார்கள். குற்றங் களின் அளவு குறைவதுபற்றி யாரும் கனவுகூடக் காணவில்லை.

பத்து வருடம் கழித்துப் பார்த்தாலும், இன்றைக்கு திருச்சி ஓர் அமைதிப் பூங்கா. மத நல்லிணக்கத்தின் கலங்கரை விளக்கம்! இந்தியாவில் வேறெங்கும் இல்லாத அளவுக்குப் போலீசும் பொதுமக்களும் ஒட்டி உறவாடுகிறார்கள். போலீஸ்காரர்களை எல்லோரும் 'அண்ணா' என்று கூப்பிடுகிறார்கள். அச்சத்தினால் அல்ல, அன்பினால். வீட்டு விசேஷங்கள், திருமணம் என்றால் போலீஸ்காரருக்கும் அழைப்பிதழ் போகிறது. சமுதாயம், போலீஸ், அரசியல்வாதிகள், அதிகாரிகள், அரசு சாரா அலுவலர்கள் எல்லோருமே ஒன்றிணைந்து வேலை செய்கிறார்கள். எல்லாவற்றுக்கும் மேலாக, மதக் கலவரம் என்ற பேச்சே கிடையாது. 1999-க்கு முன்னால் மத விரோதம் கனலாகக் காய்ந்துகொண்டிருந்த நகரமா இது?

சுருக்கமாக, போலீசார் சமுதாயத்தின் ஒரு பிரிக்க முடியாத அங்கமாகிவிட்டார்கள். நாம் பேசுவது, ஏதோ முன்னேறிய மேற்கத்திய நாட்டைப் பற்றி அல்ல; இங்கேயே, இந்தியா விலேயே நடந்த நிகழ்ச்சி இது. இரண்டே வருடத்தில் நடந்த மாற்றம். பத்து வருடம் கழித்தும் நீடித்திருக்கும் மாற்றம். இது நடந்தது எப்படி?

பதவி ஏற்றதும் திரிபாதி சந்தித்த முதல் பிரச்னை, சரியான உளவுத் தகவல்களே கிடைக்காமல் இருந்ததுதான். இந்த நிலையில் தீவிரவாதத் தாக்குதல்களை எப்படிக் கண்டு பிடிப்பது, எப்படித் தடுப்பது?

தகவல்களில் இரண்டு வகை: ஒன்று, தனி மனிதர்களிடமிருந்து பெறப்படும் தகவல்கள். இரண்டாவது, உளவுக் கருவிகளைப் பயன்படுத்தித் திரட்டப்படும் தகவல்கள்: டெலிபோன்

உரையாடல்களைப் பதிவு செய்வது, எலெக்ட்ரானிக் காது களைப் பயன்படுத்தி ஒட்டுக் கேட்பது போன்றவை.

மனிதர்கள் மூலம் வரும் தகவல்கள், போலீஸ் உளவாளிகளிட மிருந்து வரலாம்; அல்லது பொதுமக்களே முன் வந்து தகவல் களைத் தரலாம். திருச்சி போலீஸின் உளவாளிகள் அப்படி ஒன்றும் சுறுசுறுப்பாகச் செயல்படவில்லை. பொதுமக்கள் தரவேண்டிய தகவலோ, வற்றிய குளமாகிவிட்டது. இதன் காரணம் சுலபம்: போலீசுக்கும் பொதுமக்களுக்கும் உறவு சுமுகமாக இல்லை!

போலீஸ் என்றாலே குண்டர்கள், ரௌடிகள் என்ற இமேஜ்தான் இருந்தது. ஏழை எளியவர்களை அதட்டி மிரட்டுவார்கள், பெரிய புள்ளிகளின் காலடியில் சேவை செய்வார்கள். இந்தியாவின் எந்த மூலையிலும் பொது மக்கள் - போலீஸ் உறவு இப்படித்தான் இருக்கும். உங்கள் நகரத்தின் போலீஸை நினைத்தால் உங்கள் மனக்கண்ணில் எழும் பிம்பங்கள் எவை? நிச்சயம் நல்லவையாக இருக்காது என்றே நினைக்கிறேன்! திரிபாதி சந்தித்த போலீஸ் இமேஜும் இப்படித்தான் - ஆனால் பல மடங்கு மோசமாக இருந்தது.

எனவே திரிபாதியின் முதல் சவால், தகவல் சேகரிப்பது. பாஜக தலைவர்கள் வருகைக்கு ஒரு மாதம்தான் இருக்கிறது. புதிதாக ஒரு தகவல் கட்டமைப்பை உருவாக்க நேரமில்லை. வித்தியாச மாக யோசிக்க வேண்டிய வேளை இது; புதுமையான ஐடியா ஒன்றைக் கண்டுபிடித்தாக வேண்டும்.

தன்னுடைய கான்ஸ்டபிள்களில் ஐம்பது பேரைப் பொறுக்கி எடுத்தார் திரிபாதி. அத்தனை பேரும் நல்ல பின்னணி உடையவர்கள். அதாவது அவர்கள் லஞ்சம் வாங்குவதாகத் தெரியவில்லை, குடிப்பதில்லை, பெண் சகவாசம் கிடையாது. மற்றவர்களிடம்- குறிப்பாகப் பொது மக்களிடம் - மரியாதை யாகப் பழகத் தெரிந்தவர்கள்.

அவர்களுக்கு இடப்பட்ட கட்டளை ஒன்றுதான். ‘ஒரு வாரத் துக்கு அவரவர்கள் வீடு இருக்கும் ஏரியாவிலேயே இருங்கள். பாதுகாப்பு பயம் குறித்து என்ன தகவல்கள் காதில் விழுந்தாலும் கமிஷனரிடம் தெரிவிக்கவேண்டும். அவ்வளவுதான் உங்கள் வேலை.’ அவர்கள் யாரும் போலீஸ் ஸ்டேஷனுக்கு டியூட்டிக்குச் செல்லவேண்டியதில்லை. திரிபாதி தன் செல்

போன் நம்பரை எல்லோருக்கும் கொடுத்தார். ஏதாவது தகவல் கிடைத்தால், ராத்திரி பகல் எந்த நேரமானாலும் அவரை நேரடியாகக் கூப்பிடலாம்.

இதில் கிடைத்த தகவல்கள் உயர்தரமாக இருந்தன! அதை வைத்துக்கொண்டு திரிபாதியால் சில முன்னெச்சரிக்கை நடவடிக்கைகளை எடுக்க முடிந்தது. பிரதமரின் வருகையும் பாஜக மாநாடும் அமைதியாக நடந்து முடிந்தன.

நவீன டெக்னாலஜியிலும் கருவிகளிலும் நாம் பணம் செலவிடத்தான் வேண்டும் என்று திரிபாதியும் ஒப்புக்கொள்கிறார். ஆனால் சமூகம் தனக்குத் தெரிந்த தகவல்களைப் பகிர்ந்து கொள்ளாவிட்டால் டெக்னாலஜியால் பயனில்லை. உள்ளூர் மக்களின் ஆதரவு இல்லாவிட்டால் பெரும்பாலான பயங்கரவாதிகளுக்குப் பிடி கிடைக்காது. பொதுவாகவே குற்றங்களுடன் போராடுவதற்கு உள்ளூர் பொதுமக்களின் ஆதரவு தேவை.

ஒரு குடியிருப்புப் பகுதியில் மக்களுக்குச் சில குறைகள், காயங்கள் இருக்கும். இதைப் பயன்படுத்திக்கொள்வதில் தீவிரவாதிகள் வல்லவர்கள். அதை ஊதிப் பெரிதுபடுத்தி விடுவார்கள். 'நான் உனக்கு உதவுகிறேன். அல்லது உனக்காகப் பழி வாங்குகிறேன்' என்று சொல்லியே தங்களுக்கு ஆதரவைப் பெருக்கிக்கொள்வார்கள். அதிருப்தியாளர்கள் தீவிரவாதிகள் பக்கம் சேர்ந்துவிடுவார்கள். அதே சமயம், தீவிர வழிமுறைகளை விரும்பாதவர்கள் மௌனமாக விலகி நின்று பார்ப்பார்கள். இதை யாரிடம் போய்ச் சொல்வது என்பதும் தெரியாது. அவர்களுக்குத்தான் போலீஸ் மீது நம்பிக்கையே கிடையாதே!

சமுதாயக் காவல் திட்டம்

பாஜக மாநாடு முடிந்தபிறகு, உடனடியான பாதுகாப்புப் பிரச்னை தீர்ந்துவிட்டது. இப்போது திரிபாதி உள்ளூர்க் குற்றங்களுக்கும் இதே முறையைக் கடைப்பிடிக்க எண்ணினார். அவர் தேர்ந்தெடுத்த போலீஸ்காரர்கள், தங்கள் அண்டை அயலில் வசிப்பவர்களுடன் நல்ல உறவுமுறை உருவாகிக் கொண்டிருக்கிறது என்று தெரிவித்தார்கள். அவர்களுடைய பழைய நட்புகளும் புதுப்பிக்கப்பட்டுக்கொண்டிருந்தன.

இப்போதுதான் திரிபாதிக்கு அந்த எண்ணம் தோன்றியது: வளர்ந்த ஜனநாயக நாடுகளில் கம்யூனிட்டி போலீஸ் (சமுதாயக்

காவல்) திட்டம் என்று இருக்கிறது. அதை இங்கேயும் முயன்று பார்த்தால் என்ன?

கான்ஸ்டபிள்களை வீட்டிலேயே இருக்கச் சொன்னார். தீவிர வாதத்துக்கு பதிலாக, இப்போது அவர்கள் தங்கள் ஏரியாவில் நடக்கும் குற்றங்களைப் பற்றித் தகவல் கொடுக்கவேண்டும். இதன் விளைவுகளும் திருப்திகரமாக இருந்தன.

ஆனால் இதற்கு ஒரு பெரிய எதிர்ப்பு அலையும் கிளம்பியது!

எதிர்த்தவர்கள், போலீஸ் ஸ்டேஷன்களில் உள்ள ஸ்டேஷன் ஹவுஸ் ஆபீசர்கள். காரணம், இப்போது அவர்கள் ஊழல் செய்வது கஷ்டமாகிவிட்டது. முன்னெல்லாம் ஒரு குற்றம் நடந்தால் 'எனக்குத் தெரியவே தெரியாதே' என்று சொல்லித் தப்பிக்க முடிந்தது. குற்றவாளியைக் கண்டுபிடிக்க முடிய வில்லை என்று தட்டிக் கழிக்க முடிந்தது. இப்போது ஆணி அடித்தாற்போல் தகவல்கள் கமிஷனருக்கு நேரடியாகப் போய் விடுகின்றன. நடவடிக்கை எடுத்தே ஆகவேண்டிய கட்டாயம்!

ஸ்டேஷன் ஆபீசர்கள் பலவிதங்களில் ஒத்துழையாமை இயக்கம் நடத்தலாம். 'எங்களுக்கு ஆள் பலம் இல்லை, வழக்கமான வேலைகள் பாதிக்கப்படுகின்றன' என்று சாக்கு சொல்லலாம்; முக்கியமான கைது நடவடிக்கைகளுக்கு வேண்டுமென்றே மந்தமான போலீஸ்காரர்களை அனுப்பிக் காரியத்தைக் கெடுக்கலாம்; கல்லுளிமங்கன் மாதிரி மௌனமாக உட்கார்ந்து கொண்டே எதிர்ப்பைத் தெரிவிக்கலாம். இவற்றையெல்லாம் சமாளிப்பதற்காகத்தான் திரிபாதி எல்லாத் தகவல்களையும் தனக்கே அனுப்பச் சொன்னார். அவரே அதை நேரடியாக ஸ்டேஷன் ஆபீசர்களுக்குத் தெரிவிப்பார்.

விரைவிலேயே பலன் தெரிந்தது; இந்தப் பரிசோதனை நடந்த ஏரியாக்களில் குற்றங்கள் கணிசமாகக் குறைந்தன.

> எந்தப் புதிய மாற்றமாக இருந்தாலும் அதற்கு ஏதாவது ஒரு எதிர்ப்பு இருந்தே தீரும்; பழைய அமைப்பினால் பயன் கண்டவர்கள்தான் புதியதை எதிர்ப்பார்கள். எதிர்ப்பவர்கள் அனைவரும் ஆளுக்கு ஒரு ஸ்பூன் தண்ணீர் ஊற்றினால் போதும்; நாளாவட்டத்தில் மொத்தக் காரியமும் நீர்த்துவிடும். புதுமைக்கும் பழமைக்கும் வித்தியாசமே தெரியாமல் போய்விடும்! நடைமுறை

விஷயங்களில் அங்கொன்றும் இங்கொன்றுமாக ஒரு சில மாறுதல்கள் மட்டும் ஏற்படலாம். ஆனால் இறுதி விளைவுகளில் ஒரு மாற்றமும் இருக்காது.

நீங்கள் தன்னைத் தானே கேட்டுக்கொள்ள வேண்டிய கேள்வி இது: எந்தக் கட்டத்தில் எதிர்ப்புகளிடம் சரணடைந்தீர்கள்? எதிர்ப்புகள் எழுந்தபோதே சமரசம் செய்துகொண்டீர்களா? ஆரம்பித்த நோக்கமே பாழாகும் அளவுக்கு நீர்த்துப்போக அனுமதித்தீர்களா? 'நடைமுறை உலகில் கொஞ்சம் விட்டுக்கொடுத்துத்தானே போக வேண்டியிருக்கிறது' என்று தனக்குத்தானே சமாதானம் செய்துகொண்டீர்களா? உங்கள் ஆரம்ப நோக்கமே அடிபட்டுப் போய்விட்டது என்றால், அளவுக்குமீறி விட்டுக் கொடுத்துவிட்டீர்கள் என்று அர்த்தம்.

'கொஞ்சம் விட்டுக் கொடுப்பது' என்றால், லட்சியத்தையே விட்டுக்கொடுப்பது என்பது அல்ல; அது நம் லட்சியத்தை எந்த வழிகளிலெல்லாம் அடையலாம் என்பதற்கான பேரமாகத்தான் இருக்கவேண்டும்.

'பரிசோதனை செய்ததெல்லாம் போதும். இதைக் கொஞ்சம் மாற்றி, திருச்சி நகரம் முழுவதற்கும் அமுல்படுத்தும் நேரம் வந்துவிட்டது' என்று முடிவு செய்தார் திரிபாதி. அவர் விடை தேடிக்கொண்டிருந்த கேள்வி, அவருடைய போலீஸ் பயிற்சிக் கல்லூரி நாள்களிலிருந்தே மனத்தை அரித்துக்கொண்டிருந்த பிரச்னைதான்: 'சமூகத்தில் சராசரியாக மூன்று சதவிகிதம் பேர்தான் குற்றவாளிகள். இருந்தும் காவல்துறை ஏன் குற்றங்களைச் சமாளிக்கத் திணறுகிறது?'

இதற்கு ஒரே விடை: போலீசுக்குப் பொதுமக்களின் ஆதரவு இல்லை!

அடக்கி ஆளும் காலனி ஆதிக்கத்தின் மிச்ச சொச்சமாகத்தான் இருக்கிறது நம் போலீஸ் துறை. ஆட்சியாளர்கள்தான் மாறிவிட்டார்களே தவிர, ஆட்சிமுறைகள் என்னவோ மாறவே இல்லை. அரசாங்கம் இன்னும் அடக்குமுறையைத்தான் நம்பி வாழ்கிறது. போலீசின் சக்தி, அரசியல் அமைப்புச் சட்டம் தந்த சக்தி. அது மக்கள் ஆதரவினால் வந்தது அல்ல. மக்கள் ஆதரவு மட்டும் கிடைத்தால் - போலீஸ் துறை மீது நம்பிக்கை வளர்ந்தால் - அதன் செயல்திறன் எவ்வளவோ முன்னேறும்.

திரிபாதி போன்ற புதுமையாளர்களுக்கு, நாட்டு நடப்புகளை நினைத்து மிகவும் அதிருப்தி இருக்கும். எல்லோர் கண்ணுக்கும் இயல்பாகத் தோன்றும் உலகம், இவர்களுக்கு மட்டும் அசௌகரியமாக இருக்கும். 'உலகம் ஏன் இப்படி இருக்கிறது? ஏன் வேறு மாதிரி இல்லை?'

பெரும்பாலான மனிதர்கள் ஏன் புதுமையாளர்களாக ஆவது இல்லை என்றால் அதற்கு ஒரே காரணம்: அவர்கள் மாறுபட்ட ஓர் உலகத்தைக் கற்பனை செய்து பார்ப்பதில்லை!

திரிபாதி வேகமாக வேலை செய்தார். தனக்கு அதிகம் நேர மில்லை என்பது அவருக்குத் தெரியும். இது வரை அவர் வேலை பார்த்த இடங்களிலெல்லாம் ஐந்தாறு மாதத்திலேயே ட்ரான்ஸ் ஃபர் வந்துவிடும். அதிகாரத்தில் இருப்பவர்களிடம் ஊழலின் வாடை வீசினாலே ஒத்துழைக்க மறுத்துவிடுவார் அவர். அதற்குக் கிடைக்கும் பரிசுதான் இது. இந்த ஊரில் ஏதாவது மாற்றம் கொண்டுவரவேண்டும் என்றால் விரைவாகக் காய் நகர்த்தவேண்டும்.

பெரிய அளவில் மாற்றங்களை அமல்படுத்துவது என்று முடிவு செய்தவுடன் உட்கார்ந்து சற்று யோசித்தார். சமூகத்தின் ஆதர வும் தகவல்களும், போய்க் கேட்ட உடனே கிடைத்துவிடாது; புதிய மாடல் நிலைத்து நிற்கவேண்டும் என்றால், சமூகத்தின் மனப்போக்கும் சுற்றுச் சூழலும் மாறவேண்டும்.

புதுமையாளர்கள், உத்தமமான திட்டத்தைத் தீட்டுவதற்காக வாதாடிப் பேசி நேரத்தைக் கடத்திக்கொண்டிருக்க மாட்டார்கள். உத்தமத் திட்டம் என்று எதுவும் கிடையாது என்று அவர்களுக்குத் தெரியும். ஒரு ஐடியாவை எடுத்துக்கொண்டு சின்ன அளவில் பரிசோதனை செய்து பார்ப்பார்கள். தொடர்ந்து சோதனை செய்து அதை முன்னேற்றுவார்கள். கடைசியில் அமல் செய்வார்கள்.

மூன்று விதமான மாற்றங்கள் தேவை என்று திரிபாதி முடிவு செய்தார்.

1. போலீசின் மனப் போக்கில் மாற்றம். குற்றம், குற்றவாளிகள் இவற்றைப் பற்றியே நினைத்துக்கொண்டிருக்காமல், சமுதாயத்துக்கு உபயோகமான சேவை செய்யவேண்டும். தாங்கள் வேறு, சமுதாயம் வேறு என்று அவர்கள் நினைக்கக் கூடாது. சமுதாயத்தில் கட்டுப்பாடுகளை நிலைநாட்டுவதற்காகத்தான் நாம் இருக்கிறோம் என்று எண்ணக் கூடாது. நாமும் சமுதாயத்தின் ஒரு பகுதிதான் என்று நினைக்க வேண்டும். அப்போதுதான் சமூகம் அவர்களைப் பாது காவலர்களாக ஏற்றுக்கொள்ளும்.

   ஒரு குற்றம் நடந்தபிறகு, புகாரை வாங்கிக்கொண்டு நடவடிக்கை எடுக்க ஆரம்பிக்கக் கூடாது. தாமே முந்திக்கொண்டு குற்றத்தை ஊடுருவிவிடவேண்டும். குற்றம் முளைப்பதற்கு முன்பே அதற்கான சூழ்நிலைகளை உணர்ந்துகொண்டு அதைக் கிள்ளிவிட வேண்டும்.

2. சமுதாயம் பிளவுபட்டுக் கிடக்கிறது; ஒருவருக்கு ஒருவர் யாரென்று முகம் தெரியாமல் இருக்கிறது. சமூகங்கள் பழகிப் புரிந்துகொண்டு ஒன்றாகச் சேருவது அவசியம். நகரங்களுக்கு முகமே இல்லாமல் இருப்பதால்தான் பல குற்றங்கள் நடக்கின்றன. ஒரே ஏரியாவில் வசிப்பவர்கள் மதம், தொழில், செல்வம் போன்றவற்றால் பிரிந்து நிற்கிறார்கள். இவர்கள் எல்லோரையும் ஒன்றாக இணைத்து 'இது நம் முடைய பேட்டை' என்று நினைக்கச் செய்யவேண்டும்.

3. 'என் டிபார்ட்மெண்ட்தான் எனக்குப் பெரிது' என்று நினைப்பவர்களை மாற்றவேண்டும். 'எடுத்த காரியம்தான் பெரிது' என்று நினைக்க வைக்கவேண்டும். பிரச்னைகளைத் தீர்ப்பதற்கு முன்னுரிமை கொடுக்கவேண்டும்.

போலீஸ் மனத்தை மாற்ற முடியுமா?

திரிபாதி முதல் வேலையாக போலீஸ் துறையின் மனப்போக்கை மாற்ற முனைந்தார். போலீசுக்கும் பொதுமக்களுக்கும் உள்ள உறவை நேர்படுத்தவேண்டும் என்றால், அதற்கு சரியான போலீஸ்காரர்களை முதலில் தேர்ந்தெடுக்கவேண்டும்.

மொத்தம் உள்ள 2,600 போலீஸ்காரர்களை அலசி ஆராய்ந்து 260 கான்ஸ்டபிள்களைப் பொறுக்கி எடுத்தார். காவல்துறை கோப்பு களிலிருந்து கிடைத்த தகவல்களைக் கவனமாகச் சரிபார்த்தார். அவர் தேடுகிற போலீஸ்காரர்களுக்கு மூன்று குணங்கள் தேவை: ஊழல் செய்திருக்கக் கூடாது; கெட்ட பழக்கங்கள் கூடாது; வேலையில் திறமையானவர்களாக இருக்கவேண்டும். திரிபாதி அவர்களை நன்றாகச் சலித்து வடிகட்டித்தான் எடுத்தார். ஒவ்வொருவரையும் பலமுறை சந்தித்துப் பேசினார். மாற்றங் களை ஏற்கும் திறந்த மனம் கொண்டவர்களாக 260 பேரைத் தேர்ந்தெடுத்தார். இத்தனையும் ஒரே வாரத்தில் முடிக்கப் பட்டது!

இவ்வளவு தூரம் அவர் பின்னணி ஆராய்ச்சி செய்ததற்கு இரண்டு காரணங்கள். மிகச் சிறந்த கான்ஸ்டபிள்களையே இதற்குத் தேர்ந்தெடுக்கவேண்டும். ஒவ்வொருவரும் எந்த மாதிரி சூழ்நிலையில் பொருந்தி வேலை செய்வார்கள் என்று பார்க்கவேண்டும். கொஞ்சம் படித்த, மென்மையான நடத்தை கொண்டவர்களை உயர் மட்டத்தினர் வசிக்கும் பகுதிகளில் டியூட்டிக்கு அனுப்பலாம். கடுமையான போலீஸ்காரர்களை குப்பம் போன்ற பகுதிகளுக்கு அனுப்பலாம். இப்படி ஏரியாவுக்கு ஏற்ற ஆளைத் தேர்ந்தெடுப்பது, பரிசீலனையின் ஒரு முக்கியப் பகுதி.

> ஒரு புதிய லட்சியப் பயணத்தை ஆரம்பிக்கும்போது, புதுமையாளர்கள் ஒரு விஷயத்தில் கவனமாக இருப் பார்கள். உணர்வுபூர்வமாக மாற்றத்தை விரும்புபவர்கள், அடுத்தவர்களை மாற்றுப் பாதைக்குத் திருப்ப வல்லவர்கள் ஆகியோரைப் பயணத்தில் சேர்த்துக் கொள்வார்கள்.
>
> இத்தகையவர்கள் வழிகாட்டிகள். இதுவரை எந்த மனிதனும் போய் அறியாத இடங்களுக்குப் பயணம் செய்ய உற்சாகமாக இருப்பார்கள். அவர்கள் கலகக் காரர்கள்! இருக்கும் நிலைகளைக் கண்டு வெறுப்பவர்கள். மாற்றம் வேண்டித் தவிப்பவர்கள். அவர்களுக்குத் தேவையெல்லாம் ஒரு லட்சியப் பயணம், பாதையைக் காட்டுவதற்கு ஒரு முன்னோடி, ஒரு புதுமைத் தீப்பொறி. அது போதும்.

உங்கள் கம்பெனியின் நிலைமை என்ன? நாங்கள் பார்த்த பல நிறுவனங்களிலும் பரிதாப நிலைமை! புதுமையான ஐடியாக்களைத் தேடும் பொறுப்பு, வேறு வேலை எதுவும் இல்லாமல் ஓய்ந்துகிடப்பவர்களிடம் கொடுக்கப் பட்டுள்ளது. மிகச் சிறந்த ஊழியர்கள் அனைவரும் அன்றாட அவசர வேலைகளில் ஈடுபடுத்தப்படுகிறார்கள். நிறுவனத்தின் எதிர்காலத்தையே தீர்மானிக்கும் வளர்ச்சிப் பணிகள், வேலைவெட்டி இல்லாதவர்களிடம் விடப்படுகின்றன. இப்படிப்பட்டவர்களெல்லாம் வேலையில் சூப்பர் ஸ்டார்களாகவா இருக்கப் போகிறார்கள்? இன்றைய வேலையையே செய்ய லாயக்கில்லாதவர்களின் கையிலா உங்கள் எதிர்காலமே இருக்கிறது?

ஆள்களைத் திரட்டியாகிவிட்டது. இப்போது அவர்களுடைய ஒத்துழைப்பையும் ஈடுபாட்டையும் முழுவதும் பணியின்மீது திருப்பவேண்டும். இதற்காக திரிபாதி அவர்களுடன் உட்கார்ந்து பேசினார்; சூழ்நிலை எப்படி மனிதனைக் குற்றவாளி ஆக்குகிறது என்று விவாதித்தார். அந்த கான்ஸ்டபிள்களுடைய சிறு வயதுத் தோழர்கள் யார் யார், அவர்கள் இப்போது என்ன செய்துகொண்டிருக்கிறார்கள் என்று விசாரித்தார். அவர்களில் பலர், அப்படி ஒன்றும் சொல்லிக்கொள்வது போன்ற நிலையில் இல்லை என்பது தெரிந்தது. 'உங்கள் ஊரில், உங்களைப்போல் ஏன் இன்னும் பலர் உருவாகவில்லை? உங்களுக்குக் கிடைத்த வாய்ப்புகள் அவர்களுக்குக் கிடைக்கவில்லையா?' என்று கேட்டு அவர்களை யோசிக்க வைத்தார்.

இந்த விவாதங்களால் போலீஸ்காரர்களுக்கு ஒரு விஷயம் புரிந்தது: யாரும் பிறக்கும்போதே குற்றவாளியாகப் பிறப்ப தில்லை; பெரும்பாலும் சூழ்நிலைதான் அவர்களை சமூக விரோதச் செயல்களிலும் குற்றங்களிலும் தள்ளிவிடுகிறது. பிழைப்பதற்குச் சுலப வழி, குற்றம் செய்து பிழைப்பதுதான்!

பலர், அடிப்படை வசதிகள்கூட இல்லாத சூழ்நிலையில் வளர் கிறார்கள். அங்கே சட்டத்தின் ஆட்சியில் நீதியும் இல்லை, நடுநிலையும் இல்லை என்பதைக் கண்கூடாகப் பார்க்கிறார்கள். உயிர் வாழ்வதற்காகக் குற்றத்தில் இறங்கிவிடுகிறார்கள். அவர் களுடைய சூழ்நிலையில் முன்னேற்றம் கொண்டுவந்தால் போதும்; குற்றங்களைக் குறைக்க முடியும்.

திரிபாதியின் அடுத்த சவால், போலீஸ்காரர்களை 'இது தங்கள் பணி' என்று மனப்பூர்வமாக உணர வைப்பது. சரியான ஆள்களைத் தேர்ந்தெடுத்து, யார் எங்கே போவார்கள் என்பதை யும் தீர்மானித்தபிறகு திரிபாதி தாமதமில்லாமல் இந்த வேலையை ஆரம்பித்துவிட்டார்: தான் செய்வது எதுவானாலும் கான்ஸ்டபிள்களையும் கலந்து ஆலோசித்தே செய்தார். நான்கு பேர் கொண்ட பீட்களை உருவாக்கினார். இவர்கள் இரண்டு வருடத்துக்கு டிரான்ஸ்ஃபர் செய்யப்பட மாட்டார்கள். இந்த மாடலை எப்படி இன்னும் திறமையாக வேலை செய்ய வைக்கலாம் என்று போலீஸ்காரர்களைக் கேட்டார். அவர்களிட மிருந்து என்ன ஐடியா வந்தாலும் அதைச் செயல்படுத்திப் பார்த்தார்.

கான்ஸ்டபிள்கள் மனத்தில் 'இந்த ப்ராஜெக்ட் என்னுடையது' என்ற உடைமை உணர்ச்சியை ஏற்படுத்துவதற்கு திரிபாதி தொடர்ந்து உழைத்தார். இதை எப்படி நன்றாகச் செய்யலாம் என்று அவர்களிடமே ஆலோசனை கேட்டார். ஒருவர் தன் ஐடியாக்களைக் கொண்டு வரும்போதே அவரும் இதில் ஈடுபட ஆரம்பித்துவிடுகிறார். எனவே ஐடியா கேட்பதுதான் ஈடுபாடு ஏற்படுத்துவதில் முதல் படி. ஒருவர் நமக்கு ஆலோசனை தருகிறார் என்றால், தன்னுடைய ஆத்மாவில் ஒரு பகுதியையே நமக்குத் தருகிறார் என்று அர்த்தம். அப்போது ஈடுபாடு தானாகவே வந்துவிடுகிறது.

உடைமை உணர்ச்சியில் அடுத்த கட்டம், விவாதிப்பது; நடைமுறையில் ஏற்படும் பிரச்னைகளுக்குத் தீர்வு கண்டுபிடிப்பது. ஒரு குழுவாக மேஜையைச் சுற்றி உட்கார்ந்து தங்கள் பொதுவான பிரச்னைகளை அலசித் தீர்வு காண முயற்சிக்கும்போது, அங்கே மிகப் பெரிய உடைமை உணர்ச்சி எழுகிறது.

ஆனால் முழு உடைமை உணர்ச்சி ஏற்படுவதற்குச் சிறந்த வழி, ப்ராஜெக்டின் ஆரம்பம் முதல் முடிவுவரை முழுப் பொறுப்பையும் அவர்களிடம் ஒப்படைப்பதுதான். தன் ஏரியாவின் மொத்தப் பொறுப்பும் அதிகாரமும் தன்னிடம்தான் இருக்கிறது என்று தெரியும்போதுதான் அவர்கள் இதயம் முழுவதுமாக இதில் ஈடுபடும்.

திரிபாதி தன்னிச்சையாக முடிவுகள் எடுக்கவில்லை; கான்ஸ்டபிள்களையும் அதில் ஈடுபடுத்தினார். 'நமக்கு என்னென்ன பிரச்னைகள் இருக்கின்றன - அல்லது வரக்கூடும்? அவற்றை எப்படிச் சமாளிக்கலாம்?' என்று அவர்களிடமே கேட்டார். ஆரம்பத்தில் போலீஸ்காரர்களுக்கு எல்லாத் தகவல்களும் தெரிந்திருக்கவில்லை. எனவே திரிபாதி அவர்களுக்குப் பல விஷயங்களைச் சொல்லிக்கொடுத்தார். அரசாங்கத்தின் கொள்கைகள், மக்கள் நலத் திட்டங்கள், அவற்றின் பலன்கள் ஆகியவை எல்லாம் அவர்களுக்குத் தெரிவிக்கப்பட்டன.

இந்தத் தகவல்கள் கிடைத்ததும், ஐடியாக்கள் பெருக்கெடுக்க ஆரம்பித்தன! எல்லாம் தாங்களே தெரிவித்த ஐடியாக்கள் என்பதால் போலீஸ்காரர்களின் ஈடுபாடு அருமையாக இருந்தது. 'உட்கார்ந்த இடத்திலேயே கட்டளைகள் பிறப்பிப்பது மிகவும் சுலபம். அடுத்த ஆள் பதவிக்கு வந்தால், மற்றொரு கட்டளை போட்டு எல்லாவற்றையும் தலைகீழாக மாற்றிவிடுவார். கீழ்மட்டத்தில் இருப்பவர்கள் தங்கள் தலையில் பொறுப்பை ஏற்றுக்கொண்டு செயல்பட ஆரம்பிக்கும் போதுதான் நிறுவனம் மொத்தமும் இதில் ஈடுபட்டு உழைக்கிறது' என்கிறார் திரிபாதி.

திரிபாதியின் சமுதாயக் காவல் மாடல், வளர்ந்த நாடுகளில் இருப்பது போன்ற ஒரு மாடல்தான். ஆனால் இரண்டுக்கும் வித்தியாசங்கள் உண்டு. இந்தியச் சூழ்நிலையில், போலீஸ் தானாகவே முன்வந்து சமூகத்துக்காகச் சில வேலைகளைச் செய்ய வேண்டியிருக்கிறது. உதாரணமாக, மாநகராட்சி அல்லது நகராட்சிப் பணிகளைச் சொல்லலாம்.

> சமூகத் தொண்டு நிறுவனங்களுக்கும் வணிக நிறுவனங்களுக்கும் ஒரு வித்தியாசம் உண்டு. தொண்டு நிறுவனங்களில், உணர்வுபூர்வமாகத் தன்னை அர்ப்பணித்துக்கொண்ட தலைவர்கள் இருப்பார்கள். திட்டங்களை ஆரம்பம் முதல் முடிவு வரை முழுவதுமாகப் பொறுப்பெடுத்துச் செய்து அனுபவம் பெற்றவர்கள் அவர்கள்.
>
> வணிக நிறுவனங்களில், பொறுப்புகள் தனித் தனியாகக் கட்டம் கட்டப்பட்டிருக்கும். ஒரு காலத்தில் இந்த முறையினால் வேலைத் திறன் அதிகரித்தது உண்மை

தான்; ஆனால் அன்றைக்கு தொழில் உலகம் நிலையாக இருந்தது. இன்றைய நிலையே வேறு. குழப்பமும் தலைகீழ் மாற்றங்களும் நிறைந்த இந்த உலகில், தொழில்முனைவோரைப் போன்ற போராட்ட குணம்தான் தேவை. எல்லோரும் தத்தமக்குக் கொடுக்கப்பட்ட வட்டத்துக்குள் வேலை செய்துகொண்டிருந்தால், தொழில்முனையும் குணம் செத்துவிடும்.

ஒருவர் ஒரு துறையின் தலைவராக இருப்பார்; அவருக்குப் பொருட்கள் எதுவும் வாங்குவதற்கு அதிகாரம் இருக்காது. அது பர்ச்சேஸ் டிபார்ட்மெண்டின் வேலை! விற்பனைப் பிரிவும் அவர் கட்டுப்பாட்டில் இருக்காது. அவர்கள், இவருடைய தயாரிப்புடன் சேர்த்து சம்பந்தமில்லாத வேறு ஏதோ பொருட்களையும் விற்றுக் கொண்டிருப்பார்கள். இந்த நிலையில் ஒருவருக்கு என்ன மாதிரி பொறுப்பும் சுதந்தரமும் இருக்க முடியும்? தொழில்முனையும் குணம்தான் வளருமா, அல்லது இதயத்தில் ஈடுபாடுதான் வருமா? ம்ஹூம்!

உங்கள் நிறுவனம் எந்த அளவுக்குப் பிரிந்து கிடக்கிறது? உங்கள் அணிக்கு வேலையின் ஆரம்பம் முதல் முடிவு வரை எல்லாப் பொறுப்புகளும் கொடுக்கப்பட்டிருக்கிறதா? 'அதிகம் இல்லை' என்பது பதிலானால், இதை வளர்க்க என்ன செய்யப் போகிறீர்கள்?

ஒரு க்ளூ: பணியில் லட்சியங்களை உருவாக்குங்கள். அவற்றை முழுவதுமாக நிறுவனத்தில் உள்ள ஒவ்வொருவரிடம் ஒப்படையுங்கள்.

திரிபாதி தேர்ந்தெடுத்த கான்ஸ்டபிள்களுக்கு 'பீட் ஆபீசர்' என்று பெயர் சூட்டப்பட்டது. ஒவ்வொரு ஏரியாவுக்கும் நான்கு ரோந்து அதிகாரிகள் பொறுப்பில் இருப்பார்கள். இது போல் அறுபது ஏரியாக்கள் அல்லது பீட்கள் உருவாக்கப்பட்டன. பீட் ஆபீசருக்குக் கிடைத்த பரிசுகள்: (1) சாதாரண கான்ஸ்டபிள்களைப் போல் அவர்கள் தினசரி காலையில் போலீஸ் ஸ்டேஷனுக்குப் போய் ஆஜர் கொடுக்கவேண்டியதில்லை. (2) அவர்கள் ஒவ்வொருவருக்கும் ஒரு வாக்கி-டாக்கி கொடுக்கப்பட்டது. சாதாரணமாக அதிகாரிகள் மட்டத்தில் இருப்பவர்கள்தான் கையில் வாக்கி-டாக்கி வைத்திருப்பார்கள்.

ஒரு பீட்டில் இருக்கும் நான்கு பேரில் யாராவது ஒருவர் எப்போதும் ஸ்பாட்டில் இருக்கவேண்டும். எந்த நேரத்தில் யார் ரோந்து வருவது என்பது அவர்களே முடிவு செய்யவேண்டியது.

வழக்கமான ரோந்து என்றால் யார், எந்த நேரத்தில் எங்கே இருக்கவேண்டும் என்பதை அதிகாரிகள்தான் தீர்மானிப்பார்கள். ஒழுங்காக டியூட்டியைச் செய்கிறார்களா என்று எஸ்.ஐ. அல்லது இன்ஸ்பெக்டர் அவ்வப்போது வந்து சோதிப்பார். திரிபாதி இதைத் தலைகீழாக்கினார். 'உங்கள் கடமையைச் செய்யுங்கள். அதிகாரி என்ற முறையில் நான்தான் உங்களைக் கண்டுபிடிக்க வேண்டும். நீங்கள் எங்கிருந்தாலும் நானே அங்கு வந்து சேருவேன்' என்றார். நடுத்தட்டில் இருக்கும் அதிகாரிகள் சூபர்வைசர்களாகச் செயல்பட்டார்கள். அவர்களுக்கும் மெல்ல இந்தப் பணியில் ஈடுபாடு வந்தது.

திரிபாதி கான்ஸ்டபிள்களிடம் தெளிவாகச் சொல்லிவிட்டார்: 'உங்கள் பீட் முழுக்க முழுக்க உங்கள் குழந்தை. தினமும் அதைக் கவனிக்கவேண்டியது உங்கள் பொறுப்பு. முடிவுகள் எடுப்பதில் முழுச் சுதந்தரம் உங்களுக்கே. உங்கள் மேலதிகாரி வந்து முடிவெடுக்கவேண்டும் என்று காத்திருந்தால் அது உங்களுக்குத் தான் அவமானம். உங்களுக்குச் சரி என்று தோன்றியதைச் செய்யுங்கள். குற்றவாளிகளைப் பிடித்தால் வழக்கம்போலவே சன்மானமும் உண்டு.'

> முடிவுகள் எடுக்கும் பொறுப்பு, பரவலாக்கப்படுவதைவிட ஓர் இடத்தில் குவிவதற்கே வாய்ப்புகள் அதிகம். கீழ்மட்டத்தில் தவறுகள் நேரும்போதெல்லாம் முடிவுகள் எடுக்கும் அதிகாரம், தலைமைக்கே திரும்பிப் போகிறது. இதற்கு வழக்கமாகச் சொல்லப்படும் காரணம்: 'இது மாதிரி தவறுகள் இனி நேராமல் பார்த்துக் கொள்வதற்கு.'
>
> காலம் செல்லச் செல்ல, இயற்கையாகவே அதிகத் தவறுகள் நடக்கத்தான் செய்யும்; அதிகாரமும் மையத்தில் குவிந்துகொண்டே போகும். பொறுப்பையும் முடிவெடுப் பதையும் கீழ்நோக்கித் தள்ளுவதற்குத் தொடர்ந்து பாடுபட வேண்டியிருக்கிறது.

முடிவுகள் எடுக்கும் உரிமையை உங்கள் கீழே இருப்பவர்களிடம் கொடுக்க முயற்சிக்கிறீர்களா? புவியீர்ப்பு விதியை எதிர்த்து

மேலே எழும்பும் பொருள் ஒன்று உண்டென்றால், அது முடிவெடுக்கும் பொறுப்புதான்!

நீர்த்துப் போவதைத் தடுப்பது எப்படி?

திரிபாதி போலீஸ் கான்ஸ்டபிள்களின் கையில் அதிகமான அதிகாரத்தைக் கொடுத்தார். ஆனால் போலீஸ்காரர்களோ, எப்போதும் மேலிடத்தின் உத்தரவுப்படிச் செயல்படவே பழகியவர்கள். அவர்களை தொடர்ந்து கண்காணித்துக் கொண்டே இருக்கவேண்டும். சில இடங்களில் சுரத்தில்லாமல் வேலை செய்வார்கள்; இன்னும் சில சந்தர்ப்பங்களில் முரட்டுத்தனமாக நடந்துகொள்வார்கள். அவர்கள் தங்களிடம் உள்ள அதிகாரத்தைத் தவறாகப் பயன்படுத்தாமல் தடுப்பது எப்படி?

இரண்டு விதங்களில் அவர்கள் அதிகாரத்தைத் தவறாகப் பயன்படுத்தலாம்: ஒன்று, கடமையைச் செய்யாமல் தவிர்ப்பது. இரண்டாவது லஞ்சம், சமூக விரோதிகளுடன் கூடிக் குலாவுவது, அவர்களைக் காப்பாற்றுவதற்கு மாமூல் வாங்குவது - இதெல்லாம் சில ஸ்டேஷன் ஆபீசர்கள் செய்வதுதான்.

பீட்டில் இருக்கும் காவலர்கள் கடமையைச் செய்யாமல் நழுவுவதைத் தடுக்க திரிபாதி சில வழிமுறைகளை ஏற்படுத்தி னார். கண்ணுக்குத் தெரிவதும் தெரியாததுமாக சில அமைப்பு கள், பரிசுகள் புகுத்தப்பட்டன. முதலில், பீட்டில் இருப்பவர் களுக்கும் ஸ்டேஷன் ஆபீசர்களுக்கும் தொடர்பு இருந்து கொண்டே இருக்கும். காலை, மாலை இரண்டு வேளையும் சப் இன்ஸ்பெக்டர் ஒருவர் அவர்களைப் போய்ப் பார்க்க வேண்டும். ஸ்டேஷனிலிருந்து வரும் தகவல்களைத் தெரிவித்துவிட்டு, அவர்கள் சேகரித்த தகவல்களைக் கேட்டுக்கொண்டு போக வேண்டும். சப் இன்ஸ்பெக்டரோ, ஸ்டேஷன் ஆபீசரோ தினம் ஒரு முறை கட்டாயமாகத் தன் கான்ஸ்டபிள்களைச் சந்திக்க வேண்டும். ஒவ்வொரு சப் இன்ஸ்பெக்டருக்கும் இப்படி நான்கு அல்லது ஐந்து பீட்களின் பொறுப்பு கொடுக்கப்பட்டிருந்தது.

ஒவ்வொரு அசிஸ்டண்ட் கமிஷனர் அல்லது டெபுடி கமிஷன ரும் சுமார் 24 பீட்களைப் பார்த்துக்கொள்ளவேண்டும். இதில் குறைந்தது மூன்றில் ஒரு பகுதியினரையாவது ஒவ்வொரு நாளும் அவர்கள் நேரில் போய்ப் பார்க்கவேண்டும். (ஆனால்

அவர்கள் உண்மையில் அதைப்போல இரண்டு மடங்கு பேர் களைச் சந்தித்துவிடுவார்கள்.) இதைத் தவிர இரவு நேர ரோந்துக் குழுக்கள், மொத்தம் உள்ள 60 பீட்களையும் பார்த்துவிட வேண்டும்.

இரண்டாவதாக, பீட் போலீஸ்காரர் ('பீட் ஆபீசர்') ஒவ்வொரு வருக்கும் வாக்கி-டாக்கி கொடுக்கப்பட்டிருந்தது. தங்கள் ஏரியாவில் ஏதாவது பிரச்னை என்று அழைப்பு வந்தால், கட்டுப்பாட்டு அறையிலிருந்து அனுப்பப்பட்ட வண்டியோ, போலீஸ் ஸ்டேஷன் குழுவோ வந்து சேருவதற்குள் இவர்கள் சம்பவ இடத்துக்குப் போய்விடவேண்டும். இல்லாவிட்டால் அவர்களுக்கு இது மானப் பிரச்னை ஆகிவிடும்!

மூன்றாவதாக, திரிபாதி உள்ளூர் பத்திரிகைகள், டிவி, ரேடியோ எல்லாவற்றிலும் தன்னுடைய மொபைல் நம்பரை விளம்பரம் செய்தார். எந்த ஒரு குடிமகனுக்கும் எப்போது பிரச்னை என்றாலும் தன்னைக் கூப்பிடலாம் என்று சொல்லியிருந்தார். இதனால் பொதுமக்களிடமிருந்து தொடர்ந்து அவருக்குத் துல்லியமான, நேரிடையான தகவல் வந்துகொண்டே இருந்தது. பீட் ஆபீசர்களுக்கு இதுவும் ஒரு கௌரவப் பிரச்னை ஆகி விட்டது: கமிஷனர் காதுக்குப் போய்ச் சேருவதற்குள் தகவல்கள் தங்களுக்குத் தெரியவேண்டுமே!

ஒவ்வொரு பீட்டிலும் புகார்ப் பெட்டிகள் வைக்கப்பட்டன. கமிஷனர் அலுவலகத்திலிருந்து ஒருவர் நேரடியாக வந்து அவற்றை எடுத்துப் போவார். பெரும்பாலும் அவற்றில் குற்றங்கள் பற்றிய தகவல்கள், ஆலோசனைகள் இவற்றுடன் பீட் ஆபீசர்கள் பற்றியும் எழுதிப்போட்டிருப்பார்கள். தனக்குத் தெரியாத விஷயம் எதுவும் பெட்டியில் இருந்தால் போலீஸ் காரருக்குத் தலைகுனிவு.

பொதுமக்களில் ஒரு நாளைக்கு ஐம்பது பேராவது திரிபாதியின் அலுவலகத்துக்கு வருவார்கள். அவர்கள் ஏரியாவில் பீட் எப்படி வேலை செய்கிறது என்பதை கமிஷனரிடம் விலாவரியாக விளக்கிவிடுவார்கள்!

இதெல்லாம் சேர்ந்து, காவலர்கள் கடமையைத் தட்டிக் கழிக்க முடியாமல் முதலிலேயே அணை போட்டுவிட்டது. சில சந்தர்ப் பங்களில் பீட் ஆபீசர்கள் கடமை தவறியபோது உடனே

தண்டனை கிடைத்தது; அல்லது பழையபடி போலீஸ் ஸ்டேஷனுக்கே சாதாரண டியூட்டிக்கு அனுப்பப்பட்டார்கள். அவர்கள் அந்தஸ்து ஒரே நொடியில் வீழ்ச்சி! இப்படி ஒன்றிரண்டு கேஸ்களில் நடந்தபிறகு, பீட் ஆபீசர்கள் தங்கள் சிறப்பிடத்தைத் தக்க வைத்துக்கொள்ள, தங்களால் முடிந்த அனைத்தையும் செய்யலானார்கள்.

வேலைத் திறனைத் தொடர்ந்து உயர்த்திப் பிடிக்க, சில நடைமுறைகள், சில அமைப்புகள் தேவை. அவற்றை ஏற்படுத்துவதற்காக, புதுமையாளர்கள் முதலில் மக்களைத் தாஜா செய்து இழுத்து வருவார்கள். இரண்டாவது கட்டத்தில் பின்னாலிருந்து தள்ள ஆரம்பித்துவிடுவார்கள். இதுதான் தள்ளு-இழுப்பு மாடல்!

பீட் ஆபீசர்களுக்கு, அவர்களுடைய உலகத்தில் அதுவரை காணாத பொறுப்புகளையும் சுதந்தரங்களையும் கொடுத்தார் திரிபாதி. இது அவர்களை வேலைக்குள் இழுத்து வர உதவியது. அடுத்து, சரியாக வேலை செய்யாதவர்களையும் சுதந்தரத்தைத் தவறாக உபயோகிப்பவர்களையும் நெட்டித் தள்ளினார். அவர்கள் பழைய வேலைக்கே திருப்பி அனுப்பப்பட்டார்கள். கிட்டத்தட்ட சுய தொழில் செய்வது போன்ற ஒரு சுதந்தரத்தை அனுபவித்தபிறகு, அடிமைப் பணிக்குத் திரும்புவது என்றால்?

இந்தத் தள்ளு-இழுப்பு எல்லாம் முற்றிலும் வெளிப்படையாகவே நடந்தன. உங்களுடைய உயர் அதிகாரிக்கு, மார்க்கெட்டிலிருந்தே நேரடியாகத் தகவல்கள் கிடைக்கும் என்றால், அப்போது மொத்த கம்பெனியே ஒழுங்காக வேலை பார்க்கும்! என்னென்னவெல்லாம் தகவல்கள் மேலே போயிருக்கின்றன என்பது உங்களுக்குத் தெரியாதே!

உங்கள் அலுவலகத்தில் இந்தத் தள்ளு-இழுப்பு அமைப்புகள் உண்டா? அல்லது இரண்டில் ஒன்றைத்தான் நம்பி இருக்கிறீர்களா? எங்கள் அனுபவத்தில் பெரும்பாலான கம்பெனிகளில் தள்ளுதல் மட்டும்தான் உண்டு. உங்களால் இரண்டையும் கொண்டுவர முடியுமா? அவை

ஒன்றை ஒன்று பலப்படுத்துவதுபோல் செய்ய முடியுமா? உங்கள் தகவல்கள் யாவும் எப்படிக் கிடைக்கின்றன? மார்க்கெட்டிலிருந்து நேரடியாக தகவல்கள் (feedback) பெறுவதற்கு ஏதாவது வழி வைத்திருக்கிறீர்களா?

கான்ஸ்டபிள்கள் வேலையைத் தட்டிக் கழிக்காமல் இருக்க மறைமுகமான பெரிய சக்தி ஒன்றும் வேலை செய்தது: பீட் ஆபீசர்களுக்கு அந்தந்த ஏரியாவில் பொதுமக்களிடையே இருந்த மதிப்பும் மரியாதையும்தான்! வீட்டில் ஒரு திருமணம் என்றால் கான்ஸ்டபிள்களுக்குத் தனியாக அழைப்பு உண்டு. லோக்கலில் ஒரு விழா என்றால் அவர்கள்தான் ஆரம்பித்து வைக்கவேண்டும். தகராறுகளைத் தீர்த்துவைக்கவும் அவர்களையே கூப்பிடுவார்கள். சமுதாயத்தில் தங்கள்மீது இவ்வளவு பெரிய மதிப்பும் எதிர்பார்ப்பும் இருப்பது தெரிந்ததும் போலீஸ்காரர்கள் முழு முனைப்புடன் பணி செய்தார்கள்.

ஊழலை ஒடுக்குவதில் திரிபாதி ஈவிரக்கமே காட்டவில்லை. ஊழல் நடக்கிறது, அதை சகித்துக் கொள்கிறார்கள் என்ற எண்ணம் தோன்றிவிட்டால் புதிய மாற்றங்களுக்கு வேறு எதிரியே தேவையில்லை. லஞ்ச ஊழல் புகார் வந்தாலோ, அதிகாரிகள் குறிப்பிட்ட இனத்துக்கு அல்லது கட்சிக்காரர் களுக்கு ஆதரவாக நடந்துகொள்கிறார்கள் என்று தெரிந்தாலோ போதும்; முதலில் ஒரு சி.ஐ.டி அல்லது ஸ்பெஷல் பிராஞ்ச் விசாரணை. குற்றச்சாட்டில் சாரம் இருக்கிறது என்று தெரிந் தால், அவர் எத்தனை உயர் அதிகாரியாக இருந்தாலும் சரி, திரி பாதியின் தண்டனையிலிருந்து தப்பிக்க முடியாது! கொஞ்சம் கூட நீக்குப் போக்கே கிடையாது. ஊழல் என்றாலே ஆபத்து தான்.

கமிஷனருக்கு நேரடியாகவும் பீட் ஆபீசர்கள் வழியாகவும் தகவல்கள் சர்வசாதாரணமாகக் கிடைத்தன. இதனால் மொத்த போலீஸ் அமைப்புமே ஒரு திறந்த புத்தகம் மாதிரி வெளிப்படை யாக இயங்க ஆரம்பித்துவிட்டது. திரை மறைவில் எது நடந்தா லும் உடனே தெரிந்துபோய், அடுத்ததாகக் கடும் நடவடிக்கை எழுந்தது. 'தப்பு செய்யும் இரண்டொருவரைத் தண்டித்தால் போதும்; ஊர் முழுவதும் தானாகவே செய்தி பரவிவிடும்' என்கிறார் திரிபாதி.

சக்தி வாய்ந்தவர்களிடம் மோதுவதில் திரிபாதி ஒரு வரலாறே படைத்தார். எவ்வளவுதான் பெரிய மனிதர்களாக இருந்தாலும், சட்டத்தை மீறுபவர்கள்மீது உடனடியாக நடவடிக்கை வந்தது. அரசியல் செல்வாக்கு மிகுந்தவர்களுக்கும் அதே கதிதான். ஒரு முறை ஏரியாவையே கலக்கிக்கொண்டிருந்த ஆளும் கட்சி குண்டன் ஒருவனை மடக்கினார். 'சட்டத்துக்கு அப்பாற்பட்டவர்கள் என்று யாரும் கிடையாது; அதே சமயம், சட்டத்தை மதிப்பவர்களை கமிஷனரே பாதுகாப்பார்' என்ற செய்தி இதனால் பரவியது.

> மாற்றத்துக்கு முதல் படி, நம்முடைய அடிப்படையான கொள்கைகளைத் தெளிவாக வகுத்துக்கொள்வது. எதிலெல்லாம் சமரசமே கிடையாது என்பதைத் தெளிவாக்கிவிட வேண்டும். எந்தப் பெரிய மாற்றத்தைக் கொண்டுவந்தாலும் அதை நீர்த்துப்போக வைக்கும் 'நீர்ம சக்திகள்' பல உண்டு; அவற்றில் முதலாவது, ஊழல். ஊழலைச் சகித்துக்கொள்வார்கள் என்ற எண்ணம் பரவிவிட்டால் மாறுதல் முயற்சி பாதிக்கப்படும். ஒவ்வொரு முறை நாம் ஊழலைக் கண்டும் காணாமல் விடும்போதும், மாற்றத்தில் கொஞ்சம் தண்ணீரை ஊற்ற அனுமதிக்கிறோம். கடைசியில் புதிய அமைப்பும் பழைய கதையின் ரீமேக் போல முடிந்துவிடும். திரிபாதி போன்ற புதுமையாளர்கள் இந்த மாதிரி சக்திகளை உடனே அடையாளம் கண்டுகொள்வார்கள்; 'நீயா நானா பார்த்து விடுவோம்' என்று எதிர்த்துப் போராடுவார்கள்.
>
> உங்கள் நிறுவனத்தில் இருக்கும் மிகப் பெரிய நீர்ம சக்திகள் எவை? கடந்த காலத்தில் எதையெல்லாம் சகித்துக்கொண்டதால் மிக அதிகப் பாதிப்பு ஏற்பட்டது என்பதைக் கண்டுபிடித்தீர்களா? ஆம் என்றால், அதைச் சமாளிக்க என்ன செய்யப் போகிறீர்கள்?

உள்ளே சில வெற்றிகள்

ஆரம்பத்தில் பீட்களிலிருந்து தகவல்கள் நேராக கமிஷனருக்குச் சென்று, அவர்தான் இன்ஸ்பெக்டர்களுக்குத் தெரிவிப்பார். பீட்டில் இருக்கும் கான்ஸ்டபிள்களுக்கு அதிகாரம் கொடுக்க வேண்டும் என்பதால் இந்த ஏற்பாடு தேவைப்பட்டது. இன்ஸ் பெக்டர்கள், அடக்கி ஆண்டு பழகிவிட்டவர்கள். அவர்கள் பீட்

ஆபீசர்களை சுதந்தரமாக வேலை செய்ய விடவேண்டும் என்பதைப் புரிந்துகொண்டபிறகு, திரிபாதி மறுபடி அதிகாரிகளை உள்ளே கொண்டுவந்தார். இல்லாவிட்டால் போலீஸ் துறையில் கட்டுப்பாடு குலைந்துவிடும். இப்போது பீட் ஆபீசர்கள் இன்ஸ்பெக்டருக்கே தகவல்களைத் தெரிவிக்கலாம். ஆனால், கமிஷனருக்கும் செய்தி போகிறது என்பது இருவருக்குமே தெரியும்!

இந்தப் புது ஏற்பாடு பற்றி டிவியில் பேட்டிகள், பேப்பரில் செய்திகள் நிறைய வந்தன. பீட் ஆபீசர்களையே நேரடியாக மீடியாவிடம் பேசச் சொல்லிவிட்டார் திரிபாதி. அவர்களின் வெற்றிக் கதைகளும் உதாரணங்களும் உலகத்துக்குத் தெரிய வந்தன. தங்கள் சாதனைகளைப் பற்றித் தாங்களே டிவியில் தோன்றிப் பேசுவதில் அவர்களுக்கு மிகவும் உற்சாகம்!

பெரிய மனிதர்கள் எல்லாம் போலீஸ் ஸ்டேஷனுக்கு வந்தால் இன்ஸ்பெக்டரிடம்தான் பேசுவார்கள். சாதாரண கான்ஸ்டபிளை ஏறெடுத்தும் பார்ப்பதில்லை. திரிபாதி இதை அப்படியே மாற்றிவிட்டார். பிரச்னை என்று யார் வந்தாலும் 'பீட் ஆபீசரிடம் போய்ப் பேசுங்கள். அவர்தான் உங்கள் பகுதிக்குப் பொறுப்பாளர்' என்று பணிவோடு சொல்லி அனுப்பினார்கள். வாரா வாரம் சனிக்கிழமைகளில் சமுதாயக் கூட்டம் நடக்கும்போதும் இதையே வலியுறுத்தினார்கள். கூட்டத்தில் இன்ஸ்பெக்டரே இருக்க மாட்டார். பீட் ஆபீசரும் பொது மக்களும் மட்டும்தான். இன்ஸ்பெக்டர்கள் தங்களுக்குக் கீழே உள்ள பீட் ஆபீசர்களை மேற்பார்வை செய்வது, விசாரணைகள் நடத்துவது, கோர்ட் வேலை, போலீஸ் ஸ்டேஷன் கடமைகள் போன்றவற்றை மட்டும் பார்த்துக்கொண்டால் போதும்.

சில விநோதமான பிரச்னைகளும் எழுந்தன. பல கான்ஸ்டபிள்கள் திரிபாதியிடம் வந்து, 'எங்கள் பேட்டையில் தெரு விளக்குகள் எரியவில்லை என்றால் ஏன் என்னிடம் வந்து புகார் செய்கிறார்கள்? அதெல்லாம் முனிசிபாலிட்டி பார்க்கவேண்டிய வேலையல்லவா?' என்றார்கள். இன்னும் சிலர், 'வீட்டில் ஏதாவது பிரச்னை என்றால் எலெக்ட்ரிஷியன், குழாய் ரிப்பேர்க்காரர் வேண்டும் என்று எங்களிடம் வந்து கேட்கிறார்கள்!' என்று புகார் செய்தனர். திரிபாதி, இவை எல்லாவற்றிலும் ஒரு குற்றம் நடக்க சாத்தியம் இருக்கிறது என்று பொறுமையாக விளக்கினார். தெரு விளக்கு எரியவில்லை என்றால் இருட்டில் குற்றங்கள் நடக்கலாம். ப்ளம்பர், எலெக்ட்ரிஷியன் என்று

சொல்லிக்கொண்டு அடையாளம் தெரியாத மனிதர்கள் வீட்டுக்குள் நுழைந்துவிட்டால் அதில் வேறொரு ஆபத்து இருக்கிறது.

நாளாவட்டத்தில் சமூகத்தில் தங்களுக்கு இருக்கும் மரியாதையை யும் அன்பையும் பார்த்துவிட்டு, பீட் கான்ஸ்டபிள்களின் மனப் போக்கே மாறிவிட்டது!

வெளியே சில வெற்றிகள்

'காவல் செய்வது மட்டும்தான் நம் கடமை என்று நினைக்கா தீர்கள்; மொத்த சமுதாயத்தைப் பற்றியும் சிந்தியுங்கள்' - இதுதான் திரிபாதி தன் போலீசாருக்குச் சொன்ன அறிவுரை. 'சூழ்நிலைதான் குற்றவாளிகளை உருவாக்குகிறது. அதை நாம் எப்படி மாற்றமுடியும்?' என்று கேட்டார் திரிபாதி.

நகராட்சி நிர்வாகம் தன் கடமையைச் செய்யத் தவறும்போதெல் லாம் அங்கே ஒரு சட்ட ஒழுங்குப் பிரச்னை எழுகிறது என்பது திரிபாதிக்குப் புரிந்தது. மக்களுக்குக் கோபம் ஏற்படுத்துகிற, அவர்களை அந்நியப்படுத்துகிற விஷயங்களில் பெரும் பாலானவை போலீஸ் சம்பந்தப்பட்டவையே அல்ல. ஆனால் அந்தக் கோபமோ, விரக்தியோ வெடித்துக் கிளம்பும்போது போலீஸ், தன் பலத்தை உபயோகித்து மக்களை அடக்குகிறது. அதனால் சமூகத்தின் கோபமும் விரக்தியும் அதிகரிக்கின்றன. ஏதாவது அவல் கிடைக்குமா என்று வெளியில் காத்துக் கொண்டிருக்கும் குற்றவாளிகளுக்கும் தீவிரவாதிகளுக்கும் கொண்டாட்டம்தான்!

உதாரணமாக, தண்ணீர் சப்ளை செய்வதில் ஊழல், ரேஷன் கடை ஊழல் இரண்டும் நிறைய வெறுப்பைச் சம்பாதித்து வைத்திருந் தன. தண்ணீர் லாரி சரியான நேரத்துக்கு வராது; சில்லறை ரௌடிகள் மக்களை மிரட்டிக் காசு வசூலிப்பார்கள். (ஒருவருக்கு இரண்டு பக்கெட் தண்ணீர் அனுமதி உண்டு. ஆனால் ஒரு பக்கெட்தான் கிடைக்கும். அதற்கும் காசு கொடுக்கவேண்டும். மீதியை ஏதாவது ஹோட்டலுக்கு விற்றுவிடுவார்கள்.) இதைத் தடுக்க, பீட் ஆபீசர் பொறுப்பு எடுத்துக்கொண்டார். தண்ணீர் லாரி ஒழுங்காக நேரத்துக்கு வருகிறதா என்று கண்காணித்தார். ஸ்பாட்டில் நின்றுகொண்டு பைசா வசூலைத் தடுத்தார். லாரி காலி ஆனவுடன்தான் போக அனுமதித்தார்.

ரேஷன் கடைகளில், ரௌடிகள் காரில் வருவார்கள். ஒரு கத்தை ரேஷன் கார்டு வைத்திருப்பார்கள். பொதுமக்கள் அப்பாவியாக க்யூவில் நின்றுகொண்டிருக்கும்போதே மொத்த ஸ்டாக்கையும் சுருட்டிக்கொண்டு போய்விடுவார்கள். அவர்களுக்கு உடந்தை யாக இருக்கும் அதிகாரிகள்மீது பொதுமக்கள் கோபம் எழுந்தது. இங்கேயும் ஒரு பீட் ஆபீசர் போய் நின்றுகொண்டு, ரேஷன் பொருட்கள் கொள்ளை போகாமல் பாதுகாத்தார்.

சிதறிக் கிடந்த சர்க்கார் துறைகள்

சமூகக் காவல் திட்டம் என்றால், சமூகத்தின் பிரச்னைகளை முழுமையாகப் புரிந்துகொண்டு தீர்க்க முயற்சிப்பது. காவல் துறைக்கு அப்படி ஒரு பார்வைக் கோணம் வந்தபிறகு, பொது மக்கள் தங்கள் மனுக்களை எடுத்துக்கொண்டு போலீசிடம் வர ஆரம்பித்தார்கள். தண்ணீர் வசதி, சாக்கடை, டெலிபோன் எல்லாவற்றுக்கும் போலீஸ் கமிஷனருக்கு மனு!

இப்போது நகராட்சி அதிகாரிகள் ஆட்சேபித்தார்கள். 'இதெல் லாம் எங்கள் வேலை. இதில் போலீஸ் ஏன் தலையிட வேண்டும்?'

திரிபாதி நகராட்சி அலுவலகத்துக்குப் போய் பளிச்சென்று உண்மையைப் பேசிவிட்டார்: முனிசிபல் ஊழியர்கள் தங்கள் கடமையைச் செய்ய லஞ்சம் கேட்கிறார்கள். அதனால்தான் பொதுமக்கள் போலீசிடம் வர வேண்டியிருக்கிறது. அவர்கள் தங்கள் கடமையை நேர்மையாகவும் பாரபட்சம் இல்லாமலும் செய்தால், போலீஸ் தலையிடவேண்டிய அவசியமே இருக்காது.

ஒரு ஏரியாவில் கள்ளச் சாராயம் காய்ச்சப்பட்டு வந்தது; அதனால் குற்றங்கள் நடந்தன. அங்கே சரியான சாலை வசதிகள் கிடை யாது. 'நான் உங்களுக்கு ரோடு போட்டுத் தர ஏற்பாடு செய் கிறேன். சாராயம் காய்ச்சுவதை நிறுத்திவிடுகிறீர்களா?' என்று பேரம் பேசினார் திரிபாதி. அவர்களும் ஒப்புக்கொண்டார்கள்.

ஆனால் என்ன சொல்லியும் நகராட்சி ரோடு போடுவதாக இல்லை. திரிபாதிக்கு தன் பெயரைக் காப்பாற்றிக்கொண்டாக வேண்டிய நிலைமை. உள்ளூர் என்.எஸ்.எஸ் ஆர்வலர் குழுக்கள் ரோடு போட்டுத் தர முன்வந்தன. வேலை ஆரம்பித்து, நன்றாக முன்னேறிவிட்டதைப் பார்த்தபிறகுதான் நகராட்சிக்கு வெட்கம்

வந்தது. மீதி ரோட்டைப் போட்டு முடித்தார்கள். ஏரியா மக்களும் சொன்ன வாக்குப்படி சாராயம் காய்ச்சுவதை நிறுத்தினார்கள்.

'முழுமையான சமுதாயக் கண்ணோட்டம்' என்ற திட்டத்தில் அடுத்த படிக்கட்டு: நகராட்சி ஆணையரையும் மாவட்ட ஆட்சித் தலைவரையும் திரிபாதி தன்னுடன் நகர்வலம் அழைத்துப் போய், நேரிடையாக மக்கள் குறைகளைக் கேட்க வைத்தார். ஏராளமான பிரச்னைகளும் குறைகளும் தீர்ந்தன. விரைவிலேயே டெலிபோன், மின்சார வாரியம் என்று பிற துறைகளுக்கும் இதனை நீட்டித்தார் திரிபாதி. கடைசியில் பொதுமக்களுடன் தொடர்புகொள்கிற எல்லா அரசாங்கத் துறைகளும் திரிபாதியின் சமுதாயத் திட்டத்தில் கலந்துகொண்டன.

பிளவுபட்ட சமுதாயமும் ஒன்றுபட்ட சமுதாயமும்

ஞாயிற்றுக் கிழமையானால், ஒவ்வொரு பீட்டிலும் அந்தந்த பீட் ஆபீசர் ஒரு மக்கள் சந்திப்பு நடத்துவார். ஏரியாவில் வசிக்கும் பொதுமக்கள், முனிசிபாலிட்டி, டெலிபோன், மின்சாரம் போன்ற அரசாங்கத் துறைகள், லோக்கலில் உள்ள அரசு சாரா நிறுவனங்கள் எல்லோரும் கூட்டத்தில் கலந்துகொள்வார்கள். இது அரசாங்கத்துடன் பொதுமக்களுக்கு இருக்கும் குறைகளைத் தீர்ப்பதற்கு மட்டுமல்ல; மக்கள் தங்கள் பிரச்னைகளைத் தாங்களே தீர்த்துக்கொள்வது எப்படி என்பதையும் கற்றுக் கொள்வதற்கு உதவும்.

'ஒவ்வொரு ஞாயிற்றுக் கிழமையும் அக்கம் பக்கத்து மக்களைக் கூட்டி உட்கார்ந்து பேசச் செய்தால் எனக்குப் போதும்; பிரச்னை களை வெளியே கொண்டுவந்துவிடுவேன். பிறகு அவற்றைத் தீர்ப்பது சுலபம். ஒருவர் காரை எங்கே பார்க் செய்வது என்பது போன்ற சின்ன விஷயத்தில் கூட மனக் கசப்புகள் தோன்ற முடியும்' என்கிறார் திரிபாதி. போலீஸ், ரோந்து என எதுவும் இல்லாமல் மக்கள் தாங்களே சேர்ந்து பேசி, சிக்கல்களைத் தீர்த்துக்கொள்வதே சிறந்த வழி. அப்படிப் பேசுவதற்குச் சந்தர்ப்பம் ஏற்படுத்திக்கொடுக்கவேண்டும்; பிறகு பிரச்னை தீர்க்கும் கலையை அவர்களே கற்றுக்கொள்வார்கள்.

ஒரு குடியிருப்பிலிருந்து புகார்: பள்ளிக்கூடம், கல்லூரிக்குச் செல்லும் அவர்கள் வீட்டுப் பெண்கள் பக்கத்து ஏரியாவில்தான் போய் பஸ் ஏறவேண்டும். அங்கே இருக்கும் பையன்கள் அவர்களைத் தொந்தரவு செய்கிறார்கள்.

இதற்கு வழக்கமான போலீஸ் நடவடிக்கை எப்படி இருக்கும்? போலீஸ்காரர்கள் மஃப்டியில் அங்கே போவார்கள்; பையன் களைப் பிடித்து அடித்து ஜெயிலில் போடுவார்கள்.

'அந்தப் பையன்களுடைய எதிர்காலம் என்ன ஆகும், ஜெயிலில் இருந்து வெளியே வரும்போது என்ன மன நிலையில் வருவார் கள், வந்த பிறகு என்ன செய்வார்கள் - இதை யாராலும் சொல்ல முடியாது' என்கிறார் திரிபாதி. அதனால் இன்னும் வெறுப்பும் கசப்பும்தான் வளரும்; மேலும் வன்முறைக்குத்தான் விதை யாகும். இப்படி அந்நியப்படுத்தப்பட்ட இளைஞர்கள்தான் தீவிர வாதிகள், கிரிமினல்களுக்குச் சுலபமான இரை. அவர்கள் ஆள் சேர்ப்பதற்குச் சந்தர்ப்பம் பார்த்துக்கொண்டே இருக்கிறார்கள்.

எனவே போலீஸ் இதில் நேரிடையாகத் தலையிடுவதற்கு பதிலாக, பக்கத்து ஏரியாக்காரர்களிடம் போய்ப் பேசினார்கள். அடுத்த ஞாயிற்றுக் கிழமை கூட்டத்தில் அவர்களையும் இங்கே வரவழைத்து நிலைமையை விளக்கினார்கள். அந்த ஏரியாக் காரர்கள் 'இதை நாங்களே கவனித்துக் கொள்கிறோம்' என்று வாக்களித்தார்கள். பெண்கள் பஸ் ஸ்டாப்புக்கு வரும்போதும் மாலையில் திரும்பும்போதும், அவர்கள் பகுதியிலிருந்து சில பெரியவர்கள் பஸ் ஸ்டாப்பில் நிற்பார்கள். அப்பாவோ அல்லது வேறு பெரியவர்களோ இருக்கும்போது எந்த இளைஞன் ஈவ் டீஸிங் செய்யத் துணிவான்? தீர்ந்தது பிரச்னை!

இதை சமூகக் காவல் என்றோ வேறு ஏதாவது போலீஸ் திட்டம் என்றோ குறிப்பிடுவது சரியாக இருக்காது. நாம் இதை 'திருச்சி பரிசோதனை' என்றே குறிப்பிடுவோம். உலகம் முழுவதும், 1,000 குடிமக்களுக்கு இத்தனை போலீஸ்காரர்கள் தேவை என்று கணக்கு சொல்வது வழக்கம். இது ஓர் உத்தேசமான அளவுதான் என்பது திருச்சி பரிசோதனையிலிருந்து தெரிகிறது. போலீசார் மொத்த ஜனத்தொகையையும் கட்டுப்படுத்தத் தேவையே இல்லை. அதில் இருக்கும் 3 முதல் 5 சதவிகித கிரிமினல்களை மட்டும் கவனித்தால் போதும். ஆனால் இதைச் செய்வதற்கு அவர்களுக்கு உதவிக் கரங்கள் தேவை; சட்டத்துக்கு அடங்கி அமைதியாக நடக்கும் 95 சதவிகிதத்தினர் உதவிக் கரம் நீட்டினால் இது சுலபமாகிவிடும்.

அதிக போலீஸ்காரர்கள் வேண்டும் என்றால், அதே போலீஸ், அதே வழிமுறைகள்தான் இன்னும் அதிகமாகவேண்டும் என்று

அர்த்தமில்லை. திருச்சியில் 260 போலீசார் சேர்ந்து, குற்றமும் தீவிரவாதமும் நிறைந்த சூழ்நிலையை மாற்றிவிட்டார்கள். யோசித்துப் பாருங்கள்; வெறும் 260 பேர்! திரிபாதி செய்தது போலீஸ் வேலை அல்ல; அவர் மனங்களை மாற்றினார். சமூகம், அரசியல்வாதிகள், போலீஸ், அரசு சாரா அலுவலர்கள் என்று சம்பந்தப்பட்ட எல்லோருடைய மனங்களையும் மாற்றினார். அந்த மன மாற்றம்தான் புதுமை படைத்தது.

புதுமையாளர்கள் மாற்றங்களைக் கொண்டு வருவதற்கு, இன்னும் அதிக ஆட்கள் வேண்டும், பணம் வேண்டும், பொருள் வேண்டும் என்று கேட்பதில்லை. இருக்கும் வசதிகளை வித்தியாச மான முறையில் பயன்படுத்தி, உலகத்தையே கவிழ்த்து விடுகிறார்கள். அதிக முதலீடோ வசதிகளோ இல்லாமல்தான் சூரத் சுத்தமாக்கப் பட்டது, திருச்சி மாற்றப்பட்டது.

திருச்சிக்குப் பிறகு திரிபாதி, சென்னையில் ஐ.ஜி.யாக இருந்து இப்போது ஓய்வுபெற்றுள்ளார்.

பின்னர் திருச்சி என்ன ஆயிற்று? திரிபாதியிடமே கேட்டால் '1999-2001ன் போது ஆரம்பித்த இந்த நடவடிக்கைகளுக்கு நல்ல பலன் இருந்தது' என்கிறார். பலன்கள் நேரடியாகவும் மறைமுகமாகவும் கிடைத்தன.

நேரடியான நன்மை, மனிதர்களுக்கும் சொத்துக்களுக்கும் எதிரான குற்றங்கள் கணிசமாகக் குறைந்தன. எல்லாவகைக் குற்றங்களையும் சேர்த்துப் பார்த்தால் 1999-ல் மொத்தம் 11,289 சம்பவங்கள். 2000-ல் இது 8,005 ஆகக் குறைந்தது. அடுத்த வருடம் 7,750க்கு வீழ்ந்தது. ஏழு வருடங்கள் கழிந்தன; திருச்சியின் ஜனத்தொகையும் அதிகரித்தது; இருந்தும் இப்போதைய குற்றங்கள் 1999-ல் இருந்ததைவிடக் குறைவுதான்.

மொத்தத்தில் குற்றங்கள் குறைந்தாலும், பெண்களுக்கு எதிரான குற்றங்கள் பதிவு செய்யப்படுவது நான்கு மடங்கு அதிகரித்தது. 1999-ல் 40 கேஸ்கள். 2001-ல் 160 கேஸ்கள் பதிவாயின. இதற்கு, பெண்களின் விழிப்புணர்வு அதிகரித்திருப்பது காரணமாக இருக்

கலாம். 2000-ல் பெண்களுக்கான உதவித் தொலைபேசி லைன் ஏற்படுத்தப்பட்டது. அதன்பிறகு பாதிக்கப்பட்ட பெண்கள் தைரியமாக முன்வந்து நியாயம் கேட்பது அதிகரித்திருக்கிறது.

திரிபாதியுடைய திட்டத்தின் மிக நிறைவான அம்சம், திருச்சியில் மதக் கலவரங்கள் இல்லை என்பதுதான். போலீசின் செயல் பாடுகளில் முன்னேற்றம் தென்படுகிறது. அதிகக் குற்றங்கள் கண்டுபிடிக்கப்பட்டு, திருட்டுப் போன பொருட்கள் மீட்கப் படுகின்றன. 1999-க்கு முன் 78% குற்றங்கள் கண்டுபிடிக்கப் பட்டன. இது 2000-ல் 86% ஆக உயர்ந்து, 2004-ல் 95% ஆகி விட்டது. 1999-க்கு முன்பு 41% பொருட்கள் திரும்பக் கிடைத்தன. 2000-ல் 74% என்றும் 2005-ல் 90% என்றும் திருட்டுப்போன பொருட்கள் மீட்கப்பட்டன.

2007-ம் வருடம் 90% குற்றங்கள் கண்டுபிடிக்கப்பட்டு 87% பொருட்கள் திரும்பக் கிடைத்திருக்கின்றன. இன்று நாட்டி லேயே பாதுகாப்பான நகரங்களில் திருச்சியும் ஒன்று.

திருச்சி பரிசோதனையை மேலும் விரிவாக்கினார்கள். கோயம் புத்தூரிலும், ஓரளவுக்கு சென்னையிலும்கூட முயன்றார்கள். ஆனால் தீவிரவாதத்தினால் மிகவும் பாதிக்கப்பட்ட நகரங்களான மும்பை, அகமதாபாத், பெங்களூர், டெல்லி போன்ற எதுவும் இதைக் கடைப்பிடிக்காதது விந்தைதான். மும்பையில் மதக் கலவரங்களைத் தடுப்பதற்காக 'வட்டாரச் சமூகங்கள்' என்ற ஓர் அமைப்பு இருக்கிறது. ஆனால் திருச்சியில் செய்ததுபோல் முழுமையான அணுகுமுறை அதற்கு இல்லை. 'சமுதாய போலீஸ்' என்றால் பொது மக்கள் இரவு ரோந்து வருவது என்றே குறுகலாகப் பார்க்கப்படுகிறது.

சமுதாய போலீஸ் என்பது இதையெல்லாம் தாண்டியது என்று திருச்சி பரிசோதனை நிரூபித்திருக்கிறது.

அதன் பெயர்தான் - சமுதாய மாற்றம்!

7. சோழா வாகன ஃபைனான்ஸ்: தப்பிக்க வழி இல்லை!

புதுமை என்றாலே புது ஐடியாக்கள் என்றுதான் பலரும் நினைத்துக்கொண்டிருக்கிறார்கள். தவறு! புதுமை என்றால் முதலில் ஓர் அவா, தாகம். அடுத்தது மனிதர்கள். மூன்றாவதுதான் ஐடியா.

உலகத்தின் மிகச் சிறந்த ஐடியாக்கள் தோற்றுப் போயிருக்கின்றன. ஏனென்றால் மனிதர்கள் அவற்றை முழு மனதாக ஏற்கவில்லை; அவர்கள் மனத்தில் ஆவல் பொங்கவில்லை.

புதுமைகள் புரட்சிகளாக மாறுவதற்கு, நம்மை முற்றிலும் புதிய தளத்துக்கு அழைத்துச் செல் வதற்கு, பேரவா கொண்ட மனிதர்கள் அவசியம் தேவை. ஸ்டீவ் ஜாப்ஸ் ஒரு ஐடியாவை வைத்துக் கொண்டு மக்கின்டாஷ் கம்ப்யூட்டரை உருவாக்க வில்லை. தன் அணியைக் கூப்பிட்டு, ஒரு 'வெறித்தன மான, மகத்தான கம்ப்யூட்டரை' உருவாக்கச் சொன் னார். கம்ப்யூட்டர் யுகத்தையே கவிழ்க்கப்போகிற ஒரு கம்ப்யூட்டரை உருவாக்குவது அவர் நோக்கம்.

டேவிட் ஆகில்வி, வரலாறு படைத்த விளம்பரங் களைத் தயாரித்தவர். அவரும் ஐடியாவைப் பிடித்துக்கொண்டு வந்து யார் கையிலும் கொடுக்க வில்லை. தன் அணியைக் கூப்பிட்டார்; 'அழிவில் லாத சிரஞ்சீவியான படைப்புகள் எவற்றையாவது உருவாக்குங்கள்' என்று மட்டுமே சொன்னார்.

இங்கே, இந்தியாவில், ஒரு பெரிய கம்பெனிக்குள் இருக்கும் சின்ன தொழில் பிரிவு, தன்னைத் தானே

புதிதாகக் கண்டெடுத்தது. வேகமான முன்னேற்றம் அடைந்தது; செல்வாக்கு சம்பாதித்தது. இதற்கு அடிப்படை, அதன் தலைவர் பி.என். வாசுதேவனின் மனத்தில் எழுந்த ஒரு சிந்தனை. 'புதுமை படைக்கவேண்டும் என்றால் முதலில் மக்களை உற்சாகப்படுத்த வேண்டும். அவர்களுடைய அவாவைத் தூண்டிவிட வேண்டும். ஐடியாக்கள் இரண்டாம்பட்சம்தான்' என்பதை அவர் உணர்ந்தார். அப்போது ஆரம்பித்தது கதை!

சோழ மண்டலம் முதலீடு மற்றும் ஃபைனான்ஸ் கம்பெனியின் ஒரு சிறு அங்கம்தான் சோழா வாகன ஃபைனான்ஸ். முருகப்பா குழுமத்தைச் சேர்ந்த கம்பெனி. முருகப்பா குழுமம், இரும்பு முதல் உரம் வரை பல துறைகளில் ஈடுபட்டிருக்கும், 1 பில்லியன் டாலர் குழுமம்.

நிதித் துறையில் ஒரு விசேஷம்: புதிதாக யார், எதைச் செய்தாலும் உடனே அத்தனை பேரும் அதனை அப்படியே காப்பி அடித்து விடுவார்கள்! இருந்தும் சிறிய நிறுவனமான சோழா வாகன ஃபைனான்ஸ், திகுதிகுவென்று வளர்ச்சி அடைந்தது. 1998-க்கும் 2000-க்கும் இடையில் 140 கோடி ரூபாயாக இருந்த அதன் சொத்து மதிப்பு, 800 கோடியாக வளர்ந்து, இப்போது 4,000 கோடி ரூபாயைத் தொட்டுள்ளது.

இத்தனை வளர்ச்சியையும் ஆரம்பித்து வைத்தவர் வாசுதேவன். ஒரு நிறுவனத்திலோ, தொழில்துறையிலோ புதுமைகள் நடக்க வேண்டும் என்றால் அதற்கு முதலில் மனிதர்கள் மனத்தில் ஊக்கத்தை ஏற்படுத்துவதுதான் ஒரே வழி என்பதை அவர் உணர்ந்தார். அன்றைக்கு ஆரம்பித்தது, சோழாவின் சுக்ர தசை!

புதுமையின் பின்னணியில்

1997-ல் கதை ஆரம்பிக்கும்போது சோழா ஒரு சிறிய கம்பெனி. ஆனால் வாகனக் கடன் கம்பெனிகளைப் பொருத்தமட்டில், பெரிய நிறுவனமாக இருந்தால்தான் பலன் அதிகம். இவர்களது சொத்து மதிப்பு வெறும் 140 கோடி ரூபாயாக இருந்தபோது, போட்டியாளர்கள் எல்லாம் 1,000 கோடிக்கு மேற்பட்ட ராட்சசர்களாக இருந்தார்கள். இதில் வங்கிகள், வங்கி அல்லாத நிதி நிறுவனங்கள் என இரண்டும் அடக்கம். கம்பெனி பிழைக்க வேண்டும் என்றால் தாங்கள் பெரிதாக வளரவேண்டும் என்று வாசுதேவனுக்குத் தெரியும். அதுவும், படு வேகமாக வளர வேண்டும்!

ஆனால் வளர்வதற்கு நிதி தேவை. அந்தக் கால கட்டத்தில் வங்கிகள் தவிர்த்த மற்ற நிதி நிறுவனங்களுக்கு அவ்வளவு நல்ல பெயர் இல்லை. பல கம்பெனிகள் கவிழ்ந்துபோய், லட்சக்கணக்கான சிறு முதலீட்டாளர்கள் தங்கள் வாழ்நாள் சேமிப்பையெல்லாம் இழந்துவிட்டார்கள். எனவே ரிசர்வ் வங்கி தலையிட்டு மேலும் பல ஃபைனான்ஸ் கம்பெனிகளை இழுத்து மூடிவிட்டது.

தப்பிப் பிழைத்த ஒரு சில கம்பெனிகளில் சோழாவும் ஒன்று. ஏனென்றால் சோழா, ஃபைனான்ஸ் விஷயத்தில் ரிஸ்க் எடுக்காமல் எப்போதுமே எச்சரிக்கையாக அடி வைக்கும்; அதுதான் காரணம். இப்போது சோழா வளர்ச்சி அடைய வேண்டும் என்றால், அந்த அடிப்படைக் கொள்கையையே மாற்றவேண்டும்! உயிர் பிழைத்ததற்கே ஆதாரமான பிசினஸ் மாடலைக் கைவிட்டு, இனி பெரிய அளவில் ரிஸ்க் எடுக்க வேண்டும். புதிய சவால்களைத் தேடி வீர தீரப் பயணம் புறப் பட வேண்டும்.

> நம்முடைய கடந்த கால வெற்றிகளே நம் வளர்ச்சிக்குத் தடைக் கல்லாக இருப்பதுண்டு. சோழாவின் மிகுந்த எச்சரிக்கைக் குணம்தான் அது பிழைத்ததற்கே காரணம். இந்தச் சூழ்நிலையில் எல்லோரும் தம் எச்சரிக்கை உணர்வுக்காகத் தங்களைத் தாங்களே பாராட்டிக் கொண்டிருப்பார்கள்.
>
> இந்த நேரத்தில் யாராவது வந்து 'நாம் இனி ரிஸ்க் எடுக்க வேண்டும்' என்று சொன்னால் வம்புதான் வரும்! சம்பந்தம் இருக்கிறதோ, இல்லையோ, வல்லுனர்கள் பலரும் பற்பல புள்ளி விவரங்களை அள்ளி வீசுவார்கள். தற்போதைய பிசினஸ் மாடல்தான் கம்பெனியையே காப்பாற்றியிருக் கிறது என்று வாதாடுவார்கள். புதிதாகச் சொல்லப்படுகிற மாடலைப் பின்பற்றிய எத்தனை பேர் சீரழிந்து போய்விட்டார்கள் என்று பயமுறுத்துவார்கள்.

கனவு காணுங்கள்!

வளர்ச்சிக்கு ஒரு வழி, புதிய கிளைகளைத் திறப்பது. ஆனால் வாசுதேவன், இருக்கும் கிளைகளே இன்னும் பெரிய இலக்கு களை எடுத்துக்கொள்ளலாம் என்று நினைத்தார். ஆனால் இதற்கு எப்போதும்போல ஆரம்பித்தால் காரியம் நடக்காது. வழக்கமாக

மேலிடத்தில் உள்ளவர்கள் ஒவ்வொரு கிளைக்கும் விற்பனை யில் இலக்கு குறிப்பார்கள். கிளைத் தலைவர்கள் அதை ஏற்க மறுத்து வாதாடி, சண்டை போட்டு, வேறு வழியில்லாமல் சோகத்துடன் இலக்கை ஒப்புக்கொள்வார்கள். வருடக் கடைசி யில் பார்த்தால் ஒருவரும் இலக்கை எட்டியிருக்க மாட்டார்கள்.

இதை மாற்றியாக வேண்டும். இப்படிப்பட்ட அணுகுமுறையை வைத்துக்கொண்டு வாசுதேவன் விரும்பிய வளர்ச்சியை அடைய முடியாது. சோழா மிக வேகமாக வளர்ந்தாக வேண்டும்; இல்லா விட்டால் போட்டியாளர்கள் அவர்களை அடித்து நொறுக்கி விட்டுப் போய்விடுவார்கள். அவருடைய அணி, மொத்தச் சூழ்நிலையையும் உள்வாங்கிக்கொண்டு உற்சாகமாகக் களத்தில் இறங்கி வேலை செய்யவேண்டும்.

எல்லாக் கிளைகளுக்கும் தகவல் அனுப்பினார். நாம் எத்தகைய சூறாவளி மார்க்கெட்டில் இருக்கிறோம், எவ்வளவு பெரிய கம்பெனிகளுடன் மோதுகிறோம், வேகமாக வளர்ச்சி அடைய வேண்டியது எவ்வளவு முக்கியம் என்பதையெல்லாம் விவரித் தார். ஒவ்வொரு கிளையும், தங்களுடைய வருடாந்திர நிதி நிலையை - வருமானத்தையும் செலவையும் - தாங்களே முடிவு செய்துகொள்ளலாம் என்றார்.

உற்சாகமே வடிவான கடிதம் அது! கிளைகள் தங்களுடைய விற்பனை இலக்கு, செலவினங்கள் எல்லாவற்றையும் தீர்மானிப் பதற்கு முழுச் சுதந்தரம் கொடுக்கப்பட்டது. ஆரம்பத்திலிருந்து முடிவுவரை இனி எல்லாமே அவர்கள் பொறுப்பு.

ஆனால் இதைச் செயல்படுத்துவதற்குமுன் மற்றொரு முக்கிய வேலை இருந்தது: கம்பெனியின் பத்தாம் பசலிக் கொள்கைகள், பழக்கங்கள் எல்லாவற்றையும் துடைப்பத்தால் வாரி வெளியே எறியவேண்டும்!

பெரும்பாலான ஊழியர்களுக்கு, எதையும் சொந்தமாகச் செய்து பழக்கமே இருப்பதில்லை. அவர்கள் சார்பில் வேறு யாராவது யோசிக்கவேண்டும்; வேறு யாராவது முடிவுகள் எடுக்கவேண்டும். சூபர்வைசர் ஒருவர் கழுத்தருகே மூச்சு விட்டுக்கொண்டு நின்றே பழகிப்போனவர்கள் அவர்கள். அவர்களுக்குப்போய் திடீரென்று முழுச் சுதந்தரம் கொடுத் தால் வெலவெலத்துப் போய்விடுவார்கள்! நங்கூரம் இழந்த

கப்பல் போல், அலைபாய்ந்து கரை விலகிக் காணாமல் போய் விடுவார்கள்.

இதைச் சரிசெய்வதற்கு வாசுதேவன், படைப்பூக்கம் கொடுக்கும் பயிற்சி வகுப்புகளை நடத்தினார். மனத்தைக் கட்டியுள்ள சங்கிலிகளை அறுக்கவும், பழமைத் திரையை விலக்கவும் இவை உதவின. இதற்குப் பிறகு ஒவ்வொரு அணியையும் தனித்தனி யாகக் கூப்பிட்டு 'கனவுக் கூட்டங்கள்' நடத்தினார்.

கனவுக் கூட்டம். ட்ரீம் மீட்டிங். அருமையான பெயர்! இந்தக் கூட்டங்களின் நோக்கத்தை இதைவிட அழகாகக் குறிப்பிட முடியாது. புரட்சிகரமாக ஏதாவது சாதிக்கவேண்டும் என்றால் கனவுதான் முதல் தேவை.

எங்கள் அனுபவத்தில், இலக்குகள் நிர்ணயிப்பது என்றால், பெரும்பாலும் கட்டாயப்படுத்தித் திணிக்கப் படுவதுதான். கீழ்மட்டத்தில் இருப்பவர்களிடம் யோசனை கேட்டுச் செய்வது என்ற பேச்சே இல்லை. கீழே இருப்பவர்களுக்குச் சுதந்தரம் கொடுத்தால் எவ்வளவு குறைவாக முடியுமோ அவ்வளவு குறைவாக இலக்கை வைத்துக்கொள்வார்கள் என்பது நிர்வாகத்தின் எண்ணம். இதனால் ஒப்புக்கு அவர்களையும் கலந்து ஆலோசிப்பது போல ஒரு பாசாங்கு செய்துவிட்டு, கடைசியில் தங்கள் மனத்தில் குறித்து வைத்த இலக்கை அவர்கள் தலையில் சுமத்திவிடுவார்கள்.

தலைமைக்கு என்னவோ, நாம் எல்லோரையும் கலந்து ஆலோசித்துவிட்டோம், அணியுடன் சேர்ந்துதான் இலக்குகளைக் குறித்திருக்கிறோம் என்று தோன்றும். ஆனால் அணியைக் கேட்டால், தாங்கள் ஏமாந்து விட்டதாகத்தான் நினைப்பார்கள்.

நிர்வாகத்தினர் அணியுடன் கூட்டாகச் சேர்ந்து இலக்கு களை வகுத்ததாகச் சொல்லும்போது, அவர்களை ஒரு சம்பிரதாயத்துக்காக அருகில் வைத்திருக்கிறார்கள் என்று தான் பொருள். 'இதைப் பற்றி என்ன நினைக்கிறீர்கள்?' என்று கேட்பார்கள். வரும் பதிலைக் கேட்டுக்கொள் வார்கள். ஆனால் அவ்வளவுதான்!

கூட்டு இலக்குகள் என்றால், முடிவெடுக்கும் அதி காரத்தையே அணியிடம் கொடுத்துவிடவேண்டும். அவர்களையே ஆரம்பம் முதல் முடிவு வரை எல்லா வற்றுக்கும் பொறுப்பு எடுத்துக்கொள்ளச் செய்ய வேண்டும். அப்போதுதான் 'கூட்டு இலக்கு' என்பதே ஆரம்பிக்கிறது!

கனவுக் கூட்டங்களின் நோக்கம், பழமையை அறுப்பது. இந்த வருட இலக்குகளைத் தீர்மானிக்க, போன வருடம் என்ன செய்தோம் என்று பார்ப்பார்கள். அதையே அடிப்படையாக வைத்துத் திட்டம் போடுவதுதான் வழக்கம். இதை முதலில் நிறுத்தியாக வேண்டும்.

கனவுக் கூட்டங்களுக்குப்பிறகு அணிக்கு உற்சாகம் மிகுந்து விட்டது. இந்த மார்க்கெட்டை எவ்வளவு தூரம் வளர்க்க முடியும் - அல்லது உடைக்கவே முடியுமா - என்று ஆவலுடன் சிந்திக்க ஆரம்பித்துவிட்டார்கள். மற்றவர்கள் என்ன செய்து கொண்டிருக்கிறார்கள் என்று பார்க்காமல், ஒவ்வொருவரும் தன்னால் முடிந்த அளவு விற்பனை இலக்கைத் தீர்மானிக்கச் சொன்னார் வாசுதேவன்.

அப்போதுதான், பல உறங்கிக் கிடந்த சக்திகளும் ஆசைக் கனவுகளும் விழித்தெழுந்தன!

பெரும்பாலான கிளைகள், தங்கள் இலக்குகளைக் கணிசமாக உயர்த்திப் பிடித்தன. 200-300 சதவிகிதம்கூட வளர முடியும் என்று எதிர்பார்ப்புகள் எழுந்தன. எல்லாவற்றையும்விட முக்கியம், இப்போது ஒவ்வொரு கிளையிலுமே ஆர்வமும் உற்சாகமும் பொங்க ஆரம்பித்துவிட்டது!

இந்தக் கூட்டங்களுடைய விளைவைக் கண்டு வாசுதேவனுக்கே ஆச்சரியம். ஒவ்வொரு கிளையுமே, 'இதோ நாங்கள் போய் மார்க்கெட்டையே கொத்திக்கொண்டு வருகிறோம்' என்று கிளம்பியது. இப்போது திடீரென்று அவர்கள் தங்களுக்குத் தாங்களே எஜமானர்கள் ஆகிவிட்டார்கள். தங்கள் திறமை என்ன, சாத்தியம் என்ன என்பதை அவர்களே முடிவு செய் தார்கள். மனிதர்களுக்குள் மறைந்திருந்த சாதிக்கும் இச்சையை வாசுதேவன் தூண்டிவிட்டுவிட்டார்.

வாசு போன்ற புதுமையாளர்கள், அணியினரையும் ஆட்டத்தில் சேர்த்துக்கொண்டே விளையாடுபவர்கள். அவர்கள் தம்முடைய ஆவல்களை மற்றவர்கள்மீது திணிப்பதில்லை. தம்முடைய அவாவை விவரித்துச் சொல்லி, மற்றவர்களையும் பயணத்தில் சேர்ந்துகொள்ளச் செய்வார்கள். அல்லது மொத்த அணியுடன் சேர்ந்தே ஆசைகளை உருவாக்குவார்கள்.

நீங்கள் இதை எப்படிச் செய்கிறீர்கள்? உங்களுக்கென்று ஆசைக் கனவுகள் இருக்கின்றனவா? அணியினரையும் பயணத்தில் சேர்ந்துகொள்ள அழைப்பு விடுக்கிறீர்களா? அல்லது நீங்களாக முடிவுசெய்த இலக்குகளை நோக்கி அவர்களை விரட்டுகிறீர்களா?

வித்தியாசமாக ஏதாவது செய்வதற்குத் திட்டமாவது இருக்கிறதா உங்களிடம்? எப்போது ஆரம்பிக்கப் போகிறீர்கள்? உங்கள் அணியை கனவு காண முடியாமல் தடுப்பது எது? உங்கள் தலைமை ஸ்டைலா?

காரியம் கெடாமல் காப்பது எப்படி?

ஆனால், இதெல்லாம் அதிக நாள் தாங்காது என்று வாசுதேவனுக்குத் தெரியும்! முழு மூச்சாக வேலை ஆரம்பித்தபிறகு தினசரிக் கடமைகளின் அழுத்தம், பிரச்னைகள், செய்து முடிக்க வேண்டிய காரியங்கள் என்று வரும்போது, எல்லா ஆவல்களும் மங்கிப் போய்விடும். அங்கே இங்கே சில சமரசங்கள் நடக்கும். தரம் குறைந்துபோகும். 200% என்பது 170% ஆகி, 150% ஆகி, கடைசியில் தேய்ந்தே போய்விடும். தினசரித் தொல்லைகளால், நெடுங்கால ஆசைகள் மறக்கப் பட்டுவிடும்.

பிறகு வாசுதேவன்தான் அவர்களைப் பின்னேயிருந்து பிடித்துத் தள்ளவேண்டும்; கடமைகளை நினைவூட்டிக் கொண்டே இருக்கவேண்டும். அத்துடன் அவர்கள் உற்சாகம் முழுவதும் வடிந்துவிடும்.

இந்தப் புதிய முயற்சி, தன்னைத் தானே காப்பாற்றிக்கொள்ள வேண்டும். அதற்கு என்ன செய்யலாம்?

மனிதர்களை ஊக்கப்படுத்துவது, சக்தியை வெளியே கொண்டுவருவது, அதிகாரம் கொடுப்பது என்றெல்லாம் பேசுகிறோம். இதற்கு நிறைய நேரமும் சக்தியும் செலவிடுகிறோம். ஆனால் 'ஊக்கம் கொடுப்பது' என்பதை வெளியிலிருந்து செய்ய முடியாது. மனிதர்களுக்குள் ஏற்கெனவே உறைந்துகிடக்கும் ஆர்வத்தில் நெருப்பு பற்ற வைப்பதே ஒரே வழி.

எனவே வாசுதேவன் புரட்சிகரமான காரியம் ஒன்றைச் செய்தார். பத்திரிகைக்காரர்கள் அனைவரையும் கூப்பிட்டார். அடுத்த நிதியாண்டுக்கு சோழாவின் வளர்ச்சித் திட்டங்கள் என்ன, இலக்குகள் என்ன என்பதையெல்லாம் வெளிப்படையாக அறிவித்துவிட்டார்!

இப்போது வாசுதேவனும் சரி, அவருடைய அணியினரும் சரி, சொன்னதைச் செய்தே ஆகவேண்டிய கட்டாயம். இலக்குகளை எட்ட முடியாவிட்டால் பெரிய அவமானம்; அவர்கள்மீது உள்ள நம்பிக்கையே போய்விடும்!

எதிர்காலத்தில் அவர்கள் தப்பி ஓடுவதற்கு வழி ஏதும் இல்லாமல் வாசுதேவனே வழியை அடைத்துவிட்டார். இனி மேல் என்னதான் பிரச்னைகள் வந்தாலும் திரும்பிப்போவது என்ற பேச்சே இல்லை!

பிறகு ஒவ்வொரு கிளைக்கும் சென்று உள்ளூர் பத்திரிகையாளர் சந்திப்பையும் நடத்தினார். அந்தந்தக் கிளையின் திட்டங்களும் பகிரங்கமாக அறிவிக்கப்பட்டன. இப்போது அவர்களும் சொன்ன வாக்கை மீற முடியாது. அவர்களுடைய குடும்பம், நண்பர்கள், போட்டியாளர்கள் அத்தனை பேரும் பார்த்துக் கொண்டிருக்கிறார்கள். இனிமேல் தோற்றுவிட்டால் முகத்தை எங்கே கொண்டுபோய் வைத்துக்கொள்வது?

கனவுக் கூட்டங்கள், பத்திரிகையாளர் சந்திப்பு இவற்றின் விளைவுகள் வெளிப்படையாகத் தெரிந்தன. தங்களின் கனவு இலக்குகளை அச்சடித்து, ஒவ்வொரு கிளையிலும் கஸ்டமர்கள், டீலர்கள் கண்ணிலும் படும் இடத்தில் ஒட்டினார்கள். ஊழியர்கள் தங்கள் இலக்குகள் பொறித்த பேட்ஜை அணிந்துகொண்டு நடமாடினார்கள்.

இலக்குகளை நம்மால் எட்ட முடியும் என்று ஒவ்வொரு வருக்கும் நம்பிக்கை இருந்தது. இந்த எண்களைத்தான் அவர்கள் சுவாசித்தார்கள். அவர்களுக்கு இது 'லட்சியம்' என்ற வார்த்தைக்கே இலக்கணமாகிவிட்டது.

சரி. இதெல்லாம் சேர்ந்து சாதித்தது என்ன? சோழாவின் 20 கிளைகளில் 12, தங்கள் இலக்கை எட்டிப் பிடித்துவிட்டன! தேக்கம் அடைந்து, தேய்ந்துகொண்டிருந்த ஒரு மார்க்கெட்டில், சோழா முதல் வருடத்திலேயே 21% வளர்ச்சி கண்டது. அடுத்தடுத்த வருடங்களில், தான் கனவு கண்டபடியே முறையே, 60, 85, 80 சதவிகிதம் வளர்ச்சிகளை அடைந்தது. பண மதிப்பில் 1997-98-ல் 140 கோடி ரூபாயாக இருந்த ஆண்டு வருமானம், அடுத்த நிதி ஆண்டில் 170 கோடி ரூபாயானது. அடுத்தடுத்த ஆண்டுகளில் 270 கோடி, 500 கோடி என்று வளர்ந்து, 2001-02-ம் வருடம் 900 கோடி ரூபாயாக உயர்ந்தது.

நல்ல நோக்கத்துடன் ஆரம்பிக்கப்பட்ட திட்டங்கள் சரியாகச் செயல்படுத்தப்படாமல், புதையுண்டுபோன கல்லறைகள் ஒவ்வொரு கம்பெனியிலும் உண்டு. ஆரம்பித்த நோக்கம் நீர்த்துப்போகாமல் காப்பதில்தான் சூட்சுமமே இருக்கிறது.

நம்முடைய மேலதிகாரிக்கோ, ஒரு வாடிக்கையாளருக்கோ தனிப்பட்ட முறையில் ஒரு வாக்குறுதி கொடுத்தால், அது நிறைவேறாமல் போக வாய்ப்பு இருக்கிறது. எல்லோருக்கும் எதிரில் பகிரங்கமாகக் கொடுத்த வார்த்தையை மீறுவது கடினம்! அதில் நம் கௌரவமே அடங்கியிருக்கிறது.

நீங்கள் தனிமையில் கொடுத்த வாக்குறுதிகளில், நிறை வேற்ற முடியாமல் போனவை எத்தனை? ஆரம்பத்தில் 'நிலாவைப் பிடித்து வருகிறேன்' என்று பேசிப் புறப்பட்டுவிட்டு, கடைசியில் 'செய்த வரை போதுமே' என்று முடித்துக்கொண்ட காரியங்கள் எத்தனை?

தப்பி ஓடும் வழிகளையெல்லாம் ஆரம்பத்திலேயே அடைத்திருந்தால், உங்கள் பணியின் தரம் வேறு மாதிரி இருந்திருக்குமோ? உங்கள் தற்போதைய திட்டத்தில், தப்பிப் போகும் வழிகளை அடைப்பதற்கு என்ன வழி?

சில நிறுவனங்களில், ஓர் ஊக்க மருந்து செலுத்துவார்கள்; ஆனால் உடனே பலன் இருக்காது. சில வருடம் கழித்தே பலன் கிடைக்கும். துரதிர்ஷ்டவசமாக, பலர் இதைப் புரிந்துகொள்வதில்லை. உடனடிப் பலன் இல்லை என்பதால் அந்தப் புதிய முயற்சியை அப்படியே கொன்றுவிடுவார்கள்.

அதிர்ஷ்டவசமாக, வாசுதேவன் வருடம்தோறும் தொடர்ந்து முயற்சி செய்தார். அவர் கண்ட வளர்ச்சி, அவரது துறையின் சராசரியான 15-20 சதவிகிதத்தைவிட எங்கோ முன்னால் போய்விட்டது.

அமைப்புகளை மாற்றுவது எப்படி?

கனவு கண்டால் போதாது. கனவுக் கூட்டங்களால் போதுமான அளவுக்கு வேகம் கிடைத்துவிட்டது; தப்பும் வழிகளையும் அடைத்தாகிவிட்டது. ஆனால் கம்பெனிக்குள் சில அதிகார அமைப்புகள் இருக்கும். அவை, பழைய நடைமுறைகளை விடாமல் தொடர விரும்பும். அவற்றையும் மாற்றியாக வேண்டும்.

இந்த நிறுவன அமைப்புகள் ஒரு புவியீர்ப்பு விசை மாதிரி; இருக்கும் நடைமுறைகளைக் கெட்டியாகப் பிடித்து வைத்துக் கொண்டிருக்கும். அவற்றை மாற்றாமல் வித்தியாசமான விளைவுகள் எவற்றையும் நாம் எதிர்பார்க்க முடியாது.

அதிகார அமைப்புகள், ஒரு நிறுவனம் நிலைபெற உதவும். ஆனால் அதே அமைப்புகள் நாம் போகும் பாதையையே கூடக் கட்டுப்படுத்தலாம். இந்த அமைப்புகளை மாற்றுவது என்றால் நிறுவனம் - ஏன் அந்தத் தொழில்துறையே - இயங்கும் விதத்தை மாற்ற வேண்டியிருக்கும்.

வாசுதேவன் உள்ளுக்குள்ளே இருந்த அதிகார அமைப்புகளை மாற்றினார்; அப்போது, வெளியேயும் அதன் எதிரொலி கேட்டது!

உதாரணமாக, கடன்களுக்கான வட்டி விகிதத்தைத் தீர்மானிப்பது தலைமை அலுவலகமாகவே இருந்தது. ஜனவரி 2000-க்குப்

பிறகு இந்தப் பொறுப்பு கிளை நிறுவனங்களுக்குக் கொடுக்கப் பட்டது. வாசு, தன் கிளைகளிடம் 'உங்கள் இலக்குகளை எட்டுவதற்கு என்ன யோசனை வைத்திருக்கிறீர்கள்?' என்று கேட்டார். அவர்கள் 'ஒவ்வொரு வாடிக்கையாளருக்கும் ஏற்றமாதிரி தனித் தனியே வட்டி விகிதத்தை நிர்ணயிப்பதற்கு எங்களுக்கு அதிகாரம் இருந்தால், கனவு இலக்குகளை அடைவது சுலபமாக இருக்கும்' என்றார்கள். ஆனால் ஒட்டுமொத்தமாகக் கணக்கிட்டால் 15% வட்டி வீதம் இருக்கும்படி அவர்கள் பார்த்துக்கொள்வார்கள்.

வாசுதேவன் தயங்கினார். மாத ஆரம்பத்தில் குறைந்த வட்டிக்குக் கடன்களை வாரி வழங்கிவிட்டு, மாதக் கடைசியில் குறிப்பிட்ட சதவிகிதத்தை எட்ட முடியாமல் போய்விட்டால் என்ன செய்வது என்பது அவர் கவலை. இருந்தும் இந்த ஐடியாவை முயற்சி செய்து பார்க்கலாம் என்று அவருக்குத் தோன்றியது. இதற்கு அவர் சம்மதிக்காவிட்டால், 'கனவு இலக்கு' திட்டமே ஒரு கண் துடைப்பு என்று நினைத்து விடுவார்கள்; உற்சாகம் குறைந்துவிடும். 'நம் யோசனை வித்தியாசமாக இருந்தால் போதாது; செயலும் வித்தியாசமாக இருக்கவேண்டும்' என்பார் வாசுதேவன்.

ஆரம்பத்தில் அவருக்கு ஒரே டென்ஷன்! இரவுத் தூக்கம் போய்விட்டது. தன் கௌரவமே இதில்தான் அடங்கியிருக்கிறது என்ற கவலை. இருந்தும் துணிந்து ரிஸ்க் எடுத்தார். அடுத்த மூன்று வருடங்களில் மெல்ல மெல்ல எல்லாக் கிளைகளும் இந்தப் புதிய ஏற்பாட்டுக்குப் பழக்கப்பட்டுவிட்டன. வட்டி விகிதப் பிரச்னைக்கு அருமையான புதிய தீர்வுகளும் கிளைகளிலிருந்தே வந்தன!

தலைவர்கள் பொதுவாக, தங்களது அதிகார அமைப்புகளைக் கைவிட முன்வருவதில்லை. அதிகார அமைப்பை மாற்றினால் அவர்களுடைய கையிலிருந்து கட்டுப்பாடு நழுவிவிடும். கீழே இருப்பவர்களும் நம்மைப் போலவே லட்சியத்தில் தீவிரமாக இருப்பார்கள் என்ற நம்பிக்கையில் நிறைய கட்டுப்பாடுகளைத் தளர்த்தியபிறகு, அப்படி நடக்கவில்லை என்றால்? நினைக்கவே பயமாக இருக்கும்!

‘நிர்வாகம் என்று நாம் அழைப்பதில் தொண்ணூறு சதவிகிதம், மனிதர்கள் ஒழுங்காக வேலையைச் செய்யவிடாமல் தடுக்கும் கட்டுப்பாடுகள்தான்’ என்பார் பீட்டர் ட்ரக்கர். உங்கள் ஊழியர்களிடம் எப்போதெல்லாம் ‘இல்லை’ என்று சொல்கிறீர்கள்? நீங்களே அவர்கள் வேலை செய்வதைக் கடினமாக ஆக்கிக்கொண்டிருக்கிறீர்களா? பல சமயங்களில் திட்டத்தை நீர்த்துப்போக வைப்பதே தலைவரின் மூளையில் இருக்கும் தேக்கம்தான்!

வாசுதேவன் வட்டிவிகிதங்களைத் தீர்மானிக்கும் பொறுப்பை ஊழியர்களிடமே கொடுத்தார்; இது மொத்தத் துறையிலுமே ஒரு பெரும் மாறுதலை ஏற்படுத்தியது. அதுவரை குறிப்பிட்ட நிலையான வட்டிவிகிதம்தான் புழக்கத்தில் இருந்துவந்தது. வாசுதேவன், விகிதப்படுத்திய சராசரி வட்டியைக் கணக்கிடும் முறையைக் கொண்டுவந்தார். இது அந்தத் துறைக்கே புதிய முன்னோடி.

அடுத்த கட்டம், வாடிக்கையாளரின் பின்னணிக்கு ஏற்ற வட்டிவிகிதம். அதுவரை ஒவ்வொரு வகை வாகனத்துக்கும் ஒரு வட்டிவிகிதம் என்றுதான் வைத்திருந்தார்கள். எல்லா வாடிக்கை யாளர்களுக்கும் அது பொதுவானது.

சோழா இதனை மாற்றியது. கடன் பெறுபவரின் ரிஸ்க்கை அடிப்படையாக வைத்து வட்டிவிகிதம் கணக்கிடப்பட்டது. மளிகைக் கடை வைத்திருக்கும் ஒருவருக்குக் கடன் தருவது, அதிக ரிஸ்க். மாதச் சம்பளக்காரராக இருந்தால் அதைவிடப் பரவாயில்லை. ஆனால் டாக்டர் ஒருவருடன் ஒப்பிட்டால் சம்பளக்காரரின் ரிஸ்க் அதிகம். இவர்கள் ஒவ்வொருவருக்கும் வெவ்வேறு வட்டிவிகிதம் நிர்ணயிக்கப்பட்டது.

அதுவரை சோழா, கார்களுக்கும் வர்த்தக வண்டிகளுக்கும்தான் கடன் கொடுத்து வந்தது. இதைக் கைவிட்டு, இனி, ‘நகருவது எதுவானாலும் அதற்குக் கடன் தரப்படும்’ என்று அறிவித் தார்கள். இதனால் இரண்டு முக்கியமான புதிய ஐட்டங்கள் சோழாவிடம் வந்தன: ட்ராக்டர்கள், இரு சக்கர வாகனங்கள். ட்ராக்டர்களுக்குக் கடன் தர ஆரம்பித்த முதலாவது தனியார் துறை ஃபைனான்ஸ் கம்பெனி சோழாதான்.

மற்ற ஃபைனான்ஸ் கம்பெனிகளைவிட சோழாவின் பிராண்ட், மக்கள் மதிப்பில் முந்த ஆரம்பித்தது. அவர்களிடம் பதிவு பெற்ற

டீலர்கள் எல்லாம் உயர்தரமாகத் தொழில் நடத்தியது ஒரு காரணம். வழக்கமாக ஃபைனான்ஸ் நிறுவனங்கள் சிறிய நேரடி முகவர்களுக்குத்தான் வாய்ப்பு தரும். சோழாவோ, ஏற்கெனவே ஷோரூம் வைத்து இரு சக்கர வாகனங்களில் பல பிராண்ட்களை விற்றுக்கொண்டிருந்தவர்களையே தன் டீலர்களாக ஆக்கிக் கொண்டது. இதற்குக் காரணங்கள் மூன்று:

(1) இந்த முகவர்கள் நகரத்தில் முக்கிய இடங்களில் ஷோரூம் வைத்திருப்பார்கள். பொதுமக்கள் அறிந்த இடமாக இருக்கும்.

(2) டீலர் ஒவ்வொருவருக்கும் ஏற்கெனவே பல வாடிக்கை யாளர்கள் இருப்பார்கள்.

(3) அனுபவம் வாய்ந்த வியாபாரிகளாக இருப்பதால் அவர் களின் பிசினஸ் பார்வையே வேறு மாதிரி இருக்கும். சாதாரண முகவர்களைப் போல இல்லாமல், இவர்கள் புதிய ஐடியாக்களைச் சுலபமாக ஏற்றுக்கொள்வார்கள்.

'சோழாவின் டீலராக இருப்பதென்றால் சும்மாவா? அது எவ்வளவு பெருமையான விஷயம்' என்ற எண்ணத்தை ஏற்படுத்துவதற்காக, முகவர்கள் ஒவ்வொருவரும் 5 லட்ச ரூபாய் டெபாசிட் செய்யவேண்டும் என்று கேட்டது சோழா. வங்கி அல்லாத ஃபைனான்ஸ் கம்பெனி ஒன்றுக்கு முகவர்கள் டெபாசிட் கட்டவேண்டியிருப்பது, அந்தத் துறையிலேயே இதுவே முதல் முறை. இந்த டெபாசிட்டுடன் சோழா தன் பங்குக்கு இன்னொரு 10 லட்ச ரூபாய் முதலீடு செய்து முகவரின் ஷோரூமில் வசதிகளை ஏற்படுத்திக் கொடுத்தது. பணம் முதலீடு செய்துவிட்டதால், இரு தரப்புமே இந்த வியாபார ஒப்பந்தத்தை சீரியஸாக எடுத்துக்கொள்ளவேண்டிய நிலை.

சோழாவுக்கு அதுவரை இரு சக்கர வண்டிகள், ட்ராக்டர்கள் ஆகிய துறைகளில் அனுபவம் கிடையாது. கஸ்டமர்கள் எப்படிப் பட்டவர்கள், அவர்களின் பின்னணி என்ன என்பது தெரியாது. எனவே அதில் அதிக கவனம் செலுத்த ஆரம்பித்தது சோழா.

சோழாவின் உயர் அதிகாரிகள் ஒரு வாரம் தங்கள் வேலைகளையெல்லாம் ஒதுக்கி வைத்துவிட்டு, கஸ்டமர்களை நேரடியாகச் சந்திக்கப் போனார்கள். வாடிக்கையாளர்களுடைய வீட்டிலோ, கடையிலோ, பண்ணையிலோ போய்ச் சந்தித்தார்கள். அவர்களுடைய தேவைகளை அறிந்துகொண்டார்கள்.

ட்ராக்டர் கடன் வழங்குவதற்கு பொதுத் துறை வங்கிகள் வைத்திருந்தது போன்ற விதிகளைத்தான் சோழாவும் கடைப்பிடித்தது. ஆனால் வங்கிகள் குறைந்தது 8 ஏக்கர் நிலம் இருந்தவர்களுக்குத்தான் கடன் கொடுத்தன. சோழாவில் கடன் வாங்க 5 ஏக்கர் நிலம் இருந்தால் போதும். ஆரம்பித்தபோது, கடன் வழங்கும் விதிகளை எப்படி அமைத்தால் சரியாக வரும் என்பது சோழாவுக்குத் தெரியாது. கஸ்டமரிடம் நேரிடையாகப் பேசிப் புரிந்துகொண்டதால் கிடைத்த அனுபவ அறிவுக்கு இது ஓர் உதாரணம்.

வித்தியாசமான சிந்தனையின் விளைவுகள்

கிளை நிறுவனங்களுக்கு முழு அதிகாரத்தையும் கொடுத்ததால் ஒரு பெரிய நன்மை: கீழ்மட்டத்தில் இருப்பவர்களே எல்லாப் பொறுப்புகளையும் தலைமேல் போட்டுக்கொண்டு வேலை செய்ய ஆரம்பித்துவிட்டார்கள். ஒவ்வொரு காரியமாகக் கவனித்து 'இப்படிச் செய், அப்படிச் செய்' என்று சொல்ல வேண்டிய வேலை வாசுதேவனுக்கு இல்லாமல் போய்விட்டது. அதனால் சோழாவின் நிகர லாபம் அதிகரித்தது. நிறுவனத்துக்குள் வாசுதேவன் வகித்து வந்த பொறுப்புகள் மாற்றி அமைக்கப்பட்டன.

கனவுக் கூட்டங்களுக்கு முன்பு:

1. வாசுதேவன்தான் எல்லாக் கிளைகளுக்கும் இலக்குகளை நிர்ணயிப்பார்.
2. முடிவுகள் எடுக்கும் அதிகாரங்கள் அனைத்தும் அவரிடம் மட்டுமே குவிந்திருந்தன.
3. ஒவ்வொரு மாதமும் 22-ம் தேதிக்கு மேல் அவரால் எங்கேயும் வெளியே கிளம்ப முடியாது. ஒவ்வொரு கிளையும் இலக்குகளை எட்டியதா, இல்லையா என்று பின்னால் துரத்துவதற்கே நேரம் சரியாக இருந்தது.
4. வாசுதேவன் தன் நேரத்தில் 70 முதல் 80 சதவிகிதத்தை வழக்கமான தினசரி அலுவல்களிலேயே செலவிட்டார்.

கனவுக் கூட்டங்களுக்குப் பிறகு:

1. இலக்குகள் யாவும் கிளை நிறுவனங்களிடமிருந்தே வந்தன - வாசுதேவன் அவற்றைக் கோர்த்தெடுத்து நிறுவனத்தின் அடிப்படை இலக்குகளுடன் சரி பார்த்தார். அவ்வளவுதான்.

2. கிளைகளின் செலவினங்கள்கூட அவர்கள் பொறுப்பிலேயே விடப்பட்டது.

3. வாசுதேவனுக்கு, கிளைகள் எப்படி வேலை செய்கின்றன என்பதை உன்னிப்பாகக் கவனிக்கவேண்டிய அவசியம் இல்லாமல் போய்விட்டது. எனவே கிளைகளுக்கு விசிட் செய்வது, புதிய மார்க்கெட்களைத் தேடுவது போன்றவற்றுக்கு நிறைய நேரம் கிடைத்தது.

4. இப்போது தன்னுடைய நேரத்தில் 50 முதல் 65 சதவிகிதம் வரை கம்பெனியின் எதிர்காலம், புதிய பிசினஸ் ஆகியவற்றுக்காகச் செலவிட்டார்.

இவற்றின் மொத்த விளைவு, இன்று சோழமண்டலம் முதலீட்டு நிறுவனம் (சோழமண்டலம் DBS) இந்தியாவின் வங்கி அல்லாத நிறுவனங்களிடையே மதிக்கப்படும் ஒரு பெரிய பெயர். சோழமண்டலம் டிபிஎஸ்ஸின் வளர்ச்சிக்கு முக்கியக் கருவியே அதன் வாகனக் கடன் பிரிவுதான். முருகப்பா குழுமத்துக்கேகூட அது ஒரு முக்கியமான பகுதியாகிவிட்டது.

மனிதர்கள் கூட்டாகச் சேர்ந்து கனவு காணும்போது தொழில்துறைகளே மாற்றம் அடைகின்றன. நீங்கள் உங்கள் அணியுடன் சேர்ந்து கனவு காண்கிறீர்களா, அல்லது உங்கள் தனிப்பட்ட கனவுகளை கீழே இருப்பவர்களிடம் தெரிவித்து அவற்றை நிறைவேற்றச் சொல்கிறீர்களா?

மொத்தத்தில், புரட்சிப் புதுமையாளர்களால் நிறுவனங்கள் தலைகீழாக மாற்றமடையும் - இது எப்படி என்று சோழாவின் கதையே சொல்கிறது.

முதலில், புதுமையாளர்கள் வாசுதேவன் போல் கனவுக் கூட்டங்கள் நடத்தி, அணியில் உள்ளவர்களையும் பயணத்தில் முழுவதும் ஈடுபடுத்திக்கொள்கிறார்கள். செய்ய முடியாத சாதனைகளைச் செய்யத் தூண்டுதல் தருகிறார்கள்.

இரண்டாவதாக, அவர்கள் தப்பியோடும் வழிகளையெல்லாம் அடைத்துவிடுகிறார்கள். புறமுதுகிட்டு ஓடுவதற்கு வசதியாக கொல்லைப்புறக் கதவைத் திறந்தே வைத்துக்கொண்டிருந்தால்,

பிறகு மாபெரும் சவால்களை மேற்கொள்வதில் அர்த்தமில்லை. 'நடக்க முடியாதவை' எல்லாம் நடக்காதவையாகவே போய் விடும். வாசுதேவன் தங்கள் திட்டத்தை மீடியாவில் விளம்பரம் செய்து, யாருக்கும் தப்பி ஓட வழியே இல்லாமல் செய்து விட்டார்.

மூன்றாவதாக, அவர்கள் நிறுவனத்தின் உள்ளேயும் வெளியே யும் இருக்கும் கட்டமைப்பை மாற்றிவிடுவார்கள். இந்த அமைப்புகள்தான் மாற்றத்தை வரவிடாமல் தடுத்துக்கொண் டிருக்கும். வாசுதேவன் தலைமையகத்தின் கட்டுப்பாடுகளைக் கைவிட்டு, கிட்டத்தட்ட எல்லா அதிகாரங்களையும் கிளைகளுக் குத் தந்துவிட்டார். விளைவுகள் ஆச்சரியகரமாக இருந்தன.

2005-ன் இறுதியில் வாசுதேவன் டிசிபி பாங்க்கின் துணைத் தலைவராகி, நுகர்வோர் சேவைப் பிரிவின் தலைமைப் பொறுப்பை ஏற்றுக்கொண்டார். 2008-ல் ஈக்விடாஸ் மைக்ரோ ஃபைனான்ஸ் என்ற நிறுவனத்தைச் சொந்தமாக ஆரம்பித்தார். இதில் அவருடைய கூட்டாளிகள், சோழமண்டலம் டிபிஎஸ் ஃபைனான்ஸின் முன்னாள் மேனேஜிங் டைரக்டர் எம்.ஆனந்தன் மற்றும் திருச்சூரில் உள்ள மணப்புரம் குழுமத்தின் சேர்மன் வி.பி. நந்தகுமார் ஆகியோர். வாசுதேவன்தான் நிர்வாக இயக்குனர்.

ஈக்விடாஸ் ஏற்கெனவே பல புதுமைகளைப் படைக்க ஆரம்பித்துவிட்டது. அதன் மார்க்கெட் கேபிடல் 200 கோடி ரூபாய். இந்தியாவிலேயே நான்காவது பெரிய குறுங்கடன் நிறுவனம். அதன் இலக்கு கிராமங்கள் அல்ல, நகரங்களில் வசிக்கும் ஏழை மக்கள். உலக அளவிலேயே மிக வேகமாக வளரும் மைக்ரோ ஃபைனான்ஸ் கம்பெனிகளில் ஒன்று ஈக்விடாஸ். அதற்கு ஏற்கெனவே ஒன்பது மாதங்களில் ஒரு லட்சம் வாடிக்கையாளர்கள் சேர்ந்துவிட்டார்கள். முதல் வருடத்திலேயே ஈக்விடாஸ் ஆறு லட்சம் குடும்பங்களை அடையப் போகிறது.

ஈக்விடாஸின் உற்பத்தித் திறன், அந்தத் துறையில் அடுத்ததாக இருப்பவரைவிட மூன்று மடங்குக்கு மேல். உலக அளவில் மைக்ரோ ஃபைனான்ஸை வளர்க்க முயலும் யூனிடாஸ் அட்வைஸர்ஸ் கம்பெனி, ஒவ்வொரு வாடிக்கையாளரையும் சேர்த்துக்கொள்வதற்கு ஈக்விடாஸுக்கு ஆகும் செலவுதான்

இந்தத் துறையிலேயே மிகக் குறைவு என்கிறது. ஈக்விடாஸ் தன் கடன் திட்டங்களிலும் வழி முறைகளிலும் பல புதுமைகளைப் புகுத்தியுள்ளது. உதாரணமாக, பணம் வசூல் செய்வதற்கு ஒரு ஸ்டிக்கர் முறையைப் பயன்படுத்துகிறது. இது பேடண்ட் செய்யப்பட்ட புதிய முறையாகும்.

எல்லா உண்மையான புதுமையாளர்களையும் போலவே, வாசுதேவன் மற்றொரு மாபெரும் வெற்றிக் கதையை எழுதத் தயாராகிவிட்டார் என்று தெரிகிறது.

அதற்கான அறிகுறிகள் எல்லாம் இப்போதே தெரிகின்றன.

8. டைட்டன் எட்ஜ்:
யாராய் இருந்தால் எனக்கென்ன?

முதலில் தென்னாப்பிரிக்காவிலும் சரி, பின்னர் இந்தியாவிலும் சரி - மகாத்மா காந்தியின் போராட்டத்தில் பெரிய விஷயம், பிரிட்டிஷ்காரர்களை விரட்டுவது அல்ல. 'அடிமைப்பட்டுக் கிடந்த ஓர் இனத்தின் தன்மானத்தைத் தட்டி எழுப்பி, நாமும் அவனும் சமம்தான் என்று நினைக்கவும் உணரவும் வைப்பது எப்படி?' - இதுதான் காந்தியின் முக்கியக் கவலை.

அடக்கி ஆளும் இனம்தான் உயர்ந்த இனம் என்று நாலா பக்கமும் சுவரில் எழுதி ஒட்டியிருக்கிறது. ஒரு லட்சம் பிரிட்டிஷ்காரர்கள் சேர்ந்து முப்பத்தைந்து கோடி இந்தியர்களை ஆட்சி செய்தார்களே, அதுவே அவர்களுடைய மேன்மைக்குச் சாட்சி என்றார்கள். அவர்களிடம் நல்ல தொழில்நுட்பம், நல்ல துப்பாக்கிகள், இயந்திரங்கள் எல்லாம் இருந்தன. அவர்கள் இந்த ஏற்றத்தாழ்வை அப்படியே பாதுகாக்கும் வகையில் சட்டங்கள், கொள்கைகள், அமைப்புகள், ஆட்சி அதிகாரம், வரி வசூல் எல்லாவற்றையும் அமைத்துக்கொண்டார்கள். இந்த நிலையில் அடிமைப்பட்ட தேசம் ஒன்று, சம அந்தஸ்து கேட்பது எப்படி?

காந்தியின் முதல் கவலை பிரிட்டிஷாரை வெளியேற்றுவது அல்ல; அது சுலபம். முதலில் அடிமை வம்சத்தினர், ஆளும் வம்சத்துக்குத் தாங்கள் எந்த விதத்திலும் குறைந்தவர்கள் அல்லர் என்று உணர வேண்டும். இல்லாவிட்டால், ஓர் ஆட்சி போய் மற்றோர் ஆட்சி வருமே தவிர, சமத்துவம் வராது!

சுரண்டலும் அதிகார மமதையும் அப்படியே தொடரும். அடக்க ஒடுக்கமாகக் கை கட்டி நிற்கும் இந்தியர்கள், தன்மானத்துடன் துண்டை உதறித் தோளில் போட்டுக்கொண்டு நிமிர்ந்து நிற்க வேண்டும்.

காந்தி சந்தித்த சவால், ஒருவகையில் இன்றும் தொடர்கிறது. இந்தியாவில் புதுமைகளும் புரட்சிகளும் நடைபெறாமல் தடுக்கும் மனப்போக்கு. முன்னேறிய நாடுகளைக் கண்டால் நமக்கு வரும் பயம், பணிவு!

மாற்றுங்கள் பாதையை!

வருடம் 1994. டைட்டன் வாட்ச் கம்பெனியின் நிர்வாக இயக்குநர் செர்க்ஸெஸ் தேசாய், தன் அணியுடன் உட்கார்ந்து ஆலோசித்துக்கொண்டிருந்தார். அப்போது அவருக்கும் இதே சிந்தனைதான்: 'இந்தியர்களின் அடிமை மனப்பான்மையை மாற்றுவது எப்படி?'

அவர்முன் இருந்த சவால், உலகத்திலேயே ஒல்லியான, தண்ணீர் புகாத கைக்கடிகாரத்தை உருவாக்கவேண்டும். இந்த வாட்சின் தடிமன் 3.5 மில்லிமீட்டருக்குமேல் இருக்கக்கூடாது. 3.5 மில்லி மீட்டர் என்பது ஒரு பழைய ஃப்ளாப்பி டிஸ்க்கின் தடிமன்தான். அந்தக் கடிகாரம், தண்ணீர் பட்டால் வீணாகாமலும் இருக்க வேண்டும்.

முதலில் ஸ்விட்சர்லாந்தவர்களிடம் போய் உதவி கேட்டார்கள். அவர்கள்தான் வாட்ச் செய்வதிலேயே வல்லவர்கள். ஆனால் ஏமாற்றம்! அப்படி ஒரு வாட்சைத் தயாரிக்கவே முடியாது என்று சொல்லிவிட்டார்கள் சுவிஸ்காரர்கள்! 'அல்ட்ரா ஸ்லிம்' என்ற வகையில் தடிமன் குறைவான கைக்கடிகாரங்கள் இருக்கின்றன; நீர் புகாத வாட்ச்களையும் தனியே டிசைன் செய்யலாம். ஆனால் ஒரே நேரத்தில் இந்த இரண்டையும் சேர்த்துச் செய்ய முடியாது.

டைட்டன் டீம், இதைத் தங்களுக்கு விடப்பட்ட சவாலாகவே எடுத்துக்கொண்டார்கள். 'சுவிஸ்காரர்களால் செய்ய முடியாவிட்டால் என்ன? நாமே இதைச் செய்வோம்' என்று களத்தில் குதித்தார்கள். கடைசியில் அதைச் சாதித்தும் காட்டினார்கள்! இதற்கு நான்கு வருடம் ஆயிற்று. ஆனால் அவர்கள் செய்ய முடியாத ஒன்றைச் செய்துகாட்டினார்கள். வாட்ச் தயாரிப்பின்

ஒவ்வொரு விதியையும் திருத்தி எழுதினார்கள்; பல புரட்சிகரமான பொறியியல் சாதனைகளைச் செய்தார்கள்.

ஆக, உலகின் முதல் தண்ணீர் புகாத, மெல்லிய வாட்சைக் கற்பனை செய்து, டிசைன் செய்து, தயாரித்தது ஸ்விட்சர்லாந்தோ ஜப்பானோ அல்ல. பத்து வருடமே ஆன ஓர் இந்திய கம்பெனி. தங்கள் வாட்சுக்கு அவர்கள் வைத்த பெயர் 'எட்ஜ்'.

டைட்டன் எட்ஜ் 1998-ல் தயாரிப்புக்கு ரெடியாயிற்று; 2000-ல் மார்க்கெட்டுக்கு வந்தது. ஓசைப்படாமல், வாண வேடிக்கை இல்லாமல் இந்த இந்திய கம்பெனி, வரலாற்றைத் தன் வீட்டு வாசலில் பொறித்து வைத்தது.

இன்றைக்கு எட்ஜ் கடிகாரம், டைட்டனின் வெற்றிக் கதை. உலகின் மிக மெல்லிய, நீர் புகாத வாட்ச் என்று எல்லா நாடுகளிலும் விற்பனையாகிறது. சென்ற ஆண்டு டைட்டனின் மொத்த விற்பனை 918 கோடி ரூபாய். அதில் 55 கோடி - அதாவது 6% - இந்த வாட்ச்மூலமே வந்தது. இன்று வரை 5 லட்சம் எட்ஜ் கடிகாரங்கள் விற்றிருக்கின்றன.

ஆனால் டைட்டனுக்கு இந்த வருமானமெல்லாம் பெரிதல்ல; தன்னாலும் உலக அளவில் புதுமையான தயாரிப்புகளைக் கொண்டுவர முடியும் என்ற நம்பிக்கையை டைட்டனுக்குக் கொடுத்ததுதான் இந்தத் திட்டத்தின் மிகப் பெரிய பலன்.

உலகமே நம் நாடக மேடை!

டைட்டன் கம்பெனி ஆரம்பிக்கப்பட்டது 1985-ம் வருடம். டாடா குழுமத்துக்கும் தமிழ்நாடு தொழில் வளர்ச்சிக் கழகத்துக்கும் இடையில் கூட்டு முயற்சியாகத் தொடங்கப்பட்டது.

முதலில் ஃப்ரெஞ்சு கம்பெனி ஒன்றிடமிருந்து கடிகாரத்தின் முக்கியப் பகுதியான 'மூவ்மெண்ட்'களைப் பெற்று, பிறகு இங்கேயே அதைத் தயாரிக்கவும் தொடங்கியது டைட்டன். மார்ச் 1987-ல் வர்த்தகரீதியாக வாட்ச் தயாரிக்க ஆரம்பித்தது. 1992-வாக்கில் தன்னுடைய ஃப்ரெஞ்சுக் கூட்டாளிகளையே மிஞ்சி, அவர்களைவிட முன்னேறிய வாட்ச்களைத் தயாரிக்க ஆரம்பித்துவிட்டது.

ஒரு காலகட்டத்தில் ஃப்ரெஞ்சுக் கூட்டணி ஒப்பந்தம் முடிவுக்கு வந்தது. செர்க்ஸெஸ் தேசாய், 'இனி நாமே கடிகார மூவ்மெண்ட்

களை டிசைன் செய்வதுடன் தயாரிக்கவும் ஆரம்பிக்கலாம்' என்று அறைகூவல் விடுத்தார். உலகத்துக்கே நாம்தான் வாட்ச் தயாரித்து அனுப்பவேண்டும் என்பது அவருடைய ஆவல். உலகின் முன்னணி வாட்ச் கம்பெனிகளின் மரியாதையைப் பெறவேண்டும் என்றால், சும்மா மார்க்கெட்டிங் செய்து பயன் இல்லை; தொழில்நுட்பத்திலும் நாம் சிறந்து விளங்கவேண்டும்.

பி.ஜி.துவாரகாநாத்தின் தலைமையில் ஆராய்ச்சிப் பிரிவு வேலையைத் தொடங்கியது. சொந்தமாக ஒரு கடிகார மூவ்மெண்டைத் தயாரித்து, அதை வாட்ச்களிலும் பொருத்தி விற்க ஆரம்பித்தது டைட்டன். பிறகு 1994-ல் தேசாய் போர்க் கொடியை இன்னும் உயர்த்திப் பிடித்தார். 'உலகத்திலேயே மெல்லிய வாட்ச் மூவ்மெண்ட் ஒன்றை நாம் தயாரிக்க வேண்டும். முடியுமா?' என்று ஆராய்ச்சிப் பிரிவுக்கு சவால் விட்டார்.

அப்போது, கனம் குறைவான ஒல்லி வாட்ச்கள்தான் ஃபேஷன் ஆகிக்கொண்டிருந்தன. மெல்லிய வாட்ச் என்றால் எவ்வளவு மெல்லியது? இதை ஒரு சவாலாகவே அவர்கள் வைத்துக் கொண்டார்கள். மூவ்மெண்டின் தடிமன் வெறும் 1.15 மில்லி மீட்டர்தான் இருக்கவேண்டும். இது ஒரு கிரெடிட் கார்டின் தடிமன்! உலகிலேயே ஒல்லியான வாட்ச் என்று இல்லாவிட்டாலும், இருப்பதிலேயே ஒல்லியான வாட்ச்களில் ஒன்று என்று சொல்லலாம்.

இந்த மாதிரி ஒரு வாட்சைத் தயாரிப்பது சுலபமல்ல. இப்போது உள்ள மூவ்மெண்டின் தடிமனை பாதிக்கும் கீழாகக் குறைக்கவேண்டும். 3.4 மில்லிமீட்டரிலிருந்து 1.15 மில்லி மீட்டர் அளவுக்கு இறங்கி வரவேண்டும். இது யாருக்குமே பெரிய சவாலாகத்தான் இருக்கும்; ஆனால் இந்த கம்பெனிக்கோ, இதுதான் அவர்கள் தயாரிக்கும் இரண்டாவது மூவ்மெண்ட்!

தேசாய் இப்போது போர் முரசை இன்னும் பலமாகக் கொட்டினார்: 'நாம் மூவ்மெண்டை மட்டும் தயாரித்தால் போதாது; அதை ஒரு வெளிக் கவசத்துக்குள் பொருத்தி முழு வாட்சாகத் தயாரித்து விற்கவேண்டும்.'

இதில் பிரச்னை என்னவென்றால், இந்தியாவில் வாட்ச்களை விற்கவேண்டும் என்றால், அவை தண்ணீர் புகாதவகையில்

இருக்கவேண்டும். இதுவும் 'முடியாத காரியங்களில்' ஒன்று. தண்ணீரை எதிர்க்கும் வாட்ச்சாக இல்லை என்றால் இந்தியர்கள் அதை வாங்கவே மாட்டார்கள்!

அன்றுவரை மிக மெல்லிய வாட்ச் எதுவும் தண்ணீர் புகாத அமைப்பில் இல்லை. அவையெல்லாம் ஃபேஷன் வாட்ச்கள்; உடையுடன் மேட்சிங்காக இருக்குமே தவிர, தினசரி உபயோகத்துக்குக் கையில் கட்டிக்கொண்டு நடமாடுவதற்கு ஏற்றவை அல்ல. அவை அதிகம் விற்பனை ஆகாமல், கடைசியில் கம்பெனியிலோ அல்லது மியூசியத்திலோ போய்ச் சுருண்டு கொள்ளும்.

ஆனால் டைட்டன் எடுத்துக்கொண்ட சவால், அல்ட்ரா-ஒல்லியான வாட்ச் ஒன்றைத் தயாரிக்கவேண்டும்; அது தண்ணீர் புகாமலும் தினசரி உபயோகத்துக்கு ஏற்றதாகவும் இருக்கவேண்டும்.

எழுந்தது சவால்!

எட்ஜ் கடிகாரத்தைத் தயாரிப்பது எளிதாக இல்லை. அதன் பொறியியல் ஒரு பெரும் சவால்தான்; ஆனால் அதைவிடப் பெரிய பிரச்னைகள், உள்ளுக்குள்ளேயே இருக்கும் மனிதப் பிரச்னைகள்தான். தயாரிப்பு-பொறியியல் பிரிவின் தலைவராக இருந்த பி.வி. நாகராஜ், 'தங்களாலும் இதைச் செய்ய முடியும் என்ற நம்பிக்கையை மக்கள் மனத்தில் ஏற்படுத்துவதுதான் பெரிய வேலை' என்கிறார்.

அவர் பயந்தது போலவே, ஆரம்பத்தில் ஒவ்வொரு மட்டத்திலும் அவநம்பிக்கைதான் ஆறாக ஓடியது. முக்கியமான ஆள்களை இந்தப் பயணத்தில் சேர்ந்துகொள்ளவும், ஒத்துழைக்கவும் வைப்பது இரண்டாவது சவால்.

அடுத்து வருவது தொழில்நுட்பச் சவால்கள். மூவ்மெண்டையும் வெளிக் கவசத்தையும் செய்வதற்கு டிசைன், தயாரிப்பு முறைகள், கருவிகள் எல்லாவற்றிலுமே மிகப் பெரிய மாறுதல்கள் தேவைப்பட்டன. மிகுந்த தன்னம்பிக்கையும் ஈடுபாடும் இல்லாமல் போனால், இத்தகைய தொழில்நுட்பக் கடல்களைக் கடக்கவே முடியாமல் போயிருக்கும். புரட்சிகரமான எந்தப் பணியிலும், அணியின் தன்னம்பிக்கையை வளர்த்துக் காப்பாற்றுவதுதான் முக்கிய வேலை.

டைட்டனில் இருந்த பலரும் கேட்ட கேள்வி, 'ஸ்விஸ்காரர் களாலேயே செய்ய முடியவில்லை என்றால் நம்மால் எப்படி முடியும்?' ஆக, ஸ்விட்சர்லாந்தால் முடியாதது யாராலும் இயலாத காரியம் என்ற தீர்மானத்துக்கு அவர்கள் ஏற்கெனவே வந்திருந்தார்கள்.

நீங்கள் கேள்விப்பட்டிருப்பதிலேயே கொஞ்சம் கூடக் காரண காரியமே இல்லாத வாதம் இதுவாகத்தான் இருக்கும்: 'இதுவரை யாராலும் செய்யப்படாத ஒரு விஷயம் இருந்தால், எந்த நிலையிலும், வேறு யாராலும் அதைச் செய்வது முடியாத காரியம். அப்படியே என்றைக்காவது, யாராவது அதைச் செய்ய முடியும் என்றால், அது நாமாக இருக்கப் போவதில்லை. வேறு யாரோ, எங்கேயோதான் செய்யப் போகிறார்கள்!'

மேற்கத்தியர்களுக்குத் தலை வணங்குகிற இந்த மனப்பான் மையை எதிர்த்துதான் நம் கதையின் ஹீரோக்கள் போராடி னார்கள். அப்போது தலைமைத் தொழில் நுட்ப அதிகாரியாக இருந்த துவாரகாநாத், மூவ்மெண்ட் ஆராய்ச்சி-வளர்ச்சிப் பிரிவின் தலைவர் சுப்பிரமணிய பட், நாகராஜ், தேசாய் இவர் களுக்கு இதுதான் பெரிய சவால். அணி முழுவதையும் ஊக்கப் படுத்தி ஆட்டத்தில் சேர்ந்துகொள்ள வைப்பது எப்படி?

கடிகாரங்களைத் தயாரிப்பதில் மூன்று துறைகள் இணைந்து வேலை செய்யவேண்டும். மூவ்மெண்ட் தயாரிக்கும் பிரிவு, 'கேஸ்' என்னும் வெளிக் கவசம் செய்யும் பிரிவு, இவற்றைக் கோர்த்து இணைக்கும் அசெம்பிளி டிபார்ட்மெண்ட். ஆராய்ச்சி-வளர்ச்சி அணி மட்டுமின்றி இந்த மூன்று பிரிவுகளையும் நம் இலக்கை நோக்கி நடை போட வைக்கவேண்டும். அவர்கள் 'சும்மா செய்துதான் பார்ப்போமே' என்று முன்வந்தால் போதாது; 'எது வந்தாலும் சரி, காரியத்தை முடித்தே தீருவோம்' என்று உறுதியாக நிற்கவேண்டும்.

உதாரணமாக, தயாரிப்புப் பிரிவினரிடம் எப்போது புதிதாக எதையாவது கொண்டுபோனாலும், 'இதோ பாருங்க பாஸ். எல்லாவற்றையும் விலாவரியாகப் படம் வரைந்து கையில்

கொடுங்கள். அதில் இருப்பது மாதிரி அப்படியே தயாரித்துத் தருகிறோம். அது வேலை செய்தால் உங்கள் அதிர்ஷ்டம். இல்லாவிட்டால் நாங்கள் பொறுப்பில்லை!' என்பார்கள்.

ஆனால் அவர்களும் உற்சாகமடைந்து பயணத்தில் சேர்ந்து கொண்டபிறகு அவர்கள் நோக்கமும் திட்டத்தின் நோக்கமும் ஒன்றானபிறகு, அவர்களும் வேலையில் சொந்தம் கொண்டாட ஆரம்பித்துவிட்டார்கள். இப்போது அவர்களுடைய பேச்சே வேறு மாதிரி ஆகிவிட்டது. 'விஷயத்தை எங்கள் கையில் விட்டு விடுங்கள்; நாங்கள் பார்த்துக்கொள்கிறோம். எப்படியாவது இதை வேலை செய்ய வைப்பது எங்கள் பொறுப்பு' என்றார்கள்!

மக்கள் எப்போது நம் பயணத்தில் சேர்ந்துகொள் கிறார்கள்? எப்போது அவர்கள் ஒரே குறியாக நம்முடைய இலக்கை நோக்கி நடைபோட ஆரம்பிக்கிறார்கள்? நீங்கள் அவர்கள் பின்னே போய்ப் பார்த்து 'ஆச்சா, ஆச்சா?' என்று கேட்க வேண்டிய தேவை இல்லாமல், தானாகவே வேலை நடக்கும்போது.

இப்போது, இந்தக் கணம் உங்கள் ஊழியர்கள், சகாக்கள் இவர்களைக் கவனியுங்கள். நீங்கள் போய் அடிக்கடி அவர்களை முடுக்கிவிட்டு, மேற்பார்வை பார்க்க வேண்டியிருந்தால் அவர்களின் பாதையும் இலக்கும் நீங்கள் போகிற திசையில் இல்லை என்று அர்த்தம்.

மூவ்மெண்ட் கொடுத்த தொல்லைகள்

மூவ்மெண்ட் பாகத்தில் ஆராய்ச்சி செய்து வளர்த்தெடுப்பதற்கு ஒரு டீம் தயாரானது. அதன் தலைவர் சுப்பிரமணிய பட். மேற்பார்வை துவாரகாநாத். ஆரம்பித்தபோது, உலகத்தில் இதற்கு என்னென்ன தர நிர்ணயங்கள், ஒப்பீடுகள் இருக்கின்றன என்பதைப் பற்றி அவர்களுக்கு ஒன்றும் தெரியாது. ஒரு சின்ன அணி, தங்களுக்குள் தாங்களே வேலை செய்து மிக ஒல்லியான ஒரு வாட்சைத் தயாரிக்க வேண்டும். வேறு எந்த வெளி உதவியும் இல்லாமல், முதலிலிருந்து ஆரம்பித்து எல்லாவற்றை யும் செய்தாகவேண்டும்.

வானளாவிய சோதனை இது! மூவ்மெண்ட்டின் தடிமனை 3.4 மில்லிமீட்டரிலிருந்து 1.15 மில்லிமீட்டராகக் குறைக்க

வேண்டும் என்றால், அங்கே ஆட்டமே மாறிவிடுகிறது. இதன் டிசைன், தயாரிப்பு, இணைப்பு, தரப் பரிசோதனை எல்லா வற்றிலும் மிகப் பெரிய தொழில்நுட்ப சவால்கள் இருக்கின்றன. உதாரணமாக, அவ்வளவு சின்ன இடத்தில் அடைக்கவேண்டும் என்றால் கடிகாரத்தின் ஒவ்வொரு பாகத்தையும் குறுக்க வேண்டும். குறிப்பாக, பேட்டரி, ஸ்டெப் மோட்டார் ஆகிய இரண்டுமே வில்லங்கமான பாகங்கள். பேட்டரியைச் சிறிய தாக்கினால், சீக்கிரமே தீர்ந்துபோய்விடும்; அடிக்கடி செல்லை மாற்றவேண்டும். 'இதுவா-அதுவா' என்கிற பிரச்னை இது. ஒல்லியான பேட்டரி வேண்டுமா, அல்லது நீண்ட நாள் உழைக்கும் பேட்டரி வேண்டுமா? இரண்டையும் கேட்டால் கிடைக்காது!

ஆனால் புதுமை என்பதே 'இதுவும் வேண்டும், அதுவும் வேண்டும்' என்பதுதானே? வழக்கமாக பேட்டரி சப்ளை செய்பவர்களைக் கேட்டால் 'முடியாது, நடக்காது' என்றார்கள். தீவிரமாகத் தேடி, கடைசியில் அமெரிக்காவில் இருந்த ஒரு பேட்டரி தயாரிப்பாளரைக் கண்டுபிடித்தார்கள். இவர்கள்தான் உலகத்திலேயே 1.05 மில்லிமீட்டர் தடிமனில் நீண்ட நேரம் வேலை செய்யக்கூடிய பேட்டரியைத் தயாரித்த ஒரே கம்பெனி.

ஆனால் இதுவும் போதாது. பல வருடங்களுக்கு தண்ணீர் புகாமல் உழைக்கவேண்டும் என்றால், கடிகாரத்தின் பின் பகுதியை அதிகம் திறந்து மூடாமல் ஜாக்கிரதையாக வைத் திருப்பது அவசியம். இதற்கு பேட்டரியை அடிக்கடி மாற்ற வேண்டிய தேவை இருக்கக்கூடாது; அதாவது, பேட்டரியின் வாழ்நாள் நீண்டதாக இருக்கவேண்டும்.

பேட்டரியின் வாழ்நாளை நேரடியாக அதிகரிக்க முடியாது என்றால், வாட்ச் எடுத்துக்கொள்ளும் மின் சக்தியை எப்படி யாவது பாதியாகக் குறைக்க முடியுமா? கடிகாரத்திலேயே ஸ்டெப் மோட்டார்தான் மிக அதிகம் மின்சாரம் உறிஞ்சும் பாகம். அது உறிஞ்சும் மின்சாரத்தை மட்டுமாவது குறைக்க வழி கண்டுபிடித்தாக வேண்டும். ஏற்கெனவே இந்த மோட்டார்தான் மூவ்மெண்டிலேயே மிகச் சிக்கலான பகுதி. அதனிடம் போய் மின்சாரத்தைப் பாதியாகக் குறை என்றால்?

அணி உழைத்தது. பேட்டரியின் ஆயுளை நீட்டிப்பதற்காக ஸ்பெஷலாக சிலிக்கான் சில்லு ஒன்றைக் கண்டுபிடித்தார்கள்.

அதே சமயம், ஸ்டெப் மோட்டாரின் மின்சார உபயோகத்தை யும் குறைத்தார்கள். இதன் மொத்த விளைவு, பேட்டரியின் வாழ்நாள் இரண்டு மடங்காக நீண்டது!

டீமின் அணுகுமுறையைப் பாருங்கள். ஒவ்வொரு தடைக்கல்லும் அவர்களுக்கு ஒரு படிக்கல். தீர்க்கமுடியாத பிரச்னை ஒன்றை எடுத்துக்கொண்டு தேசாயிடம் போகும்போதெல்லாம், அவர் 'ஆமாம். இது ஒரு சவால்தான்' என்று ஒப்புக்கொள்வார். அதே மூச்சில் 'சரி. இப்போது இதற்கு என்ன செய்யப் போகிறீர்கள்?' என்று கேட்பார்!

ஒவ்வொரு முறையும் அவர்கள் ஒரு விடையைக் கண்டு பிடித்தார்கள், அல்லது புதிதாக உருவாக்கினார்கள்.

ஆராய்ச்சி-வளர்ச்சிக் குழு, ஒரு வியூகம் வகுத்தது. ஸ்டெப் மோட்டாரின் பகுதிகளை அவர்கள் ஸ்விட்சர்லாந்துடன் சேர்ந்தே டிசைன் செய்து, உருவாக்குவார்கள். கடைசியில் தயாரிப்பை மட்டும் ஸ்விட்சர்லாந்து அணியிடம் விட்டுவிடுவார்கள். ஸ்டெப் மோட்டாரின் மிகச் சிறிய பாகங்களை இணைப்பதற்குத் தேவையான பட்டடைகளையும் ('ஜிக்') கருவிகளையும் முழுக்க முழுக்க இவர்களே செய்து கொடுத்துவிடுவார்கள்.

ஐடியாவிலிருந்து தயாரிப்புவரை, அதன் ஒவ்வொரு கட்டத்திலும் எத்தனையோ புதுமைகள் படைக்கப்பட்டன. கருவிகள், சாதனங்கள், தயாரிப்பு வசதிகள் எல்லாவற்றையும் புதிதாக அமைத்துக்கொண்டுதான் உலகத்தின் மிக மெல்லிய வாட்சைத் தயாரிக்க முடிந்தது.

அந்த நாள்வரை இதற்குத் தர நிர்ணயம் என்று எதுவும் யாரும் உருவாக்கி வைத்ததில்லை. அப்படியே இருந்திருந்தாலும், போட்டி வாட்ச் கம்பெனிகள் அதை இவர்களுக்குச் சொல்லிக் கொடுத்திருக்கப் போவதில்லை! இவர்களாகவே ஒவ்வொன்றை யும் பார்த்துப் பார்த்து மைக்ரோ மைக்ரோ துல்லியமாக உரு வாக்கினார்கள். கடைசியாக, 1.15 மில்லிமீட்டர் மூவ்மெண்ட் தயாராகிவிட்டது.

அடுத்த தேவை, மூவ்மெண்டைச் சுற்றி ஒரு வெளிக் கவசம். அதுவும் சொட்டுகூடத் தண்ணீர் புகாத கவசம்.

கவசம் தந்த குடைச்சல்!

மூவ்மெண்ட் தயாரான உடனேயே தேசாய், பி.வி நாகராஜைக் கூப்பிட்டார். நாகராஜ், தயாரிப்பு-பொறியியல் துறையின் தலைவர். அவர்தான் கவசத்தின் பிரச்னையை சமாளிக்கக் கூடியவர்.

1.15 மில்லிமீட்டர் மூவ்மெண்டின் மாதிரிகளை எடுத்துக் கொண்டு நாகராஜும் துவாரகாநாத்தும் ஸ்விட்சர்லாந்துக்குப் புறப்பட்டார்கள். பேஸல் நகரத்தில் புகழ்பெற்ற வாட்ச் திருவிழா ஒன்று நடக்கும். அங்கே சுவிஸ்காரர்களைப் பார்த்து 'இந்த மூவ்மெண்டுக்கு ஒரு தண்ணீர் புகாத வெளிக் கவசம் தயாரித்துக் கொடுங்கள்' என்று கேட்பதாகத் திட்டம். எல்லா வாட்ச் கம்பெனிகளையும் போலவே, அப்போது இவர்களும் ஸ்விட்சர்லாந்துதான் ராஜா என்று நினைத்துக்கொண்டிருந் தார்கள்.

'வாட்ச் தொழிலில் ஸ்டைல், தரம், செய்நேர்த்தி, நம்பகம் எல்லாவற்றுக்கும் ஸ்விட்சர்லாந்துதான் உச்சபட்ச அளவுகோல். யாராவது நம்மிடம் வந்து 'உங்கள் தயாரிப்பு ஸ்விஸ் மாதிரியே இருக்கிறது' என்று சொன்னால் அதைவிடப் பெரிய பாராட்டு இருக்க முடியாது' என்றார் நாகராஜ்.

ஸ்விட்சர்லாந்துக்கு இருந்த தெய்வீகப் புகழை மனத்தில் கொண்டுதான் துவாரகாநாத்தும் நாகராஜும் தங்கள் புதிய மூவ்மெண்ட்டை அவர்களிடம் எடுத்துப்போனார்கள். அதற்கு எப்படியும் ஒரு கவசம் செய்து வாங்கி வந்துவிடலாம் என்றுதான் நினைத்தார்கள். அங்கே போனதும் அவர்களுக்குக் கிடைத் ததற்குப் பெயர்தான், அதிர்ச்சி!

'பல ஸ்விஸ் தயாரிப்பாளர்களிடம் எங்கள் மூவ்மெண்டைக் காட்டினோம்' என்றார் நாகராஜ். 'அவர்கள் அனைவரும் 'இது யார் செய்தது? நீங்களா செய்தீர்கள்?' என்று கேட்டார்கள். எங்கள் தயாரிப்புதான் என்று சொன்னதும் அவர்களுக்கு ஒரே ஆச்சரியம். அடுத்ததாக, இந்த மூவ்மெண்டுக்கு ஏற்ற தண்ணீர் புகாத கவசம் தேவை, அதுவும் 3.5 மில்லிமீட்டர் கனத்துக்குள் இருக்கவேண்டும் என்று நாங்கள் கேட்டபோது 'உங்களுக் கென்ன பைத்தியமா?' என்றார்கள் சிலர். மற்றவர்கள், மூவ் மெண்டைத் தங்கள் ஃபேக்டரிக்கு எடுத்துப்போய் காட்டி

விட்டுத் திரும்பிவந்து 'முடியவில்லை' என்று கையை விரித்தார்கள்.'

'பல கம்பெனிகளில் மூத்த அதிகாரிகளைச் சந்தித்தோம். ஓர் இந்திய கம்பெனி இப்படி ஒரு பொருளைத் தயாரித்ததில் அவர்களுக்கு ஒரே திகைப்பு. கடைசியில் அவர்கள் அனைவரும் இதற்கான கவசம் தயாரிப்பது இயலாத காரியம் என்று சொல்லி விட்டார்கள். அதற்கு பற்பல துறைகளின் தொழில்நுட்பத்தில் ஒரே நேரத்தில் மாபெரும் முன்னேற்றங்கள் தேவைப்படும். கொஞ்சம் சிரமப்பட்டால் அவர்களாலும் இதேபோல் மூவ்மெண்ட் ஒன்றைத் தயாரிக்க முடியும்; ஆனால் அதற்கு ஒரு தண்ணீர் புகாத கவசம்? நடக்கவே நடக்காது!'

கவசம் தயாரிப்பதில் என்ன பிரச்னை? வெளிக் கவசம் மூன்று விதிகளுக்கு உட்படவேண்டும்: முதலில் 3.5 மில்லிமீட்டருக்கு மிகாமல் இருக்கவேண்டும். இரண்டு, தண்ணீர் சுலபத்தில் உள்ளே புகுந்துவிடக் கூடாது. மூன்றாவதாக, அதன் டிசைன் பார்ப்பதற்கு அழகாக இருந்தாகவேண்டும். இந்த மூன்று அம்சங்களிலும் புரட்சிகரமான முன்னேற்றங்கள் தேவை.

வெளிக் கவசத்தில் மூன்று பகுதிகள்: முன்புறக் கண்ணாடி, பின்பக்க உலோக மூடி, பக்கவாட்டில் நேரத்தை அட்ஜஸ்ட் செய்யும் திருகு. இதில் முன்புறக் கண்ணாடியை எடுத்துக் கொள்ளுங்கள். வழக்கமான கண்ணாடியின் தடிமன் 1-1.2 மில்லிமீட்டர் இருக்கும். இப்போது, மொத்த வாட்சின் தடிமனே 3.5 மில்லிமீட்டர்தான்! இதில் கண்ணாடியின் தடிமன் 0.3 மில்லிமீட்டருக்குமேல் இருக்க முடியாது. மூன்று பேப்பர்களை ஒன்றன்மீது ஒன்றாக அடுக்கினால் வருவதுதான் இந்தத் தடிமன். தினசரி வாழ்க்கையில் வாட்சைக் கையில் கட்டிக்கொண்டு நடமாட வேண்டியிருக்கும். அப்போது இவ்வளவு மெல்லிய கண்ணாடி நொறுங்கிவிடக் கூடாது. வழக்கமான கண்ணாடியின் தடிமனில் 75% குறையும்; ஆனாலும் அதே அளவு உறுதியாக இருக்கவேண்டும். இத்தனைக்கும் நடுவில் வாட்சுக்குள் தண்ணீரும் புகுந்துவிடக் கூடாது!

நாகராஜுும் துவாரகாநாத்தும் ஊருக்குத் திரும்பிவந்து தேசாயைச் சந்தித்தார்கள். ஸ்விஸ்காரர்கள் முடியாது என்று சொல்லி விட்டதைத் தெரிவித்தார்கள். அப்போது தேசாய் தன் புகழ்பெற்ற கேள்வியைப் போட்டார்: 'அடுத்து என்ன செய்யப் போகிறீர்கள்? இந்தப் பிரச்னையை எப்படித் தீர்க்கப்போகிறீர்கள்?'

இதற்கு இரட்டையர்கள் சொன்ன பதில்: 'ஸ்விட்சர்லாந்தால் முடியாவிட்டால் என்ன? நாமே இந்த வாட்சைத் தயாரிப்போம்.'

'சரி. ஜமாயுங்கள்!' என்றார் தேசாய்.

தன் அணியால் இதைச் செய்ய முடியும் என்ற நம்பிக்கை அவருக்கு இருந்தது. ஆனால் கம்பெனியிலேயே மற்ற பலருக்கு அந்த நம்பிக்கை வரவில்லை. கொஞ்ச நாள் கழித்து, எட்ஜ் கடிகாரத்தில் ஓரளவு முன்னேற்றத்தைக் கண்ணால் பார்த்தபிறகு தான் பலரும் அவநம்பிக்கையிலிருந்து நம்பிக்கைக்கு மாறினார்கள்.

இதில் வேடிக்கை என்னவென்றால், 'ஸ்விட்சர்லாந்தால் செய்ய முடியாவிட்டால் என்ன, நாம் செய்து முடிப்போம்' என்பது அவர்களுடைய தாரக மந்திரமாகவே ஆகிவிட்டது. ஸ்விட்சர்லாந்தால் செய்ய முடியவில்லை என்பது இவர்களைச் சோர்வடையச் செய்வதற்கு பதிலாக, அதுவே உற்சாக டானிக்காக மாறிவிட்டது! 'இந்தியர்களாலும் சாதனைகள் செய்ய முடியும்' என்று உலகுக்குக் காண்பிக்கும் உறுதி வந்துவிட்டது.

நம் உற்சாகத்தைக் குறைக்கும் விஷயங்களே ஊக்க மருந்தாகவும் பயன்பட முடியும். இந்த இரண்டுக்கும் ஒரு பிரிக்க முடியாத தொடர்பு உண்டு.

உங்களுடைய அடுத்த சவால், லட்சியம் என்ன என்று தேடிக்கொண்டிருக்கிறீர்களா? இருப்பதிலேயே மோசமாக உங்கள் உற்சாகத்தைக் குலைக்கும் விஷயத்தை எடுத்துக்கொள்ளுங்கள்; அதைத் தலைகீழாகத் திருப்பிப் போடுங்கள். அதுதான் உங்களுடைய மிகப் பெரிய ஊக்க மருந்து!

நாகராஜின் முதல் கவலை, டிசைன் டீமை ஊக்கப்படுத்தி வேலை வாங்குவது. இந்தத் திட்டத்தில், கைக்கடிகாரத்தின் மொத்த டிசைனும் மாறப்போகிறது. அதிலும் அதன் வெளிக் கவசத்தின் அமைப்பில், சில முக்கியமான மாற்றங்களைச் செய்ய வேண்டும். எது சாத்தியம், எது சாத்தியமில்லை என்ற நம்பிக்கைகள் பலவற்றையும் தகர்க்கவேண்டும். இதற்கு ஒரே வழி, அணிக்குத் திரும்பத் திரும்ப ஞாபகப்படுத்துவதுதான்: 'இந்த

வாட்சுக்கு முன்மாதிரிகள் எதுவும் கிடையாது. நாம்தான் அந்த முதல் மாதிரியை உருவாக்கப்போகிறோம்.'

ஒரு வழியாக கேஸ் தயாராகியது. அழகுணர்ச்சியுடன் செய்யப்பட்டு, பார்ப்பதற்கும் நன்றாக இருந்தது. ஒவ்வொரு பகுதியும், இருக்கவேண்டிய அளவுகளில் மயிரிழை பிசகாமல் துல்லியமாகச் செய்யப்பட்டிருந்தது.

அடுத்த கட்டம், முழு அளவில் டைட்டன் எட்ஜ் கடிகாரத்தை உற்பத்தி செய்வது. உற்பத்திப் பிரிவின் தலைவராக இருந்தவர் ஹரி ராவ். அவருக்கு இந்தியத் தயாரிப்புத் திறமைகள்மீது மிகவும் பிரியம். ராவ் ஒரு நல்ல தேசபக்தரும் கூட. எல்லாத் துறைகளிலும் இந்தியாதான் முதல் இடத்துக்கு வரவேண்டும் என்று நினைப்பவர். நாகராஜ் அவரிடம், 'ஸ்விட்சர்லாந்துக் காரர்கள் இந்த வாட்சுக்கு ஒரு கவசம் தயாரிப்பது முடியாத காரியம் என்று சொல்லிவிட்டார்கள்' என்றார். உடனே ஹரி ராவுக்கு மிகுந்த மகிழ்ச்சி! 'நாம் இதைச் சவாலாக எடுத்துக் கொண்டு செய்து காட்டுவோம்' என்றார்.

ஹரி ராவ் மாதிரி ஆட்களைப் பக்கத்தில் வைத்திருப்பதே அருமையான விஷயம். எல்லா நிறுவனங்களிலும் மூன்று விதமான மனிதர்களைப் பார்க்கலாம்: ஹரி ராவ் போன்றவர்கள், புரட்சி முன்னணியினர்; புதிதாக, சவாலாக எது வந்தாலும் அதை வாரி அணைத்துக்கொள்பவர்கள்.

பொறுத்திருந்து பார்ப்பவர்கள் இரண்டாவது வகை; காரியத்தில் இறங்கும்முன்னர், அது வேலை செய்யுமா, செய்யாதா என்ற நிரூபணம் அவர்களுக்குத் தேவை.

எதை எடுத்தாலும் 'மாட்டேன், முடியாது' என்பவர்கள் மூன்றாவது வகை; ரயில் புறப்பட்டு முழு வேகத்தில் போய்க்கொண்டிருப்பதைக் கண்டபிறகு பின்னாலேயே துரத்திக்கொண்டு ஓடுபவர்கள்.

ஹரிராவைச் சேர்த்துக்கொண்டது முதல் படிதான். அடுத்ததாக கவசத் தயாரிப்பு, மற்றும் ஒன்றிணைப்பு (அசெம்ப்ளிங்) பிரிவுகளின் ஜெனரல் மேனேஜர்களின் ஒத்துழைப்பும் வேண்டியிருக்கும். கேஸ் தயாரிப்புப் பிரிவின் பொது மேலாளர் ரஃபீக் அகமது ஒரு ப்ராக்டிகலான, அமைதியான மனிதர்.

புதிதாக ஏதாவது பரிசோதனைகள் செய்வதைவிட, இருக்கும் அமைப்பின் திறனை அதிகரித்து அதிகபட்சப் பலன் எடுக்க வேண்டியதுதான் முக்கியம் என்பது அவர் கருத்து. 'ரஃபீக்கை இந்த மெலிந்த கடிகாரத் திட்டத்தில் ஈடுபாடு கொள்ளச் செய்வது சுலபமாக இருக்கவில்லை; அவர் புதிய ஐடியாக் களைக் கேட்டு உடனே பரவசம் அடைந்துவிடும் டைப் கிடை யாது' என்கிறார் நாகராஜ்.

நாகராஜும் ஹரி ராவும் ரஃபீக்கிடம் பேசினார்கள். ஸ்விஸ்காரர் களே முடியாது என்று கையை விரித்த திட்டம் இது என்பதைத் தெரிவித்தார்கள். இதற்கு அருமையான பயன் இருந்தது! வேலையை வெளிநாட்டில் கொடுத்துச் செய்வது ரஃபீக்குக்கு பிடிக்கவே பிடிக்காது. அதுவும் 'நம்மால் சுயமாக எதையும் செய்ய முடியாது' என்று சொல்லிக்கொண்டு சிலர் வெளி நாட்டினரிடம் போய் நிற்பதைக் கண்டு அவருக்கு ஓரே வெறுப்பு. எந்த வேலையாக இருந்தாலும் இங்கேயே, நாமே செய்ய முடியும் என்பது அவருடைய நம்பிக்கை.

ஆனால் இந்த முறை அவருக்கேகூடக் கொஞ்சம் சந்தேகமாகத் தான் இருந்தது. இந்த வாட்ச்சில் தேவைப்படும் அளவுக்கு மெல்லிய கண்ணாடியைச் செய்வது மிகவும் கடினம். 0.3 மில்லிமீட்டர் தடிமன் உள்ள கண்ணாடி வைத்த வாட்சைக் கையில் கட்டிக்கொண்டு தினசரி நடமாட முடியாது! 'என்னைப் பொருத்தவரை கண்ணாடியில்தான் பிரச்னையே இருக்கிறது; டிசைன் டீம் மட்டும் ஒரு சரியான கண்ணாடியைக் கொண்டு வந்தால், நான் எப்படியாவது கவசம் தயாரித்துத் தருகிறேன்' என்றார் ரஃபீக்.

இப்போது கண்ணாடி தேடுவது நாகராஜின் முக்கிய வேலை யாகிவிட்டது. அவர் தேடிக் கண்டுபிடித்த விடை: சஃபயர் கண்ணாடி! இந்த வகைக் கண்ணாடி விலை அதிகம்; ஆனால் உறுதியானது. எவ்வளவு மெல்லியதாகச் செய்தாலும் எளிதில் உடையாது. நீண்ட தேடலுக்குப் பிறகு சஃபயர் கண்ணாடியைத் தயாரிக்கும் ஸ்பெஷலிஸ்ட் கம்பெனி ஒன்றைப் பிடித்தார்கள்: ஸ்விட்சர்லாந்தில் உள்ள ஸ்டீட்லர் என்ற நிறுவனம் இந்தக் கடி காரத்துக்கு ஏற்ற கண்ணாடி முகப்பைத் தயாரித்துக் கொடுத் தார்கள். இப்படியாக, மெல்லிய கண்ணாடிப் பிரச்னை தீர்ந்தது. இந்த வெற்றியைக் கண்டவுடன் ரஃபீக் அகமது மகிழ்ந்துபோய் முழுமூச்சாகத் திட்டத்தில் இறங்கிவிட்டார்!

மாதிரி வடிவம், மாபெரும் சவால்!

இப்போதுதான் உண்மையான சோதனை ஆரம்பித்தது. முழு வாட்சையும் கோர்த்து இணைத்து, மாதிரி வடிவம் ஒன்றைச் செய்துபார்க்கவேண்டும். நான்கு பக்கத்திலும் உலோக கேஸ் மிகவும் மெலிதாக இருந்தது. கண்ணாடிக்கும் வாட்ச்சின் விளிம்புக்கும் இடையில் மெல்லிய கரைதான் இருக்க முடியும். அப்போதுதான் ஒல்லியான இந்த வாட்ச்சின் பரிமாணங்கள் அளவாக, அழகாக இருக்கும்.

இந்த மெல்லிய கரையில் திருகுக்காக ஓர் ஓட்டை போட முயன்றபோது, அதற்குக் கீழே இருந்த 0.1 மில்லிமீட்டர் தகடு உடைந்துகொண்டே இருந்தது! போராடிப் போராடி இதற்கும் ஒரு வழி கண்டுபிடித்தார்கள்.

ஏற்கெனவே யாராவது இப்படி ஒன்று செய்திருந்தால் அதைப் பார்த்துக் கற்றுக்கொள்ளலாம். ஆனால் இதற்குத்தான் முன்னோடிகளே கிடையாதே! ஒவ்வொன்றையும் புதிதாகக் கற்பனை செய்து படைக்க வேண்டியிருந்தது. கேஸ் தயாரிக்கப் புதிய கருவிகள், பட்டடைகள் என்று முதலிலிருந்து ஆரம்பித்து எல்லாவற்றையும் கண்டுபிடித்தார்கள். ஒவ்வொரு சவாலாக எழுந்தது; அனைத்தையும் வென்றார்கள்.

இந்த கடிகாரத்தைக் கையில் கட்டும் பட்டிகூட ஒரு சாதனை தான். அதிலும் புதுமையான மாற்றங்கள் தேவைப்பட்டன. ஒல்லியான வாட்ச்சாக இருப்பதால் அதற்கு ஏற்ப, பட்டியும் மெலிதாக இருக்கவேண்டும். ஸ்ட்ராப் தயாரித்த கம்பெனி அதற்குமுன் இப்படி ஒன்றைச் செய்ததில்லை. இன்றைக்கு அவர்கள் டைட்டனுக்கு நன்றி சொல்கிறார்கள் - நிறைய வெளிநாட்டு ஆர்டர்கள் வருகின்றன; நல்ல கூலியும் கிடைக்கிறது!

ஒரு புதுமையான ப்ராஜெக்ட் என்றால், அதைச் செய்வதில் உதவி செய்யும் கூட்டாளிகளுக்கும் கூட நல்ல சவால் இருக்கும். புதிய விடைகளைத் தேட வேண்டியிருக்கும். பிறகு அதுவே அவர் களின் பெரிய பலமாகி, மார்க்கெட்டில் போட்டி போட உதவும்.

தொழில்துறையின் மாடலையும் அடிப்படை நம்பிக்கைகளையும் நீங்கள் மாற்றி அமைக்கும்போது, உங்கள் கூட்டாளிகளும் அப்படியே செய்கிறார்கள். அத்தகைய கூட்டாளிகளையும் உற்சாகப்படுத்தி உங்கள் பயணத்தில் சேர்த்துக்கொள்வது மிக முக்கியம்.

டைட்டன் எட்ஜுக்கு இப்படிப் பற்பல சவால்கள் எழுந்தன; விரைவில் தோற்று விழுந்தன. வெளிக் கவசமும் தயாராகி விட்டது. ஆனால் மொத்த வாட்சையும் இணைத்துக் கோர்ப்பது சுலபமாக இல்லை. பொதுவாகவே வாட்சுக்குள் எல்லா பாகங்களும் நெருக்கி அடித்தன. அதிலும் கண்ணாடிக்கும் கடிகார முட்களுக்கும் இடையே மிகக் குறைவான இடைவெளிதான் இருந்தது. இதற்கு வழக்கமாக 150 மைக்ரான் இடைவெளி விடுவார்கள். இப்போதோ 100 மைக்ரானுக்குமேல் தர முடியாத நிலை. இது ஒரு மனிதத் தலைமுடியின் தடிமன்! முட்களுக்கு இடையிலும் போதிய இடைவெளி இல்லாமல் அவை மோதிக் கொள்ள, எல்லாப் பிரச்னைகளும் பத்து மடங்கு பெரிதாகிவிட்டன. இதையும் சரி செய்யவேண்டியிருந்தது. கடைசியாக வாட்ச் ஒரு வடிவத்துக்கு வந்தது.

'இது சுலபமான வேலையே அல்ல. அவ்வப்போது மிகவும் சோர்ந்து போய்விடுவோம். யாராவது வந்து, 'இங்கே இந்த இடைவெளி போதாது - இன்னும் 50 மைக்ரான் அதிகரிக்க வேண்டும்' என்பார்கள். உடனே ஒரு சண்டையே வந்துவிடும்! அசெம்பிளி பிரிவினர், 'என்னப்பா வாட்ச் இது - கோர்க்கவே முடியவில்லையே' என்று கத்துவார்கள். தயாரிப்புப் பிரிவு, 'இந்த வாட்சைத் தயாரிக்கவே முடியப்போவதில்லை' என்று வெறுப்பேற்றும். ஒவ்வொரு முறையும் ஒவ்வொரு தரப்பினர் வந்து 'இத்தனை நுணுக்கத்தில் வேலை செய்ய முடியவில்லை; நாம் தரக் கட்டுப்பாடுகளைக் கொஞ்சம் தளர்த்திக்கொள்ள வேண்டும்' என்பார்கள்.

நாங்கள் திரும்பத் திரும்ப ஒவ்வொருவரையும் சமாதானப்படுத்த வேண்டியிருந்தது. 'இது சாதாரண வாட்ச் அல்ல - இது எட்ஜ்!' என்று ஞாபகப்படுத்தினோம். 'எந்தப் பிரச்னை என்றாலும் எங்களிடம் சொல்லுங்கள். அதற்கு ஏற்ற கருவிகள் அல்லது ஸ்பெஷலான பட்டடைகள் டிசைன் செய்ய உதவுகிறோம். முழு வாட்சையும் கோர்த்து இணைக்க முடியாவிட்டால், இந்த அருமையான மூவ்மெண்டைத் தயாரித்ததே அர்த்தமில்லாமல்

போய்விடும்' என்பதை அவர்களுக்கு நினைவூட்டிக்கொண்டே இருக்கவேண்டியிருந்தது. ஒவ்வொருவரும் தரத்தில் கொஞ்சம் கொஞ்சம் சமரசம் செய்துகொண்டால் மொத்த விளைவு என்ன ஆகும்?

> வரலாறு படைக்கும் சாதனை ஒன்றைச் செய்யும்போது அதை நீர்த்துப்போக வைக்கும் சக்திகளும் கூடவே தலை தூக்கும். இத்தகைய 'நீர்மச் சக்திகளை' எதிர்த்துப் பெரும் போராட்டம் நடத்த வேண்டியிருக்கும்.
>
> எதிரிகள் வந்து நேருக்கு நேர் மோதி, நம் சாதனையை நீர்க்க அடிப்பது அபூர்வமாகத்தான் நடக்கும். உண்மையில், நிறுவனம் முழுவதும் உள்ள பலர் சிறுகச் சிறுக ஆளுக்கு ஒரு மைக்ரான் அல்லது ஒரு சதவிகிதம் சுரண்டியே மொத்தச் சவாலையும் கெடுத்துவிடுவார்கள். நல்ல மனிதர்கள் பலர், சாதாரணமாக எழும் தினசரிக் கஷ்டங்களுக்காக சின்னச் சின்ன சமரசங்கள் செய்து கொள்ள ஆரம்பிக்கிறார்களே, அதெல்லாம்தான் நாளாவட்டத்தில் பெரிதாகச் சேர்ந்துபோகிறது.
>
> புரட்சிகரமாக ஆரம்பித்த நம் தயாரிப்பு, மார்க்கெட்டில் இருக்கும் நூற்றோடு நூற்று ஒன்றாக ஆகிவிடுவது அப்போதுதான். சிறுகச் சிறுகச் சேர்ந்துகொள்ளும் நீர்ம வினைகள்தான் புதுமையான முயற்சிகளுக்குப் பெரிய எதிரி.

பெரும் போராட்டத்தின் முடிவில் ஒரு வழியாக டைட்டன் எட்ஜ் ரெடியாகிவிட்டது! பதினைந்து இருபது வடிவங்களில் மாடல்கள் தயாராயின. அவை பரிசோதனைக்காக ஸ்விட்சர்லாந்துக்கு அனுப்பப்பட்டன.

கைக்கடிகாரத்துக்குச் சித்திரவதை!

எட்ஜின் முதல் மாதிரிகள் தயாரானதும், ஸ்விட்சர்லாந்தில் உள்ள க்ரோனோஃபயபிள் நிறுவனத்துக்கு அனுப்பப்பட்டன. இது உலகப் புகழ் பெற்ற கடிகாரப் பரிசோதனை மையம். அங்கே எட்ஜ் கடுமையான சோதனைகளுக்கு உள்ளாகியது. அதிக வெப்பம், அதிகக் குளிர், திடீர் திடீரென்று மாறும் வெப்ப நிலைகள். ஒரு விநாடிக்கு 50 முதல் 150 வரை அதிர்வுகள். பிறகு ஷாக் பரிசோதனை: குலுக்குவது, தூக்கி எறிவது, உயரத்தில்

இருந்து கீழே போடுவது என்று எட்டு வாரங்களுக்கு எட்ஜை அக்கினிப் பரீட்சை செய்தார்கள். முப்பது மீட்டர் ஆழம்வரை தண்ணீருக்கு அடியில் கிடந்தாலும் கெட்டுப் போகாது என்று உறுதி செய்தார்கள். கடைசியில் டைட்டன் எட்ஜ் ஒரு நம்பக மான கடிகாரம் என்று சான்றிதழ் பெற்றது.

இதே நேரத்தில் டைட்டனிலும் புதிய வாட்சைப் பரிசோதித்தார் கள். துவாரகாநாத் அதை டெஸ்ட் செய்த விதமே அலாதியானது: 'ஸ்விட்சர்லாந்தில் வாட்ச்களைத் திறமையாகத்தான் பரிசோதிக் கிறார்கள். ஆனால் சில சமயம் அவர்கள் செய்யும் சோதனைகள் நிஜ வாழ்க்கையில் ஒரு கைக்கடிகாரம் படும் பாட்டைப் பிரதி பலிப்பதில்லை' என்கிறார் அவர்.

எனவே துவாரகாநாத் சுவர் டெஸ்ட், தரை டெஸ்ட், குளம் டெஸ்ட், பெங்களூர்-ஹோசூர் சாலை டெஸ்ட் என்று பல பரிசோதனைகளைச் செய்தார்! கடிகாரத்தைச் சுவரில் தூக்கி அடிப்பார்; வெவ்வேறு கோணங்களிலிருந்து தரையில் போட்டு என்ன ஆகிறது என்று பார்ப்பார். நீச்சல் குளத்தில் எறிவார். கடைசியாக வாட்சைத் தன் காரின் ஷாக் அப்ஸார்பரில் கட்டி வைத்துக்கொண்டு பெங்களூர்-ஹோசூர் இடையே உள்ள பயங்கரமான சாலையில் பலமுறை பயணம் செய்வார். மொத்தம் 200 கிலோமீட்டர் தூரம். எட்ஜ், எல்லாப் பரீட்சை களிலும் வெற்றிகரமாகத் தேறியது.

டைட்டன் டீம், சாதிக்க முடியாததைச் சாதித்திருக்கிறது. உலகின் மிக மெல்லிய, தண்ணீர் புகாத கைக்கடிகாரத்தை உரு வாக்கியபோது, வரலாறு அவர்கள் வீட்டுக் கதவில் ஆணி அடித்துத் தொங்க விடப்பட்டது.

இதெல்லாம் ஆரம்பித்தது, செர்க்ஸெஸ் தேசாய் மேற்கொண்ட ஒரு சவாலில்தான். 'நமக்கெல்லாம் அந்த அளவு திறமை ஏது?' என்று நினைத்துக்கொண்டிருந்த ஓர் அணி, தாங்கள் கனவில் கூடக் காணாத பல திறமைகள் தங்களிடமே ஒளிந்து கொண்டிருப்பதைக் கண்டுபிடித்தது!

பகுதி 4

சீர்குலைவைச் சமாளிப்பது எப்படி?

அறிவியலில் entropy (எண்ட்ரோபி) என்று ஒரு வார்த்தை உண்டு. பிரபஞ்சத்தின் எல்லாப் பொருள்களும் மெல்ல இற்றுப்போய், கால வெள்ளத்தில் கரைந்துபோக வேண்டியதுதான் என்ற உண்மையைக் குறிக்கும் சொல் இது.

வெப்ப இயக்கவியல் விதிகளின்படி, சக்தி என்பது எப்போதும் அதிகமாக இருக்கும் இடத்திலிருந்து குறைவான இடத்தை நோக்கித்தான் பாயும். பொருள்கள், கட்டுக்கோப்பாக இருக்கும் நிலையிலிருந்து மெல்ல மெல்லச் சீர்குலையும்; சிதிலம் அடையும்.

இதிலிருந்து தெரிவது என்ன? எண்ட்ரோபிதான் இயற்கையின் விதி. முனைப்புகளும் லட்சியங்களும் நீர்த்துப்போவதுதான் சாதாரணமாக இயற்கையில் நடப்பது. புதுமையான எந்த லட்சியப் பணியும் அவ்வப்போது எதிர்ப்புகளைச் சந்திக்கும்; பழைய நிலைக்கே திரும்பப் போய் விடத் தூண்டும். எனவே எப்போதும் உஷாராக இருந்து, எண்ட்ரோபி உள்ளே நுழைந்துவிடாமல் பார்த்துக்கொள்ள வேண்டியது அவசியம்.

காரியங்கள் நீர்த்துப்போவது என்பது எந்த மூலையிலும் ஒளிந்திருக்கும் அபாயம். தினம் பலமுறை அது நம்மைத் தாக்கலாம்; புதுமைப் பாதையிலிருந்து பழைய பாதைக்குத் திரும்பச்சொல்லி வற்புறுத்தலாம்.

சாந்தா பயோடெக் கம்பெனியை எடுத்துக்கொள்ளுங்கள். 30-40 ரூபாய்க்குள் ஒரு தடுப்பு மருந்து (வாக்ஸின்) தயாரிக்க முனைந்தார்கள். சீர்குலைவு சக்திகளுடன் தொடர்ந்து போராடி மருந்தையும் தயாரித்தார்கள். ஆனால் அதை மார்க்கெட்டுக்குக் கொண்டுசென்றபோது, அங்கே இருந்த வர்த்தக சக்திகளிட மிருந்து பயங்கரமான தடைகள்!

ஒரு டோஸ் தடுப்பு ஊசிக்கு அப்போதைய விலை 500 ரூபாய். மொத்த விற்பனையாளர், சில்லறை விற்பனையாளர், டாக்டர், மார்க்கெட்டிங் நிறுவனம் எல்லோருக்கும் கமிஷன் கொடுக்க வேண்டியிருந்ததால் இந்த விலை. நந்தியாக வழிமறித்த இந்தப் பிரச்னையால், எடுத்த லட்சியமே நீர்த்துப்போய்விடும் அபாயம் தென்பட்டது.

சாந்தா பயோடெக்கும் வரப்ரசாத் ராவும் இந்த நிலையை அப்படியே ஒப்புக்கொண்டு சும்மா இருக்கவில்லை. அவர்கள் இதற்குத் தீர்வாக ஒரு புத்தம் புதிய வினியோகச் சங்கிலியைக் கண்டுபிடித்தார்கள். டாக்டர்களை உதவிக்கு அழைத்துக் கொண்டார்கள்; தடுப்பூசி முகாம்கள் அமைக்கப்பட்டன; அங்கே தடுப்பு மருந்தை 50 ரூபாய்க்குக் கொடுக்க முடிந்தது!

டெல்லியில் ஜான்சன் அண்ட் ஜான்சன் கம்பெனியின் விற்பனை மேலாளராக இருந்தவர் ஜெய்தீப் பஜாஜ். சில வருடங்களுக்கு முன் ஒரு நாள், பத்திரிகையில் வந்த விளம்பரம் ஒன்று அவர் கண்ணில் பட்டது. மாருதி கம்பெனி தயாரிக்கும் புதிய கார் களுக்கு, முதலுதவிப் பெட்டி சப்ளை செய்பவர்கள் தேவை என்ற டெண்டர் விளம்பரம் அது. ஜெய்தீப், மாருதி அதிகாரி களைச் சந்தித்தார். முதலுதவிப் பெட்டியில் என்னென்ன இருக்க வேண்டும் என்பது முடிவாயிற்று.

ஜெய்தீப் தன் மேலதிகாரியிடம், மாருதிக்கு முதலுதவிப் பெட்டி கள் சப்ளை செய்ய ஒரு வாய்ப்பு வந்திருக்கிறது என்பதைத் தெரிவித்தார். ஆனால் அதிகாரியோ, அவருடைய ஆர்வத்தில் மண்ணைப் போட்டார். 'சேசே. அதெல்லாம் கூடாது. நாம் ஒரு மருந்து கம்பெனி. கார் கம்பெனி அல்ல.' குறிப்பாக, மாருதி கேட்டிருந்த ஒரு பொருள் ஜான்சனின் தயாரிப்பில் இல்லை. எனவே அந்தப் பேச்சே வேண்டாம் என்று சொல்லிவிட்டார்.

இந்த நிலையில் பெரும்பாலானவர்கள் முயற்சியைக் கை விட்டிருப்போம். ஆனால் ஜெய்தீப் விடவில்லை; மறுபடி

மாருதியிடம் போனார். அவர்களுடன் கூட்டாகச் சேர்ந்து புதிய முதலுதவிப் பெட்டி ஒன்றை உருவாக்கினார். இதில் உள்ள பொருள்கள் ஒவ்வொன்றும் ஜான்சன் அண்ட் ஜான்சன் சப்ளை செய்யக்கூடியவைதான்.

வெற்றிக் கதையைத் தன் மேலதிகாரியிடம் போய்ச் சொன்னால், மறுபடி மறுப்புதான் வந்தது! இந்த முறை அவருடைய ஆட்சேபணை என்னவென்றால், மாருதி கேட்ட பேண்டேஜ் சுருள், சின்ன சைஸ். ஜான்சன் அவ்வளவு சிறிய பேண்டேஜ் ரோல் தயாரிப்பதில்லை. இதை மட்டும் தனியாக ஸ்டாக் வைத்துக்கொள்வதும் கடினம்.

இப்போதும் ஜெய்தீப் அசரவில்லை. டெல்லியில் ஜான்சனின் மிகப் பெரிய விற்பனையாளரிடம் பேசினார். உத்தரவாதமாக ஒரு ஆர்டர் கிடைத்தால், சின்ன சைஸ் பாண்டேஜ் சுருள்களை ஸ்டாக் வைத்துக்கொள்ள முடியுமா என்று கேட்டார். இதற்காக அந்த விற்பனையாளர் தனியாகச் சில கட்டமைப்புகளை உருவாக்கினார். முதலுதவிப் பெட்டி அவர் வழியாகவே விற்பனைக்குச் சென்றது. நான்கு வருட காண்ட்ராக்ட். இந்த ஒரே ஆர்டரைப் பிடித்ததன் மூலம் ஜெய்தீப்பின் வருட விற்பனை 6 கோடியிலிருந்து 10 கோடி ரூபாயாக உயர்ந்தது. இதைவிட வேறென்ன வேண்டும்?

முயற்சிகள் நீர்த்துப்போவதைத் தடுப்பதற்கு, புதுமையாளர்கள் என்ன உத்திகள் வைத்திருக்கிறார்கள்? முதலில், அடிப்படைக் கனவுகளில் சமரசமே செய்யக்கூடாது என்பதில் உறுதியாக இருப்பார்கள். எரிஹ்வானில் இருக்கும் ப்ரியா, ஏதாவது ஒன்றை முடியாத காரியம் என்றால் ஒப்புக்கொள்ளவே மாட்டார். 'என்னுடைய கட்டுப்பாட்டில் இருக்கும் விஷயங்களை மட்டும் வைத்துக்கொண்டு இதற்கு என்ன செய்ய முடியும்?' என்று கேட்டுக்கொள்வார். காரியம் நீர்த்துப்போவதுபோல் இருக்கும் தருணங்களில் ராஜீவ் நாரங், 'செய்தே தீரவேண்டும் என்பதில் சந்தேகமில்லை; எப்படிச் செய்வது என்பதுதான் கேள்வி' என்பார்.

ஒவ்வொருவருக்கும் ஒவ்வொரு அணுகுமுறை. டாடா ரிஃப்ராக்டரியின் கே.என். தாஸ் வைத்திருக்கும் தத்துவம்: 'இன்னும் ஒரே ஒரு முறை முயன்று பார்த்துவிடலாமே!' வெற்றி கிடைக்கும்வரை, இன்னும் ஒரு முயற்சிதான்.

சூரத்தின் எஸ்.ஆர்.ராவ் கடைப்பிடிக்கும் தத்துவம், 'பெருந் தகைமை' - கேரக்டர். துன்பம் வரும்போதெல்லாம் அவர் தன்னைத்தானே கேட்டுக்கொள்வார்: 'சரியான பாதை எது என்பதில் குழப்பமா? இந்த நிலையில் நல்லோர்கள், மேலோர்கள் என்ன செய்திருப்பார்கள்?' அவரைப் பொருத்த வரை, கேரக்டர் என்றால், கடக்க முடியாத தடைகளுக்கு எதிராக விடாமல் போராடிக்கொண்டே இருப்பதுதான்.

அடுத்து வரும் மூன்று புதுமையாளர்களின் கதைகள் சாந்தா பயோடெக், சு-காம், மற்றும் சூரத் நகரம் மாறிய வரலாறு. இவை ஒவ்வொன்றிலும் புதுமையாளர்கள் மிகப் பெரிய சவால்களையும் சக்திகளையும் சந்திக்கிறார்கள்.

அவர்களுடைய அடிப்படை லட்சியத்தையே உடைத்துவிட முயற்சி செய்த சவால்கள் அவை!

9. சாந்தா பயோடெக்: 'எங்கள் தொழில் - உயிர் காப்பது'

திருப்புமுனையான புதுமைகளைப் படைப்பதற்கு என்ன தேவை? மார்க்கெட்டை ஆராய்ச்சி செய் வதா? கம்பெனியின் இலக்குகளை நிர்ணயிப்பதா?

இதையெல்லாம்விட முக்கியமான தேவை ஒன்று இருக்கிறது - புதுமை படைப்பதற்கு, காயம்பட்ட மனிதர்கள் வேண்டும்!

சோவியத் ரஷ்யர்கள் முதலில் விண்வெளியில் ஏறிவிட்டார்கள்; இதைக் கண்டு அமெரிக்க அதிபர் கென்னடிக்குக் கோபம் வந்தது. பியட்டர்மாரிட்ஸ் பர்ல் நகரில் ரயில் பெட்டியிலிருந்து வெளியே தூக்கி எறியப்பட்டபோது, மகாத்மா காந்தி மனம் குமைந்தார். இந்தியர்களுக்கு எதிராக பிரிட்டிஷ் காரர்களின் ஓரவஞ்சனையைக் கண்டபோது, ஜே.என். டாடா மனம் பொருமினார்.

விளைவு: மனிதன் நிலவில் காலடி வைத்தான். ஒரு புதிய நாடு மலர்ந்தது. இந்தியாவில் இரும்புத் தொழிற்சாலை உருவானது.

வரப்ரசாத் ரெட்டி, கோபத்தில் இருந்தார். அதுவும் நன்மைக்கே. அவருடைய கோபத்தினால்தான் இந்தியாவில் பயோடெக்னாலஜி புரட்சி ஏற்பட்டது.

1991-ல் இந்தியாவில் ஆண்டுக்கு சுமார் 3,40,000 பேர் ஹெபடைடிஸ்-பி வகை மஞ்சள் காமாலையால் இறந்துகொண்டிருந்தார்கள். இதற்கான தடுப்பு மருந்தின் விலை மிக அதிகமாக இருந்ததுதான் காரணம். ஒரு டோஸ் 750 ரூபாய்; மூன்று முறை

ஊசி போட்டுக்கொள்ள வேண்டியிருப்பதால் மொத்தச் செலவு 2,250 ரூபாய் ஆகிவிடுகிறது. பெரும்பாலான இந்தியர்களின் பட்ஜெட் இவ்வளவு செலவை அனுமதிக்காது!

மேற்கத்திய நாடுகளில் மஞ்சள் காமாலையை கிட்டத்தட்ட முழுவதும் ஒழித்துவிட்டாலும், இந்தியா போன்ற வளரும் நாடுகளில் நோய் தீவிரமாகப் பரவிக்கொண்டிருந்தது. முன்னேறிய நாடுகளைவிட இந்தியாவுக்குத்தான் இந்தத் தடுப்பு மருந்து அவசியம் தேவை; இருந்தும் அதன் விலை, மூன்றாம் உலக நாடுகளுக்குக் கட்டுப்படி ஆகாத அளவில் இருந்தது.

தடுப்பு மருந்து விற்பனைக்கு வந்து பத்து வருடங்களுக்குப் பிறகும் இந்த அவல நிலை தொடர்ந்தது. அப்படியே இன்னும் பத்து வருடங்களுக்குச் சுலபமாக நீடித்திருக்கும்; அப்போதுதான் ஒரு புரட்சியாளர் நம் கதையில் நுழைகிறார்.

தன்னந்தனி மனிதர் அவர்; அவருக்கோ, தடுப்பு ஊசிகள், மருந்துகள் பற்றி எதுவுமே தெரியாது. பேட்டரி, எலெக்ட்ரானிக்ஸ் போன்றவற்றில் புழங்கிக்கொண்டிருந்தவர் அவர். அந்த மனிதரால், ஹெபடைடிஸ்-பி தடுப்பு மருந்தின் விலை 750-லிருந்து வெறும் 50 ரூபாயாகக் குறைந்தது!

மூன்று ஊசிகள் கொண்ட செட் 2,250 அல்ல, வெறும் 150 ரூபாய்க்குக் கிடைக்க ஆரம்பித்தது. இதைத் தொடர்ந்து உலகம் முழுவதும் மருந்தின் விலை சரிந்தது. இப்போது வெறும் 15 ரூபாய்க்குக் கிடைக்கிறது. 1991-ல் இந்தியாவில் வருடத்துக்கு 80 ஆயிரம் பேர் தடுப்பூசி எடுத்துக்கொண்டார்கள். 2008-ல் இது 10 கோடியாக உயர்ந்தது.

வரப்ரசாத் தன் கனவை நனவாக்கும் முயற்சியில் ஒரு சக்தி வாய்ந்த பன்னாட்டு கம்பெனியைப் புறமுதுகு காட்ட வைத்தார். உலக மார்க்கெட்டில் காமாலைத் தடுப்பு மருந்தின் விலையைச் சரிய வைத்தார்.

ஒரு புரட்சியாளரின் கோபம்!

செய்ய முடியாத சாதனைகளைச் செய்ய, ஒரு விதத்தில் பித்துப் பிடித்தவர்களால்தான் முடியும். 1991-ல் வரப்ரசாத் தன்னுடைய உன்மத்தத் தேடலை ஆரம்பித்தபோது இந்தியா, உலகப் படத்தின் பின்னணியில் ஓரமாக ஒதுங்கி நின்றிருந்தது. நரசிம்ம

ராவ் அப்போதுதான் பொருளாதாரக் கதவுகளைத் திறந்து விட்டிருந்தார்.

இந்தியாவில் சிவப்பு நாடா தாமதங்கள் அதிகம். வளங்கள் குறைவு. கஜானாவோ கிட்டத்தட்ட காலி. இந்த நிலையில் இருந்த நாட்டினால் பெரிதாக எதுவும் சாதித்துவி‌ முடியும் என்று யாருமே எதிர்பார்க்கவில்லை.

ஆனால் வரப்ரசாத் உருவாக்கியது, ஒரு பயங்கரமான அணி! எல்லோருமே ஆர்வம் மிகுந்த - ஏன் பித்துப்பிடித்த என்றே சொல்லலாம் - தனி மனிதர்கள். அவர்கள் தயாரித்த தடுப்பு மருந்து, இந்தியாவைக் கதறக் கதறத் தூக்கிக்கொண்டு போய் பயோடெக்னாலஜி சகாப்தத்துக்குள் வீசிவிட்டது.

இத்தனையும் ஆரம்பித்தது, வரப்ரசாத் கோபத்தில் கொதித்து எழுந்த ஒரு நாளில்!

வரப்ரசாத் அமெரிக்காவில் நியூ ஜெர்ஸிக்குப் போயிருந்தார். அவருடைய உறவினர்கள் அங்கே இருந்தார்கள். புறப்பட்ட போதே அவருக்கு மூடு சரியில்லை; வரப்ரசாதின் தொழில் கூட்டாளி இவரை ஏமாற்றிவிட்டார். அதையெல்லாம் மறந்து கொஞ்ச நாள் அமைதியாக இருப்பதற்காகத்தான் அவர் அமெரிக்காவுக்குப் போனார். அவருடைய உறவினர் ஒருவர் சர்வதேச மருத்துவ மாநாடு ஒன்றில் கலந்துகொள்ள ஸ்விட்சர் லாந்தில் ஜெனிவா நகருக்குப் போகக் கிளம்பிக்கொண்டிருந் தார். வரப்ரசாதும் அவருடன் ஒட்டிக்கொண்டார்; அவருக்கு ஆல்ப்ஸ் மலையைப் பார்க்கவேண்டும் என்று ஆவல்.

வரப்ரசாத் ஆல்ப்ஸ் மலையைப் பார்த்தாரா, இல்லையா - நமக்குத் தெரியாது. ஆனால் மாநாட்டில் அவர் பார்த்த மற்றொரு விஷயம் அவர் கண்ணை உறுத்தியது; சுருக்கென்று கோபம் வந்தது. அங்கே வந்த இந்தியர்களையெல்லாம் மேற்கத்திய நாட்டுக்காரர்கள் மிகக் கேவலமாக நடத்திக்கொண்டிருந் தார்கள்!

இந்தியாவுக்குத் தடுப்பு மருந்துகள் தேவை; அதை வாங்கக் காசுதான் இல்லை. எனவே இந்த மாதிரி மாநாடுகள் வாசலில் போய் நின்று கையேந்துவார்கள். ‘எங்கள் நாட்டுக்கு இலவச மாகவோ, அல்லது சலுகை விலையிலோ தடுப்பு மருந்து தர முடியுமா?’

மேல் நாட்டுக்காரர்கள் ஏளனம் செய்வார்கள்: 'இதோ வந்துவிட்டான்கள் பார் தெற்கு ஆசியாவிலிருந்து, கையில் கப்பரையைத் தூக்கிக்கொண்டு! பன்றிகள்போல் ஜனத் தொகையைப் பெருக்கி வைத்திருக்கிறார்கள். இவர்களுடைய சுமையை நாம் எத்தனை நாளைக்குத்தான் சுமக்க முடியும்?'

கிண்டல்கள், அவமதிப்புகள் தொடர்ந்து நடந்தன. ஆனால் அவற்றுக்குக் கோபப்படும் நிலையில் நாம் இல்லை; நமக்குக் காரியம் நடக்கவேண்டும்.

ஆனால் வரப்ரசாதுக்குத்தான் ஆத்திரம் தாங்கவில்லை. 'இந்தக் கேவலத்தை மாற்றவேண்டும்; ஏதாவது செய்தே ஆகவேண்டும்' என்று மனத்துக்குள் தீர்மானம் செய்துகொண்டார்.

மற்ற வளரும் நாடுகளுக்கு எப்போதோ தோல் தடித்துப் போய்விட்டது. மேற்கத்தியர்களின் கசப்பான வார்த்தை களை அப்படியே ஜீரணித்துக்கொண்டார்கள். ஆனால் ஒருவர் மட்டும் அந்தப் பேச்சைக் கேட்டுக் கோபம் கொண்டார்.

இது, புரட்சிக்காரர்களின் முக்கிய குணம். அவர்கள் எதையுமே தனிப்பட்ட அவமதிப்பாக எடுத்துக்கொண்டு விடுவார்கள்! 'இதற்கு ஏதாவது செய்யவேண்டுமே' என்று தவிப்பார்கள். 'யதார்த்த நிலை இதுதான்' என்று சொன்னால் ஒப்புக்கொண்டு பேசாமல் இருக்க மாட்டார்கள்.

உங்கள் கம்பெனியைப் பற்றி யாரோ புகார் செய்கிறார் கள்; உங்களுக்கு எரிச்சலாக வருகிறது. என்ன செய்வீர்கள்? 'இவர்களுக்கெல்லாம் வேறு வேலை இல்லை' என்று தள்ளிவிடுவீர்களா, அல்லது 'இதை மாற்றுவதற்கு ஏதாவது செய்யவேண்டும்' என்கிற அளவுக்குக் கோபம் வருமா?

ஜெனிவாவில்தான் வரப்ரசாத் முதல் முறையாக ஹெபடைடிஸ்-பி பற்றிக் கேள்விப்பட்டார். இந்தியா திரும்பியதும் அதைப்பற்றி இன்னும் கொஞ்சம் தெரிந்துகொண்டார். இதற்கு ஒரு தடுப்பு மருந்தை இந்தியாவிலேயே தயாரிக்கவேண்டும் என்று முடிவு செய்தார்!

தடுப்பு மருந்து தயாரிக்கச் சுலபமான வழி, தொழில்நுட்பத்தை விலை கொடுத்து வாங்குவதுதான். அமெரிக்காவில் உள்ள தன் உறவினர்களிடம் பேசினார். அவர்களுக்கு அமெரிக்கத் தொழில்களைப் பற்றித் தெரியும். ஏதாவது நல்ல பயோ கம்பெனி இருக்கிறதா என்று அவர்களிடம் கேட்டபோது வந்த பதில்: 'இளைஞனே, மேற்கே போ!'

மேற்கே என்றால், கலிபோர்னியா. ஒரு முன்னணி மரபியல் ஆராய்ச்சி நிறுவனத்தின் தலைமையகம் அங்கேதான் இருந்தது. ஒரு காலத்தில் செவ்விந்தியர்கள் திரிந்த மேற்குக் கரையில் போய் இறங்கினார் வரப்ரசாத்.

அந்த கம்பெனிக்காரர்களோ, 'இது மிக நவீன தொழில்நுட்பம். இந்தியர்களால் கற்றுக்கொள்ள முடியாது' என்றார்கள். 'இதன் செலவும் மிக அதிகம். முதலில், இந்தியாவுக்கு தடுப்பு மருந்து எல்லாம் எதற்கு? உங்கள் நாட்டில்தான் ஜனத்தொகை இப்போதே அளவுக்கு மீறி இருக்கிறதே? அதில் சில ஆயிரம் பேர் செத்தால்தான் என்ன நஷ்டம்?'

ஏற்கெனவே கோபத்தில் இருந்த வரப்ரசாதுக்கு, இதைக் கேட்டதும் ஆத்திரம் தலைக்கு ஏறிவிட்டதில் ஆச்சரியமில்லை. நாற்காலியை உதைத்துக்கொண்டு எழுந்தார்: 'எண்ணி இரண்டே வருஷம். நானே இந்த வாக்ஸினைத் தயாரித்துக் காட்டுகிறேன் பார். இந்தியாவில், இந்தியர்களால் என்னவெல்லாம் சாதிக்க முடியும் என்பதை இந்த உலகமே பார்க்கத்தான் போகிறது!'

வரப்ரசாத் நியூ ஜெர்ஸிக்குத் திரும்பித் தன் உறவினர்களிடமும் நண்பர்களிடமும் பேசினார். அமெரிக்காவில் பயோடெக்னாலஜி துறையில் இருக்கும் இந்தியர்கள் எவ்வளவு பேரை முடியுமோ, அவ்வளவு பேரையும் திரட்டச் சொன்னார்.

அவருடைய அழைப்பிதழை ஏற்று சுமார் 30-35 பேர் வந்தார்கள். அவர்களிடம் வரப்ரசாத் தனக்கு நேர்ந்த அனுபவத்தை விவரித்தார். 'இப்போது நாம் ஏதாவது செய்தாகவேண்டும். அதுவும் பெரிதாகச் செய்யவேண்டும்' என்று ஆர்வம் கொப்பளிக்கப் பேசினார். 'எனக்கு ஒரு கனவு இருக்கிறது. இந்தியாவிலிருந்து ஹெபடைடிஸ்-பியை அடியோடு ஒழிக்கவேண்டும்' என்றார்.

கூட்டத்துக்கு வந்திருந்தவர்கள் வரப்ரசாதின் அர்ப்பணிப்பு உணர்வைக் கண்டு நெகிழ்ந்தார்கள். ஆனால் அவர் இந்தியாவில்

உயர் தொழில் நுட்ப ஆர்-டிஎன்ஏ வாக்ஸின் ஒன்றைத் தயாரிக்க வேண்டும் என்று சொன்னபோது மெல்லப் புன்னகை புரிந்தார்கள்.

அந்த விஷமப் புன்னகையையும் 'ஐயோ பாவம்' என்ற முக பாவத்தையும் பார்த்தபோது வரப்ரசாத் கோபத்தில் எகிறிக் குதிக்கவே ஆரம்பித்துவிட்டார்! 'என்ன மாதிரி இந்தியர்கள் நீங்களெல்லாம்? உங்களை வளர்த்து, ஆளாக்கி, படிக்க வைத்தது இந்தியா. இப்போதுகூட உங்கள் கலாசார, ஆன்மிகத் தேவைகளுக்கு இந்தியாவைத்தான் நம்பியிருக்கிறீர்கள். உங்களுக்கு இத்தனை செய்திருக்கும் தேசத்துக்கு நீங்கள் செய்யும் கைம்மாறு இதுதானா? இந்தியாவுடன் உங்கள் சம்பந்தமே, ஊறுகாய், கோங்குரா சட்னியைத் தின்பதுடன் முடிந்து போய் விட்டதா?'

கூட்டம் நிமிர்ந்து உட்கார்ந்தது. வரப்ரசாதின் இந்தப் பேச்சுதான், இந்தியா பயோடெக்னாலஜி சகாப்தத்தில் நுழைந்ததன் ஆரம்பப் புள்ளி.

புரட்சியாளர்களுக்கே உரிய ஓர் அடையாளம் இது. அவர்கள் மற்றவர்களின் உணர்ச்சிகளையும் ஆவல்களையும் தூண்டிவிட்டு, அவர்களையும் தங்கள் லட்சியப் பணியில் சேர்த்துக்கொள்வார்கள். தர்க்கவாதங்களுக்கு அப்பால் போய், மனத்தின் அடி மட்டத்தில் இருக்கும் சில பகுதிகளைத் தொட்டுவிடுவார்கள்; எந்தப் பகுத்தறிவுவாதமும் அடைய முடியாத பகுதி அது. வரப்ரசாத் செய்தது அதுதான்.

ஒரு சந்தர்பத்தில் ஸ்டீவ் ஜாப்ஸ் இதைச் செய்திருக்கிறார். (பெப்ஸியின் தலைமைப் பொறுப்பில் இருந்த) ஜான் ஸ்கல்லியிடம் அவர் கேட்ட கேள்வி இது: 'உங்களுடைய மிச்சமிருக்கும் வாழ்நாள் முழுவதும் சர்க்கரைத் தண்ணீரை விற்றே காலம் தள்ளப் போகிறீர்களா? அல்லது, உலகத்தை மாற்றவேண்டும் என்ற ஆர்வம் ஏதாவது மிச்சமிருக்கிறதா?'

அங்கே இருந்த விஞ்ஞானிகள் அனைவரும் வரப்ரசாதின் ஆர்வத்தைக் கண்டு நெகிழ்ந்து போய்விட்டார்கள். இந்தியாவில்

இருந்து மஞ்சள் காமாலையை முற்றிலும் ஒழிக்கவேண்டும் என்ற அவருடைய கனவுக்கு உதவ முன்வந்தார்கள். 'நீங்கள் இந்தியாவில் ஒரு அணியை உருவாக்குங்கள்; நாங்கள் இங்கிருந்து அவர்களுக்குப் பயிற்சி அளிக்கக் கூடியவர்களைக் கண்டுபிடித்துத் தருகிறோம்' என்றார்கள். அது மட்டுமல்ல; வேலையை ஆரம்பிக்க அவர்கள் 1.2 கோடி ரூபாய் பணமும் திரட்டித்தந்தார்கள்!

வரப்ரசாதிடம் இப்போது ஓரளவு பணம் கிடைத்துவிட்டது; மேற்கொண்டு உதவி வரும் என்ற உறுதியும் கிடைத்திருந்தது.

> வரப்ரசாதுக்கு, தன் லட்சியத்தில் ஆழ்ந்த நம்பிக்கையும் ஈடுபாடும் உண்டு. அதனால்தான் மற்றவர்களையும் அந்த லட்சியத்தில் இணைந்துகொள்ளச் செய்ய முடிந்தது. ஆனால் பலருடைய ஆர்வம் ஒரு கட்டம் வரைக்கும்தான் தீவிரமாக இருக்கிறது; பிறகு காய்ந்து போய்விடுகிறது. இப்போது அவர்கள் பெரும் சுவர் ஒன்றில், ஒரு செங்கல். அவ்வளவுதான்.
>
> உங்களுடைய வேட்கை, தாகம் என்ன? அது இன்னும் உயிரோடுதான் இருக்கிறதா, அவிந்து போய்விட்டதா? அதற்கு நீங்கள் என்ன செய்யப் போகிறீர்கள்?

தேவை: கனவு காணும் தோழர்கள்

வரப்ரசாத் சிறிது பணத்துடனும் நிறையக் கனவுகளுடனும் ஹைதராபாத் திரும்பினார். இந்தியாவில் தன் விருப்பத்தை நிறைவேற்றக்கூடிய ஆள்களைத் தேடிக் கண்டுபிடிப்பதுதான் முதல் சோதனை. ஆனால் இப்படி ஓர் அணியை உருவாக்க முடியுமா? அவர்கள் இதுவரை செய்யாத ஒரு புதிய முயற்சியில் இறங்கப் போகிறார்கள். முதலில், இந்தத் துறையில் விஷயம் தெரிந்தவர்கள் இந்தியாவில் இருக்கிறார்களா? இவரோ ஓர் எலெக்ட்ரானிக்ஸ் எஞ்சினியர். பயோடெக்னாலஜி பற்றி எதுவும் தெரியாது...

ஆனால் வரப்ரசாத் இதற்கெல்லாம் கலங்கவில்லை! உதவி கோரி பல தனி மனிதர்களிடமும் கல்வி நிறுவனங்களிடமும் போய் நின்றார். ஹைதராபாதில் உள்ள உஸ்மானியா பல்கலைக்கழகத் துக்கும் சென்றார்.

உஸ்மானியாவில் துணைவேந்தராக இருந்த டாக்டர் மல்லா ரெட்டிக்கு, வரப்ரசாதின் நோக்கம், ஆர்வம், சுறுசுறுப்பு எல்லாமே பிடித்துப் போய்விட்டது. பல்கலைக்கழகத்தின் பயோடெக்னாலஜி ஆராய்ச்சிக் கூடத்திலேயே வரப்ரசாத் தன்னுடைய தடுப்பு மருந்து பரிசோதனைகளைச் செய்துகொள்ள அனுமதி அளித்தார். வரப்ரசாத் 5 லட்ச ரூபாய் செலவு செய்து ஆராய்ச்சி சாலையில் புதிய வசதிகளை ஏற்படுத்திக் கொடுப்பார். அதற்கு பதிலாக ஆராய்ச்சிக்கூடத்தை இலவசமாக உபயோகித்துக்கொள்ளலாம். இப்படி ஓர் அமைப்புக்கு மாதம் 20,000 ரூபாய் செலவாகியிருக்கும். இப்போது ஒரே முறை முதலீடாக 5 லட்ச ரூபாயில் முடிந்துவிட்டது.

உஸ்மானியாவின் நுண் உயிரியல் துறையில் பேராசிரியராக இருந்த டாக்டர் கீதா சர்மாவின் அறிமுகமும் வரப்ரசாதுக்குக் கிடைத்தது. அவர் இதற்குமுன் நியூ யார்க் மாநிலத்தில் உள்ள ராச்செஸ்டர் பல்கலைக்கழகத்தில் உலகத்தரம் வாய்ந்த விஞ்ஞானிகளுடன் பணியாற்றியிருக்கிறார். அவருடைய ஆராய்ச்சி, இண்டர்ஃபெரான்கள் என்ற நம் உடலில் இருக்கும் சில புரதங்கள் பற்றியது. வைரஸ்கள் பெருகாமல் தடுத்து நோய் எதிர்ப்பு சக்தியைக் கூட்டும் பொருள்கள் இவை.

கீதாவும் ஆர்-டி.என்.ஏ திட்டம் ஒரு நல்ல முயற்சி என்று வரப்ரசாதிடம் சொன்னார். உடனே வரப்ரசாத், 'அப்படியானால் நீங்களே இந்த ஆராய்ச்சியை ஆரம்பியுங்களேன்!' என்றார். அப்போது கீதா இண்டர்ஃபெரானில் தனக்கு உள்ள ஆர்வத்தைப் பற்றிக் கூறினார். வரப்ரசாத் கீதாவின் ஆராய்ச்சிக்கு உதவி செய்வதாகவும், பதிலுக்கு அவர் ஹெபடைடிஸ்-பி தடுப்பு மருந்தை உருவாக்க உதவி செய்வதாகவும் முடிவாயிற்று. இரண்டு ஆராய்ச்சிகளும் ஒரே நேரத்தில் நடக்கும்.

டாக்டர் கீதா, மிகுந்த ஈடுபாட்டுடன் வேலையை ஆரம்பித்தார். சீக்கிரமே வரப்ரசாதின் வலது கையாக மாறினார். அவர் வரப்ரசாதுக்கு உதவி செய்யக் காரணம், இதன்மூலம் இருவரது கனவுகளும் நிறைவேறும் என்பதுதான்.

> கீதா தன் கனவை நிறைவேற்றிக்கொள்ள வரப்ரசாத் சுதந்தரம் அளித்தார். இதனால் வரப்ரசாதின் கனவும் நிறைவேற உதவி கிடைத்தது. இருவருக்கும் நன்மை.

புதுமையாளர்கள் இப்படி ஒருவரை ஒருவர் சார்ந்து வாழும் கூட்டு அமைப்புகளை ஏற்படுத்திக்கொண்டு உதவிக்கு ஆள் சேர்ப்பார்கள். நம் கனவையும் பிறர் கனவையும் உருக்கி வார்த்து ஒன்றாகச் செய்துவிட்டால் போதும்; எல்லோரும் கை கொடுக்க முன்வருவார்கள். உங்களுடன் சேர்ந்துகொண்டால் அவர்கள் கனவும் நனவாகும் என்பதைப் புரியவைத்துவிட்டால், பிறகு அவர்கள் உங்களுடன் கை கோர்த்து உலகத்தின் விளிம்புக்கே வேண்டுமானாலும் பயணம் செய்வார்கள்.

ஆராய்ச்சிக் கூடத்துக்காக விஞ்ஞானிகளையும் பயோ-டெக்னீஷியன்களையும் தேடிப்பிடிக்க ஆரம்பித்தார் கீதா. என்னென்ன தேவை என்று ஒரு பட்டியல் போட்டார். இயந்திரங்கள் வந்து இறங்கின.

இருந்தும் அணிக்கு வழிகாட்டுதல் தேவைப்பட்டது. 1992-ன் இறுதியில் வரப்ரசாதின் உறவினர்கள் அவருக்கு டாக்டர் குண்டக்க ராமி ரெட்டியை அறிமுகப்படுத்தி வைத்தார்கள். ராமி ரெட்டி அமெரிக்காவின் கொலம்பியா பல்கலைக்கழகத்தில் மைக்ரோ பயாலஜி ஆராய்ச்சியாளர். வேலையில் சிங்கம்!

வரப்ரசாத் அவருடன் தொலைபேசியில் பேசினார். ரெட்டியும் இந்திய அணிக்கு உதவி செய்ய இணங்கினார். விரைவிலேயே அவர் இந்தத் திட்டத்தில் முழுவதுமாக ஆழ்ந்து போய்விட்டார். ஒரு கட்டத்தில் அவருடைய மனைவி, தன் கணவர் தொலைபேசிக்கு இத்தனை செலவழிக்கிறாரே என்று வரப்ரசாதிடம் புகார் சொல்ல ஆரம்பித்துவிட்டார்!

ஒவ்வொருவராக இன்னும் பல ஆதரவாளர்கள் சேர ஆரம்பித்தார்கள். எல்லோருமே வரப்ரசாதுடைய துணிச்சலான முயற்சி, கனவு ஆகியவற்றைக் கண்டு வியந்தவர்கள். 1993-ல் 'சாந்தா பயோடெக்னிக்ஸ்' தொடங்கப்பட்டது.

சாந்தா என்பது வரப்ரசாதின் தாயார் பெயர். தொழில் என்றால் அதற்கு ஒரு சமூகக் கண்ணோட்டமும் இருக்க வேண்டும் என்று அவர்தான் தன் மகனுக்குச் சொல்லித் தந்தவர்.

1993-ன் ஆரம்பத்தில் வரப்ரசாத், டாக்டர் ராமி ரெட்டியை நேரில் சந்தித்தார். இருவரும் திட்டத்தை விரிவாக ஆலோசித்தார்கள்.

டாக்டருக்கு வரப்ரசாதின்மீது மேலும் அபிமானம் கூடியது; முன்பைவிட உற்சாகத்துடன் இதில் உதவி செய்ய ஆரம்பித்தார்.

யோசித்துப் பாருங்கள்: பயோடெக்னாலஜி பற்றி ஒன்றுமே தெரியாத ஒரு மனிதர், அந்தத் துறையிலேயே மதிப்பு வாய்ந்த, நோபல் பரிசு பெற்ற ஒருவரிடம் வேலை செய்த முன்னணி விஞ்ஞானி ஒருவருக்கு ஊக்க மருந்தாக ஆகிவிட்டார்! டாக்டர் ராமி ரெட்டி, கொலம்பியாவில் இருந்த தன்னுடைய ஆராய்ச்சிக் கூடத்தையும் இந்தத் திட்டத்துக்குத் திறந்துவிட்டார்.

ஆகஸ்ட் 1993-ல் டாக்டர் கீதா, உஸ்மானியாவிலிருந்து விடுமுறை எடுத்துக்கொண்டு ராமி ரெட்டியின் ஆராய்ச்சிக் கூடத்துக்குப் போனார். ஹெபடைடிஸ்-பி வைரஸின் மேற்புறத்தில் இருக்கும் எதிர் உயிரணுக்களை (antigens) பிரித்து எடுப்பதில் ஈடுபட்டார். வைரஸின் மேற்பரப்பை மூடியுள்ள போர்வையை உருவாக்கும் மரபணு இது. டாக்டர் கீதாவுக்கு இத்தகைய ஆராய்ச்சி புதிது; ஆனால் வரப்ரசாதுக்கு கீதாமீது முழு நம்பிக்கை இருந்தது.

இந்த மேற்பரப்பு ஆண்ட்டிஜென்கள்தான் உடலின் நோய் எதிர்ப்புச் சக்தியை உசுப்பிவிட்டு, வைரஸை அழிக்கச் செய்கின்றன. எல்லாத் தடுப்பு மருந்துகளிலும் இத்தகைய ஆண்ட்டிஜென்கள் இருக்கவேண்டும். அவற்றை மட்டும் பிரித்தெடுத்து வேறொரு ஆபத்தில்லாத உயிரியில் பதித்து, உடலுக்குள் அனுப்பிவிட்டால், அது உடலுக்குள் எதிர் உயிரணுக்களின் பல பிரதிகளை உருவாகச் செய்யும். வைரஸை விட்டுவிட்டு மேற்பரப்பு ஆண்ட்டிஜென்களை மட்டும் தயாரிப்பதுதான் இதில் சூட்சுமம்! இதனால் எதிர் உயிரணுக்கள் பல்கிப் பெருகி பலம் பெற்று, பிறகு ஒரு நாள் அசல் வைரஸ் வந்தால் அதை எதிர்க்கத் தயாராக இருக்கும்.

ரீகாம்பினண்ட் டிஎன்ஏ தொழில் நுட்பம் என்பது, இரண்டு உயிரிகளிடம் இருக்கும் டி.என்.ஏ மூலக்கூறுகளிலிருந்து தேவையான துண்டுகளை மட்டும் வெட்டி, ஒட்டி ஒன்றுசேர்ப்பது. இதில் ஒன்று, நமக்கு வேண்டாத விருந்தாளியின் டிஎன்ஏவின் ஒரு பகுதி; மற்றது மனித உடலுக்குச் சேதம் விளைவிக்காத ஏதாவது ஒரு பாக்டீரியம். இந்த இரண்டும் சேர்ந்த டிஎன்ஏ பதிக்கப்பட்ட உயிரியை மனித உடலுக்குள் செலுத்தினால், அந்த உடல் வைரஸுக்கு எதிரான எதிர்ப்பு சக்தியைப் பெறும்.

இந்தத் துறையே மிகவும் புதியது. சவால்கள் நிறைந்தது. தடுப்பு மருந்தைத் தயாரிக்கும் வழிகள் பற்றிப் பொதுப்படையாகத் தெரியுமே தவிர, அதன் நுணுக்கங்கள் யாவும் ரகசியமாகவே இருந்தன.

நான்கு மாதம் ஆயிற்று; ஆண்ட்டிஜென் வெற்றிகரமாகப் பிரித்து எடுக்கப்பட்டது. டாக்டர் கீதா இந்தியா திரும்பினார்.

எதிர்ப்புகளை எதிர்ப்பது எப்படி?

வரப்ரசாதுக்கு நெருக்கடி அதிகரித்துக்கொண்டே போனது. இரண்டு வருடம் ஓடிவிட்டது; கையிலிருந்த பணம் தீர்ந்து விட்டது. அவருடைய தந்தை தன் நிலத்தை விற்றுக் கொஞ்சம் பணம் கொடுத்தார். அதுவும் போதவில்லை.

வரப்ரசாத் தட்டாத கதவில்லை. ஆனால் ஒரு வங்கியும் அவருக்குக் கடன் கொடுக்க முன்வரவில்லை. அந்தக் காலகட்டத்தில் பயோடெக்னாலஜி என்ற வார்த்தையையே யாரும் கேள்விப் பட்டது கிடையாது. ஒரு தேசியமயமாக்கப்பட்ட வங்கியின் சேர்மன், வரப்ரசாதிடம், ‘முதலில் வெளியே போங்கள். என் நேரத்தை வீணாக்கவேண்டாம்’ என்றே சொல்லிவிட்டார்!

தனிப்பட்ட முதலீட்டாளர்களிடம் போய்க் கேட்டாலோ, கம்பெனியையே தன் பெயருக்கு எழுதி வைக்கச் சொன்னார்கள். அப்படிச் செய்தால் பிறகு வரப்ரசாத் அவர்களுடைய ஊழியர் களில் ஒருவராகி, சொன்ன பேச்சைக் கேட்டுக்கொண்டு இருக்கவேண்டியதுதான்.

எல்லாக் கதவுகளும் அடைந்துகிடந்தன. ஆராய்ச்சிக் கூடத் துக்குப் பணம் தேவைப்பட்டது. அதி சுத்தமான அறை, உயர் தொழில் நுட்ப இயந்திரங்கள், ரசாயனப் பொருட்கள் என்று பல செலவுகள் இருந்தன. நிலைமை நம்பிக்கை தருவதாக இல்லை. இவ்வளவு தூரம் வந்த பிறகு, இப்போது வரப்ரசாதும் அவருடைய திட்டமும் சிரமத்தில் சிக்கியிருந்தார்கள்.

அப்போதுதான் எதிர்பாராத ஓர் இடத்திலிருந்து உதவி வந்தது!

ஓமன் நாட்டின் வெளியுறவு அமைச்சர், இந்தியாவில் முதலீடு செய்வதற்கு ஏற்ற கம்பெனி ஒன்றைத் தேடிக்கொண்டிருந்தார். அவருடைய பிரதிநிதியாக கலீல் என்பவர் இந்தியாவுக்கு வந்து, ஊக்கம் நிறைந்த தொழில்முனைவோரைத் தேடிக்கொண்டு

இருந்தார். அப்போதுதான் வரப்ரசாதையும் அவருடைய கனவையும் பற்றிக் கேள்விப்பட்டார்.

மும்பையில் அவர்களுடைய சந்திப்பு நடந்தது. வரப்ரசாதின் சமூக நோக்கத்தையும் தாகத்தையும் பார்த்து மிகவும் கவரப் பட்டார் கலீல். வரப்ரசாத் தன்னுடைய கனவை நிறைவேற்று வதற்கு எப்படிப்பட்ட அருமையான ஆதரவாளர்களைத் திரட்டி வைத்திருக்கிறார் என்பதைக் கண்டு அவருக்கு ஒரே ஆச்சரியம்.

ஓமனின் வெளியுறவு அமைச்சர் தடுப்பு மருந்து தயாரிப்பதற்கு 1.9 கோடி ரூபாய் முதலீடு செய்தார். தன் நாட்டு வங்கிகளிடம் சொல்லி, சலுகை வட்டியில் கடன் வழங்கச் செய்தார்.

வரப்ரசாத் பணம் இருக்கிறதா இல்லையா என்று கவலைப் படாமல், தன் லட்சியத்தை நோக்கி முழு வேகத்தில் பயணம் செய்துகொண்டிருந்தார். பணம் தானே வந்தது!

> வரப்ரசாத் போன்ற புரட்சியாளர்கள், பல கதவுகளைத் தட்டுவார்கள். பலரைச் சந்திப்பார்கள். பலருக்கு ஊக்கம் கொடுப்பார்கள். இன்னும் சிலருடன் போராடவே வேண்டியிருக்கும். இப்படிப் போராடிப் போராடியே அவர்கள் பிரபஞ்சத்தின் அமைதிப் பரப்பில் அலைகளை உருவாக்கிவிடுகிறார்கள். அப்போது எல்லாம் தானாகவே நகர ஆரம்பிக்கிறது. காரியங்கள் கைகூடி வருகின்றன.
>
> அதைத்தான் நாம் தற்செயல் என்கிறோம்; அதிர்ஷ்டம் என்கிறோம்!

ஆனால் திட்டத்தில் பிரச்னைகள் இருந்துகொண்டே இருந்தன. வரப்ரசாதிடம் இருந்தவர்கள் எல்லாம் அடிப்படைத் தத்துவங் களில் ஆராய்ச்சி செய்துவந்த விஞ்ஞானிகள். ஒரு புதிய தயா ரிப்பைக் கண்டுபிடித்து மார்க்கெட்வரை எடுத்துச் செல்வதில் அவர்களுக்குப் பழக்கமில்லை. அவர்கள் தத்தம் போக்கில் உற்சாகமாக ஆராய்ச்சி செய்துகொண்டே போனார்கள். ஆனால் வரப்ரசாதுக்கோ, உடனடியாகத் தடுப்பு மருந்து தேவை. காலம் நழுவிக்கொண்டிருந்தது.

தடுப்பு மருந்து தயாரிப்பதற்காக வரப்ரசாத் ஒரு மிக நவீனமான தொழிற்சாலையைக் கட்ட ஆரம்பித்திருந்தார். ஆனால் அப்படி

ஒரு தொழிற்சாலையை அமைப்பதற்கு வேண்டிய தொழில் நுட்ப அறிவு இந்தியாவில் யாரிடமும் இல்லை. இதிலும் வரப்ரசாதின் லட்சிய வேட்கையும் மன உறுதியும்தான் கை கொடுத்தன. உலகம் முழுவதிலுமிருந்து பலர் அவருக்கு உதவி செய்ய முன்வந்தார்கள். வரப்ரசாதின் வீட்டிலேயே தங்கிக் கொண்டு தொழிற்சாலை வேலைகளைக் கவனித்துக்கொண் டார்கள்.

தொழிற்சாலை எழும்ப ஆரம்பித்தது. வரப்ரசாதின் வார்த்தை யிலேயே சொல்வதானால், 'நான் பலரிடம் கெஞ்சினேன், கடிதங்கள் எழுதினேன். என்னை உரையாற்றக் கூப்பிட்டார்கள்; போய்ப் பேசினேன். பலரைச் சந்தித்துக்கொண்டே இருந்தேன். முயற்சியை மட்டும் கைவிடவில்லை.'

1994-ன் இறுதியில் தொழிற்சாலை உருவாகிக்கொண்டிருந்த போதே வேறு பிரச்னைகள் வெடித்தன. டாக்டர் கீதாவுக்கும் டாக்டர் குண்டக்க ராமி ரெட்டிக்கும் இடையே கருத்து வேறு பாடுகள் தோன்ற ஆரம்பித்தன. ராமி ரெட்டி, தடுப்பு மருந்து தயாரிக்க ஈ-கோலை பாக்டீரியத்தை உபயோகிக்கவேண்டும் என்று நினைத்தார். டாக்டர் கீதா அதனை எதிர்த்தார். இதனால் பிற்காலத்தில் சட்டப் பிரச்னைகள் வரும் என்பது கீதாவின் கவலை. ஆனால் அவராலும் மாற்று ஐடியா எதையும் கொண்டு வர முடியவில்லை.

வரப்ரசாத் உடனடியாக ஏதாவது செய்தாகவேண்டும் என்ற அவசரத்தில் இருந்தார். அவர் மனம் இரண்டு பக்கமும் அலை பாய்ந்தது. டாக்டர் கீதாதான் ஆரம்பக் காலங்களில் அவருக்கு உதவி செய்ய முன்வந்த முதல் விஞ்ஞானி. அந்த நன்றி அவர் மனத்தை விட்டு நீங்கவில்லை. ஆனால் நேரமும் பணமும் கரைந்துகொண்டிருந்தன.

கடைசியில் உஸ்மானியா பல்கலைக்கழகம் அவரது பிரச் னையை நிவர்த்தி செய்தது. சில நிர்வாகக் காரணங்களால் சாந்தாவின் ஆராய்ச்சிக்கூடத்தைத் தங்கள் வளாகத்திலிருந்து காலி செய்யச் சொல்லிவிட்டார்கள்.

டாக்டர் ராமி ரெட்டி, ஹைதராபாதில் இருந்த செல் மற்றும் மூலக்கூறு உயிரியல் மையத்துடன் வரப்ரசாதைத் தொடர்பு கொள்ளச் செய்தார். அவர்கள் 12 மாதங்களுக்கு சாந்தாவுக்குத்

தங்கள் ஆராய்ச்சி சாலையில் இடம் கொடுத்தார்கள். அதற்குள் வரப்ரசாதின் தொழிற்சாலை தயாராகிவிடும்.

இப்போது டாக்டர் கீதாவுக்குக் குழப்பம். ஒன்று, உஸ்மானியா விலிருந்து நீண்ட விடுமுறை எடுத்துக்கொள்ளவேண்டும்; அல்லது பல்கலைக்கழக வேலையைத் துறந்துவிட்டு முழு நேரமாக சாந்தாவில் இணைந்துவிட வேண்டும். இரண்டுமே சாத்தியம் இல்லை என்பதை அவர் உணர்ந்திருந்தார். அரை மனதாக எல்லாப் பொறுப்புகளையும் டாக்டர் கே.எஸ்.என். பிரசாத் என்பவரிடம் ஒப்படைத்துவிட்டு விலகிக்கொண்டார்.

அக்டோபர் 1995-ல் சாந்தா பயோடெக் தன்னுடைய சொந்தக் கட்டடத்துக்கு மாறியது. டாக்டர் பிரசாத் ஒரு வருடத்துக்கு சாந்தாவின் ஆராய்ச்சி-வளர்ச்சிப் பிரிவின் ஆலோசகராக ஆனார்.

மார்ச் 1996-ல் முதல் சுற்று ஆர்-டி.என்.ஏ தடுப்பு மருந்து தயாராகியது. மிருகங்கள்மீது பரிசோதனைகள் நடந்தன. அடுத்து, மனிதர்கள்மீது முதல் கட்டப் பரிசோதனை. மருந்து பாதுகாப்பானதா, மனித உடல் அதைத் தாங்கக்கூடியதா என்று கண்டுபிடிப்பதற்கு இந்தச் சோதனை அவசியம்.

ஹைதராபாதில் உள்ள நிஜாம் இன்ஸ்டிட்யூட்டில் பரிசோதனை நடந்தபோது முதல் ஆளாக வரிசையில் நின்றவர், வரப்ரசாத். கூடவே அவரது குடும்பத்தினரும் சாந்தாவின் 18 ஊழியர்களும் சோதனை தடுப்பு மருந்தை எடுத்துக்கொண்டார்கள்.

இன்றைக்கு, பத்து வருடம் கழிந்தபிறகும் அவருடைய அணி அந்த நாளை நினைவுகூர்ந்து பேசுகிறது. வரப்ரசாதுக்குத் தங்கள் மீது எவ்வளவு நம்பிக்கை இருந்தால் முதல் ஊசியைத் தான் போட்டுக்கொண்டிருப்பார் என்று நெகிழ்ச்சியுடன் சொல் கிறார்கள். மகத்தான மனிதர்கள் என்றாலே இப்படித்தான் இருப்பார்கள்!

டிசம்பர் 1996-ல் இரண்டாம் கட்டப் பரிசோதனைகள் தொடர்ந் தன. மருந்து எவ்வளவு திறனுடன் வேலை செய்கிறது என்று பார்ப்பதற்காக, நிஜாம் மருத்துவ அறிவியல் கழகத்திலும் மும்பையில் உள்ள கிங் எட்வர்ட் நினைவு ஆஸ்பத்திரியிலும் பரிசோதனைகள் நடந்தன. ஏப்ரல் 1997-ல் முடிவுகள் வெளி

வந்தன. எல்லாவற்றிலும் தடுப்பு மருந்து அமோக வெற்றி பெற்றிருந்தது!

18 ஆகஸ்ட் 1997 அன்று இந்தியாவின் முதல் ஆர்-டி.என்.ஏ தடுப்பு மருந்து - ஷான்வாக் என்று பெயர் - மார்க்கெட்டுக்கு வந்தது. மருந்தை வெளியிட்டவர் அப்போதைய மத்திய சுகாதார அமைச்சர் ரேணுகா சௌத்ரி.

ஆனால் மற்றொரு போராட்டம் அப்போதுதான் ஆரம்பித்தது.

போட்டி, பொறாமை!

ஒரு புறம், உணர்ச்சியே இல்லாத ஜடம்போல இருந்த அரசாங்க இயந்திரத்துடன் மன்றாட வேண்டியிருந்தது. மற்றொரு புறம், ஈவிரக்கமில்லாத போட்டியாளர் ஒருவருடன் போராட வேண்டியிருந்தது.

இந்தியாவில் ஹெபடைடிஸ்-பி வாக்ஸினை விற்று வந்த பன்னாட்டு கம்பெனி, சுதேசித் தயாரிப்பைக் கண்டு மிரண்டது. ஏற்கெனவே இந்தியாவில் தடுப்பு மருந்துகளுக்கு சின்ன மார்க்கெட்தான். இதில் புதிதாக ஒரு போட்டியா? அவர்கள் தங்கள் மருந்து விலையை 750 ரூபாயிலிருந்து 520 ரூபாயாகக் குறைத்தார்கள். பிரச்னை அத்துடன் நிற்கவில்லை; இந்தியத் தயாரிப்பு பாதுகாப்பானது அல்ல என்று வதந்திகள் பரவ விடப்பட்டன.

பொருளாதாரச் சக்திகள் அனைத்தும் சாந்தாவுக்கு எதிராகவே வேலை செய்தன. பன்னாட்டு கம்பெனிக்குக் கொழுத்த லாபம் கிடைத்துவந்ததால் டாக்டர்களுக்கு தாராளமாகவே கமிஷன் தந்தது. பல டாக்டர்கள் அவர்கள் பக்கம் சேர்ந்துகொண்டு பன்னாட்டு வாக்ஸின்தான் உயர்ந்தது, ஷான்வாக் பாதுகாப்பானதல்ல என்று புழுதி வாரித் தூற்ற ஆரம்பித்துவிட்டார்கள்.

சாந்தா, மருந்துக் கட்டுப்பாட்டு ஆணையத்திடம் போய் முறையிட்டது. ஷான்வாக் பாதுகாப்பானது என்று அவர்கள் பரிசோதித்துவிட்டுக் கொடுத்த சான்றிதழுக்கே அல்லவா அவமானம் நேர்ந்துகொண்டிருக்கிறது!

பன்னாட்டு வாக்ஸினையும் ஷான்வாக்கையும் ஒப்பிட்டுப் பல பரிசோதனைகள் நடத்தப்பட்டன. ஆறு மையங்களில் நடந்த இந்தச் சோதனைகளின் முடிவுகள், ஷான்வாக்தான் மேலானது

என்று தெரிவித்தன. முக்கியமான இரண்டு அம்சங்களில் ஷான்வாக் முந்தியது:

1. எதிர் உயிரணுக்களின் எண்ணிக்கை (titre). தடுப்பு மருந்து எத்தனை சதவிகித எதிர் உயிரணுக்களைத் தூண்டிவிடுகிறது என்ற சோதனை இது. எதிர் உயிரணுக்கள் அதிகம் தோன்றினால், தடுப்பு மருந்து நன்றாக வேலை செய்கிறது என்று பொருள்.

2. நோய்த் தடுப்பு. தடுப்பு மருந்து எடுத்துக்கொண்டவர்களில் எத்தனை பேருக்கு நோய் எதிர்ப்பு சக்தி கிடைக்கிறது என்ற அளவீடு இது. தடுப்பு ஊசி போட்டுக்கொண்டாலும் ஒரு பகுதியினருக்கு எப்போதுமே நோய்த் தடுப்பு வராது. இவர்களின் எண்ணிக்கை எவ்வளவு குறைவாக இருக்கிறதோ, அவ்வளவுக்கு அவ்வளவு நல்லது.

இரண்டு தடுப்பு மருந்துகளுமே நோய்த் தடுப்பில் ஒரே மாதிரிதான் செயல்பட்டன. ஆனால் எதிர் உயிரணுக்களின் எண்ணிக்கையைப் பொருத்தவரை ஷான்வாக்தான் முன்னணியில் இருந்தது.

இந்த முடிவுகள் அறிவிக்கப்பட்டவுடன், சுமார் 200 டாக்டர்கள் ஒன்று சேர்ந்து சாந்தாவுக்காகவும் அதன் தடுப்பு மருந்துக்காவும் குரல் கொடுத்தார்கள். சர்வதேச அளவில் மதிக்கப்படும் ‘வாக்ஸின்’ என்ற மருத்துவ இதழும் இந்தப் பிரச்னையை எடுத்துக்கொண்டு ஆராய்ச்சி முடிவுகளை வெளியிட்டது. பிறகுதான் எதிர்ப்புக் குரல்கள் அடங்கின.

519 ரூபாய்க்குக் குறையாது!

அடுத்த பெரிய சோதனை, மார்க்கெட்டிங். ஒரு பிரபல இந்திய மருத்துவ கம்பெனியின் மார்க்கெட்டிங் துறையிடம் போய்க் கேட்டார்கள். அவர்கள் ஷான்வாக்கை ‘ராஜ தந்திரமாக’ 519 ரூபாய்க்கு விற்கலாம் என்று திட்டம் தீட்டினார்கள். ஏனென்றால், பன்னாட்டு கம்பெனியின் வாக்ஸின் விலை 520 ரூபாயாம்! அடுத்த மூன்று வருடங்களில் முறையே 50 லட்சம், 75 லட்சம், 1 கோடி ரூபாய் என்ற அளவில் விற்பனை வளரும் என்றும் கணித்தார்கள்.

இதற்கு என்ன ஆதாரம் என்று வரப்ரசாத் கேட்டபோது, ‘எல்லாம் அனுபவம்தான்!’ என்று பதில் வந்தது. ஒரு புதிய

மருந்து மார்க்கெட்டில் வந்தால் இந்த அளவுதான் விற்பனை ஆகுமாம்.

ஆனால் அவர்கள் சொன்ன விலையும் சரி, விற்பனை எண்ணிக்கையும் சரி, வரப்ரசாதின் கனவுடன் ஒத்துப்போக வில்லை. அவருடைய கனவு, சாதாரண மனிதன் வாங்கக்கூடிய விலையில் வாக்ஸினை விற்பது. 'நாம் இதை 50 ரூபாய்க்கு விற்கவேண்டும்; இந்தியாவில் உள்ள குழந்தைகளில் 10% பேருக்கு உடனே தடுப்பு மருந்து கொடுத்துவிடவேண்டும்' என்று அவர் நினைத்தார்.

வேறு வழி தெரியவில்லை; வரப்ரசாத் தானே தடுப்பு மருந்தை விற்பது என்று முடிவெடுத்தார்!

மார்க்கெட்டிங் செய்வதற்கு ஆள்களைப் பணியில் அமர்த்த ஆரம்பித்தது சாந்தா. அவர்களுக்கு இருக்கவேண்டிய ஒரே தகுதி, 'இந்தியாவின் சுதேசித் தயாரிப்பை விற்கிறோம்' என்ற பெருமிதம். அது போதும். புதிதாகச் சேர்ந்தவர்களுக்கு டாக்டர் ஒருவர் பயிற்சி அளிக்க முன்வந்தார். முழு வேகத்தில் புறப்பட்டது சாந்தா எக்ஸ்பிரஸ்!

ஷான்வாக்-பி வாக்ஸினுக்குக் கிடைத்த விளம்பரங்களால், பொதுமக்களுக்கு ஹெபடைடிஸ்-பி என்ற பயங்கர நோய் பற்றி அறிமுகம் ஏற்பட்டது. ஆனால் பெரும்பாலும் அதன் பலன் எல்லாம், மார்க்கெட்டை ஏற்கெனவே பிடித்துவைத்திருந்த பன்னாட்டு கம்பெனிக்குப் போயிற்று! ஷான்வாக்கின் விற்பனை அதிகரிக்கவே இல்லை.

சில டாக்டர்கள் பன்னாட்டு கம்பெனியிடமிருந்து கொழுத்த கமிஷன் பெற்றது மட்டுமின்றி வேறொரு வேலையையும் செய்தது தெரியவந்தது. தங்கள் பேஷண்டுகளுக்கு உண்மையில் ஷான்வாக்கைத்தான் கொடுப்பார்கள்; ஆனால் வெளிநாட்டு வாக்ஸின் என்று சொல்லி அதிகத் தொகையை வாங்கிவிடு வார்கள்! அது மட்டுமின்றி, ஷான்வாக் சரியில்லை என்று அவதூறு வேறு பரப்புவார்கள்.

சாந்தா, ஷான்வாக்கை விற்பனை செய்த விலை 50 ரூபாய். ஆனால் அது கடைசியில் மருந்துக் கடை அலமாரிக்குப் போய்ச் சேரும்போது அதன் விலை 180 ரூபாய்! மொத்த விற்பனையாளர், விற்பனையாளர், சில்லறைக் கடைகள், டாக்டருக்குக் கொடுத்த

கமிஷன் எல்லாவற்றையும் கூட்டிப் பார்த்தால் இதற்குக் குறைந்து விற்க முடியாது.

ஆனால் சாந்தா பிடிவாதமாக இருந்தது; தன் அடிப்படை நோக்கங்களில் இம்மிகூட விட்டுக்கொடுக்கத் தயாராக இல்லை. இந்தத் தடுப்பு மருந்துக்கு டாக்டர் சீட்டு வேண்டிய தில்லை என்பதும், யார் வேண்டுமானாலும் கடையில் கேட்டு வாங்கலாம் என்பதும் வரப்ரசாதுக்குத் தெரிந்தே இருந்தன. இதனால், எப்படியாவது இடையில் இருப்பவரை நீக்க முடியுமா என்று யோசிக்கலானார். இடையில் இருப்பவர், டாக்டர்தான்!

வரப்ரசாத் இந்திய மருத்துவக் கழகத்துக்குப் போனார். தன்னிடம் ஒரு நல்ல தடுப்பு மருந்து இருப்பதாகத் தெரிவித்தவர், விலை குறைவாக இருந்தாலும் யாரும் அதை வாங்குவதில்லை என்று குறை கூறினார். அவர்கள், வரப்ரசாதைத் தங்கள் சங்கத்தில் வந்து உரை நிகழ்த்தச் சொன்னார்கள். உரைக்கு உடனடியாக அருமையான விளைவு இருந்தது! பல டாக்டர்கள் அவருக்கு உதவி செய்ய முன்வந்தார்கள். எல்லோரும் கூடி யோசித்ததில் நோயாளிகளை நேரடியாக அணுகுவதே சரி என்று முடிவு செய்யப்பட்டது.

பெரிய அளவில் தடுப்பூசி முகாம்கள் அமைக்கப்பட்டன. இந்த முறையும் எதிர்ப்புகள், முட்டுக்கட்டைகள்! எதிர்த்தவர்கள் வேறு யாருமல்ல - மருந்து விற்பனைச் சங்கங்களும் மருந்து உற்பத்தித்துறை தொழிற்சங்கங்களும்தாம். ஆனால் இந்திய மருத்துவக் கழகம் வரப்ரசாதின் பக்கம் உறுதியாக நின்றது. இதுவரை இல்லாத அளவில் முகாம்கள் நடந்தன. ஒரு குறிப்பிட்ட முகாமில் மட்டும் நாற்பதாயிரம் பேர் ஊசி போட்டுக்கொண்டார்கள். எங்கெங்கும் வரிசைகள், எங்கெங்கும் மக்கள் கூட்டம். சாந்தாவுக்கு அமோக வெற்றி!

சாந்தா பயோடெக் இந்த வாக்ஸினை 50 ரூபாய்க்குக் கொடுத்தது. அப்படியும் முதல் ஆறு மாதங்களிலேயே 8 கோடி ரூபாய் வருமானம் வந்தது. முதல் வருடம் முழுவதும் சேர்த்தால் 23 கோடி. அடுத்த இரண்டு வருடங்களில் 32 கோடி, 36 கோடி. மார்ச் 2009-க்குள் 210 கோடி ரூபாயைத் தாண்டிவிடும் என்று எதிர்பார்த்தார்கள்.

முதலில் ஆண்டு ஒன்றுக்கு 80,000 பேருக்குத் தடுப்பு மருந்து கொடுக்கப்பட்டது. பிறகு இது 10 கோடிப் பேருக்கு என்று

உயர்ந்தது. வரப்ரசாதின் கனவு, சாதாரண மனிதனுக்குக் குறைந்த விலையில் தடுப்பு மருந்தைத் தயாரித்துத் தருவது. இன்று அதன் விலை வெறும் 15 ரூபாய்!

ஒரு குறிப்பிட்ட சூழ்நிலைக்குள் ஒரு புதிய ஐடியாவைக் கொண்டுவர முயற்சி செய்யும்போது, இரண்டு விஷயங்கள் நடக்கலாம்: சூழ்நிலை தனக்கு ஏற்றபடி அதை வளைத்துப் பொருத்திக்கொள்ள முயலும். அப்போது புதிய ஐடியாவில் இருந்த புதுமை காணாமல் போய்விடும்! அல்லது, இது தனக்கு ஒத்துவராது என்று சூழ்நிலையே ஐடியாவைத் தள்ளிவிட்டுவிடும்.

புரட்சிகரமான ஒரு ஐடியாவை வாழவைப்பதற்கு, அதற்கு ஏற்றாற்போல் சூழ்நிலையை மாற்றி அமைக்க வேண்டும். இதை இரண்டாவது புரட்சி என்று சொல்லலாம்; அதுதான் சவால். அந்த இரண்டாம் கட்டத்தைப் பற்றி யோசித்துத் திட்டமிடாமல் போனதால் பல பெரிய யோசனைகள் தோல்வி அடைந்திருக்கின்றன.

உங்களுடைய வித்தியாசமான, புரட்சிகரமான ஐடியாக்கள் கடைசியில் பத்தோடு பதினொன்றாக முடிந்துபோனது உண்டா? ஏன் இப்படி நடந்தது? இனியாவது உங்கள் ஐடியாவுக்கு ஏற்ப சூழ்நிலையை மாற்றியமைக்க என்ன செய்யப் போகிறீர்கள்?

‘இந்தியாவில் இருந்த பெரிய மருந்து கம்பெனிகள், சூழ்நிலையைத் தமக்கு ஏற்ப மாற்ற முடியும் என்றே யோசித்ததாகத் தெரியவில்லை. ஆனால் எனக்கு இந்தத் துறையின் பின்னணி எதுவும் தெரியாததால் அப்படி யோசிக்கத் துணிந்தேன்’ என்கிறார் வரப்ரசாத். அவருக்கு விஷயம் தெரியாமல் இருந்ததே நாட்டுக்கு நல்லதாயிற்று!

இன்று, உலக சுகாதார நிறுவனம் ஷான்வாக்கை உபயோகிக்கிறது. அமெரிக்காவிலும் இந்தத் தடுப்பு மருந்து விற்பனையாகிறது. இந்தியாவில் தயாராகும் மருந்துகளில் உலக சுகாதார நிறுவனத்தின் முன் அனுமதி பெற்ற ஒரே மருந்து, ஷான்வாக். இது தவிர நான்கு பிற தடுப்பு மருந்துகளுக்கு மட்டுமே இந்தப் பெருமை கிடைத்திருக்கிறது. அவற்றில் ஒன்று அமெரிக்கத் தயாரிப்பு, இரண்டு கொரியாவிலிருந்து, ஒன்று பெல்ஜியத்தில்

இருந்து. ஒரு சமயத்தில் யூனிசெஃப் உபயோகித்த தடுப்பு மருந்துகளில் 52 சதவிகிதத்தை சாந்தாவே சப்ளை செய்தது.

எப்படிப் பார்த்தாலும் வரப்ரசாத் இன்று ஒரு நிறைவான மனிதராகத்தான் இருக்கவேண்டும். எல்லாவற்றிலும் ஜெயித் திருக்கிறார், நடக்காத காரியத்தை நடத்திக் காட்டியிருக்கிறார், இந்தியாவிலிருந்து ஒரு ஹைடெக் தடுப்பு மருந்தைக் கொண்டு வந்திருக்கிறார். 'இது முடியாது' என்ற மூட நம்பிக்கைகள் பலவற்றைத் தகர்த்திருக்கிறார். அவருடைய சாதனை கொடுத்த ஊக்கத்தில் இந்தியாவில் எவ்வளவோ பயோடெக் கம்பெனிகள் தோன்றி, அவை நன்றாகவும் செயல்பட்டுக் கொண்டிருக் கின்றன. தடுப்பு மருந்தின் விலை 780 ரூபாயிலிருந்து 15 ரூபாய்க்கு இறங்கிவிட்டது.

இத்துடன் வரப்ரசாத் திருப்தி அடைந்திருக்கவேண்டாமா? அதுதான் இல்லை. 'நான் இன்னும் என் லட்சியத்தை நிறை வேற்றவில்லை. இந்தியாவிலிருந்து மஞ்சள் காமாலையை ஒரேயடியாக ஒழிக்கவேண்டும். அதுவரை நான் வெற்றி பெற்றதாக அர்த்தமாகாது' என்கிறார்.

அதற்குள் இந்தப் போராளி தன் அடுத்த போராட்டத்தையும் ஆரம்பித்துவிட்டார். இந்தத் தடவை அவர் எதிர்த்து நிற்பது மற்றொரு கொலைகார வியாதி - கேன்சர்! கேன்சரை எதிர்க்க நோயாளிகளுக்கு உதவும் இண்டர்ஃபெரான் மருந்துகள் 3,000 ரூபாய் ஆகின்றன. இந்த விலையை 400 ரூபாயாகக் குறைக்க வேண்டும் என்பதுதான் வரப்ரசாதின் லட்சியம்.

மறுபடியும் அதே விதமான போராட்டங்கள். மசமசவென்ற அரசு அதிகாரிகள், மாற மறுக்கும் மனப்போக்குகள், மார்க் கெட்டைத் தங்கள் பாக்கெட்டில் போட்டுக்கொண்டிருக்கும் மருந்து கம்பெனிகள். இவர்களுடன் போராடி, கடைசியில் உருவானதுதான் ஷான்ஃபெரான்.

ஷான்ஃபெரானில் ஒரு புதுமை: பிஷியா பாஸ்டோரிஸ் என்ற நவீனமான பல செல் உயிரியின் அடிப்படையில் தயாரிக்கப் பட்ட முதல் ஆல்ஃபா 2-பி இண்டர்ஃபெரான் இதுதான் என்று சொல்லப்படுகிறது. உலகத்திலேயே ஈஸ்ட் செல்களிலிருந்து தயாரிக்கப்பட்ட ஒரே தடுப்பு மருந்து. ஈ-கோலை பாக்டீரியத் திலிருந்து தயாரிக்கப்பட்ட மருந்துகள்போல் இல்லாமல்,

இதற்குப் பக்க விளைவுகள் குறைவு; அவ்வளவு கடுமையாக வும் இருக்காது என்கிறது கம்பெனி.

சாந்தா - ஓர் அறிமுகம்

சாந்தா பயோடெக் எப்படிப்பட்ட கம்பெனி? அதன் பணியாளர் கள் எப்படிப்பட்டவர்கள்?

கே.வி. சுதிர் சாந்தாவில் ஒரு மூத்த விஞ்ஞானி. உஸ்மானியா பல்கலைக்கழகத்தில் முதன் முதலில் கம்பெனி ஆரம்பிக்கப் பட்டபோது சேர்ந்த நால்வரில் ஒருவர். மைக்ரோ பயாலஜியில் விஷயம் தெரிந்தவர்; விரிவுரையாளராகவும் இருந்திருக்கிறார். அவர் நினைத்திருந்தால் எவ்வளவோ வேலைகள் கிடைத் திருக்கும். இருந்தும் அவர் சாந்தாவில் சேர்ந்ததற்குக் காரணம்? 'நான் ஒரு கலகக்காரன். ஏதோ ஒரு கம்பெனியில் சம்பளத்துக்குச் சேர்ந்து, முகமில்லாமல் போய், இயந்திரத்தில் ஒரு பல்லாக இயங்கிக் கொண்டிருக்க முடியாது. மனிதன் ஏதாவது வித்தி யாசமாகச் செய்து காட்டவேண்டாமா?'

சுதிர் வேலையை ஆரம்பித்தபோது அவர்களுக்கு வழிகாட்ட யாரும் கிடையாது. இறக்குமதி செய்யப்பட்ட இயந்திரங்கள் எல்லாமே ஹைடெக்! உள்ளூரில் இருந்தவர்கள் யாருக்கும் அதை எப்படி நிறுவி, வேலை செய்ய வைப்பது என்பதே புரியவில்லை. சுதிரும் அவருடைய தோழர்களும் இயந்திரங் களுடன் வந்த உதவிப் புத்தகத்தைப் படித்துப் படித்து, மெல்ல எல்லாவற்றையும் இயங்க வைத்தார்கள். அடிப்படையிலிருந்து ஆரம்பித்துக் கற்றுக்கொண்டதுதான் எல்லாம்.

சாந்தா பயோடெக் ஆரம்பித்தபோது வேலைக்கான இண்டர் வியூவுக்கு முதலில் வந்த ஒரு விஞ்ஞானிகூட கடைசியில் வேலைக்குச் சேரவில்லை. ஒரு சிலர், தாங்கள் எதிர்பார்த்தது போல பெரிய கம்பெனியாக இல்லை என்று நினைத்தார்கள். வேறு சிலரிடம், கம்பெனி எதிர்பார்த்த அளவு திறமை இல்லை. கடைசியாகச் சேர்ந்தவர்கள் நால்வர். அவர்கள் ஒரு புதிய நிறு வனத்தில், சவாலான சூழ்நிலையில் வேலை செய்யவேண்டும் என்ற ஆவலில் வந்தவர்கள். 'இந்தியாவில் இதற்குமுன் யாரும் செய்யாத ஒரு திட்டத்தைச் செய்யப் போகிறோம்' என்பது அவர்களுக்குத் தெரிந்தே இருந்தது.

நமக்கு முதன்முதலில் ஆதரவு கொடுப்பவர்களை குறைத்து மதிப்பிடக் கூடாது. அவர்கள், நீங்கள் தேடிக்கொண்டிருந்ததுபோல் இல்லாமல் இருக்கலாம். முதல் பரிசோ, இரண்டாவது பரிசோகூட வாங்காமல் போகலாம். ஆனால் புதிதாக ஒன்றை ஆரம்பிக்கும்போது, தானாகவே முன்வந்து அதில் சேருபவர்களுக்கு விலை மதிப்பே கிடையாது. புரட்சிகரமான சவால் என்றால், ஆரம்பக் கட்டங்களில் திறமை அல்ல, தாகம்தான் முக்கியம். தாகம் மட்டும் இருந்தால் எந்தத் தடையையும் தாண்டிவிடலாம்.

ஆரம்பக்கால ஆதரவாளர்கள் உங்கள் பணியில் மனப் பூர்வமான ஈடுபாட்டுடன் வருபவர்கள். அந்த ஈடுபாடும் வேட்கையும்தான் முக்கியம். அவர்கள் மிகுந்த திறமை சாலிகளாக இல்லாவிட்டாலும் பரவாயில்லை. பிறகு திறமையாளர்கள் வந்து சேர்ந்துகொள்வதற்கான சூழ் நிலையை உருவாக்குவதே இவர்கள்தான். திறமையா, வேட்கையா என்று கேள்வி எழுந்தால், எப்போதும் வேட்கையையே தேர்ந்தெடுங்கள்; அதுதான் வெற்றி யையும் தோல்வியையும் வித்தியாசப்படுத்துகிறது.

சுதிர், வழக்கமான வேலை என்றால் சுருங்கிவிடுவார். வித்தியாச மாக ஏதாவது வேண்டும் அவருக்கு. அதனால்தான் சாந்தா பயோடெக்கிலேயே மகிழ்ச்சியுடன் தங்கிவிட்டார்.

வரப்ரசாத், தன் அணிக்கு எதிரே புதிது புதிதாகச் சவால்களைக் கொண்டுவந்து நிறுத்துவார். ஒவ்வொரு முறையும் அதற்காக முற்றிலும் மாறுபட்டுச் சிந்திக்கவேண்டியிருக்கும்.

இண்டர்ஃபெரானின் மார்க்கெட் விலை 2,400 ரூபாயாக இருந்த நேரத்தில், 'நாம் இதையே 150 ரூபாய்க்குள் தயாரிக்கவேண்டும். முடியுமா?' என்றார். இந்தச் சவால், அணியை அடிப்படை யிலிருந்து சிந்திக்க வைத்தது. ஒவ்வொரு கட்டத்திலும் மூலப்பொருட்கள் வீணாவதைத் தவிர்த்தார்கள்; அநாவசியங் கள் அனைத்தையும் நீக்கினார்கள். இன்றைக்கு சாந்தாவின் இண்டர்ஃபெரான் 300 ரூபாய்க்குக் கிடைக்கிறது.

கம்பெனியின் அடிப்படைத் தத்துவம்தான் சுதிருக்கு ஊக்கம் கொடுக்கிறது: 'உடல் நலத்துக்கான தயாரிப்புகளை, சாதாரண மனிதனுக்குக் கட்டுப்படியாகும் விலையில் கொடுக்க

வேண்டும்.' சாதாரண மனிதன் என்றால் அமெரிக்காவில் ஓர் அர்த்தம், இந்தியாவில் வேறு அர்த்தம்!

சுதிருக்கு, சாந்தாவில் குறுக்கீடுகளே கிடையாது, நிம்மதியாக வேலை செய்யலாம் என்பதும் ஒரு முக்கிய வசதி. சுய முயற்சி யால் புதுமையாக ஏதாவது செய்பவர்களுக்கு இங்கே நிறைய மரியாதை. முயற்சி ஒருவேளை தோற்றுப்போய்விட்டாலும் யாரும் முகம் சுளிக்க மாட்டார்கள்.

இதனால் ஒவ்வொருவருக்கும் சுய பொறுப்பு அதிகரிக்கிறது. சுதிர் ஒருமுறை நொதிக்கும் இயந்திரம் ஒன்றை சுத்தம் செய்து கொண்டிருந்தார். நீர்த்த அமிலத்தை ஊற்றினால் சுத்தமாகி விடும் என்று நினைத்துச் செய்தது தவறாகிவிட்டது. அமிலம், இயந்திரத்தின் லைனிங் முழுவதையும் அரித்துவிட்டது. சுதிருக்கு பயங்கர அதிர்ச்சி!

அன்றும் சரி, பிறகும் சரி, சுதிரை யாரும் எதுவும் சொல்ல வில்லை. புதிய இயந்திரம் ஒன்று ஆர்டர் செய்யப்பட்டது. அதுவோ, இறக்குமதி செய்யவேண்டிய இயந்திரம். வந்து சேருவதற்கு நான்கு மாதங்கள் ஆகின. தன் வாழ்க்கையிலேயே வலி மிகுந்த நான்கு மாதங்கள் அவைதான் என்கிறார் சுதிர். வேலை சுத்தமாக நின்றுபோய்விட்டது. இருந்தும் ஒரு வார்த்தை கண்டனம் இல்லை. இதனாலேயே சுதிரின் மன அழுத்தம் மேலும் அதிகரித்துவிட்டது. இனி ஒரு முறை வாழ்நாளில் இப்படி நடக்கவிடக்கூடாது என்று உறுதி தோன்றியது. 'அன்று முதல், ஒரு புதிய இயந்திரம் என்றால் அதன் கையேட்டைக் கவனமாகப் படித்துப் பார்த்தபிறகுதான் தொடுவேன்' என்கிறார் சுதிர்.

சாந்தாவில் தவறுகள் தவறல்ல; ஆனால் ஒரு தவறு நடந்தபிறகு அதை மூடி மறைப்பதுதான் தவறு. இப்படிச் செய்ததற்காக சிலர் வேலையை விட்டே நீக்கப்பட்டதும் உண்டு. மருந்து கம்பெனி யில் தவறுகள் மறைக்கப்பட்டால் நோயாளிகளின் உயிருக்கே ஆபத்தாக முடியக்கூடும். அதனால்தான் இவ்வளவு கடுமை.

ஆபரேஷன்ஸ் துறையில் துணைத் தலைவராக இருப்பவர் எஸ்.வி. கோட்பாகி. 'சாந்தா ஒரு உணர்ச்சிப் பிழம்பான கம்பெனி' என்கிறார் அவர். சாந்தா பயோடெக் பிறந்ததே, வரப்ரசாத் இகழ்ச்சியைக் கண்டு உணர்ச்சி மயமாகப் பொங்கி எழுந்தபோதுதானே?

ட்ரான்ஸ்ஜீன் என்ற இன்னொரு கம்பெனியும் இந்தியாவில் ஹெபடைடிஸ்-பி தடுப்பு மருந்து தயாரிக்க முயன்றதுண்டு. அவர்களுக்கு தொழில்நுட்பம் வெளிநாட்டிலிருந்து கிடைத்தது. இருந்தும் அவர்கள் வெற்றி பெறவில்லை. 'ட்ரான்ஸ் ஜீனுக்கு ஒரு நல்ல தொலைநோக்குத் திட்டம் இருந்தது. இருந்தும் அவர்களால் இதைச் செய்ய முடியவில்லை. சாந்தாவோ, இதை உணர்வுபூர்வமாக அணுகியது. உணர்ச்சி நிறைந்த இலக்கு இருந்தால் போதும் - வியூகங்கள், ஆள் பலம், வசதிகள், கருவிகள் எல்லாம் தானாகவே வரும்' என்கிறார் கோட்பாகி.

இன்றைக்கு, சாந்தாவில் வேலை செய்யும் கடைசி ஆள்வரை இதில் உயிரோடும் உணர்வோடும் கலந்துவிட்டவர்கள். தாங்கள் செய்யும் ஒவ்வொரு செயலின் விளைவுகளும் அவர்களுக்குத் தெரியும். ஒரு சின்னத் தவறு, கவனக் குறைவு நேர்ந்தாலும் குறைபாடான மருந்து வெளியே போய்விடும். அது திரும்பி வந்து அவர்களுடைய குடும்பங்களையே பாதிக்கும்.

எல்லோருக்கும் தங்கள் பணியின் முழுப் பரிமாணங்களும் தெரிந்திருக்கவேண்டும் என்பதற்காக, குறைந்தது மூன்று நான்கு வேலைகளையாவது செய்யத் தெரியவேண்டும். ஒவ்வொரு ஏரியாவிலும் ஆரம்பம் முதல் இறுதி வரை எல்லாச் செயல்பாடுகளையும் கற்றுக்கொள்வார்கள். பெரும்பாலான கம்பெனிகள் இப்படிச் செய்வதே இல்லை. முழுவதும் வேலை தெரிந்தவர்கள் கம்பெனியைக் கைவிட்டு, போட்டியாளர் களிடம் போய்விட்டால் என்ன செய்வது என்ற கவலைதான்.

ஆனால் சாந்தாவில் ஒவ்வொருவரும் திருப்தியுடன் வேலை செய்ய வேண்டும் என்பதுதான் முக்கியம். 'ஒரு நிறுவனத்தில் வேலை செய்பவர்களுக்கு மனத் திருப்தி இல்லை என்றால், செயற்கையாக தரக் கட்டுப்பாடு, விதிமுறைகள் இவற்றை வைத்துக்கொண்டுதான் காலம் தள்ள வேண்டும்' என்கிறார் கோட்பாகி. சாந்தாவுக்கு அந்தப் பிரச்னை கிடையாது!

சாந்தா என்ற நிறுவனம் முழுவதும் தாகமும் வேகமும் கொண்ட பித்தர்கள் நிறைந்திருக்கிறார்கள். 'தண்ணீரின்மீது நடக்க வேண்டுமா?' என்று கேட்டால், 'ஓ, முடியுமே!' என்று கிளம்புபவர்கள் அவர்கள். எத்தகைய சவால் எழுந்தாலும் எதிர்த்தாலும் துளிகூடத் துவளாதவர்கள் அவர்கள்.

> **உலகம் வேகமாக மாறிக்கொண்டிருக்கிறது. உங்கள் நிறுவனம் தொடர்ந்து தன்னைத்தானே புதுப்பித்துக் கொள்ளவேண்டும். இதைச் செய்யக் கூடிய தகுதி படைத்தவர்கள் உங்களிடம் இருக்கிறார்களா? உங்கள் நிறுவனத்தில் புதுமைத் தாகம் கொண்ட- ஏன், வெறி பிடித்த- மனிதர்கள் எவ்வளவு பேர் இருக்கிறார்கள்? அதிகம் பேர் இல்லை என்றால் அதற்கு என்ன செய்யப் போகிறீர்கள்?**

போர்க் கோலத்தில் வரப்ரசாத்

செய்தே ஆகவேண்டிய விஷயங்கள் இருக்கின்றன; ஆனால் யாரும் செய்வதாகக் காணோம். இதைக் கண்டுதான் வரப்ரசாதுக்குத் தாங்கவில்லை. அவருடைய தேடல் ஆரம்பித்தது இப்படித்தான். தடுப்பு மருந்துகளால் எவ்வளவோ உயிர்களைக் காப்பாற்ற முடியும்; ஆனால் உயிர்கள் காப்பாற்றப்படுவதில்லை. காரணம், மருந்து கம்பெனிகளின் லாப நோக்கம்தான். ஷான்வாக்கை அவரால் 50 ரூபாய்க்கு விற்க முடிந்தது என்றால், ஏதோ புதிய தொழில் நுட்பத்தைக் கண்டுபிடித்துவிட்டார் என்பது அல்ல; மற்றவர்கள்போல் 3,000% லாபம் பார்க்க அவர் முயற்சி செய்யவில்லை; அவ்வளவுதான். 'எங்கள் தொழில், உயிர் காப்பது; மருந்து விற்று லாபம் சம்பாதிப்பது அல்ல' என்பது சாந்தாவின் மந்திரம்.

பின்வரும் மூன்று அம்சங்கள் இருந்தால் சாந்தா அதன் தயாரிப்பில் ஈடுபடும்:

1. *ஒரு பொருளை இறக்குமதி செய்யவேண்டியிருக்கிறது.*
2. *மனித வாழ்க்கையை மேம்படுத்தவல்ல பொருள் அது.*
3. *ஆனால் சாதாரண மனிதனுக்கு எட்டாத விலையில் விற்கப் படுகிறது.*

வரப்ரசாத் திரும்பத்திரும்ப முடியாத காரியத்தையெல்லாம் முடித்துக் காட்டியது எப்படி? ஒன்றைச் செய்ய முடியாது என்றால் அவர் அதை ஒப்புக்கொள்வதில்லை; அவர் செய்வதே

இவ்வளவுதான். காயத்ரி மந்திரத்தின் ஒரு வரி அவருக்கு ஊக்கம் கொடுக்கிறது: 'நல்ல காரியம் ஆரம்பிக்கப்படட்டும்; எல்லாம் நல்லபடியாக முடியும்.'

'பயோடெக் தொழிலில் இருப்பவர்கள் ஒரு விஷயம் முடியாது என்றால் அது ஏன் என்பதைத் தெரிந்துவைத்திருந்தார்கள். நானோ வெளி ஆசாமி. ஏன் முடியாது என்ற விஷயமே எனக்குத் தெரியாது. மற்ற பல தடுப்பு மருந்துகள் 15 ரூபாய்க்குக் கிடைக்கும்போது, மஞ்சள் காமாலை தடுப்பு மருந்தை 50 ரூபாய்க்குள் கொண்டுவர முடியாதா? அதுவே மூன்று மடங்கு அதிகம்தானே? எனவேதான் நான் அதை ஆரம்பித்தேன்; முடித்தேன்' என்கிறார் வரப்ரசாத்.

வரப்ரசாத் ஆதரவு தேடுவதற்காக, பலருக்கு வேண்டுகோள் விடுத்தார்; கடிதங்கள் எழுதினார்; கிடைத்த மேடைகளில் எல்லாம் பேசினார். அவரைச் சுற்றி மக்கள் கூடினார்கள். தாமாகவே உதவி செய்தார்கள். 'தேசத்துக்கு ஏதாவது செய்தாக வேண்டும் என்ற தாகம் கொண்டவர்கள் இருந்தால், நான் தூரத்திலிருந்தே மோப்பம் பிடித்துவிடுவேன்' என்கிறார் வரப்ரசாத்.

அவர் வேலைக்கு எடுப்பவர்கள் எல்லோருக்கும் சரியான மனப்பாங்கு இருக்கவேண்டியது அவசியம். வளரவேண்டும் என்ற வேட்கை இருக்கவேண்டும். கம்பெனியை எப்படி நடத்துவது என்பதைப் பெருமளவுக்குத் தீர்மானிப்பதே ஊழியர்கள்தான்.

புதுமை படைப்பது, முன்னோடியாக இருப்பது என்பதற்கு சாந்தா பயோடெக்கிடம் நாம் கற்றுக்கொள்ள வேண்டியது என்ன? உங்கள் துறையில் முடியாத காரியம் என்று ஏதேனும் உள்ளதா? அந்த நம்பிக்கைக்கு அடிப்படை என்ன? அனுபவ அறிவுதானா? யாருடைய அனுபவம்?

தான் ஒரு உயிரியல் வல்லுநர் அல்லன் என்பதை வரப்ரசாத் ஒப்புக்கொள்கிறார். 'சாந்தாவில் முதலாளியும் கிடையாது, தலைவரும் கிடையாது. எல்லோரும் சமம்' என்கிறார். சாந்தாவின் அணிக்கு கம்பெனி பங்குகள், ஊழியர் பங்குகள், லாபப் பகிர்வு என்று பலவிதங்களில் செல்வத்தில் பங்கு உண்டு.

‘ஆனால் எங்கள் அனைவருக்கும் சமுதாயக் கடமைகள் இருக்கின்றன. முதலில் அவற்றை நிறைவேற்றியாக வேண்டும்’ என்கிறார் வரப்ரசாத்.

முடியாத காரியம் என்று கருதப்படுவதெல்லாம் கற்பனையில் விளைந்த கோட்டைதான். அதற்கு அஸ்திவாரமே கிடையாது. இன்றைக்கு முடியாது எனப்படும் வேலை ஒன்றை எடுத்துக் கொள்ளுங்கள். அதைச் செய்வதற்கு ஒரு வழி கண்டுபிடியுங்கள். இப்போதே ஆரம்பியுங்கள். முடியாத - அல்லது உங்கள் நிறுவனத்தில் இதுவரை செய்யப்படாத - காரியங்களில் மூன்றை யாவது எடுத்துக்கொள்ளுங்கள். இந்த மாத இறுதிக்குள் செய்து முடியுங்கள்.

இப்போது சாந்தா பயோடெக்னிக்ஸ் இந்தியாவிலேயே இந்தத் துறையில் மிகவும் மதிக்கப்படும் கம்பெனிகளில் ஒன்று. ஏற் கெனவே நிறையத் தயாரிப்புகளைக் கொண்டுவந்துவிட்டது. இன்னும் பல உருவாக்கப்பட்டுக்கொண்டிருக்கின்றன. மெரியோ அலயான்ஸ் என்ற ஃப்ரெஞ்சு கம்பெனி சமீபத்தில் ஓமன்காரர்கள் வைத்திருந்த பங்குகளை வாங்கி, சாந்தா பயோடெக்கில் ஒரு பகுதியைக் கையகப்படுத்தியுள்ளது. சாந்தா இப்போது மெரியோ குழுமத்தின் ஒரு பகுதியாக இருந்தாலும் வரப்ரசாத் ரெட்டிதான் இன்னும் அதன் தலைவர்.

இதெல்லாம் ஆரம்பித்தது, வரப்ரசாதுக்கு ஆத்திரம் வந்தபோது! ‘இடர் பல வந்தாலும், தடை பல நேர்ந்தாலும் கலங்க மாட்டேன்’ என்று அவர் நிமிர்ந்து நின்றபோது.

> இது வரை நீங்கள் எவ்வளவு தடைகளை எதிர்த்துப் போராடியிருக்கிறீர்கள்? உங்களுடைய மகத்தான ஐடியாக்கள் பல நீர்த்துப்போனதுண்டா? என்ன மாதிரி இயற்கைச் சக்திகள் அதற்குக் காரணம்? தனி மனித சக்திகளா, நிறுவனங்களா, தொழில்துறையா, தேசமா, கலாசாரமா?
>
> மூலையில் முடங்கி உட்கார்ந்துகொண்டு ‘இந்த நாட்டில் அமைப்புகளே சரியில்லை’ என்று முனகிக்கொண்டு இருப்பதில் அர்த்தமில்லை. இயற்கை தன் வேலையைச் செய்துகொண்டுதான் இருக்கும்; அது மறுக்க முடியாத உண்மை. அதை எதிர்த்துப் போரிட வழி கண்டு

பிடியுங்கள். உங்களுக்கும், வரலாறு படைக்கும் உங்கள் கனவுகளுக்கும் இடையில் நிற்பதெல்லாம், பஞ்ச பூதங்களில் இரண்டொன்றுதான்; சளைக்காமல் போராடுங்கள்!

வரப்ரசாத் அப்படித்தான் போராடினார். தேசம், கலாசாரம் என்ற இரண்டு பலமான பூதங்களுடன் போராடினார். அவரால் முடிந்தது என்றால் உங்களாலும் முடியும்.

நல்ல காரியம் ஆரம்பிக்கப்படட்டும்; எல்லாம் நல்லபடியாகவே முடியும்!

10. நகர்ப்புற சீரமைப்பு: மாறியது சூரத், மாற்றியவர் யாரோ?

சுற்றிக்கொண்டிருக்கும் செக்கு மாட்டுப் பாதையை விட்டு விலகுவது என்றால் என்ன? கிரகங்களோ, அல்லது நாடு நகரங்களோ, ஒரு நிறுவனமோ அல்லது தனி மனிதனோ - பழகிய பாதையை விட்டு முற்றிலும் புதிய தடத்தில் கால் பதிக்க ஆரம்பிப்பது.

உபயோகிப்பதற்குச் சுலபமான கம்ப்யூட்டரை வடிவமைப்பதற்கு, எவ்வளவோ டெக்னிக்கல் ஆசாமிகள் முயன்றுகொண்டிருந்தார்கள். ஸ்டீவ் ஜாப்ஸ் அதில் நுழைந்தபிறகு, சுலபமாக இயக்கக்கூடிய கம்ப்யூட்டர் என்பது போய்விட்டது; 'ஒரு மகத்தான கம்ப்யூட்டரைத் தயாரிக்கவேண்டும்' என்று ஆட்டத்தையே அவர் மாற்றிவிட்டார்! விளைவாகப் பிறந்தது தான் அற்புதமான மக்கின்டாஷ் கம்ப்யூட்டர்! கம்ப்யூட்டர் யுகத்தின் தடமே மாறியது.

நம் நாட்டு உதாரணம் ஒன்று: எஸ்.கே. சிங் பாட்னாவில் முனிசிபல் ஆணையராக இருந்தார். சொத்து வரி கணக்கிடுவதற்கு அப்போது இருந்த விதிமுறைகளில் நிறைய ஊழல். பொதுமக்களுக்கும் தொல்லை. சிங் யோசித்தார். 'சொத்து வரிக் கணக்கீடுகளை வெளிப்படையாக ஆக்கவேண்டும். யாரும் ஏமாற்ற வாய்ப்பு இருக்கக் கூடாது. அதே சமயம், வரி மதிப்பீடு செய்பவர்கள் மனம் போனபடி வரி நிர்ணயிக்கவும் இடம் வைக்கக் கூடாது. என்ன செய்யலாம்?'

அரை நூற்றாண்டு காலமாக இருந்துவந்த விதிமுறைகளை எடுத்துப் பார்த்தார்; 256 பக்கங்களுக்கு

வீங்கிக்கிடந்தது. சிங் அதை ஒன்றரைப் பக்கமாகச் சுருக்கினார்! எவ்வளவோ எதிர்ப்புகளுக்கு இடையே அதை நிறைவேற்றினார். இன்றைக்கு, அவருடைய வெளிப்படையான வரிவிதிப்பு முறைதான் நாடு முழுவதும் அமலுக்கு வந்துகொண்டிருக்கிறது. உத்தரப் பிரதேசம், மத்தியப் பிரதேசம், தமிழ்நாடு அரசுகள் இதுபோன்ற முறையைக் கடைப்பிடிக்க ஆரம்பித்திருக்கின்றன.

சூரத் நகரில் ஒரு புதிய அரசாங்க அதிகாரி பதவிக்கு வந்தார். கொள்ளை நோயால் பீடிக்கப்பட்ட அந்த நகரத்தின் போக்கையே திசை திருப்பினார். இன்றைக்கு நாட்டிலேயே இரண்டாவது சுத்தமான நகரம் சூரத்.

> நாம் எப்போதுமே ஒரு பெரிய சந்தர்ப்பம் கிடைக்காதா என்று காத்திருக்கிறோம்; ஒரு நல்ல வாய்ப்பு அமையாதா என்று ஏங்குகிறோம். உண்மை என்னவென்றால், அந்தச் சந்தர்ப்பம், அந்த வாய்ப்பு எப்போதும் நம்முடனேதான் இருக்கிறது!
>
> கையில் இருப்பதை வைத்துக்கொண்டு ஒரு சின்னத் துளி மாற்றம் கொண்டுவரவேண்டும். சுற்றுமுற்றும் பாருங்கள்; கண்ணில் படும் ஒவ்வொரு முன்னேற்றமும் நடந்தது ஒரு தனி மனிதனால். ‘கொடுத்த வேலையை மட்டும் செய்துவிட்டுப் போனால் போதும்’ என்று நினைக்காத தனி மனிதனால்.
>
> அந்த ஒரு துளி மாற்றத்தைக் கொண்டுவர, இன்றைக்கு நீங்கள் என்ன செய்யப்போகிறீர்கள்?

நடந்து நடந்து நைந்துபோன பாதையை விட்டு விலக என்ன செய்யலாம்? பெரும்பாலான புரட்சியாளர்கள் எல்லாம் நம்மைப் போன்ற சாதாரண மனிதர்கள்தாம். சவால் நிறைந்த புதிய வேலைக்கு மாறியோ, மாபெரும் திட்டம் ஒன்றைக் கேட்டுப் பெற்றோ அவர்கள் சாதனை செய்யவில்லை. தங்களுடைய தற்போதைய வேலையையே வித்தியாசமாகச் செய்தார்கள்; அவ்வளவுதான்.

சூரத்தின் எஸ்.ஆர். ராவை எடுத்துக்கொள்ளுங்கள். பல பத்தாண்டுக் காலமாக சூரத் என்பது இந்தியாவின் மிக அழுக்கான நகரங்களில் ஒன்று. ராவ் தனக்கு முன்னால் இருந்த

நகராட்சி ஆணையர்களைவிட வித்தியாசமாகச் செயல்பட்டார். இருபதே மாதங்களில் சூரத்தை இந்தியாவிலேயே இரண்டாவது சுத்தமான நகரமாக மாற்றிக் காட்டினார். அவர் செய்ததெல்லாம், 'அந்தச் சிறு துளி மாறுதலைக் கொண்டுவருவது எப்படி?' என்று தன்னைத் தானே கேட்டுக்கொண்டதுதான். வேறு எந்த வசதி வாய்ப்புகளும் இல்லாமல், ஆதரவுக்கு ஆள் இல்லாமல், வழிகாட்டுதல் இல்லாமல், தன்னுடைய கடமையை மட்டுமே செய்தார்; ஒரு நகரத்தையே அதன் செக்கு மாட்டுப் பாதையைவிட்டு வெளியே இழுத்து வந்தார்.

> உங்களால் உங்கள் வாழ்க்கையை மாற்ற முடியும். உங்கள் வேலை, உங்கள் நிறுவனம், தொழில்துறை அல்லது நாடு நகரத்தைக்கூட மாற்ற முடியும். இன்றைக்கு, இப்போது நீங்கள் செய்யும் உத்தியோகத்திலேயே மொத்த உலகத்தையும் மாற்ற முடியும்!
>
> சின்ன வேலை, சின்னப் பொறுப்பு என்று எதுவும் கிடை யாது. எந்த ஒரு வேலையையும் சரியான கோணத்தில் அணுகினாலே போதும்; நம்மால் மனித நாகரிகத்தையே மாற்ற முடியும்.

ஒரு நகரத்தின் தலையெழுத்து மாறுகிறது!

1995-ல் ராவ் சூரத்தின் நகராட்சி ஆணையராகப் பதவி ஏற்றார். இந்த 400 வருடப் பழமையான நகருடன் ஒரு பழமையான நோய்க்கும் சேர்த்தே பொறுப்பு எடுத்துக்கொண்டார்: ப்ளேக் என்ற கொள்ளை நோய்!

1994 செப்டம்பரில் நல்ல பருவ மழை. சூரத்தில் வெள்ளம். தண்ணீர் தேங்கிய தெருக்களில் நிறைந்திருந்த குப்பை கூளங்களின் புண்ணியத்தில் நகரைக் கொள்ளை நோய் தாக்கியது. அடுத்த இரண்டு மாதங்களில் சூரத்தும் அதன் நகராட்சியும் பம்பரமாக வேலை செய்தன. ஆனால் மூன்று மாதம் கழித்து எல்லாம் பழையபடியே மாறிவிட்டது.

நவம்பர் 1994-ல் INTACH நிறுவனம் எடுத்த கருத்துக் கணிப்பு ஒன்றில், சூரத் இந்தியாவிலேயே அசுத்தமான நகரங்களில் ஒன்று என்று கண்டறியப்பட்டது. அதற்கு ஏற்ப, மறுபடி சூரத் தன் பழைய வழிக்கே திரும்பிவிட்டது. குஜராத்தில் மலேரியா

வினால் நேர்ந்த மரணங்களில் சரிபாதி சூரத்தில்தான் நிகழ்ந்தன. அதன் திறந்த சாக்கடைகளும் அசுத்தமான சாலைகளும், எப்போது விபரீதம் நேரும் என்று எதிர்பார்த்துக் காத்துக் கிடந்தன! 1995-ல் மறுபடி மழைக் காலம் ஆரம்பித்தபோது, பழைய வரலாறு திரும்பப் போகிறது என்றுதான் எல்லோரும் பயந்தார்கள்.

அப்போதுதான் ராவ் காட்சியில் நுழைகிறார்.

இன்றைக்குக் கேட்டாலும் கதை கதையாகச் சொல்கிறார்கள் - ஒரு மே மாதக் காலை நேரத்தில் முனிசிபல் அலுவலகத்துக்குள் சாவகாசமாக நுழைந்தாராம்; ஒரு கதவில் சாய்ந்துகொண்டு நின்றாராம். புகையிலைப் பையிலிருந்து தன்னுடைய ட்ரேட் மார்க் சிகரெட்டைச் சுருட்டி வாயில் பொருத்திப் பற்ற வைத்துக்கொண்டே 'நான்தான் ராவ்... எஸ்.ஆர். ராவ்' என்றாராம்.

அன்றிலிருந்து சரியாக இரண்டே வருடம். INTACH நிறுவனத் தின் அடுத்த கருத்துக் கணிப்பு, சண்டிகருக்கு அடுத்தபடி இந்தியாவிலேயே சுத்தமான நகரம் சூரத்தான் என்றது!

1994-ல் சூரத்தில் மலேரியாவால் பாதிக்கப்பட்டவர்கள் 22,000 பேர். 1997-ல் இது 496-ஆகக் குறைந்தது. மொத்தத்தில், நகரத்து டாக்டர்களின் வருமானமே 66 சதவிகிதம் சரிந்துவிட்டது என்று சூரத் மருத்துவர் சங்கம் தெரிவித்தது! சுகாதாரம் முன்னேற, மக்கள் உடல்நலமும் முன்னேற, தண்ணீரால் பரவும் நோய்கள் வெகுவாகக் குறைந்தன.

சுகாதாரச் சேவைகளின்கீழ் வரும் மக்களின் எண்ணிக்கை 63%-லிருந்து 97%-ஆக உயர்ந்தது. பாதுகாக்கப்பட்ட குடிநீர் இதுவரை 60% மக்களுக்குக் கிடைத்து வந்தது. இப்போது 95%. இதற்குமுன் தினசரி 40% குப்பைகள்தான் அள்ளப்பட்டு வந்தன. இப்போது 98%. முக்கிய சாலைகள் 98 கிலோமீட்டர் நீளத்துக்கு அகலப்படுத்தப்பட்டன. 300 கிலோமீட்டருக்கு புதிய சாலைகள் போடப்பட்டன. 98.2% தெருக்களுக்கு விளக்கு வந்தது. இத்தனையும் ராவ் பொறுப்பேற்ற இருபது மாதங்களில்.

பத்து வருடம் கழித்தும் அவருடைய தாக்கம் குறையவில்லை. 2002 முதல் இன்றுவரை சூரத்தில் மலேரியாவினால் மரணங்களே

நேரவில்லை என்று நகராட்சி தெரிவிக்கிறது. 22,000-ஆக இருந்ததை பூஜ்ஜியத்துக்கு இறக்கியது எப்படிப்பட்ட சாதனை!

ராவ் செய்த சாதனையின் அளவைப் பாருங்கள். இருபதே மாதங்களில் ஒரு நகரத்தை அடியோடு மாற்றிக்காட்டினார். சூரத் ஏதோ சிறு நகரம் அல்ல; அகமதாபாதுக்கு அடுத்தபடியாக குஜராத்திலேயே பெரிய நகரம். இந்தியாவின் 12-வது பெரிய நகரம். ஜனத்தொகை சுமார் 30 லட்சம். இந்தியாவிலுள்ள 11 மெட்ரோபாலிடன் நகர்களில் ஒன்று. சில பகுதிகளில், ஒரு சதுர கிலோமீட்டருக்கு 54,000 பேர்வரை வசிக்கும் நெருக்கம் மிகுந்த நகரம்.

1995-க்குமுன் சூரத்தின் மக்கள் தொகையில் 40%-க்கு மேல் குப்பங்களில் வசித்தார்கள். பெரும்பாலானவற்றில் வடிகால் வசதியே கிடையாது. மழைக்காலம் வந்தால் வீடுகளைச் சுற்றிக் கழிவு நீர் தேங்கிவிடும். தாழ்வான பகுதிகளில் வெள்ளம்தான்! மலேரியா, சீதபேதி, காலரா, மஞ்சள் காமாலை போன்று தண்ணீரால் பரவும் வியாதிகள் நகரை நிரந்தரமாகக் குத்தகைக்கு எடுத்திருந்தன. எனவே சூரத்துக்குக் கொள்ளை நோய் வந்ததில் ஆச்சரியமே இல்லை; வரவேண்டிய வியாதிப் பட்டியலில் அடுத்து இருந்ததே அதுதான்.

சூரத் நகராட்சி, நாட்டிலேயே பழமையானது. நம்பிக்கையைத் தொலைத்துவிட்ட அரசாங்க ஊழியர்கள்; எங்கும் ஊழல் மயம். இப்படி இருந்த நகரத்தைத்தான் நம்ப முடியாத வேகத்தில் தலைகீழாக மாற்றினார் ராவ். ஒருவர் ஒரு லட்சியத்தில் முழு மூச்சாக இறங்கிவிட்டால் என்னவெல்லாம் சாதிக்க முடியும் என்பதற்கு இதுவே சாட்சி. அவருடைய லட்சியம், ப்ளேகை ஒழிக்கவேண்டும்; சூரத்தை மாற்றவேண்டும்.

மாபெரும் தடைகளை மீறி இதை எப்படி அவர் சாதித்தார்? அரசாங்க ஊழியர்கள் தங்கள் திறமைக் குறைவை மறைக்கச் சில சாக்கு போக்குகள் சொல்வதுண்டு என்கிறார் ராவ். அவற்றை யெல்லாம் அவர் முதலில் தட்டிக் கேட்டார்:

1. இருக்கிற விதிமுறைகள், சட்டங்கள், அதிகாரப் படிக் கட்டுகள் எல்லாம் பத்தாம்பசலித்தனமாக உள்ளன; இவற்றை வைத்துக்கொண்டு உருப்படியாக ஒன்றும் செய்ய முடியாது.

2. நம்மிடம் நிதி வசதி இல்லை; எனவே எதையும் ஒழுங்காகச் செய்ய முடியாது.

3. நம்மிடம் போதுமான ஆள் பலம் இல்லை. இருக்கிறவர்களுக்கும் திறமை போதாது.

4. அரசியல் அதிகாரக் குறுக்கீடுகள் நம் கையைக் கட்டிப் போட்டு வைத்திருக்கின்றன.

5. முடிவுகள் எடுக்கும் அதிகாரம் நமக்குக் கிடையாது.

அரசு அதிகாரிகள் இதுபோன்ற கற்பிதங்களுக்குப் பின்னால் ஒளிந்துகொள்கிறார்கள் என்கிறார் ராவ். நாம் எல்லோருமே சாதாரண வேலைகளுக்குக்கூட இதுபோன்ற சாக்குகளைச் சொல்கிறோம். மனித நாகரிகத்தை மாற்ற முயற்சியே செய்யாமல் இருப்பதற்கு நாம் சொல்லும் போலிக் காரணங்கள்தான் இவை.

நமக்கு என்றைக்கும்தான் நிதிப் பற்றாக்குறை இருக்கப் போகிறது. விதிகளும் சட்டங்களும் எங்கேயும் ஓடிப் போய்விடப் போவதில்லை. ஆள் பலமும் திறமைக் குறைவும் நிரந்தரமான பிரச்னைகள். அரசியல்வாதிகள் தான் நம் வேலையில் தலையிடாமல் இருக்கப் போகிறார்களா? அல்லது போதுமான அதிகாரம்தான் நமக்குக் கிடைத்துவிடப் போகிறதா?

இதில் உங்களுக்குப் பிடித்தமான சாக்கு எது? எப்போதும் மூக்கால் அழுதுகொண்டு, எல்லாவற்றுக்கும் சப்பைக்கட்டு கட்டிக்கொண்டு காலத்தைக் கழித்துவிடப் போகிறீர்களா? அல்லது நிலைமையை மாற்றுவதற்கு ஏதாவது செய்யப்போகிறீர்களா? பின்னொரு நாளில் உங்கள் வாழ்க்கையைத் திரும்பிப் பார்க்கும்போது வரிசையாக நிற்கப் போவது சாதனைகளா, சாக்கு போக்குகளா?

சூரத்தின் நகராட்சி ஆணையராக ராவ் பொறுப்பேற்றபோது, முனிசிபல் விவகாரங்களைப் பொருத்தவரை அவர் ஒரு புதுமுகம். ஐ.ஏ.எஸ் அதிகாரியான அவருக்கு நகராட்சிகளை நடத்துவதில் அனுபவம் இல்லை. தன் சகாக்களிடம், ‘இந்த ஊர் இப்படி இருக்கிறதே, இதற்கு என்ன செய்யலாம்?’ என்று கேட்டார். அவர்கள் ஒருமித்த குரலில் ‘ஒன்றும் செய்ய

முடியாது. இந்த ஊர் ஜனங்களே சுத்த மோசம். குடிமக்கள் சரியில்லை என்றால் முனிசிபாலிட்டி மட்டும் என்ன செய்ய முடியும்? ஒவ்வொருவரும் தெருவிலேயே குப்பையை வீசுகிறார்கள். நாம் ஒன்பது மணிக்கு அள்ளுகிறோம்; பத்து மணியானால் மறுபடி குப்பை தெருவுக்கு வந்துவிடுகிறது. இந்த மக்களுடைய ரத்தத்திலேயே ஊறிப் போய்விட்ட விஷயம் இது' என்றார்கள்.

'சரி. இப்போது நான் என்ன செய்ய வேண்டும்?' என்றார் ராவ்.

'நீங்கள்தானே இங்கே பாஸ்? எல்லா ஃபைல்களையும் படித்து நீங்கள்தான் முடிவுகள் எடுக்கவேண்டும்' என்றார்கள்.

'தினம் தினம் 500 கோப்புகள் வந்தன. சாதாரணச் சம்பளம் வாங்கும் ஒரு க்ளார்க்குக்கும் எனக்கும் வித்தியாசம் தெரிய வில்லை. அவரைப்போல் மூன்று மடங்கு சம்பளம் வாங்கு கிறேன். இருந்தும் அதே வேலைதானா? காலையில் க்ளார்க் ஃபைலை ஆரம்பிப்பார். மாலையில் அப்படியே என் மேஜைக்கு வந்து சேரும். எல்லாம் தடிதடியான கோப்புகள்; படித்துப் படித்து என் கண்ணே அவிந்து போய்விட்டது! கொஞ்ச நாள் கழித்து கோப்புகளைப் பார்ப்பதையே நிறுத்திவிட்டேன். அர்த்தமே இல்லாத வேலை.'

ராவ் அடுத்த ஒரு மாதம், தன்னைச் சுற்றி என்ன நடக்கிறது என்பதைக் கவனித்தார். கூட்டங்கள் கூட்டினார்; மக்களிடம் பேசினார். களத்துக்குப் போனார். சூரத் முழுவதும் கால்நடை யாகச் சுற்றினார். பத்து வருடம் கழித்தும் அவருடைய சகாக்கள், மனிதர் எப்படி சளைக்காமல் ஊர் முழுவதும் நடந்தார் என்று ஆச்சரியமாகப் பேசிக்கொள்கிறார்கள்.

> வியக்கத்தக்க செயல்களைச் செய்யாமல் தட்டிக் கழிப் பதற்கு நாம் அடிக்கடி சொல்லும் காரணம், 'எனக்குப் போதுமான அதிகாரம் கொடுக்கப்படவில்லை' என்பது தாகும். உண்மையில், யாரும் நமக்கு அதிகாரத்தைத் தட்டில் வைத்துக் கொடுப்பதில்லை. நாம்தான் அதிகாரத்தை எடுத்துக்கொள்ள வேண்டும்; அல்லது புதிதாக உருவாக்கிக்கொள்ள வேண்டும்.
>
> எஸ்.ஆர்.ராவ் ஒரு சாதாரண முனிசிபல் கமிஷனர். பெரும்பாலான நகரங்களில் இது ஒரு சின்ன,

தொந்தரவில்லாத பதவி. இருந்தும் அவர் தன்னைத் தானே நகரத்தின் மிகச் சக்தி வாய்ந்த மனிதராக ஆக்கிக்கொண்டார். அதிகாரமே இல்லாத எந்தப் பதவியிலும் போதுமான அதிகாரம் இருக்கிறது - அதைக் கையில் எடுத்துக் கட்டி ஆளத் தெரிந்தவர்களுக்கு!

டி.என்.சேஷனுக்கு முன்னால் இருந்த தேர்தல் கமிஷனர் யார் பெயராவது உங்களுக்கு ஞாபகம் இருக்கிறதா? சேஷன் தன்னுடைய பதவி சிறியது என்றோ, அதிகாரமில்லாதது என்றோ ஒப்புக்கொள்ள மறுத்தார். அந்தப் பதவியின் அடி வேர்வரை மாற்றி அமைத்தார். இன்றைக்குத் தேர்தல் கமிஷன் இருக்கும் உயரத்துக்கு அந்தப் பதவியைக் கொண்டுபோய் வைத்தார்.

ஒரு மாதம் சூரத்தை நன்றாகக் கவனித்தபிறகு, நகரின் அடிப் படைப் பிரச்னைகள் பிடிபட ஆரம்பித்தன. வெளி அறிகுறிகளை விட்டுவிட்டு, நோயின் அடிப்படைக் காரணத்தையே தோண்டி எடுத்துவிட்டார் ராவ். முனிசிபாலிட்டியைப் பிடித்து ஆட்டிய வியாதிகள் இவை என்று கண்டுபிடித்தார்:

1. *நகராட்சி பிளவுபட்டுக் கிடந்தது. அதிகாரப் போட்டியில் தலைக்குத் தலை நாட்டாமை செய்துகொண்டிருந்தார்கள்.*
2. *ஒவ்வொருவரும் தன் கையில் உள்ள தகவல்களை மூடி மறைத்து ரகசியமாகப் பாதுகாத்துக்கொண்டிருந்தார்கள். தகவல்தான் பலம் என்பதை நன்றாகத் தெரிந்து வைத் திருந்தவர்கள்!*
3. *நிறுவனத்துக்குள் இருக்கும் உள் அரசியல். பொழுது விடிந் தால் ஏதாவது சண்டை சச்சரவு நடக்காத நாள் கிடையாது.*
4. *அதிகாரம் பரவலாக்கப்படவில்லை; குவிந்து கிடந்தது.*
5. *மையப் பணியாளர்களுக்கும் சுற்றுப்பட்ட வேலைகள் செய்யும் ஊழியர்களுக்கும் இடையே ஒரு பெரிய விரிசல்.*
6. *தீப்பிடித்தபிறகு அணைத்தால் போதும் என்ற அணுகுமுறை. பிரச்னையின் காரணங்களைக் கண்டுபிடித்து சரியாக்க வேண்டும் என்ற எண்ணம் யாருக்கும் இல்லை.*
7. *வேலையில் ஒரு சட்டம் ஒழுங்கே கிடையாது. எல்லோரும் தனிப்பட்ட செல்வாக்கை வைத்துக்கொண்டுதான் காரியம் சாதித்துக்கொள்ள வேண்டியிருந்தது.*

8. *ஆண்டான் - அடிமை மனப்பான்மை. சுத்திகரிப்புத் தொழி லாளர்கள் கேவலமாக நடத்தப்பட்டார்கள்.*

இந்த அறிகுறிகளிலிருந்து ராவ் மூன்று நோய்களைக் கண்டு பிடித்தார். அவற்றுக்கு மூன்று மருந்துகள் தேவை: நிர்வாகக் கட்டமைப்புகள், நிதி நிலைமை, பொதுச் சுகாதாரத்தை மாற்றி அமைப்பது. சூரத்தில் இந்த மூன்று கோட்டைகளுமே பலவீன மாக இருந்தன. அவற்றை முதலில் வலுவாக்க வேண்டும்.

ராவ் இந்த மூன்றையும் ஆணிவேரிலிருந்து ஆரம்பித்து சரி செய்தார். அதன் விளைவாக சூரத் நகரின் நாகரிகமே அடியோடு மாறியது.

பிரச்னை சற்றுப் பெரியதாக இருந்துவிட்டால், நாம் அடிப்படையை விட்டுவிட்டு, அறிகுறிகளைப் பிடித்துக் கொண்டுவிடுவோம். பிரச்னையின் காரணங்கள் புரிந்தால்கூட, அதன் அளவைக் கண்டு மலைத்துப் போய்விடுவோம். முழுத் தீர்வுக்கு பதிலாக, ஒரு ஓரத்தில் கொஞ்சம் சுரண்டிப் பார்ப்பதுடன் நிறுத்திவிடுவோம்.

நாளாக நாளாக, அறிகுறிகளை மூடி மறைப்பதற்கு இன்னும் அதிக முயற்சி தேவைப்படும். கடைசியில் நம் முடைய செல்வங்கள், சக்திகள் எல்லாம் அறிகுறிகளை அழுத்துவதிலேயே செலவழிந்துவிடும். செய்த முத லீட்டுக்கு, வருவாய் வராது. கப்பல் முழுகாமல் காப் பாற்றுவதற்கே ஏராளமான செலவும் சிரமமும் பட வேண்டியிருக்கும்.

உதாரணமாக, சூரத்தில் அனாமத்தாகத் தெருவில் திரியும் ஆடு, மாடுகள் பெரிய பிரச்னையாக இருந்தன. வழக்கமாக இதற்கு, ‘மாடு பிடிக்கும் வாரம்’ என்று கொண்டாடு வார்கள். எல்லாவற்றையும் பிடித்து ஊருக்கு வெளியே கொண்டுபோய் விட்டுவிட்டு வருவார்கள். அவையும் சீக்கிரமே திரும்பி வந்துவிடும்!

ஒரு நாள் ராவ் மாடுகளின் பின்னாலேயே நடந்து போய்ப் பார்க்க முடிவு செய்தார். அவை எங்கே போகின்றன, என்ன செய்கின்றன என்பதைக் கவனித்தார். ஆடு மாடுகள் குப்பைத் தொட்டி, குப்பைத் தொட்டியாகப் போய் மேய்ந்தன. கால்நடைகளைப்

பிடிப்பதற்குப் பதிலாக, குப்பைத் தொட்டிகளை நீக்கினார் ராவ். வீடுகளிலிருந்து நேரடியாகக் குப்பையைச் சேகரித்து ஊருக்கு வெளியே கொண்டுபோய்ப் போட்டார். ஆடு மாடுகளும் பின்னாலேயே சென்று விட்டன! அன்றிலிருந்து சூரத்தின் தெருக்களில் கால்நடை களின் தொல்லையே இல்லை.

நிர்வாகக் கோட்டை

ராவ் தன்னுடைய மூன்று கோட்டைகளையும் ஒரே நேரத்தில் பலப்படுத்த முற்பட்டார். ஆனால் முக்கியமான உடனடி வேலை, தன்னுடைய உள் வீட்டைச் சுத்தப்படுத்துவது; அது தான் நகராட்சி நிர்வாகம். அவருடைய அலுவலர்கள் நன்றாகச் செயல்பட்டு நல்ல முடிவுகளைக் காட்டவேண்டும் என்றால், முழுப் பொறுப்பையும் அவர்களிடம் ஒப்படைக்க வேண்டும்.

போதிய அதிகாரமும் முடிவுகள் எடுக்கச் சுதந்தரமும் இருந்தால் தான் பொறுப்புகளை நிறைவேற்ற முடியும். பல நேரங்களில் பொறுப்பை மட்டும் கையில் கொடுத்து விடுகிறோம், ஆனால் அதிகாரத்தைத் தருவதில்லை. இது, கையைக் கட்டிவிட்டுப் போருக்கு அனுப்புவதுபோல.

அதிகாரத்தைப் பகிர்ந்து அளிப்பதற்காக, ராவ் தன்னுடைய துறைத் தலைவர்கள் அனைவரையும் கமிஷனராக ஆக்கினார்! ஒரே ராத்திரியில் சூரத்துக்கு பதினொரு கமிஷனர்கள் கிடைத்து விட்டார்கள். எல்லோருக்கும் ஒரு கமிஷனருக்கு உரிய நிர்வாக, நிதி அதிகாரங்கள். ராவ் சூரத்தை ஆறு மண்டலங்களாகப் பிரித்தார். ஒவ்வொன்றையும் ஒரு கமிஷனர் வசம் ஒப்படைத்து, ஒரு மினி நகராட்சி போலவே அதை நடத்திக்கொள்ளுங்கள் என்று சொல்லிவிட்டார். ஒவ்வொருவரும் தத்தமது கூட்டுக்குள் சிறைப்பட்டுக் கிடந்து ஒருவரோடு ஒருவர் ஒத்துழைப்பு இல்லாமல் போகக்கூடாது என்பது இதன் நோக்கம்.

அரசு இயந்திரத்தின் சாபக்கேடு இந்தக் கூண்டு மனப்பான்மை தான். சாதாரணமாக அந்த அதிகாரிகள் ஒவ்வொருவரும் தத்தமது டிபார்ட்மெண்டில் அரசாட்சி செய்துகொண்டு தனித் தனி கோபுரங்களில் ஏறி உட்கார்ந்துகொண்டிருப்பார்கள்; மொத்தத்தில் வேலை ஒன்றும் நடக்காது!

இதைக் கலைப்பதற்கு ராவ் ஒவ்வொருவரிடமும் நகரின் ஒரு பகுதியை ஒப்படைத்தார். அதற்கான நிர்வாகப் பொறுப்பும் நிதிப் பொறுப்பும் அவர்களுடையது. அதே சமயம், அவர்கள் விவரமான வேலைத் திட்டங்களைத் தயாரிக்கவேண்டும்; பாதைகளை வகுக்கவேண்டும். ஒவ்வொரு முக்கிய ஏரியா விலும் உருப்படியான முடிவுகளைக் காட்டவேண்டும்.

புதிய கமிஷனர்களுக்கு, முனிசிபல் கமிஷனருக்கு உரிய அனைத்து அதிகாரமும் உண்டு. ஒவ்வொரு திட்டத்துக்கும் 2 லட்ச ரூபாய் வரை முன் அனுமதிக்காகக் காத்திருக்காமல் செலவழிக்கலாம். ஒருவருக்கு அதிகாரம் தருவது என்றால் இதுதான்!

நகராட்சியே தனித்தனி துறைகளாகப் பிரிந்துகிடந்த வழக் கத்தை ஒழித்துக்கட்டினார் ராவ். முன்னர் சாலைகள் போடு வதற்கு ஒரு தலைமைப் பொறியாளர் இருப்பார்; அவர் குடிநீர் தலைமைப் பொறியாளருடன் ஒத்துழைக்க மாட்டார். இந்த இருவரும் சாக்கடை தலைமைப் பொறியாளருடன் முகம் கொடுத்தே பேச மாட்டார்கள்!

நகராட்சிக்கு இது போன்ற தனித்தனித் துறைகளே தேவை யில்லை என்று முடிவுசெய்தார் ராவ். அவற்றின் சேவை களை தனியார் நிறுவனங்களுக்குப் பிரித்துக் கொடுத்து விட்டார். இப்போது சேவைகளுக்கெல்லாம் அவர்கள்தான் பொறுப்பு.

முன்னாள் தலைமைப் பொறியாளர்கள் இப்போது ஒவ்வொரு ஏரியாவுக்கும் கமிஷனர்கள். அங்கே அடி முதல் முடி வரை எல்லாம் அவர்களேதான் பார்த்துக்கொள்ளவேண்டும். வரி வசூல், ஆள் படைகள், சுகாதாரம், குடிநீர், வடிகால் எல்லாம். இதைத் தொடர்ந்து சூரத் நகராட்சியின் டிபார்ட்மெண்ட் கோட்டைச் சுவர்கள் நொறுங்கி விழுந்தன!

ராவ் எல்லா உயர் அதிகாரிகளுடனும் தினசரி மீட்டிங் வைத்து வேலைகளைக் கண்காணித்தார். அந்த நாளின் நடவடிக்கை களை விவாதிப்பார்கள்; அடுத்த நாளைக்கான திட்டங்களைத் தீட்டுவார்கள். நிதி ஒதுக்குவது உள்பட, எல்லா முடிவுகளும் கூட்டாகவே எடுக்கப்பட்டன.

அதிகாரம் பரவலாக்கப்படவேண்டும் என்று நாம் எல்லோருமே வாய் அளவில் பேசுவது உண்டு; ஆனால் பொறுப்பை மட்டும் ஒப்படைப்போமே தவிர, எந்தச் சிறிய, பெரிய முடிவை எடுப்பதற்குமுன்னும் 'எதற்கும் என்னிடம் ஒரு வார்த்தை கேட்டுவிட்டுச் செய்' என்று மறக்காமல் சொல்லி அனுப்புவோம்!

அதிகாரத்தின் லகான்கள் அனைத்தையும் நம் கையிலேயே வைத்திருப்பது மிதப்பான விஷயம்தான். ஆமாம், இல்லை என்று எதுவாக இருந்தாலும் நாம் சொல்வதுதான் கடைசி வார்த்தை; எந்த வேலைக்கும் நாம்தான் தேவைப்படுகிறோம்; எல்லோரும் நம்மை நாடுகிறார்கள். இந்தப் பாதுகாப்பு வளையத்தை விட்டு வெளியே வருவதா? நினைக்கவே பயமாக இருக்கிறதே!

ஆனால் இதற்கு வேறு வழி உண்டா? ராவ் போன்ற புரட்சியாளர்கள், அதிகாரத்தைப் பகிர்ந்தளிக்கிறார்கள் என்பதைவிட, ஒருவர் தானாகவே தன் கடமையைச் செய்வதற்கு வாய்ப்பு தருகிறார்கள் என்பதே உண்மை.

பல நிறுவனங்களில் வாய்ப் பந்தல் போடுவார்கள்: 'எங்களுடைய தொழில் பிரிவுகளுக்கும் தயாரிப்புப் பிரிவுகளுக்கும் முழுச் சுதந்தரம் உள்ளது. அவை தனித்து இயங்குபவை' என்பார்கள். கடைசியில் பார்த்தால், எல்லாத் துறைகளும் ஒரே விற்பனைப் பிரிவை நம்பியிருக்கும். அல்லது குண்டூசி வாங்குவதற்குக்கூட மத்தியக் கொள்முதல் பிரிவு வழியே போகவேண்டி யிருக்கும். அல்லது மனிதவளத்துறை குறுக்கே மறிக்கும். இவர்கள்தான் தங்களை சுதந்தரத் துறைகள் என்று சொல்லிக்கொள்கிறார்கள்!

ஒவ்வொரு துறையின் தலைவரும் மற்ற எல்லாத் துறை களுடனும் பற்பல பாசக் கயிறுகளால் கட்டுண்டு கிடந் தார்களானால், அவர்கள் எங்கிருந்து பொறுப்பு எடுத்துக் கொள்வது? விடுதலை என்றால், தொழில்முனை வோருக்கு உள்ள சுதந்தரம் வேண்டும். ஒவ்வொருவரும் தொடக்கம் முதல் முடிவுவரை தங்கள் வேலையைத் தாங்களே நடத்தவேண்டும்.

மாபெரும் அரசாங்கத் துறை ஒன்றில் எஸ்.ஆர். ராவால் தொழில்முனைவோரின் சுதந்தரத்தைக் கொண்டுவர முடிந்தது. உங்களால் ஏன் முடியாது?

ராவ் குடிமக்களுக்காகப் புகார்ப் பெட்டி ஒன்றை உருவாக்கி னார். குறிப்பிட்ட கெடுவுக்குள் புகார்களுக்கு தீர்வு கண்டே ஆகவேண்டும். அப்படி நடக்கிறதா என்பதைத் தன் கம்ப் யூட்டரில் ஆன்லைனில் கண்காணித்தார். என்ன மாதிரி புகார் களை 24 மணி நேரத்துக்குள் தீர்க்கவேண்டும், எவற்றை எல்லாம் 48 மணி நேரத்துக்குள் கவனிக்கவேண்டும், மூன்று நாள்கள் அல்லது ஏழு நாள்களில் முடிக்கவேண்டியவை எவை எவை என்று ஒரு பட்டியல் போட்டார்.

இந்தப் புகார்களைத் தொடர்ந்து கண்காணித்து, தினமும் அதிகாரிகள் மீட்டிங்கில் அலசினார். பொதுமக்களுக்கு ராவின் போன் நம்பர் தெரியும்; ஒரு வேலையை முடிக்காமலேயே முடித்ததாகக் கணக்கு காட்டினாலோ, தாமதங்கள் ஏற் பட்டாலோ விஷயம் நேரடியாக ராவின் காதுக்குப் போய்விடும்! இந்த மாதிரி தயவு தாட்சண்யம் இல்லாத வெளிப்படையான அணுகுமுறையால், அதிகாரிகள் அணியே ஒன்று சேர்ந்து மிகச் சிறப்பாக வேலை செய்ய ஆரம்பித்துவிட்டது! அவர்கள் எல்லோருக்கும் ஒரே மாதிரி பிரச்னைகள் என்பதால், கலந்து பேசி ஒருவருக்கொருவர் உதவி செய்துகொண்டார்கள்.

> ராவ் போன்ற புதுமையாளர்களின் அணியில், கண்ணாடி வீடு போல் மிகவும் வெளிப்படையாக வேலை நடக்கும். முக்கியமான பிரச்னைகள் பற்றி ஆரோக்கியமான விவாதங்கள் நடைபெறும். வசதி வாய்ப்புகள், நிதி ஒதுக்கீடு எல்லாம் வெளிப்படையாகவே செய்யப்படும்.
>
> யாரும் தனிப்பட்ட ரகசியத் தகவல்களை மூடி மறைத்துக் கொள்ள முடியாது. அவர்களுடைய பாதுகாப்பும் செல்வாக்கும் ஒளிவு மறைவில் இல்லை; வேலைத் திறமையில்தான் இருக்கிறது. தனக்குத் தெரிந்ததை ரகசியமாக ஒளித்துக்கொண்டால் வேலை பத்திரமாக இருக்கும் என்ற கதையெல்லாம் இனிமேல் நடக்காது! புரட்சியாளர்கள், எல்லாமே வெளிப்படையாக நடப் பதற்கு வேண்டிய சூழ்நிலைகளை உருவாக்கிவிடு வார்கள்.
>
> இதற்கு முன்னால் சூரத்தில் எந்த அதிகாரிக்கும் மற்ற துறைகளைப் பற்றிய விவரங்கள் தெரியாது. சாலைகளை எப்படிப் போடுவது, தண்ணீர்க் குழாய்கள் எவ்வளவு

அகலம் இருக்கும், அவற்றை எந்த ஆழத்தில் புதைப்பார்கள் - எதுவும் தெரியாது. இன்றைக்கு அனைத்தும் மாறிவிட்டது! எல்லோருக்கும் எல்லோருடைய வேலையைப் பற்றியும் முழுவதும் தெரியும்.

புரட்சியாளர்கள் தயவு தாட்சண்யம் இல்லாமல் ஊர் அறிய வேலைகளை நடத்துவார்கள்; இதனால் உள்ளுக்குள்ளே இருக்கும் சுவர்கள் உடைகின்றன. அவர்கள் தங்கள் அலுவலர்களுக்குக் கற்றுக்கொடுத்தோ, அல்லது கெஞ்சி, கொஞ்சி, மிரட்டியோ - எப்படியாவது ஒருவரோடு ஒருவர் பேசிக்கொள்ள வைத்துவிடுவார்கள்!

சூரத் நகராட்சியின் தகவலின்படி, செப்டம்பர் 1995-க்கும் டிசம்பர் 1996-க்கும் இடையில் 90,000-க்கும் மேற்பட்ட புகார்கள் வந்தன. அவை ஒவ்வொன்றும் குறித்த காலக்கெடுவுக்குள் செய்து முடிக்கப்பட்டன. அநியாயத்துக்கு வெளிப்படையாகக் காரியம் நடந்ததன் விளைவு இது!

புரட்சியாளர்கள் எப்போதுமே தங்களுடைய 'கஸ்டமர்களின்' வாழ்க்கை நிலைமைகளைத் தெரிந்து வைத்திருப்பார்கள். நேரடி அனுபவம் இல்லாவிட்டால் எல்லாமே ஊகங்களும் வாதங்களுமாக முடிந்து போய்விடும். இதற்காக ராவ் ஏசி-டிசி விதி என்று ஒன்றைக் கொண்டுவந்தார். ஏர் கண்டிஷன் செய்த அலுவலகத்தை விட்டு, களத்தில் போய் தினசரி வேலைகளைக் கவனிக்கவேண்டும் என்பதன் சுருக்கம்தான் ஏசி-டிசி!

எல்லா கமிஷனர்களும் ஒவ்வொரு நாளும் குறைந்தது 5 மணி நேரமாவது கட்டாயமாக களத்தில் இருக்கவேண்டும். காலை 7 மணி முதல் மாலை 3 மணிவரை களத்தில் இருக்கவேண்டிய நேரம் - வருடம் 365 நாளும்! இதில் பாதி நேரம் குப்பங்களைப் பார்வையிட வேண்டும். நகராட்சி அலுவலகத்தில் மதியம் 3 மணி வரை ஒரு ஏர் கண்டிஷனரும் இயங்கக்கூடாது என்று சொல்லிவிட்டார் ராவ். அவரும் நேரடியாகக் களத்தில் நிற்பார். யாராவது ஓர் அதிகாரி ஸ்பாட்டில் இல்லை என்றால், தீப்பொறி பறக்கும்!

முதலில் இதற்கு ஏகப்பட்ட எதிர்ப்பு இருந்தது. கமிஷனர்கள், தங்களைப் பார்க்கவரும் பொதுமக்களைச் சந்திப்பதற்காக அலுவலகத்தில் இருந்தாகவேண்டும் என்றார்கள். ராவ் தயாராக

பதில் வைத்திருந்தார்: 'நீங்களெல்லாம் சரியாக வேலை செய்வதில்லை. உங்கள் வேலையை ஒழுங்காகச் செய்தால், புகார்களை எடுத்துக்கொண்டு பொதுமக்கள் உங்களைத் தேடி வரவேண்டிய அவசியமே கிடையாது!' அதிகாரிகள் ஃபீல்டுக்குப் போனால்தான் வேலை சிறப்பாக நடக்கும் என்பது முடிவாயிற்று.

சரி. ஜூனியர் அதிகாரிகளின் நிலை என்ன? ரிசல்ட்தான் முக்கியம் என்று தங்கள் உயர் அதிகாரிகளே செயல்பட ஆரம்பித்துவிட்டதை அவர்கள் பார்த்தார்கள். அவர்களின் கட்டுப்பாடு, பொறுப்பு எல்லாவற்றையும் பார்த்தார்கள். தாங்களும் இதேபோல் இருக்கவேண்டும் என்று மேலதிகாரிகள் சொன்னபோது, மறு பேச்சு பேசாமல் ஒப்புக்கொண்டார்கள்.

உங்கள் நிறுவனம் எவ்வளவு வெளிப்படையாக நடக்கிறது? மெதுவாகவோ, விரைவாகவோ - எல்லா நிறுவனங்களுமே கடைசியில் டிபார்ட்மெண்ட், டிபார்ட்மெண்டாகப் பிரிந்துபோவதுதான் வழக்கம். ஊழியர்களுக்கும், மொத்த நிறுவனமும் நன்றாக இருக்கவேண்டும் என்பதைவிட, தங்களுடைய டிபார்ட்மெண்டின் மீதுதான் விசுவாசம் இருக்கும். இது நம்ம ஆள் - இது வேற்றாள் என்ற எண்ணங்கள் எப்படியோ தன்னை அறியாமலேயே வளர்ந்துவிடும்.

இந்த மனப்பான்மையை உடைப்பதற்கு ஒரே வழி, முற்றிலும் வெளிப்படையாகக் காரியம் செய்வதுதான். உங்கள் அணியில் அடிப்படையான மாற்றங்கள் வரவேண்டும் என்றால், எல்லாவற்றையும் ஊர் காணத் திறந்துவிட்டுவிடுங்கள். இதில் ஈவு இரக்கமே பார்க்கவேண்டாம்! டிபார்ட்மெண்ட்களுக்கு இடையே பற்பல தடுப்புச் சுவர்கள் காளான் மாதிரி முளைத்துக் கொண்டே இருக்கும். தொடர்ந்து அவற்றுடன் போராட வேண்டும்.

என்ன செய்யப்போகிறீர்கள்? எப்போது ஆரம்பிக்கப் போகிறீர்கள்?

விரைவிலேயே குடி மக்கள் எந்த மாதிரிச் சூழ்நிலைகளில் வாழ்கிறார்கள் என்பது அதிகாரிகளுக்குப் புரிய ஆரம்பித்தது! சில சமயம் அதிகாரிகள் மார்பளவு சாக்கடைத் தண்ணீரில்

நீந்திக்கொண்டு போகவேண்டியிருந்தது. இதைத் தொடர்ந்து மாற்றங்கள் படு வேகமாக வர ஆரம்பித்தன.

நீங்களும் உங்கள் நிறுவனமும் இருப்பது, வாடிக்கையாளருக்குச் சேவை செய்வதற்கு என்றே கருதப்படுகிறது. இருந்தும் அலுவலகத்தை விட்டுக் கிளம்பிப்போய் அந்த வாடிக்கையாளரை எத்தனை முறை சந்திக்கிறீர்கள்? நீங்கள் எந்த டிபார்ட்மெண்டில் பணிபுரிகிறீர்கள் என்பது முக்கியமல்ல; கஸ்டமரின் உலகத்தில் நுழைந்து பார்க்காவிட்டால் உங்களுடைய வேலையை சரிவரச் செய்ய முடியாது.

நீங்கள் களப்பணியில் இறங்கினால்தான், கஸ்டமரின் தொல்லைகளும் பிரச்னைகளும் உங்களுக்குப் புரிய ஆரம்பிக்கும். அங்கே ஃபைல்கள் ஏதும் கிடையாது! எதையும் காகிதத்தில் படிக்கும்போது, பிரச்னையின் ஒரு வடிவம்தான் உங்களுக்குக் கிடைக்கிறது; உண்மையை உள்ளபடி உணர முடிவதில்லை. நிஜத்தை அனுபவித்து அறியாதவரால், நிலையை மாற்ற முடியாது.

ஒரு துண்டுக் காகிதத்தில் சுருக்கமாக எழுதியிருக்கும் பிரச்னையைப் படிக்கும்போது, நோயை விட்டுவிட்டு அறிகுறிக்கு சிகிச்சை செய்யத் தோன்றும். களத்துக்குப் போனால்தான் வியாதியை உணர்ந்து வைத்தியத்தை ஆரம்பிக்க முடியும்.

இரட்டைத் தத்துவம் ஒன்றைக் கையில் எடுத்தார் ராவ்: 'கண்டிப்பு மேலிருந்து, கனிமொழிகள் கீழிருந்து' என்பதுதான் அந்தத் தத்துவம்! மேல் மட்டத்தில் உள்ளவர்களிடம் கடுமை காட்டுவது, அடி மட்டத்தினருக்கு ஊக்கப் பரிசுகள் கொடுப்பது.

மொத்த அமைப்பிலும் ஒரு கட்டுப்பாட்டைக் கொண்டுவருவதற்கு நலிந்தவர்களையும் எளியவர்களையும் குறி வைத்துப் பயனில்லை என்று முடிவு செய்தார் ராவ்.

ஆனால் பெரும்பாலும் இப்படித்தான் நடக்கிறது. அதுதான் சுலபம்! இருந்தாலும், இது திறமையான வழி அல்ல. விளைவுகள் நன்றாக இருக்கவேண்டும் என்றால், கட்டுப்பாடுகளை மேலிருந்து ஆரம்பித்து வலியுறுத்தவேண்டும்.

தனக்குமேல் இருப்பவர்கள் கட்டுப்பாடாக நடந்துகொள் வதைப் பார்த்தாலே போதும்; கீழே உள்ளவர்களும் தானாக அதைப் பின்பற்றுவார்கள் - அல்லது பின்பற்ற வைக்கப் படுவார்கள்.

எனவே கெடுபிடிகள் உயர் அதிகாரிகளிலிருந்து தொடங்கின! ராவ் தனக்கு அடுத்த மட்டத்தில் உள்ள அதிகாரிகளுக்கு ஏசி-டிசி விதியை அமுல்படுத்தினார். ஆரம்பத்தில் தினமும் அதிகாரிகள் கூட்டம் நடக்கும். பிறகு குடிமக்களின் புகார்களைத் தீர்க்க காலக்கெடு வைத்து அதைக் கண்டிப்பாகக் கண்காணிக்க ஆரம்பித்தார்.

அடி மட்டத்தில், நன்றாக வேலை செய்யும் துப்புரவுப் பணி யாளர்களுக்குப் பரிசுகள் கொடுக்கப்பட்டன. பத்திரிகைகளில் அவர்களுடைய போட்டோக்கள் வெளியாகின.

> பெரும்பாலான நிறுவனங்கள் இதற்கு நேர்மாறாகத்தான் வேலை செய்யும்! ஊக்க போனஸ் எல்லாம் மேல்மட்டத் தில் இருப்பவர்களுக்கு; சட்டமும் தண்டனையும் கீழே இருப்பவர்களுக்கு. பலவீனமானவர்கள் கல்லடி, சொல்லடி அனைத்தையும் தாங்கிக்கொள்வார்கள்; பரிசு என்று வந்தாலோ, போனால் போகிறது என்று மிச்சம் மீதி இருப்பதுதான் அவர்களுக்குக் கிடைக்கும். இதனால் அவர் களுக்கு அமைப்பின்மீது நம்பிக்கையே போய்விடும்; நடப்பது நியாயம் அல்ல என்ற எண்ணம் வந்துவிடும்.
>
> நீங்கள் மட்டும் ராவின் கொள்கைகளைப் பின்பற்ற ஆரம்பித்தால், உங்கள் நிறுவனம் எப்படி வித்தியாசமாக இருக்கும்?

இதே துப்புரவுப் பணியாளர்கள்தான் நகரத்தின் மிக அசுத்தமான பகுதிகளில் வசிப்பவர்களும்கூட. அங்கே சுகாதார வசதிகளே கிடையாது. ராவ் இந்தப் பகுதிகளை முதலில் சுத்தம் செய்ய முடிவு செய்தார்: 'நாம் வசிக்கும் இடம் சுத்தமாகவும் சுகாதார மாகவும் இருந்தால் என்ன நன்மை என்பதை அவர்களே நேரிடையாக உணரட்டும்' என்பதுதான் ராவின் திட்டம்.

'இந்த நடவடிக்கைகளைத் துளி பிசகாமல் செய்ததற்குப் பலன் இருந்தது. நுணுக்கமாகத் திட்டமிட்டு, யோசித்துச் செயல்பட

முடிந்தது' என்கிறார் ராவ். அது நாள்வரை, சூரத் முனிசி பாலிட்டி எல்லா அரசாங்க அலுவலகங்களையும் போலத்தான் இருந்தது - வல்லான் வகுத்ததே வாய்க்கால்! முனிசிபல் இயந்திரம் முழுவதும் அரசியல் செல்வாக்கு மிகுந்த ஜூனியர் அதிகாரிகள் சொன்னபடி ஆடியது. மனிதர்கள், தளவாடங்கள், இயந்திரங்கள், நிதி எல்லாம் அவர்கள் கை காட்டிய திசையில் மட்டுமே பாய்ந்தன. இவைதான் நகராட்சியின் திறனுக்கே அடிப்படை; அவை எங்கே அதிகம் தேவைப்படுகிறதோ, அங்கே கிடைக்காமல் போகும்போதுதான் விபரீதம் நேர்கிறது!

ராவின் புதிய நடைமுறையில், நகராட்சியின் வளங்களை ஒதுக்கு வதற்குக் கண்டிப்பான கட்டளைகள் பிறப்பிக்கப்பட்டன. நகரில் அதிகம் பாதிக்கப்பட்ட பகுதிகளுக்கே முன்னுரிமை; சப்ளை களும் சரி, கவனமும் சரி, அங்கேதான் குவியவேண்டும்.

இப்படி நுணுக்கமாகத் திட்டமிட்டதற்கு அற்புதமான பலன் கிடைத்தது! 1995-க்குமுன் சுகாதார வசதிகள் 35%-தான் இருந்தன. 40% திடக் கழிவுகள் மட்டுமே அகற்றப்பட்டன. ராவின் திட்டத்துக்குப் பிறகு, சூரத்தின் 95% பகுதி தினசரி சுகாதார நட வடிக்கைகளின்கீழ் வந்தது. திடக் கழிவுகள் 97% அகற்றப் பட்டன. இத்தனைக்கும் ஆன கூடுதல் செலவு வெறும் 10% மட்டுமே.

முனிசிபல் கமிஷனர் என்ற முறையில், நகராட்சியைச் சுத்தப் படுத்தியாகிவிட்டது; இனி சற்று வெளியே பார்க்கலாம் என்று முடிவு செய்தார் ராவ். நகர மக்களுக்கு ஒரு தார்மீகப் பொறுப்பை ஏற்படுத்தவேண்டும். அதற்கு முதலாவது ஆயுதம், படிப்பினை.

உணவகங்களைத் தனித்தனியாகத் தொடர்புகொண்டு, அவற் றுக்குச் சுகாதாரம் பற்றிக் கற்றுக்கொடுக்க ஏற்பாடு செய்தார். நகராட்சி ஊழியர்கள் ஒவ்வொரு வீட்டிலிருந்தும் அருகிலுள்ள குப்பை சேகரிக்கும் இடம்வரை தள்ளுவண்டியில் குப்பையை எடுத்துப் போவார்கள். கடைகளும் கையேந்தி பவன்களும் எதிரே ஒரு குப்பைத் தொட்டியை எப்போதும் வைத்திருக்க வேண்டும். அதைச் சுற்றித் துப்புரவாக வைத்திருப்பது அவர்கள் பொறுப்பு. ஹோட்டல்களும் உணவகங்களும் குப்பைத் தொட்டியைக் காலி செய்து முறையாகப் பொட்டலம் கட்டி, குறிப்பிட்ட சேகரிப்பு மையத்தில் கொண்டுபோய்ப் போட வேண்டும். இல்லத்தரசிகளுக்கு, குப்பையை எப்படிப் பிரித்து,

கட்டி, குப்பைத் தொட்டியில் போடுவது என்று களப் பணியாளர்கள் பயிற்சி கொடுத்தார்கள். குப்பங்களில் சுத்தம், சுகாதாரம் பற்றித் தொடர்ந்து தகவல் பரப்பப்பட்டது.

மூன்று மாதம் கழித்துப் பார்த்தால் கொஞ்சம் முன்னேற்றம் காணப்பட்டது. ஆனால் ராவ் எதிர்பார்த்த அளவுக்கு இல்லை. மக்கள் இன்னும் குப்பையைத் தெருவில்தான் எறிந்தார்கள். கமிஷனர்கள் இதைப் பார்த்து சுணங்க ஆரம்பித்தார்கள். இப்போது ராவ் தடியைக் கையில் எடுக்க முடிவு செய்தார். சட்டத்தை வலியுறுத்த நகராட்சிக்குப் போதுமான அதிகாரம் உண்டு!

இந்த முறையும் அவர் 'கண்டிப்பு மேலிருந்து, கனிமொழிகள் கீழிருந்து' என்ற ஃபார்முலாவைத்தான் உபயோகித்தார். மேல்மட்டத்தில் சட்டத்தைப் பிரயோகித்தார். அடிமட்டத்தில் வளர்ச்சிப் பணிகளை முடுக்கிவிட்டார். 'சூரத் முதலில்' என்ற இயக்கத்தையே ஆரம்பித்து, நகரத்தை மறுபிறவி எடுக்க வைக்கவேண்டும் என்று முழுமூச்சாக இறங்கிவிட்டார்.

முதல் காரியமாக, ஊரில் இருந்த பெரிய மனிதர்களுக்கெல்லாம் தண்டனை கிடைத்தது! குப்பங்களிலோ, சுத்தம், சாக்கடை வசதி, தண்ணீர், சுகாதாரம் என்று அடிப்படைச் சேவைகளில் கவனம் செலுத்தப்பட்டது. கட்டுப்பாடு ஏற்படுவதற்கு, மூன்று முனைகளில் நடவடிக்கை எடுத்தார் ராவ்: சட்ட விரோதமான கட்டடங்கள்; சுகாதாரக் குறைவு; சொத்து வரி ஏய்ப்பு. சூரத்திலேயே சக்தி வாய்ந்த, அரசியல் தொடர்புகள் உள்ள பெரும் புள்ளி ஒருவருடைய கட்டடத்தை இடித்துத் தள்ளினார். மற்றொரு பக்கம், விதிகளை மீறியதற்காக நகரிலேயே ஆடம்பரமான ஐந்து நட்சத்திர ஹோட்டலில் ரெய்டு! வரி கட்டாமல் இருந்துவந்த மாஃபியா கும்பல் தலைவர் ஒருவர்கூடத் தப்பவில்லை; உள்ளே புகுந்து ஜப்தி செய்யச் சொல்லிவிட்டார்.

ராவ் ஏழை எளியவர்களை விட்டுவிட்டு, பெரிய பெரிய சுயநலச் சக்திகள்மீது ஒரே பாய்ச்சல் பாய்ந்தார். தார்மீக பலத்தை முழு வீச்சில் பிரயோகிக்க ஆரம்பித்தார். பத்து நாளைக்கு தன் தொலைபேசி அழைப்புகளை அவர் எடுக்கவேயில்லை. தகவல்களுக்கும் பதில் சொல்லவில்லை. பெரும் புள்ளிகள் துரத்தித் துரத்தி வேட்டையாடப்பட்டார்கள். திரும்பின பக்கமெல்லாம் ரெய்டு, புல்டோசர், பறிமுதல்!

‘தார்மீக பலம்’ என்ற கொள்கையைச் செயல்படுத்த ஆரம்பித்தபோதே, தப்பித்து ஓடும் வழிகளையெல்லாம் அடைத்துவிட்டார் ராவ். இதை நிறுத்தச் சொல்லி வெளியிலிருந்து நிச்சயம் நெருக்குதல் வரும் என்பது தெரியும் அவருக்கு; அதனால்தான் டெலிபோன், செய்தி எதையும் எடுத்துக்கொள்ள மறுத்துவிட்டார். அலுவலகத்துக்கு வந்து தன்னை யாரும் பார்த்துவிட முடியாமல் நாள் முழுவதும் களத்திலேயே நின்றார்.

புதிய மாற்றங்கள் எல்லாமே தாரை தப்பட்டையுடன்தான் தொடங்கும். ஆனால் தப்பி ஓடுவதற்குக் கொஞ்சம் சந்து பொந்து விட்டுவைத்தாலும் எல்லாம் பிசுபிசுத்துவிடும். நல்ல முயற்சி எதுவானாலும், அதைக் கெடுப்பதற்கு சில சுயநல சக்திகள் ஓவர்டைம் வேலை செய்யும். பெரிய மாற்றங்களைக் கொண்டுவர என்ன முயற்சி செய்தாலும் இந்தச் சக்திகளையும் கணக்கில் எடுத்துக்கொள்ள வேண்டும். அவற்றை எப்படி முறியடிக்கலாம் என்று திட்டம் தீட்டிக்கொள்ளவேண்டும்.

ராவ் முதலில் வந்த எதிர்ப்பு அலையைச் சமாளிக்க, தனியாக யாரையும் சந்திக்க மறுத்து, பொது இடத்தில் போய் நின்றுகொண்டார். அங்கே யார் எது பேசினாலும் வெளிப்படையாகத்தான் பேசியாகவேண்டும். இதுவே திசை திருப்புபவர்களை எட்ட நிற்க வைத்தது. அடுத்த கட்டத்தில், பொது மக்கள், பத்திரிகைகள், நீதித் துறை ஆகியவற்றின் உதவியுடன் ராவ் எதிர்ப்புகளை முறியடித்தார்.

ராவ் பற்றிய வீரக் கதைகளில் இன்னொரு அத்தியாயமும் சொல்வார்கள். அவர், தன் அலுவலர்கள் அனைவருக்கும் வாக்கி-டாக்கிகளைக் கொடுத்தார். தன்னை யார் கூப்பிடவேண்டும் என்றாலும் அதில்தான் பேசவேண்டும் என்று சொல்லிவிட்டார். வாக்கி டாக்கியில் பேசப்படுவது அனைத்தும் அலுவலக விஷயம்; எனவே எல்லாவற்றையும் ஒலிப்பதிவு செய்யச் சொன்னார். யாராவது கூப்பிட்டு அதிகாரம் செய்ய முயன்றால், வாக்கி டாக்கியின் ஒலியை அதிகரித்துக்கொள்வார். சுற்றி நிற்கும் பொதுமக்கள், பத்திரிகையாளர்கள், அலுவலர்கள் அத்தனை பேருக்கும் கேட்கட்டும்; யார், என்ன செய்யப் பார்க்கிறார்கள் என்பது ஊர் உலகத்துக்கே வெளிச்சமாகட்டும்!

இந்த அளவுக்கு எல்லாம் வெளிப்படையாகிவிட்டதால், தலையீட்டாளர்கள் அனைவரும் கப்சிப் என்று அடங்கிவிட்டார்கள். குறுக்கீடுகள் வெகுவாகக் குறைந்தன.

ஊரோடு கூடவே தன் கூட்டையும் சுத்தப்படுத்தினார் ராவ். முதல், இரண்டாம் நிலைகளில் இருந்த ஆறு 'ஒரு மாதிரியான' அதிகாரிகளை ராஜிநாமா செய்துவிட்டுப் போகச் சொன்னார். பதவி விலக மறுத்தவர்களிடம், காட்ஃபாதர் பாணியில் மிரட்டலாக ஒரு பேரம் பேசினார்: 'இதற்கு மட்டும் ஒப்புக் கொள்ளவில்லை என்றால் நடப்பதே வேறு!'

என்ன பேரம் என்பதை உங்கள் ஊகத்துக்கே விட்டுவிடுகிறேன்.

தெருக் கூட்டுபவர்கள் முதல் அதிகாரிகள்வரை 1,200 பேர்மீது நடவடிக்கை எடுத்தார் ராவ். இதிலிருந்து தெள்ளத் தெளிவாக ஒரு செய்தி எல்லோருக்கும் தெரிவிக்கப்பட்டது: வேலை ஒழுங்காக நடக்கவில்லை என்றால் நடவடிக்கை கண்டிப்பாக வரும். வழிகளை மாற்றிக்கொள்ள மறுப்பவர்களுக்கும் வளர்ச்சிப் பணிகளைத் தடுக்க முனைபவர்களுக்கும் இனி கெட்டகாலம்தான்.

> ராவ் கடைப்பிடித்த உத்திக்கு ஒரு பெயர் வைக்கலாம்: 'படை நடத்துவதும் பரிசளிப்பதும்'. முன்னது, நம்மைச் சரியான பாதையில் செலுத்த உதவும். கட்டமைப்புகள், தூண்டுகோல்கள் எல்லாம் இதில் அடங்கும். பரிசுகள் என்பவை, விளைவுகள். சரியான பாதையில் செல்பவர்களுக்கு ஊக்கப் பரிசுகள் கொடுப்பது; சூரத்தில் தவறான பாதையில் சென்றவர்களுக்குக் கிடைத்ததோ, கடும் மிரட்டல்!
>
> உங்கள் பணியாளர்களுக்கு நீங்கள் தரும் ஊக்க போனஸ் என்ன? வழி நடத்துவதில் வல்லவர்கள் பலரைப் பார்த்திருக்கிறோம். ஆனால் தகுந்த பரிசுகளை ஏற்படுத்திப் பராமரிப்பதில்தான் பலருக்கு சாமர்த்தியம் போதாது.

ராவ் நகராட்சிக்கு உள்ளேயும் வெளியேயும் தார்மீகப் பொறுப்புகளை வலியுறுத்த ஆரம்பித்தவுடன் பொதுமக்கள் மனமும் மாறியது; தாமாகவே ஒத்துழைக்க முன்வந்தார்கள்.

பத்திரிகைகளின் ஆதரவும் கிடைத்தது. நீதிமன்றமும் அவர் பக்கம் நின்றது; உயர் நீதிமன்றத் தலைமை நீதிபதியே கட்டடங்களை இடிப்பதற்கு தடையுத்தரவு கொடுக்கக்கூடாது என்று சொல்லிவிட்டார்.

அடுத்ததாக, தெருவில் குப்பையைக் கொட்டுபவர்களுக்கு அபராதம் போட ஆரம்பித்தார் ராவ். 'முனிசிபாலிட்டிக்கு அபராதம் எதுவும் விதிக்க அதிகாரம் கிடையாது' என்று சிலர் ஆட்சேபம் எழுப்பினார்கள். 'அபராதமெல்லாம் இல்லை; நான் நிர்வாகச் செலவுகளைத்தானே வசூலிக்கிறேன்?' என்றார் ராவ். 'தெருவில் குப்பை போட்டால் இரண்டாவது முறையாகச் சுத்தம் செய்யவேண்டுமே? அதற்கான செலவைத்தான் கேட்கிறேன்' என்றார்.

ராவ் 'நிர்வாகச் செலவுகளை' வசூலிக்க ஆரம்பித்தவுடன் பொதுமக்களின் நடவடிக்கைகளில் மாபெரும் மாற்றம்! தெருவில் யாரும் குப்பை போடாமல் சமுதாயமே கண்காணிக்க ஆரம்பித்துவிட்டது. ஒவ்வொருவரும் தங்கள் வீட்டுக் குப்பை களை முறையாகத் தொட்டியில் போடுவதுடன் வீட்டு வாசலில் வேறு யாரும் குப்பை கொட்டிவிடாமலும் விழிப்பாக இருக்க ஆரம்பித்தார்கள். விளைவு, தெருக்களும் பேட்டைகளும் பளபளக்க ஆரம்பித்தன! குப்பைத் தொட்டிகளைச் சுற்றியுள்ள இடங்கள்கூடத் துளி அழுக்கில்லாமல் துல்லியமாக இருந்தன.

'சூரத் முதலில்' என்ற பிரசாரத்துக்கும் 'தார்மீக பலம்' என்ற திட்டத்துக்கும் ஏற்பட்ட பலன் இதுதான்: சட்டம் என்பது எல்லோருக்கும் பொதுவானது என்று மக்கள் உணர்ந்தார்கள்; அப்போதே தங்கள் நகரத்தை நினைத்து அவர்களுக்கு ஒரு பெருமிதம் ஏற்பட ஆரம்பித்தது. பலர் தாங்களாகவே முன்வந்து அனுமதியில்லாமல் கட்டிய கட்டடங்களை இடித்தார்கள்! கோர்ட்டில் தடையுத்தரவு வாங்கப்பட்டிருந்த 200 கிலோமீட்டர் சாலைகளை அகலப்படுத்த முடிந்தது. மக்கள் விருப்பத்துடன் தங்கள் நிலங்களை விட்டுக்கொடுக்க முன்வந்ததுதான் காரணம்.

பொருளாதாரக் கோட்டை

ஒரு பக்கம் நிர்வாகக் கோட்டையை வலுப்படுத்திக்கொண்டே, நகராட்சியின் நிதித்துறையையும் நேர்ப்படுத்த ஆரம்பித்தார் ராவ். அவர் மனத்தில் நினைத்திருந்த மாற்றங்களைக் கொண்டு வருவதற்குப் பணம் தேவை. ஆனால் வரிகளை உயர்த்தக்கூடாது

என்று நகராட்சி மன்ற உறுப்பினர்கள் கண்டிப்பாகச் சொல்லி விட்டார்கள். ராவுக்குப் பணம் தேவை என்றால் அவரேதான் அதைச் சம்பாதிக்கவும் ஒரு வழி கண்டுபிடிக்கவேண்டும்.

நகராட்சியின் நிதி ஆதாரங்களைப் பெருக்குவதற்கு ராவ் நான்கு முக்கிய முடிவுகளை எடுத்தார்.

1. சொத்து வரி வசூலிப்பதில் இருக்கும் ஓட்டைகளை எல்லாம் அடைத்தார்.
2. ஆக்ட்ராய் (நுழைவு வரி) வசூலிப்பைச் சீராக்கினார்.
3. கணக்கு வழக்குகள் முழுவதையும் கம்ப்யூட்டர்மயம் ஆக்கினார். அரசாங்கக் கணக்கீடு முறைகளுக்கு பதிலாக வணிக நிறுவனங்களின் கணக்கு முறைகளைப் புகுத்தினார்.
4. பொது மக்கள் சேவைகளில் திறமை தேவை என்பதால் நகரின் ஒவ்வொரு பகுதியையும் ஒரு லாப மையமாக அறிவித்தார். அவை தம் செலவுக்குத் தாமே பணம் சம்பாதிக்கவேண்டும்; சேவை அளிப்பதில் திறனை அதிகரிக்கவேண்டும்.

அதுவரை நான்கு வருடங்களுக்கு ஒரு முறைதான் சொத்து வரி கணக்கிடப்படுவது வழக்கம். ஒரு குறுகிய கால வேலையாக இதை அவசரக் கோலத்தில் செய்து முடிப்பார்கள். எல்லா நகராட்சி அலுவலர்களையும் தாற்காலிகமாகக் கூப்பிட்டு, சொத்து வரித் துறையின் கண்காணிப்பின்கீழ் வேலை செய்யச் சொல்வார்கள்.

இதனால் ஊழல்தான் பெருகியது. டிபார்ட்மெண்ட் ஆசாமி களுக்கு லஞ்சம் கொடுத்து, சொத்து மதிப்பைக் குறைத்துக் காட்ட முடியும். எல்லாவற்றுக்கும் பகுதி நேர ஊழியர்கள்மீது பழியைப் போட்டுவிடுவார்கள். பிறகு ஏதாவது விசாரணை என்று வந்தால், வேறொரு டிபார்ட்மெண்டிலிருந்து வந்தவர்கள் தெரியாமல் தவறு செய்துவிட்டார்கள் என்று சொல்லி, சொத்து வரித் துறையினர் தப்பித்துக்கொள்வார்கள்.

ராவ் இந்த ஓட்டையை அடைப்பதற்கு, முழு நேர சொத்து வரி அலுவலர்களை மட்டுமே வைத்து வரி கணக்கிட முடிவு செய் தார். அப்போதுதான் அவர்கள் பதில் சொல்லியாகவேண்டிய நிலையில் இருப்பார்கள். சொத்து வரி ஒவ்வொரு வருடமும் கணக்கிடப்படும். அதுவும் ஒரு மாத காலத்தில் தீவிரமாகச் செய்வதற்கு பதிலாக, வருடம் முழுவதும் நடக்கும்.

இதற்கும் எதிர்ப்பு வந்தது. நகர மன்ற உறுப்பினர்கள், வருடா வருடம் சொத்து வரி கணக்கிடுவதை அனுமதிக்க மறுத்தார்கள். நான்கு வருடத்துக்கு ஒரு முறைதான் செய்யலாம் என்று பிடிவாதமாக நின்றார்கள்.

ராவ் வேறொரு வழியை யோசித்தார். நகரத்தையே நான்கு மண்டலங்களாகப் பிரித்தார். ஒவ்வொரு மண்டலத்திலும் ஒரு வருடம் முழுவதும் வரி நிர்ணயிக்கப்படும். இதனால் வருடா வருடம் வரியும் வந்தது; பொறுப்பையும் யாரும் தட்டிக் கழிக்க முடியாது. அதே சமயம், ஒரு குறிப்பிட்ட ஏரியாவை எடுத்துக் கொண்டால் நான்கு வருடத்துக்கு ஒரு முறைதான் வரி நிர்ணயம் என்ற விதியும் மீறப்படவில்லை!

செக்குமாட்டின் பாதையை விட்டு விலகி ஒரு சாதனையைச் செய்ய முயன்றால், நிறைய விரக்திகளைத் தாங்கவேண்டியிருக்கும். பல அரசியல்வாதிகள் ராவின் சீர்திருத்தங்களைக் குலைக்க முயற்சி செய்துகொண்டே இருந்தார்கள். குப்பை போடுபவர்களுக்கு அபராதம் விதிக்கத் தடை போட்டார்கள்; பெரும்பாலான பொது மக்களே சம்மதித்தபோதும் வரிகளை உயர்த்தமுடியாமல் செய்தார்கள். வருடம் ஒரு முறை சொத்து வரி என்றாலும் 'கூடாது' என்றார்கள். ஒவ்வொரு அடியையும் எடுத்து வைக்க முடியாமல் தடங்கல்கள்!

ஒவ்வொரு தடையையும் சுற்றிப்போக ஒரு வழி கண்டு பிடித்தார் ராவ். வழி மறித்த ஒவ்வொரு நந்தியையும் விலக்கிவிட்டுப் போய்க்கொண்டே இருந்தார்.

உங்களால் எவ்வளவு விரக்திகளைத் தாங்க முடியும்?

இதெல்லாம் போதாது; ஒவ்வொருவருக்கும் மேலும் பொறுப் புணர்வு வர வேண்டும். மேலும் வெளிப்படையாகக் காரியங்கள் நடக்கவேண்டும். ராவ் இதற்காக குடிமக்கள் குழுக்களை அமைத்தார். சொத்து வரி இன்ஸ்பெக்டர்கள் சரியாக வரி விதிக்கிறார்களா என்று பார்ப்பது இவர்கள் வேலை.

இதை ராவ் 'சமூகத் தணிக்கை' என்கிறார். இந்தக் குழுவினர் இன்ஸ்பெக்டர்கள் கூடவே போய் அவர்கள் வேலையைத் தணிக்கை செய்வார்கள். இதனால் நகராட்சி வேலைகள்

முற்றிலும் வெளிப்படையாக நடக்க ஆரம்பித்துவிட்டன. ரகசியம் ஒழிந்தவுடன் திறமையும் தானே கூடியது.

ஆக்ட்ராய் வரி விதிப்பிலும் நிறைய ஓட்டைகள் இருந்துவந்தன. ராவ் இதையும் அடைக்க உறுதிகொண்டார். செக் போஸ்ட்களைக் கண்காணிக்க, பறக்கும் படைகளை அமைத்தார். வாக்கி டாக்கிகளைக் கொண்டு வந்தார். மத்திய அலுவலகத்துக்கும் செக் போஸ்ட்களுக்கும் ஒயர்லெஸ் தொடர்புகள் அமைக்கப்பட்டன. இனி ஒரு லாரிகூட வலையிலிருந்து தப்பாது!

நகராட்சி வேலைகளை சரிபார்க்கவும் சமூகத் தணிக்கைதான் உதவிக்கு வந்தது. இதன் விளைவுகள் பிரமிப்பாக இருந்தன:

1. சொத்து வரி பாக்கியில் 97% வசூலாயிற்று. மொத்தம் 102 கோடி ரூபாய்!
2. இதுவரை தப்பிப் பிழைத்திருந்த சொத்துகளை வரி வளையத்துக்குள் கொண்டுவந்ததில் ஆண்டுக்கு 30 கோடி ரூபாய் அதிக வருமானம்.
3. முறையாக வரி நிர்ணயிக்கப்படாமல் குறைவான வருமானம் தந்துகொண்டிருந்த சொத்துகளை நேராக்கியதில் வருட வருவாய் 18 கோடி ரூபாய்.
4. சொத்து வரி வசூலிப்பு விகிதம் 30%-லிருந்து 80%ஆக உயர்ந்தது.
5. ஆக்ட்ராய் வசூல் 19% அதிகரித்தது.

மொத்தத்தில் பார்த்தால், 1995-96-ல் முந்தைய வருடத்தைவிட 54% வருமானம் உயர்ந்தது. 164.7 கோடியிலிருந்து 253 கோடி ரூபாயாக வரவை உயர்த்தியது ஆச்சரியமான சாதனைதான்.

பொதுச் சுகாதாரக் கோட்டை

இதுவரை நடந்த நிர்வாக, நிதி சீர்திருத்தமெல்லாம் பொதுச் சுகாதாரத்தை முன்னேற்றுவதற்குத்தான். ப்ளேக் வந்த நகரம் ஆயிற்றே?

ராவ் செய்த முதல் வேலை, சில காண்ட்ராக்டர்களின் முதுகு எலும்பை முறித்தது: சூரத்தில் பதினெட்டு ஒப்பந்தக்காரர்கள் இருந்தார்கள். தங்களுக்குள் சதிக் கூட்டணி அமைத்துக் கொண்டு, நகராட்சியின் மராமத்து வேலை டெண்டர் எதுவும்

வெளியே உள்ள வேறு யாருக்கும் போய்விடாமல் பார்த்துக் கொண்டார்கள். அவர்கள் வைத்ததுதான் விலை; அவர்களை மீறி வேறு ஒருவரும் டெண்டர் கொடுத்துவிட முடியாது; அப்படியே கொடுத்தாலும் அதை அழுத்திவிட அவர்களுக்கு வழி தெரியும்.

இந்தக் கூட்டணியை உடைத்து, திரை மறைவு வேலைகளை எல்லாம் பொது மேடைக்குக் கொண்டு வர முடிவு செய்தார் ராவ். 'இந்த வருடம் ஒவ்வொரு பொருளுக்கும் இதுதான் விலை' என்று நிர்ணயித்தார். உதாரணமாக வருடத்துக்கு 5,000 டியூப் லைட்களை மாற்றவேண்டும் என்றால் ஒரு டியூபின் விலையை வெளிப்படையாக அறிவித்துவிடுவார். அந்த விலையில் யார் வேண்டுமானாலும் சப்ளை செய்யலாம். ஒரே அடியில் நகராட்சிக்கு 300 புதிய காண்ட்ராக்டர்கள் கிடைத்தார்கள். வெளிப்படை என்பது இதுதான்!

அதுவரை ஒவ்வொரு டெண்டர் விடப்படும்போதும் குறைந்தது நான்கு பத்திரிகைகளில் விளம்பரம் கொடுக்கவேண்டும். இதற்கு ஏராளமாகச் செலவானது. இப்போது ஒவ்வொரு ஐட்டத்துக்கும் விலை நிர்ணயிக்கப்பட்டுவிட்டதால், வருடம் முழுவதற்கு மான மராமத்து வேலைக்கு ஒரே தடவையாக ஒப்பந்தம் போடப்பட்டது. பத்திரிகை விளம்பரச் செலவும் குறைந்தது!

ஒரே தடவையில் செய்து முடிக்கவேண்டிய நீண்டகாலத் திட்டங்களுக்கு வேறு வழி யோசித்தார் ராவ். அவருடைய கண்டுபிடிப்பு, '6 மாதம் அல்லது 6 பக்கம்' என்ற விதி. சின்னதோ பெரியதோ, எல்லாத் திட்டங்களுக்குமே 18 மாதங்கள் கொடுப்பதுதான் பெரும்பாலான அரசாங்கத் துறைகளின் வழக்கம். 'நான் ஒரு எஞ்சினியர் இல்லை. அவர்களுடைய பிரச்னைகள் எனக்குப் புரியாது. அதனால்தான் 6 மாதம் - 6 பக்கம் என்ற விதியைக் கொண்டுவந்தேன்' என்கிறார் ராவ்.

ஒரு தலைமைப் பொறியாளர் இனிமேல் எந்தத் திட்டத்தையும் 6 மாதங்களுக்குள் செய்து முடிக்கவேண்டும். எல்லாத் திட்டங் களுமே 18 மாதங்களில் முடியும் என்றால் அவற்றை 6 மாதங் களில் செய்துமுடிப்பதும் சாத்தியமே என்பது அவரது வாதம். 6 மாதங்களில் முடியாது என்று தலைமைப் பொறியாளர் கருதினால், ஏன் முடியாது என்பதை விளக்கி, குறைந்தது 6 பக்கத்தில் ஒற்றை இடைவெளியில் டைப் செய்த குறிப்பு ஒன்றைத் தயாரிக்கவேண்டும்.

இதுபோல் ஆறு பக்கம் எழுதுவதற்குபதில், ஆறுமாதத்தில் வேலையை முடித்துவிடலாம் என்று தலைமைப் பொறியாளர்கள் முடிவுசெய்தனர்!

குப்பத்து மக்களின் வாழிடங்களில் ராவ் கணிசமான முன்னேற்றத்தைக் கொண்டுவந்தார். குப்பங்களுக்குள் சாலை போட வசதியாக சில ஆக்கிரமிப்புகளை அவர்களாகவே அகற்றும்படி செய்தார். பொதுக் கழிப்பிடங்களையும் குடிநீர்க் குழாய்களையும் அமைத்துத் தந்தார்.

குப்பங்களில் உள் சந்துகள் மூன்றடி அகலம்கூட இல்லை. அங்கே கழிவுநீருக்கு வடிகால்களை அமைக்கவேண்டும் என்றால் அவர்களது வீடுகளின் சில பகுதிகளை இடிக்க வேண்டியிருக்கும். அதற்கு அந்த மக்களின் சம்மதம் தேவை. பெரும்பாலான இடங்களில் அவர்கள் இதற்குச் சம்மதித்தார்கள்; பொது நன்மைக்காகத் தங்கள் நிலங்களின் ஒரு பகுதியைத் தியாகம் செய்ய முன்வந்தார்கள். பலர் தாமாகவே குடிசைப் பகுதிகளை இடித்து, சாலைகளை அகலப்படுத்தவும் தண்ணீர், சாக்கடைக் குழாய்களை இடவும் உதவி செய்தார்கள். ஒரு குப்பத்தில் உள் சாலைகளைக் கிட்டத்தட்ட பத்து அடிக்கு அகலப்படுத்த முடிந்தது! கழிவு நீரும் மழை நீரும் ஓடிய திறந்த வடிகால்கள் பாதாள சாக்கடைகளாக மாறின.

சமீபத்திய மழைகளின்போது அங்கே தண்ணீர் தேங்கவே இல்லை என்று அந்த மக்களுக்கு ஒரே மகிழ்ச்சி. முன்பெல்லாம் மழைக் காலத்தில் இதே பகுதிகளில் ஆறடி ஆழத்துக்குத் தண்ணீர் நிற்கும். இதைத் தொடர்ந்து தண்ணீரால் பரவும் வியாதிகளும் வெகுவாகக் குறைந்தன. ராவ் சூரத்தை விட்டுப் போனபோது 82%-க்கு மேற்பட்ட குப்பங்கள் புதுப்பிக்கப்பட்டுவிட்டன.

நிலைக்குமா இந்த மாறுதல்?

ராவ் சூரத்தில் இருந்தது இருபதே மாதங்கள்தான். அதன்பிறகு பணி மாற்றம் செய்யப்பட்டுவிட்டார். ஆனால் பத்து வருடத்துக்குப் பிறகும்கூட அவருடைய அமைப்புகளும் அவற்றின் விளைவுகளும் நிலைத்து நிற்கின்றன. அவர் சூரத்தை விட்டுச் சென்றபிறகு ஏற்பட்ட ஒரே பெரிய வெள்ளம் 2006-ல் வந்தது. கடுமையான பருவமழையின்போது நர்மதாவின் அணை ஒன்று திடீரென திறக்கப்பட்டதால் நகரில் வெள்ளம். நிலைமையைக்

கையாள்வதற்கு ராவ்தான் சரியான ஆள் என்று அவரை உடனே சூரத்துக்கு அனுப்பினார்கள். ராவ் போர்க் கால அடிப்படையில் வேலை செய்தார் என்று குஜராத்தில் சுகாதார ஆணையராக இருந்த அமர்ஜித் சிங் தெரிவிக்கிறார். உடனடியாக நகரில் ஒழுங்கும் அமைதியும் திரும்பின.

அவருடைய சீர்திருத்தங்கள் இப்படி ஆச்சரியமான அளவுக்குத் தொடர்வது எப்படி? ராவ் விலகியபிறகும் அவருடைய பணிகளின் தாக்கம் நீடிப்பதற்கு ஐந்து காரணங்கள்:

முதலில், ஒரு நல்ல அமைப்பை அகற்றுவது கடினம்! 'அதிகாரிகள் மனது வைத்தால் என்னவெல்லாம் செய்ய முடியும் என்பதை ஒரு முறை காட்டிவிட்டால் போதும்; பிறகு அதற்குக் குறைந்த எதையும் மக்களே ஏற்றுக்கொள்ள மாட்டார்கள்' என்கிறார் ராவ். 'எதெல்லாம் சாத்தியம் என்பதை அவர்கள் ஒரு முறைகூடக் கண்ணால் கண்டதில்லை என்றால், அவர்களுக்குக் கனவுகளும் வராது, எதிர்பார்ப்புகளும் எழாது. இந்தச் சீர்திருத் தங்கள் கண்கூடாக வேலை செய்தன என்பதை எல்லோரும் பார்த்துவிட்டார்கள். இப்போது அரசியல்வாதிகள் முதல் நகர மன்றம் வரை எல்லாருக்கும் அதுவே அளவுகோலாகிவிட்டது.'

நம்பர் இரண்டு: நல்ல அமைப்புகள் தொடரவேண்டும் என்றால் சில தியாகங்கள் தேவை. ஆனால் பதிலுக்கு ஏதாவது தராமல் மக்களைத் தியாகம் செய்யச் சொல்ல முடியாது. கையை விட்டுப் போகும் ஒவ்வொரு பொருளுக்கும் நஷ்ட ஈடு கிடைத்தால்தான் மக்கள் சமாதானம் அடைவார்கள். சூரத்தின் குடிமக்களுக்குக் கிடைத்த இழப்பீடு: சுத்தமான நகரத்தைப் பார்க்கும், அதில் வசிக்கும் சந்தோஷம்; அதில் ஏற்படும் பெருமிதம்.

மூன்றாவது, தியாகம் செய்யச் சொல்வதற்குமுன் மக்கள் 'இது தங்கள் வேலை' என்று சொந்தம் கொண்டாடவேண்டும். அதற்கு, சட்டம் என்பது எல்லோருக்கும் சமம்தான் என்ற நம்பிக்கை அவர்களுக்கு வரவேண்டும். சட்டம் எல்லோருக்கும் பொதுவாக இயங்குகிறது என்பதைப் பார்த்துவிட்டால், எனக்குத் தனிப்பட்ட முறையில் கொஞ்சம் பாதிப்பு இருந்தாலும் அதற்காக நான் வருத்தப்பட மாட்டேன்; 'நியாயம்தானே' என்று நினைப்பேன். சட்டம் தெளிவாக வேலை செய்வதைக் கண்டு, மக்களும் அதனுடன் ஒத்துழைக்க முன்வருகிறார்கள்; தங்கள் பங்குக்குச் சிறிது தியாகம் செய்யவும் தயங்குவதில்லை.

உதாரணமாக, பல சாலைகளை அகலப்படுத்தவே முடியாமல் இருந்துவந்ததை விவரிக்கிறார் ராவ். 'சம்பந்தப்பட்ட நிலத்தைக் கைப்பற்றுவதற்கு மக்கள் கோர்ட்டிலிருந்து தடை உத்தரவு பெற்றிருந்தார்கள். இருந்தும் அவர்கள் தாமாகவே தங்கள் கட்டடங்களை இடித்தார்கள். ஸ்டே ஆர்டர் இருந்ததால் என்னால் அதைச் செய்திருக்க முடியாது; அவர்களால் மட்டும் தான் அதைச் செய்ய முடியும்; செய்தார்கள்! இதில் இருந்த தியாகம் கணிசமானது. சூரத்தில் நிலங்களின் விலையில் 30% வெள்ளை, 70% கருப்பு. என்னால் அவர்களுக்கு அந்த 30% விலையைத்தான் கொடுக்க முடியும். மற்ற 70%-ஐ அவர் களாகவே விட்டுக்கொடுத்தார்கள்.'

நான்காவது காரணம், சுற்றுப்புறம் சுத்தமாக இருக்கும்போது அதை அப்படியே தொடர்ந்து பராமரிப்பது எளிது. துளிக்கூட அழுக்கில்லாமல் தூய்மையாக இருக்கும் ஒன்றை யாரும் வேண்டுமென்றே நாசமாக்க மாட்டார்கள். ஏற்கெனவே குப்பையாகக் கிடந்தால், 'நாமும் கொஞ்சம் போட்டால் என்ன நஷ்டம்?' என்றுதான் மனம் நினைக்கும். இது சாலைகளுக்கு மட்டுமில்லாமல் தர்ம நியாயத்துக்கும் பொருந்தும்!

கடைசியாக, நல்ல விஷயம் ஒன்று தொடரவேண்டும் என்றால் சமூகமும் அவ்வப்போது அதைத் தணிக்கை செய்துகொண்டே இருக்கவேண்டும். நிர்வாக இயந்திரத்தின் கட்டுப்பாடு, வளர்ச்சிப் பணிகள் இரண்டிலும் குடிமக்கள் பங்குபெற வேண்டும். மகளிர் மன்றங்கள், இளைஞர் பாசறைகள் போன்ற பல அமைப்புகள் சமூகத் தணிக்கையில் ஈடுபட்டிருந்தன. தங்கள் பகுதியில் ஏதாவது சரியாக இல்லை என்றால் அவர்கள் உடனே தகவல் தெரிவிக்கவேண்டும் என்று சொல்லியிருந்தார் ராவ். குறிப்பிட்ட காலக்கெடுவுக்குள் வேலைகள் நடந்தாக வேண்டும். குறைகள் எதுவும் இருந்தால், மேல்முறையீடு செய் வதற்கும் அமைப்புகளை ஏற்படுத்தி வைத்திருந்தார். நகராட்சி ஆணையத்தை மட்டும் சமுதாயம் தணிக்கை செய்யவில்லை; மக்களே இப்போது ஒருவரை ஒருவர் கண்காணித்தார்கள்!

சூரத் நகரின் இணையத்தளத்தைப் பார்த்தால், ராவ் ஆரம்பித்து வைத்ததை சூரத் இன்னும் ஏன் தொடர்ந்துகொண்டிருக்கிறது என்பது புரியும். மலேரியாவையும் யானைக்கால் நோயையும் கட்டுப்படுத்துவதற்கு என்ன நடவடிக்கைகள் எடுக்கப்படு கின்றன? தீவிரக் கண்காணிப்பு ஒரு பக்கம்; கண்காணிப்

பாளர்களே கொசு போன்றவற்றால் வரும் நோய்களைப் பற்றி மக்களுக்கு எடுத்துச் சொல்கிறார்கள். பள்ளிக்கூடங்களில் சுகாதார நிகழ்ச்சிகள். தெரு முனைக் கூட்டங்கள். மாதர் சங்கம், அங்கன்வாடி, அரசு சாரா அலுவலர்கள் ஆகியவர்களுடைய கூட்டத்தில் மலேரியா பற்றி விழிப்புணர்வு ஏற்படுத்தப் படுகிறது. 'கொசு அரக்கனுடன் போராட்டம்' என்று குப்பங் களில் வீதி நாடகங்கள் நடக்கின்றன. உள்ளூர் தினசரிகளில் மலேரியா ஒழிப்பு மாதத்தின்போது பெரிய பெரிய விளம் பரங்கள். உள்ளூர் தொலைக்காட்சி சானல்களிலும் மலேரியா பற்றி நேர்முக விவாதங்கள்.

யார் வீட்டிலாவது தண்ணீரைத் தேங்கவிட்டு கொசு உற்பத்தி யாவது தெரிந்தால் உடனே அவர்கள்மீது வழக்கு போடப்படும்! ஒரு குறிப்பிட்ட வருடத்தில் மட்டும் இப்படி 1,821 வழக்குகள் போடப்பட்டு, மொத்தம் 1,18,100 ரூபாய் அபராதம் விதிக்கப் பட்டது. கவனக்குறைவால் கொசு வளர்த்தவர்களிடமிருந்து 'நிர்வாகச் செலவு'களுக்காக மொத்தம் 9,45,165 ரூபாய் வசூலிக்கப்பட்டது.

எஸ்.ஆர். ராவ் என்ற மனிதர்

எஸ்.ஆர். ராவுடன் பேசிக்கொண்டிருக்கும்போது ஒரு விஷயம் பளிச்சென்று தெரிகிறது: எப்போதும் அவர் கேரக்டரை வளர்ப்பது பற்றியே பேசுகிறார். கடினமான முடிவுகளை எடுத்துப் பழகும்போதுதான் நம் கேரக்டர் வளர்கிறது என்கிறார்.

இருப்பதிலேயே சுலபமான பாதையைத் தேர்ந்தெடுத்துப் போவது எளிது. கடினமான பாதையில் கால் வைத்தால், பல வற்புறுத்தல்கள் வரும்; மிரட்டல்கள் வரும். இவை எப்போதும் தான் இருக்கும். ஆனால் ஒவ்வொரு மனிதனுக்கும் தன்னுடைய எல்லை எது என்பது தெரிந்திருக்கவேண்டும். அந்த எல்லையைத் தாண்டி வளைந்துகொடுக்க மாட்டேன் என்பதை யும் தெளிவாக்கிவிட வேண்டும்.

அமைப்புகள் தன்னை வெற்றிகொள்ள ராவ் அனுமதித்ததே இல்லை. சில மாபெரும் கற்பிதங்கள் உண்டு; அரசு அதிகாரிகள் எதுவும் செய்யக் கையாலாகாதவர்கள் என்பது அதில் ஒன்று. ஆனால் அதிகாரி மட்டும் மனது வைத்தால், எந்தத் தடையையும் தாண்ட முடியும். அதற்கு, தேவைக்குமேலேயே அதிகாரமும்

வழிகளும் இருக்கின்றன. 'அந்த வசதி இல்லை, இந்த வளம் இல்லை' என்று புலம்புவதை முதலில் நிறுத்தவேண்டும். எவையெல்லாம் தன் கட்டுப்பாட்டில் இல்லையோ, அவை யெல்லாம் பற்றிக் குறை சொல்லி நேரத்தை வீணாக்கவில்லை ராவ். தன் வசம் இருப்பதை வைத்துக்கொண்டு வேலை செய்தார்; உலகத்தை ஒரு துளி மாற்றினார்.

ராவுக்கு ஒரு அலாதி திறமை உண்டு: அநாவசிய அடைசல்களை நீக்கிவிட்டு நேராகப் பிரச்னையின் தீர்வுக்குப் போய்ச் சேர்ந்துவிடுவார். முதல் முறையாக முனிசிபல் கமிஷனர் பதவி வகித்தபோது, நகராட்சி அமைப்புகளைப் பற்றி ஒன்றும் தெரியாமல்தான் ஆரம்பித்தார். ஒரே மாதம் - எல்லாவற்றையும் கற்றுக்கொண்டார். இருக்கும் ஓட்டைகளையெல்லாம் கண்டு பிடித்தார். ஒரு திட்டத்தைத் தயாரித்தார். பிறகு அதை வெறி பிடித்தாற்போல் சென்று செய்து முடித்தார்!

> ராவ் போன்ற புரட்சியாளர்களின் விசேஷ குணம், தடைகளைத் தாண்டிப் போவதற்கு அவர்கள் எப்படியும் ஒரு வழியைக் கண்டுபிடித்துவிடுவார்கள். வழிகள் என்னவோ எப்போதும்தான் இருக்கின்றன. ஆனால் நம்மில் பெரும்பாலோர், மூளையை உபயோகிப்பதே இல்லை.
>
> வெள்ளத்தோடு மிதப்பதுதான் சுலபம்; எதிர் நீச்சல் போடுவது அல்ல. ஆனால் இதற்குக் கொடுக்கும் விலை, அலுப்பு, களைப்பு, மந்த புத்தி! கம்பெனியில் ஆள் குறைப்பு எதுவும் நடந்தால் முதலில் இவர்கள்தான் வீட்டுக்குப் போவார்கள்!

எதிர்ப்புகளின் கையை ராவ் ஓங்கவிடுவதில்லை. ஒவ்வொரு கட்டத்திலும் அவரை வேலை செய்யவிடாமல் சூரத் நகராட்சி கவுன்சிலர்கள் வழி மறித்தார்கள். பண பலம், படை பலம் கொண்ட சக்திகள் சட்ட விரோதமாக எழுப்பியிருந்த கட்டடங்களை இடித்துத் தள்ளியபோது அவருக்கு ஏகப்பட்ட மிரட்டல்கள்! அவர் மனைவிக்கு ஆபாசமான போன் கால்கள் வந்தன. அவருடைய மகனைக் கடத்திக்கொண்டு போய் விட்டார்கள். 48 மணி நேரம் கழித்துத்தான் மகன் திரும்பக் கிடைத்தான். ஆனாலும் ராவ் அசரவில்லை.

ராவிடம் மற்றொரு ஆச்சரியம்: குடிமக்களின் ஆதரவைத் திரட்டுவது எப்படி என்பதை நன்றாகத் தெரிந்து வைத்திருந்தார். அவரிடம் கொண்ட அபிமானத்தால், அனுமதி இன்றிக் கட்டிய கட்டடங்களை மக்கள் தாங்களாகவே இடித்துத் தள்ளினார்கள். சூரத் நகருக்கே ராவ் ஒரு பெருமித உணர்வை ஊட்டினார். மேலிருந்து கண்டிப்பும் கீழிருந்து கனிவும் காட்டும்போது சிறு சிறு துளிகளாக மாற்றம் ஏற்பட ஆரம்பிக்கிறது.

புரட்சிகரமான பல மாறுதல்கள் நிகழ்ந்தன, ராவ் ஒரு கேள்வி கேட்டபோது. தன்னைத் தானே அவர் தினமும் இந்தக் கேள்வியைக் கேட்டுக் கொண்டார்: 'இன்றைக்கு ஏதாவது ஒரு துளி மாற்றத்தைக் கொண்டுவந்தோமா?' நீங்களும் இதே கேள்வியைக் கேட்டுக்கொள்ளுங்கள். இது வரை செய்ததில்லை என்றால், இனி என்ன திட்டம்?

ராவுக்கு வெற்றி மேல் வெற்றி. சூரத்தை அடுத்து, மத்திய அரசாங்கம் அவரை விசாகப்பட்டினம் துறைமுகக் கழகத்துக்கு அனுப்பியது. எந்தவோர் அம்சத்தை எடுத்துக்கொண்டு பார்த்தாலும், விசாகப்பட்டினம் துறைமுகம்தான் நாட்டிலேயே நம்பர் ஒன் என்று மாற்றிக்காட்டினார்!

பிறகு ஆந்திர முதல்வராக இருந்த சந்திரபாபு நாயுடு அவரை ஹைதராபாத் நகராட்சியில் சிறப்புப் பணி ஏற்றுக்கொள்ளச் சொல்லி வேண்டுகோள் விடுத்தார். இன்றைக்கு ஹைதராபாதில் இருக்கும் அகலமான, சுத்தமான, உயர்தரமான சாலைகள் அனைத்தும் ராவின் நேரடிச் சாதனையாகக் கூறப்படுகிறது.

குஜராத்தில் மறுபடி சில நாள்கள் பணி புரிந்தபிறகு, இன்று அவர் புது தில்லியில் தகவல் தொழில்நுட்பத் துறையின் கூடுதல் செயலராக இருக்கிறார்.

11. சு–காம்:

ஒரு புதிய தொழில்துறையே பிறந்த கதை

மொட்டவிழ்ந்துகொண்டிருக்கும் புதிய தொழில் முனைவோர் பலரும் கேட்கும் கேள்வி இது: 'ஒரு புதிய பிசினஸை ஆரம்பிப்பது எப்படி?' அதிலேயே கொஞ்சம் புத்திசாலியாக இருந்தால் அவர்கள் கேட்கும் கேள்வியே வேறு: 'ஒரு புதிய தொழில் துறையை ஆரம்பிப்பது எப்படி?'

வெறும் நிறுவனத்தை மட்டுமின்றி ஒரு தொழில் துறையையே உருவாக்குவது எப்படி என்று தெரிந்துகொள்வதற்கு வேறு எங்கும் போக வேண்டாம்; நடமாடும் உதாரணமாக இருக்கும் சு-காம் கம்பெனியையும் அதை ஆரம்பித்த நிர்வாக இயக்குனர் குன்வர் சச்தேவையும் பார்த்தால் போதும்.

தொழில் ஆரம்பித்தபோது அவரிடம் இருந்ததெல் லாம் ஒரு ஐடியா, 10,000 ரூபாய் முதலீடு; அவ்வளவு தான். இதை வைத்துக்கொண்டு ஆரம்பித்த சு-காம், இன்றைக்கு மாற்று மின்சக்தித் தொழிலில் இந்தியா விலேயே மிகப் பெரிய கம்பெனி. 2008-09-ல் அவர்களுடைய வருமானம் 600 கோடி ரூபாய். 50-க்கும் மேற்பட்ட நாடுகளில் கிளைகள், 23 அலுவலகங்களில் 1,200 பணியாளர்கள். 6,000-க்கு மேல் கூட்டாளி நிறுவனங்கள். அடுத்த மூன்று வருடத்தில் 50,000 கூட்டாளி நிறுவனங்கள் அல்லது முகவர்களை வளைத்துப் போட்டுவிடவேண்டும் என்பது திட்டம். முறைப்படுத்தப்பட்ட தொழில் துறையில் 50%-க்கு மேலான சந்தை சு-காமின் கையில்தான் இருக்கிறது.

இன்வர்ட்டர் தொழில் என்ற ஒன்றே இல்லாத இடத்தில் குன்வர் எப்படி ஒரு புதிய துறையை உருவாக்கினார்? எங்கே வாய்ப்பு இருக்கிறது என்பதை முதலில் பார்த்தவுடனேயே உணர்ந்து கொள்ளவேண்டும். கண்ணால் பார்க்கும் விஷயங்களை, வேறொரு கோணத்தில் புரிந்துகொள்ளும் திறமை இதற்குத் தேவை. இரண்டாவது, ஓர் உயர்தரமான தயாரிப்பைக் கொண்டு வரவேண்டும். மார்க்கெட்டில் இருப்பவற்றிலிருந்து அது வித்தி யாசமாக இருக்கவேண்டும். மூன்றாவது, நமக்கென்று ஒரு வினியோகச் சங்கிலியை உருவாக்குவதும், நல்ல ப்ராண்ட் ஒன்றை ஏற்படுத்துவதும் அவசியம்.

நான்காவதாக, புதுமை படைப்பது. சு-காமிலிருந்து அலை அலையாகப் புறப்பட்டுவந்த புதுமைகளைப் பார்த்துவிட்டு, போட்டியாளர்கள் அனைவரும் பேச்சடைத்து நின்று விட்டார்கள்! இப்படி புதுமைகளைப் புகுத்தியதாலேயே சு-காம் ஒரு புதிய துறையை உருவாக்கியது.

எடுத்துவைக்கும் ஒவ்வோர் அடியிலும், காரியம் நீர்த்துப் போகக்கூடாது என்பதில் மட்டும் கவனமாக இருந்தது சு-காம். அதனால் கிடைத்த வெற்றி இது. எடுத்த வேலை ஒவ்வொன்றும் முடிவடையும்போது, அதுதான் உலகத்திலேயே சிறந்ததாக இருக்கவேண்டும். சு-காம் இந்தியாதான் தங்கள் மார்க்கெட் என்று நினைக்கவில்லை. சர்வதேச மார்க்கெட்தான் அவர்கள் குறி!

கதையின் ஆரம்பம்

1997-ல் குன்வர், தன்னுடைய வீட்டு உபயோகத்துக்காக ஓர் இன்வர்ட்டரை வாங்கினார். அன்றைக்கு ஆரம்பித்தது இத்தனை யும். அந்த இன்வர்ட்டரின் தரம் மோசமாக இருந்தது. ஏராள மான பிரச்னைகள்; இரண்டு நாளைக்கு ஒரு தடவை சர்வீஸ் ஆசாமி வந்து சரி செய்யப் பார்ப்பார். இந்தக் கொடுமையைப் பார்த்துவிட்டு, ஒரு நாள் தானே அதைத் திறந்து பார்க்க முடிவு செய்தார் குன்வர்.

அப்போது குன்வர் கேபிள் டிவி பிசினஸில் இருந்தார். கேபிள் ஆபரேட்டர்களுக்காகச் சில பாகங்களையும் தயாரித்து வந்தார். எனவே எலெக்ட்ரிகல், எலெக்ட்ரானிக் பொருட்களைப் பற்றி ஓரளவுக்கு அவருக்குத் தெரிந்திருந்தது. அவருக்கு அவ்வளவாக

டெக்னிக்கல் பின்னணி கிடையாது. இருந்தும் இன்வர்ட்டரின் உள்ளே இருந்த நிலைமையைப் பார்த்தவுடன், 'நாமே இன்வர்ட்டர் தொழிலில் ஏன் இறங்கக்கூடாது?' என்று குன்வருக்குத் தோன்றிவிட்டது!

'இன்வர்ட்டரைத் திறந்து பார்த்தேன். அது இருந்த நிலையில் அது வேலை செய்ய வாய்ப்பே இல்லை. ஒரு தயாரிப்பு வேலை செய்யவில்லை என்றால் அந்தத் துறை வளரவே வளராது' என்கிறார் குன்வர்.

அப்போதுதான், இதில் மிகப் பெரிய வாய்ப்பு இருக்கிறது என்பதை அவர் உணர்ந்தார். இந்தியாவிலோ நிரந்தர மின்சாரத் தட்டுப்பாடு. ஒவ்வொரு வீட்டுக்கும் ஓர் இன்வர்ட்டர் விற்க லாம்! வெளிநாட்டிலிருந்து இறக்குமதியான இன்வர்ட்டர் எதுவும் இங்கே வேலை செய்யாது. நம்முடைய மின்சாரத்தின் தரம் தெரிந்த விஷயம்தானே? இந்தியாவுக்கென்றே அளவெடுத்துச் செய்தமாதிரி பிரத்யேகமான இன்வர்ட்டர் ஒன்று தேவை. அடிக்கடியும் அளவுக்கு மீறியும் உயர்ந்து தாழும் வோல்ட்டேஜ். அவ்வப்போது வந்து போகும் மின்சாரத்தை வைத்துக்கொண்டுதான் பேட்டரியை சார்ஜ் செய்யவேண்டும்.

அப்போது இந்த இண்டஸ்ட்ரியில் இருந்ததெல்லாம் பல சிறு சிறு உள்ளூர் தயாரிப்பாளர்கள் மட்டுமே. அவர்கள் யாரும் மார்க்கெட்டைப் பிடித்திருந்தார்கள் என்று சொல்ல முடியாது. எனவே குன்வர், இந்தியாவின் மாற்று மின்சக்தித் துறையில் நுழைய முடிவு செய்தார்.

ஆச்சரியம், இந்தியாவில் மின் கருவிகள், நுகர்வோர் சாதனங்கள் தயாரிக்கும் மிகப் பெரிய கம்பெனிகள் பல இருந்தும், அவர்களில் யாரும் இங்கே ஒரு தொழில் வாய்ப்பு இருக்கிறது என்பதை உணரவே இல்லை. அவர்களுக்கு ஏதோ ஒரு மனத்தடை. தன் தற்போதைய தொழிலைத் தாண்டி அவர்கள் சிந்திக்கவே இல்லை. ஒரு நிறுவனம், தான் தயாரித்த ஃப்ரிட்ஜ் இந்தியாவில் பல வீடுகளில் நாலைந்து மணி நேரத்துக்குமேல் வேலை செய்யவில்லை என்பதை அறிந்து, ஏன் அப்படி நடக்கிறது என்று யோசித்திருந்தார்களேயானால், மின்சாரத்தைச் சேமிக்கும்-தயாரிக்கும் தொழிலில் மிகப் பெரிய மார்க்கெட் இருக்கிறது என்பதை உணர்ந்திருப்பார்கள்!

ஒரு புதிய தொழில்துறையை ஆரம்பித்து ஆட்சி செய் வதற்கு முதல் தேவை எது? சின்னச் சின்ன சந்து மூலை கம்பெனிகள் ஏராளமாக இயங்கும் ஏதாவது ஒரு தயாரிப்பை எடுத்துக்கொள்ளுங்கள். எதிர்காலத்தில் அந்தப் பொருளுக்கு நல்ல மார்க்கெட் இருந்தால் போதும். எந்தப் புதிய தொழில்துறையும் பிறக்கும்போது அதில் வரைமுறைகள் இல்லாத சிறு நிறுவனங்கள்தாம் இயங்கிக் கொண்டிருக்கும். பிறகு அவை அழிந்து, இணைந்து ஒரு சில பெரிய கம்பெனிகளாக ஒன்று திரள ஆரம்பிக்கும்.

ஆரம்ப நிலையில் உள்ள ஒரு தொழில் துறையில் டெக்னாலஜி அப்படி ஒன்றும் முன்னேறி இருக்காது. தர நிர்ணயங்களும் ஏற்பட்டிருக்காது. கம்ப்யூட்டர் தொழிலே கூட ஆரம்பத்தில் எப்படி இருந்தது என்று யோசியுங்கள். இண்டஸ்ட்ரி திரண்டு ஒரு வடிவத்துக்கு வரும்வரை, தெருவில் போகிறவர்கள் யார் வேண்டுமானாலும் அதில் நுழையலாம் என்று இருந்தது.

பல நிறுவனங்கள் உருவானது இப்படித்தான்: சிதறிக் கிடக்கும் சில்லறை கம்பெனிகளை ஒன்று சேர்த்து, முகமில்லாத அவர்கள் தயாரிப்புகளிலிருந்து ப்ராண்ட் ஒன்றை உருவாக்கி, புதிய இண்டஸ்ட்ரியைத் தோற்று வித்தார்கள். லாண்ட்மார்க்கும் க்ராஸ்வேர்டும் வருவதற்கு முன் இங்கே சுதந்தரமான பல புத்தக விற்பனையாளர்கள் இல்லையா?

மருத்துவமனைகள் யாவும் குடும்பத் தொழில்போல் தனித் தனியாக இயங்கி வந்தன. டாக்டர் பிரதாப் ரெட்டி அப்போலோவை உருவாக்கும்வரை. தன் மருத்துவமனைச் சங்கிலியில் அவர் ஒரே சீரான தரத்தைக் கொண்டுவந்தார். அது வரை தனிப்பட்ட டாக்டர்களை மட்டுமே நம்பியிருந்த மக்கள், இப்போது அப்போலோ என்ற நிறுவனத்தையும் அந்த ப்ராண்டையும் நம்ப ஆரம்பித்தார்கள்.

இன்வர்ட்டரில் ஒரு தொழில் வாய்ப்பு இருப்பதைக் கண்டு பிடித்தவுடன், குன்வர் ஒரு சிறு மாதிரி வடிவத்தைத் தயாரித்தார். தன்னுடன் கேபிள் டி.வி தொழிலில் ஈடுபட்டிருந்த பொறியாளர் களைக் கூப்பிட்டுக்கொண்டார்; 1997-ல் மார்க்கெட்டில் கிடைத்த ஒவ்வோர் இன்வர்ட்டரையும் பரிசோதித்துப் பார்த்தார்.

எல்லாவற்றிலும் அதே பிரயோஜனம் இல்லாத கபாஸிடர் தொழில்நுட்பம்தான் இருந்தது. அதனால்தான் இன்வர்ட்டர்கள் அடிக்கடி பழுதாகிக்கொண்டிருந்தன. இதை நம்பமுடியாது என்று எல்லோரும் ஜெனரேட்டரையே உபயோகித்தார்கள்; இன் வர்ட்டர் பேட்டரி அவ்வளவு சீக்கிரம் தீர்ந்து போய்விடும்.

இதில் உருப்படியாக இருந்தது வீடியோகான் இன்வர்ட்டர் ஒன்றுதான். ஆனால் அதுவே, முன்னேறிய நாடுகளில் இருந்ததுபோன்ற சீரான மின் சப்ளைக்கு ஏற்றவாறுதான் டிசைன் செய்யப்பட்டிருந்தது. மேல்நாடுகளில் மின்சாரம் ஸ்டெடியாக இருக்கும்; கண்டபடி மாறும் மின் அழுத்தத்தை இன்வர்ட்டர் சந்திக்கவேண்டியதில்லை. நீண்ட தூரம் படகில் போவது, திறந்த வெளியில் கேம்ப் அமைத்து பிக்னிக் போவது போன்ற சமயங்களில் மட்டும்தான் அவர்களுக்கு இன்வர்ட்டர் தேவைப் படும். அப்போது கார் அல்லது படகின் பேட்டரியிலிருந்து மின்சாரம் எடுத்து டி.வி, மைக்ரோவேவ் அடுப்பு அல்லது ஸ்டீரியோவை இயக்குவார்கள்.

வீடியோகான் டிசைனை இந்திய நிலைக்கு ஏற்றவாறு மாற்றி அமைத்து, சு-காம் தன் முதல் இன்வர்ட்டரைக் கொண்டு வந்தது.

> மேற்கத்திய நாடுகளில் இன்வர்ட்டர் என்பது வெளி உபயோகத்துக்குத்தான்; வீட்டுக்குள் அது தேவைப்படாது! இந்தியாவில் ஏற்கெனவே பன்னாட்டு மின் சாதன நிறுவனங்கள் பல இருந்தன. ஆனால் அவர்கள் யாரும் இந்தப் பெரிய வாய்ப்பைக் கவனிக்கவில்லை; அல்லது, கவனித்திருந்தாலும் இந்தியாவில் இவ்வளவு பெரிய மார்க்கெட் இருக்கிறது என்பதைத் தங்கள் தாய் நிறுவனத் திடம் எடுத்துச் சொல்லி விளங்கவைக்க முடியவில்லை.
>
> பெரும்பாலான பன்னாட்டு கம்பெனிகளால் இந்த மாதிரி வாய்ப்புகளைப் புரிந்துகொள்ள முடியாது - அவர்கள் நாடுகளில் இது போன்ற பிரச்னைகள் இல்லை என்பதால்! மற்ற நாடுகளை அவர்கள் தங்கள் கண்ணாடிகள் வழியேதான் பார்ப்பார்கள். அவர்கள் ஊரில் இன்வர்ட்டர் என்பது வெளி உபயோகத்துக்காக ஏற்பட்டது. இந்தியாவில் அதுபோல் வெளியே பிக்னிக் போகும் வழக்கம் கிடையாது; எனவே இங்கே அதற்கு மார்க்கெட் இல்லை!

குன்வர் தன்னுடைய முதல் இன்வர்ட்டரை அறிமுகப்படுத்திய போது அவருக்கு ஒரு விஷயம் தெரிந்திருந்தது: அவரிடம் இருந்த கேபிள் டி.வி பொறியாளர்களால் இதற்குமேல் புதுமையாக யோசித்து, புதிய தொழில்நுட்பத்தை வளர்க்க முடியாது. ஆனால் இன்வர்ட்டர் அடுத்து செல்லவேண்டிய பாதையோ, ஹைடெக் பாதை!

டெக்னாலஜிதான் அவசரமாகத் தேவைப்பட்டது. அதற்கு, விஷயம் தெரிந்த வேறு யாரையாவதுதான் வேலைக்கு எடுக்க வேண்டும். ஆனால் யாரை? எங்கிருந்து? அப்போதுதான் இன்வர்ட்டர் தொழில் என்று ஓர் இண்டஸ்ட்ரியே கிடையாதே! வெளியிலிருந்து பாகங்களை வாங்கிக் கோர்க்கத் தெரிந்தவர்கள் தான் ஒரு சிலர் இருந்தார்கள். அவர்களைப்போய் வேலைக்கு அமர்த்தினால் இன்வர்ட்டர் தொழில்நுட்பத்தில் புரட்சி எதையும் செய்துவிட முடியாது!

குன்வர் பற்பல தொழில்துறைகளில் தேடி, பொறுக்கி எடுத்த அணி ஒன்றை உருவாக்கினார். அவர்களில் சிலர் கம்ப்யூட்டருக் கான யு.பி.எஸ் தயாரிப்பில் இருந்தவர்கள். மற்றவர்கள் பல விதமான டிஜிட்டல் சாதனங்கள் செய்யும் தொழிலைச் சேர்ந்தவர்கள். ஏவுகணைத் துறையிலிருந்துகூட சிலர் கிடைத் தார்கள்! அக்னி ஏவுகணைக்கான பாகங்களைத் தயாரித்துவந்த ஒரு கம்பெனியை மூடிவிட்டார்கள். அதில் வேலை செய்தவர் களுக்கு எங்கே போவதென்று தெரியவில்லை. குன்வர் அவர் களை அரவணைத்துக்கொண்டார்.

இன்றைக்கு, ஆராய்ச்சி-வளர்ச்சிப் பிரிவின் தலைவர்களில் ஒருவர், ஏவுகணை ஆசாமி. உற்பத்தியைக் கவனித்துக் கொள்பவர், மோட்டார் வாகனத் தயாரிப்பில் இருந்தவர். இதுவே சு-காமின் பெரிய பலமாகிவிட்டது. வழக்கமான மின்சாரக் கருவித் துறைக்குள்ளேயே தேடிக்கொண்டிருக்காமல், வெளியில் இருக்கும் பற்பல துறைகளிலிருந்து ஐடியாக்கள் வந்து குவிகின்றன.

உதாரணமாக, சு-காமின் உற்பத்திப் பிரிவில் அசெம்பிளி லைன் உண்டு. உதிரி பாகங்கள் தேவைப்படும் நேரத்தில் கச்சிதமாக வந்து சேரும் ‘ஜஸ்ட் இன் டைம்’ என்பது ஆட்டோமொபைல் தயாரிப்பில் கடைப்பிடிக்கப்படும் டெலிவரி முறை. இதுவும் சு-காமில் உண்டு. ஏவுகணையில் வேலை செய்தவர்கள், மிக

அதிகச் சூடு, குளிர் போன்ற சூழ்நிலைகளில் இன்வர்ட்டரின் ஒவ்வொரு பாகமும் எப்படி வேலை செய்யும் என்ற புரிதலைக் கொண்டுவந்தார்கள்.

சின்னத் தொழிலதிபராக இருப்பவர், மெகா தொழிலதிபராக மாறுவதற்கு முதல் தேவை என்ன? தன் பிசினஸை வளர்ப்பதுடன் கூடவே, தொழில்நுட்பத்தை வளர்ப்பதிலும் ஆர்வம் காட்டவேண்டும். இன்வர்ட்டருக்கு எப்போதும் ஒரு மார்க்கெட் இருந்து வந்தது. குன்வர் எல்லோரையும் போல மார்க்கெட்டைக் குறுகிய கண்ணோட்டத்தில் பார்க்கவில்லை; நாமும் குறைந்தபட்சமாக ஏதாவது தயாரித்து விற்று, இன்றைய பாட்டைப் பார்த்துக்கொண்டு போனால் போதும் என்று நினைக்கவில்லை. பயிற்சி பெற்ற, உயர்தரமான ஆட்களை வேலையில் அமர்த்தி, இந்தத் துறையையும் அதன் தொழில்நுட்பத்தையும் வளர்த்தார்.

ஒரு சின்ன அறையில் கம்பெனி நடத்தி, கையாலேயே பாகங்களைக் கோர்த்து இன்வர்ட்டர் தயாரித்தவர்கள், சின்ன அளவிலேயே நின்று போய்விட்டார்கள். குன்வர் மட்டும் ஒரே தாவாகத் தாவி அடுத்த கட்டத்துக்குப் போய்விட்டார். உள்ளூரிலேயே இருக்கும் தொழில்நுட்பத் திறமைசாலிகளைக் கண்டுபிடித்து, வளர்த்து விட்டார். அதை விட முக்கியம், தொழில்துறையையே வளர்ப்பதில் கவனம் செலுத்தினார்.

மார்க்கெட்டில் இன்றைக்கு என்ன தேவை என்று பார்த்து அதை மட்டும் நிறைவேற்றுவது, அல்லது மொத்தத் தொழில்துறையையே வளர்க்க முயல்வது - இந்த இரண்டும் வெவ்வேறு விதமான மனப்பான்மைகள். இது சின்ன அல்லது வளர்ந்துகொண்டிருக்கும் தொழில்துறைக்கு மட்டுமே பொருந்துவதல்ல; உங்கள் தொழில்துறை தொடர்ந்து வளரவில்லை என்றால் அதில் உள்ள முக்கிய கம்பெனிகள், 'இன்றைக்கு இருக்கும் மார்க்கெட்டுக்கு விற்பனை செய்தால் போதும்' என்று அடங்கிப் போய் விட்டார்கள் என்று பொருள். புதுமைகள் படைத்து தொழில்துறையை ஊட்டி வளர்க்க முயற்சி செய்யவில்லை என்று பொருள்.

குன்வர், தொழில்நுட்பத்தை வளர்ப்பதன்மூலம் இந்தத் தொழில் துறையையே வளர்க்க முடிவு செய்துவிட்டார். வெளிநாட்டி

லிருந்து மாஸ்ஃபெட் என்ற எலெக்ட்ரானிக் கருவி தொழில் நுட்பத்தைக் கொண்டுவந்தார். 1998-ல் அவருடைய இரண்டா வது இன்வர்ட்டர் இந்த நுட்பத்தின் அடிப்படையில் அமைந்தது. இதனால் இன்வர்ட்டர், முன்பு இருந்ததில் நாலில் ஒரு பங்காக அளவில் சுருங்கிவிட்டது. அளவு குறைய, விலையும் குறைந்தது; திறன் அதிகரித்தது. இப்போது இரண்டு பேட்டரிகளுக்குப் பதில் ஒரே பேட்டரியில் வேலை முடிந்துவிட்டது!

மாஸ்ஃபெட் தொழில்நுட்பத்தை வைத்துக்கொண்டு, குன்வரும் அவரது அணியும் மார்க்கெட்டிலேயே சிறந்த இன்வர்ட்டரை உருவாக்கிவிட்டார்கள். அதன் விலையைக் கீழே கொண்டு வந்தார்கள். எது முடியும், எது முடியாது என்பதற்கு ஓர் அளவு கோலையே உருவாக்கினார்கள்.

விரிகிறது, வினியோக வலை!

சு-காம் கொண்டுவந்த நம்பகமான மாஸ்ஃபெட் இன்வர்ட் டரைப் பார்த்தவுடன், அங்கங்கே தொழில் செய்துவந்த உள்ளூர் தயாரிப்பாளர்களுக்கு ஒரே குழப்பம். சு-காமின் விலையையோ, தரத்தையோ அவர்களால் எட்டிப் பிடிக்க முடியவில்லை.

குன்வர் அவர்களிடம், அவர்களால் மறுக்க முடியாத பேரம் ஒன்றைப் பேசினார்: 'மாஸ்ஃபெட் ஓர் ஆரம்பம்தான். இனிமேல் வருடா வருடம் தொழில்நுட்பத்தைத் தலைகீழாக மாற்றப் போகிறேன்' என்றார். இப்போது அவர்களுக்கு இரண்டு வழி இருக்கிறது. முடிந்தால் குன்வரின் புதுமைகளுடன் மோதிப் பார்க்கட்டும். அல்லது பேசாமல் அவருடைய வினியோகஸ்த ராகவோ டீலராகவோ மாறிவிடட்டும்!

ஒவ்வொரு நகரத்திலும் டஜன் கணக்கில் இன்வர்ட்டர் விற்பவர் கள் இருந்தார்கள். இவர்களில் இரண்டு வகை: இன்வர்ட்டர் தயாரிப்பவர்கள், பேட்டரி விற்பவர்கள். 'தயாரிப்பாளர்களையே என்னுடைய வினியோகஸ்தர்களாக மாற்றிக்கொண்டேன். பேட்டரிக்காரர்களை டீலர்கள் ஆக்கினேன்' என்கிறார் குன்வர்.

குன்வரின் குடையின்கீழ் இண்டஸ்ட்ரி எப்படி அணி திரண்டது என்பதைப் பாருங்கள். தனித்தனியாக இருந்த கம்பெனிகள் ஒன்றாகச் சேர்ந்தன. ப்ராண்ட் பெயர் தெரியாத, ஒழுங்காக வேலை செய்யாமல் இருந்த அவர்களுடைய தயாரிப்பும்

தொழில்நுட்பத்தில் முன்னேறியது. புதுமையினால் தரம் உயர்ந்தது; வித்தியாசமான பொருள் ஒன்று பிறந்தது.

வெட்டவெளியில் கட்டடம் கட்டுவது அவ்வளவு சுலபமாக இல்லை. அனைத்தையுமே முதலிலிருந்து ஆரம்பித்து தொழிலை எழுப்பவேண்டும். முறைப்படுத்தப்படாத தொழில் துறை ஒன்றை ஒழுங்குமுறைக்குக் கொண்டுவந்தாக வேண்டும். அதுதான் சவால். விற்பனை மற்றும் சர்வீஸ் பொறியாளர்களுக்கு அடிப்படையிலிருந்து பயிற்சி கொடுக்கவேண்டும். பிற துறை களிலிருந்து வந்த பணியாளர்களுக்கு இந்தத் துறையில் பயிற்சி யும் ஊக்கமும் அளித்து, அவர்களைக் களப் பணிக்கு அனுப்ப வேண்டும்.

விற்பனைப் பிரதிநிதிகளைக் கூட்டிப் பேசினார்கள். டீலர்களைச் சந்தித்தார்கள். தங்கள் தயாரிப்பைப் பற்றி அவர்களுக்கு விவர மாகச் சொல்லித் தந்தார்கள். ஏராளமாக வேலை செய்யவேண்டி யிருந்தது. ஆனால் அதுதான் ஒரு புதிய தொழில்துறையின் விதை விழுந்த நேரம்.

ஒரு புதிய பிராண்டை, குறைவான விளம்பரச் செலவில் மக்களுக்கு அறிமுகப்படுத்த வேண்டியிருந்தது. இந்த இடத் திலும் குன்வர் வித்தியாசமாகச் சிந்தித்தார். அவர் ஏர்டெல் விளம்பரங்களைக் கவனித்திருந்தார். கண்ணில் பட்ட ஒவ் வொரு சுவரிலும் கம்பத்திலும் ஏர்டெல் விளம்பரம்தான்! அதைப் பார்த்தவுடன், குன்வரின் மனத்தில் இதுவரை யாரும் விளம்பரம் செய்யாத ஓர் இடம் தோன்றியது; எல்லா நெடுஞ்சாலை ஓரங்களிலும் இருந்த டீக்கடைகளிலும் சிறு உணவு விடுதி களிலும் 2000-ல் முதன்முதலில் விளம்பரம் செய்தவர் குன்வர் தான். இதனால் சு-காம் உடனடியாக எல்லோருக்கும் தெரிந்த பெயராகிவிட்டது.

ஆனால் டீக்கடைக்காரர்கள் கொஞ்ச நாள் கழித்து விளம்பரப் பலகையை நீக்கிவிடுவார்களே? அவர்களுக்கு இதில் என்ன ஆதாயம்? எனவே குன்வர், இரு தரப்புக்கும் பலன் இருக்குமாறு ஒரு யோசனையைச் செய்தார். தன் விளம்பர போர்டு அல்லது பானரில் கடையின் பெயரையும் சேர்த்துப் போட்டார். இப்போது சு-காமுடன் சேர்த்து ஹோட்டலுக்கும் விளம்பரம். ‘இந்த ஐடியாவை இவ்வளவு பெரிய அளவில் முதன்முதலில் செய்தது நான்தான்’ என்று அழுத்திச் சொல்கிறார் குன்வர்.

இன்றைக்கு இது சர்வ சாதாரணமாகிவிட்டது. ஆனால் அன்று குன்வருக்கு இதில் மிகப் பெரிய விளம்பரம் கிடைத்தது.

மற்றொரு யோசனையும் தோன்றியது: அவர் பத்திரிகைகளின் வரி விளம்பரப் பகுதியில் பத்தி பத்தியாக விளம்பரம் செய்தார். மாற்று மின்சக்தித் துறையில் இப்படிச் செய்த முதல் கம்பெனி சு-காம்தான். வரி விளம்பரப் பக்கத்தில் கிட்டத்தட்ட அரைப் பக்கத்தை எடுத்துக்கொண்டு பெரிய அளவில் சு-காம் என்று தோன்றச் செய்தார். வழக்கமான அரைப் பக்க விளம்பரத்தை விட இதற்குச் செலவு குறைவு. பிறகு வண்ண விளம்பரங்கள், எலெக்ட்ரானிக் மீடியா என்று விளம்பரத்தை விரிவுபடுத்தினார். குன்வரின் காரணமாகவே பல பத்திரிகைகள் தங்கள் வரி விளம் பரக் கொள்கையையே மாற்றிவிட்டன! ஆனால் தொடர்ந்து விளம்பரங்கள் வந்ததால் சு-காம் என்றாலே ஜொலிக்கும் டெக்னாலஜி, நம்பிக்கையான தயாரிப்புகள் என்று வீட்டுக்கு வீடு புகழ் பரவிவிட்டது.

தயாரிப்பில் புதுமை

ஒரு பக்கம் ப்ராண்ட் பெயரை நிலைநாட்டுவது, வினியோகச் சங்கிலியை ஒழுங்குபடுத்துவது என்று பரபரப்பாக வேலை நடந்துகொண்டிருந்தபோதே, சு-காம் தன் தயாரிப்புகளையும் தொடர்ந்து முன்னேற்றிக்கொண்டே இருந்தது. கிட்டத்தட்ட ஒவ்வொரு வருடமும் ஒரு புதுமை செய்தது. குன்வர், 'என் னுடைய தயாரிப்பை வருடா வருடம் அப்படியே மாற்றிவிடு வேன். இன்றைய மாடல் தயாரானவுடனேயே, அடிப்படையான மாற்றங்களுடன் நாளைய தயாரிப்பில் வேலை ஆரம்பித்து விடுவேன்' என்கிறார்.

குன்வர் தன்னுடைய மாடல்கள் எல்லாவற்றையும் தானே 3, 4 வருடத்துக்கு ஒரு முறை தீர்த்துக்கட்டி விடுகிறாரா என்ன? இதைக் கேட்டால் 'அதுவும் உண்டு; சில சமயம் நானே பழைய மாடலைக் கொன்றுவிடுவேன். சில சமயம் அதுவாகவே செத்து விடும். தற்போதைய மாடலைவிட பழைய தயாரிப்பே நன்றாக விற்பனை ஆகிக்கொண்டிருந்தாலும் சரி; அதற்கும் இதே கதிதான்! இரண்டொரு வருடத்துக்குப் பிறகு அதன் தயாரிப்பை நிறுத்திவிடுவேன். அது பிழைத்தாலும் செத்தாலும் கவலை இல்லை' என்கிறார்.

ஏன்?

‘ஏனென்றால், மார்க்கெட்டை நான்தான் செலுத்தவேண்டும். அது என்மேல் ஏறிச் சவாரி செய்ய விடக்கூடாது. தலைமைப் பதவிக்கு வந்துவிட்டு, மாற்றங்களைப் பற்றி யோசிக்காமலே இருந்துவிட்டவர்கள் பலர் உண்டு. பிறகு வெளியிலிருந்து மாற்றங்கள் இடிபோல் வந்து இறங்கும்போது திகைத்துப் போய்விடுவார்கள். ஆகவே என்னுடைய ஃபார்முலா இதுதான்: மார்க்கெட் உன்னை மாற்றுமுன், நீ மார்க்கெட்டை மாற்றிவிடு!’

பெரும்பாலான மேனேஜர்கள், தங்களுக்கு நன்கு தெரிந்த பொருள் போய், வேறொன்று வந்துவிடக் கூடாதே என்பதில் கவனமாக இருப்பார்கள். அவர்களுடைய தயாரிப்பு நீண்ட ஆயுளுடன் வாழ்ந்தால்தான் அவர்களுக்குச் சாப்பாடு! இதனால், தங்களுடைய நிறுவனத்தைவிட, அந்தத் தயாரிப்பின்மீதுதான் இவர்களது அபிமானம் இருக்கும். அது கையை விட்டுப் போய்விடக்கூடாது என்பதற்காக, தங்களால் முடிந்த முயற்சிகள் அனைத்தையும் செய்வார்கள்.

பெரும்பாலான நிறுவனங்களுக்கு, ஒரே ஒரு தயாரிப்பை வெற்றிகரமாக மார்க்கெட்டில் இறக்கிவிட்டாலே போதும்; அதன்மீது காதலே கொண்டுவிடுவார்கள்! அதையே கண்ணுக்கு கண்ணாகச் சீராட்டி, பாலிஷ் போட்டு, கொஞ்சம் கொஞ்சமாக முன்னேற்றிக் கொண்டிருப்பார்களே தவிர, அடுத்த பெரிய தயாரிப்பைப் பற்றி மறந்தே போய்விடுவார்கள்.

புது ஐடியாக்களிலும் அவ்வப்போது வேலை செய்வார்கள். ஆனால் அவர்களுக்கு இன்றைக்குப் பணம் காய்ச்சி மரமாக இருக்கும் தயாரிப்பு, இன்னும் இரண்டு வருடம்தான் உயிர் வாழும் என்று தெரிந்தால் என்ன உத்வேகத்துடன் பரபரப்பார்களோ, அப்படி வேலை நடக்காது.

எதிர்பாராத நேரத்தில் மார்க்கெட் மாறுதல்கள் வந்து நம்மைத் தாக்கிவிடாமல், அடுத்த பெரிய முன்னேற்றத்தை நாமே கொண்டுவந்துவிட வேண்டும். அதற்கு, நம்முடைய தற்போதைய தயாரிப்புகளைத் திட்டமிட்டுத் தீர்த்துக்கட்டுவதற்கு நாள் குறித்துவிட வேண்டும்.

சு-காமின் ஆராய்ச்சி-வளர்ச்சிப் பிரிவுக்கு, இந்திய அரசாங்கத்தின் அறிவியல் மற்றும் தொழில்துறை ஆராய்ச்சித் துறையின் சான்றிதழ் கிடைத்திருக்கிறது. இன்வர்ட்டர் தொழில்துறையிலேயே இந்த முத்திரையைப் பெற்றிருப்பது, சு-காம் மட்டும்தான். அவர்களுடைய ஆராய்ச்சிக் கூடத்தில், பரிசோதனைக்கும் தயாரிப்புக்கும் வேண்டிய மிக நவீன சாதனங்கள் அனைத்தும் இருக்கின்றன.

மார்க்கெட்டைப் பொருத்தவரையில் குன்வரின் கொள்கை, 'கண்ணை மூடிக்கொண்டு முன்னே போய்க்கொண்டே இரு!' அவருடைய ஆராய்ச்சிப் பிரிவில் வேலை செய்யும் ஒருவரும் இதையேதான் சொல்கிறார்: 'நாங்கள் இன்று என்னதான் புதிதாகச் செய்தாலும், யாராவது ஒருவர் அதைக் காப்பி அடிக்கத்தான் போகிறார். அடுத்த 2, 3 வருடங்களில் அவர்களிடமும் இதே டெக்னாலஜி இருக்கும்.'

எனவே சு-காமின் சிந்தனை, 'வழக்கமான தயாரிப்பு வேலைகள் ஒருபுறம் நடக்கட்டும். நம்முடைய முக்கிய கவனம் அடுத்த 2, 3 வருடங்களில் இருக்கவேண்டும். நாம் தயாரிப்பது எதுவாக இருந்தாலும் 3 வருடத்துக்குமேல் தாக்குப் பிடிக்காது. அதன் பிறகு பழைய கந்தல் ஆகிவிடும். எனவே 3 வருடத்துக்குள் வேறொரு தயாரிப்பு ரெடியாகிவிடவேண்டும். அதைத் தொடர்ந்து மற்றொன்று...'

இதிலிருந்தே குன்வரின் அணுகுமுறை கம்பெனி முழுவதும் நன்றாகப் பரவிவிட்டது தெரிகிறது. ஒரு தலைவனுக்கு இதைவிட வேறென்ன வேண்டும்?

ஆனால் சு-காமுக்கு ஒரு சவால் இருக்கிறது: அதனுடைய தரம் எத்தகையது என்பதை வாடிக்கையாளரால் நேரடியாகப் பார்க்க முடிவதில்லை. மேலும் மேலும் தூய்மையான மின்சக்தியைக் கொடுக்கவேண்டும் என்பது சு-காமின் குறி. மின்சக்தியின் தரம் உன்னதமாக இருக்கவேண்டும் என்பது சு-காமின் வேட்கை. 'இன்றைக்கு உங்கள் ஃப்ரிட்ஜும் டி.வியும் எப்படிப்பட்ட மின் சப்ளையில் வேலை செய்கிறது என்பது உங்களுக்கே தெரியாது. ஆறு வருடத்துக்குப் பிரச்னை இல்லாமல் உழைத்திருக்க வேண்டிய ஒரு பொருள் மூன்று வருடம்தான் வேலை செய்கிறது. நீங்கள் கவலையே படாமல் சந்தோஷமாக இருக்கிறீர்கள். என்னவெல்லாம் சாத்தியம் என்று தெரியாததால்

வருகிற சந்தோஷம் இது' என்கிறார் செயல்பாட்டு இயக்குனர் நரேஷ் கௌசிக்.

ஓர் இன்வர்ட்டரை வாங்கி வீட்டில் வைத்தால் அது எவ்வளவு மின்சாரத்தைக் குடிக்கிறது என்று உங்களுக்குத் தெரியாது. உதாரணமாக 4 மணி நேரம் மின்சாரம் கொடுப்பதற்கு அது 10 மணி நேரம்கூட மெயின்ஸிலிருந்து மின்சாரத்தை உறிஞ்சிக் கொண்டிருக்கலாம். கரண்ட் பில் எப்படி ஏறிக்கொண்டிருக்கிறது என்பது தெரியாமலே நீங்கள் கவலையற்று இருக்கிறீர்கள்.

சு-காமுக்கு, தொழில்நுட்பத்தில் புதுமைகள் படைக்க வேண்டும்; நுகர்வோர் கண்ணில் பளிச்சென்று தெரியும்படி வித்தியாசமாக இருக்கவேண்டும்; அதன் மதிப்பு கூடியிருக்க வேண்டும். குன்வர் கிட்டத்தட்ட ஒவ்வொரு வருடமும் ஏதா வது புதுமையைச் செய்திருக்கிறார். மற்றவர்களிடமிருந்து வித்தி யாசப்படுத்திக் காட்டியிருக்கிறார்.

1998-ல் மாஸ்ஃபெட் புரட்சி. அதை அடுத்து 2001-ல் குன்வர் 'சைன் வேவ்' இன்வர்ட்டரை அறிமுகப்படுத்தினார். அதற்கு முன் இருந்ததெல்லாம் புராதனமான 'ஸ்கொயர் வேவ்' தொழில்நுட்பம்தான். சைன் வேவ் என்பது சுத்தமான மின்சாரம். நாசூக்கான மின் கருவிகளுக்கு ஏற்றது. உலகத்துக்கு இது புது டெக்னாலஜி அல்ல. ஆனால் இந்தியாவில் மின் சப்ளையில் திடீர் திடீரென்று ஒரு சுனாமி வீசும். வோல்ட்டேஜ் பயங்கரமாக உயர்ந்து தாழும். இங்கே வேலை செய்யவேண்டும் என்றால் சைன் வேவ் இன்வர்ட்டரில் இந்தியாவுக்கு ஏற்ப மாறுதல் களைச் செய்யவேண்டும்.

ஆனால் சரியான ஆராய்ச்சிக்கூடம் ஒன்று இல்லாவிட்டால் அந்த இன்வர்ட்டரைப் பரிசோதிக்க முடியாது. குன்வரும் அணி யினரும் சேர்ந்து இரண்டு பரிசோதனைக் களங்களைத் தேர்ந் தெடுத்தார்கள். இரண்டு ஊர்களும் இந்தியாவிலேயே மோசமான மின்சார சப்ளை கொண்ட இடங்கள் என்ற 'புகழ்' கொண்டவை. ஒன்று மீரட். மற்றது கான்பூர். எந்த இன்வர்ட்ட ராக இருந்தாலும் இந்த ஊர் மின்சாரத்துக்குத் தப்பிப் பிழைத்த தில்லை!

மீரட்டையும் கான்பூரையும் வாழும் ஆராய்ச்சிக்கூடம்போல் பயன்படுத்தி, புதிய இன்வர்ட்டரைப் பரிசோதித்தார் குன்வர்.

இங்கே சோதிக்கப்பட்டு தொழில்நுட்பம் வேகமாக வளர்ந்தது. கடைசியில் வெற்றி; சைன் வேவ் இன்வர்ட்டர் தயார். இதில் இன்வர்ட்டர்களுக்கே உரிய 'கொய்'யென்ற சத்தம் இல்லை. அதிலிருந்து வரும் மின்சாரத்தின் தரமும் உயர்ந்ததாக இருந்தது.

ப்ளாஸ்டிக் டப்பா இன்வர்ட்டர்!

2002-ல் குன்வர் அறிமுகப்படுத்திய இன்வர்ட்டர் இந்தியாவில் மட்டுமல்ல, உலகிலேயே வித்தியாசமானது. அதன் வெளிப்புற உடல் ப்ளாஸ்டிக்கினால் செய்யப்பட்டிருந்தது.

அந்தக் காலகட்டத்தில் எல்லா இன்வர்ட்டர்களுமே உலோகப் பெட்டியில்தான் வந்தன. ஏனென்றால் இன்வர்ட்டர் இயங்கும் போது அதன் வெப்ப நிலை 120 டிகிரி வரைகூட உயரும்! அந்த சூட்டைத் தாங்கக்கூடிய வேறு பொருள் கிடையாது. ப்ளாஸ்டிக் கில் செய்தால் பார்ப்பதற்கு அழகாக இருப்பதுடன் எடையும் குறைவாக இருக்கும்; தொட்டால் ஷாக் அடிக்காது. ஆனால் சூட்டில் உருகிவிடாத ப்ளாஸ்டிக்கைக் கண்டுபிடிப்பதுதான் ஒரே பிரச்னை.

குன்வர் இதற்கு விடை தேடிப் போன இடம், ஜி.ஈ. ப்ளாஸ் டிக்ஸ். அதிக வெப்பத்திலும் உறுதியாக இருக்கும் ஒரு ப்ளாஸ் டிக்கை அவர்கள் தயாரித்துத் தந்தார்கள். இதைத் தொடர்ந்து மார்க்கெட்டில் திடீரென்று அழகழகான, இலகுவான சு-காம் இன்வர்ட்டர்கள் அணிவகுத்தன!

குன்வர் ஜி.ஈ.யிடம் போனபோது தன் இன்வர்ட்டரின் சாம்பிள் ஒன்றையும் அதன் வெளிப்புற டப்பாவுக்காக வேறொரு இந்திய கம்பெனியில் தயாரிக்கப்பட்ட அச்சு ஒன்றையும் எடுத்துப் போய்க் கொடுத்தார். ஜி.ஈ. நிறுவனத்தின் ஒரே வேலை, சரியான ப்ளாஸ்டிக் ஒன்றை உருவாக்கித் தருவது மட்டுமே. இப்படிப் பிறந்ததுதான் உலகத்தின் முதல் ப்ளாஸ்டிக் உடை அணிந்த இன்வர்ட்டர்.

ஆரம்பத்தில் ஏகப்பட்ட சந்தேகங்கள் புறப்பட்டன. 'ஓர் இன்வர்ட்டரைப் போய் ப்ளாஸ்டிக்கில் செய்வதா? இனிமேல் குன்வரின் ஆட்டம் காலி' என்றே தொழில்துறையில் உள்ள அனைவரும் நினைத்தார்கள். ஆனால் மார்க்கெட்டுக்கும் வாடிக்கையாளர்களுக்கும் இது மிகவும் பிடித்துப் போய் விட்டது. புதிய இன்வர்ட்டர் சூப்பர் ஹிட்!

வழக்கம் போலவே போட்டியாளர்கள் இதையும் காப்பி அடிக்க ஆரம்பித்தார்கள். ஆனால் கண்ணுக்குத் தெரிந்த ப்ளாஸ்டிக் பெட்டியைத்தான் அவர்களால் காப்பி அடிக்க முடிந்ததே தவிர, அதன் பின்னணியில் எவ்வளவு கடுமையான பரிசோதனைகள் நடந்திருக்கின்றன என்பதையோ, மூலப் பொருள்கள் சப்ளை செய்வதில் ஒரு பெயர் பெற்ற கம்பெனியின் பங்கு இருப்பதையோ அவர்கள் அறியவில்லை. தங்கள் இன்வர்ட்டரை அப்படியே ஒரு ப்ளாஸ்டிக் பெட்டியில் அடைத்து அனுப்பினார்கள்.

என்ன நடக்க வேண்டுமோ, அதுதான் நடந்தது - சூடு தாங்காமல் ப்ளாஸ்டிக் உருக ஆரம்பித்தது! புகார்கள் குவிந்தன. உத்தரப் பிரதேசம், பஞ்சாப் அரசாங்கங்கள் தலையிட்டு, எல்லா கம்பெனிகளின் ப்ளாஸ்டிக் இன்வர்ட்டர்களையும் பரிசோதித் தன. ஒரே ஒரு கம்பெனிதான் சோதனையில் தேறி, தொடர்ந்து அந்த இன்வர்ட்டர்களைத் தயாரிக்க அனுமதி பெற்றது. அது சு-காம்தான் என்பதைச் சொல்லத் தேவையில்லை.

வீட்டுக்கு ஒரு யு.பி.எஸ்!

சு-காமின் அடுத்த வெற்றி 2003-ல் வந்தது. யு.பி.எஸ், இன் வர்ட்டர் இரண்டும் இரண்டுவிதமான கருவிகள். இவை இரண்டையும் ஒன்றாகக் கலந்ததில் பிறந்தது, உலகத்தின் முதல் 'வீட்டு யு.பி.எஸ்'!

இதனால் இரண்டு பலன்கள்:

(1) பொதுவாக ஒரு யு.பி.எஸ் 10-15 நிமிடத்துக்குத்தான் மின்சாரம் கொடுக்கும். அதுவே இப்போது இன்வர்ட்டர் போல வேலை செய்ய ஆரம்பித்துவிட்டதால் 2-3 மணி நேரம் வரை தாக்குப்பிடிக்கும்!

(2) ஓர் இன்வர்ட்டர், யு.பி.எஸ் போல வேலை செய்ய வேண்டும் என்றால் அது கொடுக்கும் மின்சாரம் சீராக, மெயின்ஸ் சப்ளையைவிடச் சுத்தமாக இருக்கவேண்டும். மெயின்ஸ் போய்விட்டால், மிக வேகமாக பேட்டரிக்கு மாறவேண்டும். இதற்கு வழக்கமான இன்வர்ட்டர்களுக்கு 50-100 மில்லி செகண்ட் ஆகும். யு.பி.எஸ் என்றால் 5 மில்லி செகண்டுக்குள் மாறவேண்டும். இது வீட்டிலுள்ள ஒவ்வொரு மின்சாரக் கருவிக்கும் நல்லது!

திருப்பு முனையான இந்த ஐடியா தோன்றியபிறகு, அதைச் செயல்படுத்த அதிக நாள் ஆகவில்லை. சு-காமின் தொடர்ச்சியான ஆராய்ச்சிகளில் பற்பல புதுமைகள் பிறந்தன; இந்தியாவும் உலகமும் முதல் ‘வீட்டு யு.பி.எஸ்.’ஸைப் பார்த்தன.

ப்ளாஸ்டிக் பெட்டி இன்வர்ட்டர் போலவே, இப்போதும் போட்டியாளர்களின் விமரிசனம் ஆரம்பித்தது: ஓர் இன்வர்ட்டர் எப்படி வீட்டு யு.பி.எஸ் ஆக முடியும்? ஆனால் குன்வர் ஏற்கெனவே நன்கு ஆராய்ந்து பதிலைத் தயாராக வைத்திருந்தார்: 10 மில்லி செகண்டுக்குள் மெயின்ஸிலிருந்து பேட்டரிக்கு மாறினால், அது யு.பி.எஸ்!

இதனால் இன்னொரு பெரிய பயனும் கிடைத்தது: யு.பி.எஸ். களுக்கு வரி 4%-தான். இன்வர்ட்டர் என்றால் 12%. வீட்டு யு.பி.எஸ்.ஸுக்கு இதில் கிடைத்த வரிச் சலுகையை வைத்துக் கொண்டு குன்வரால் நுகர்வோருக்கான விலையை மேலும் குறைக்க முடிந்தது.

இந்த முறையும் பழைய நாடகம் திரும்ப நடிக்கப்பட்டது! குறைந்த வரி என்பதற்காக மொத்த இண்டஸ்ட்ரியுமே இந்த யு.பி.எஸ்.ஸைப் பார்த்துக் காப்பி அடிக்க முற்பட்டது. ஆனால் அவர்கள் அனைவரும் குன்வர் செய்த ஒரு முக்கிய விஷயத்தைக் கோட்டை விட்டுவிட்டார்கள். அவர்களால் பேட்டரிக்கு மாறும் நேரத்தை 10 மில்லி செகண்டுக்குக் கீழே குறைக்க முடியவில்லை. தங்களிடம் இருந்த இன்வர்ட்டரையே யு.பி.எஸ் என்று லேபிள் ஒட்டி விற்கப் பார்த்தார்கள். அரசாங்கத்துக்கு மறுபடி சந்தேகம் வந்து, எல்லாவற்றையும் பரிசோதித்தார்கள். சு-காம் தவிர மற்ற எல்லாத் தயாரிப்புகளும் மண்ணைக் கவ்வின!

2005-ல் சுகாம் உயர் அலைவரிசை இன்வர்ட்டர் ஒன்றைத் தயாரித்தது. இதுவும் சைன் வேவ்தான். இதனால் இன்வர்ட்டர் இன்னும் சிறியதாகியதுடன், உயர்ந்த தரத்தில் சுத்தமான மின்சாரத்தையும் கொடுத்தது.

> குன்வர், போட்டியாளர்களுடன் கண்ணாமூச்சி விளையாடியிருக்கிறார்! முதலில் ஒரு தயாரிப்பை வெளியில் விட்டுவிடுவார். அதன் உண்மையான சிறப்புகள் என்ன என்பதைச் சொல்லவே மாட்டார். அது புரியாமல் போட்டியாளர்கள் காப்பி அடிக்க முயற்சிக்கும்போது தனக்குத் தானே குழி பறித்துக்கொள்வார்கள்.

> இந்த மாதிரி அணுகுமுறையை ஒரு சிறு கம்பெனியிடம் எதிர்பார்க்க முடியாது; தொழில்நுட்பத்தில் தன் துறைக்கே தலைமை ஏற்று நடத்தும் ஒரு நிறுவனத்திடம் மட்டுமே பார்க்க முடியும். புதிய புதிய நுட்பங்களைக் கொண்டுவந்து உலகம் பார்க்காத புதுமைகளைச் செய்பவர்களுக்கு மட்டுமே இது சாத்தியம். இதில் சுவாரஸ்யம் என்னவென்றால், துறையில் இருந்த எல்லோரையுமே - பன்னாட்டு கம்பெனிகள் உள்பட- சின்னக் குழந்தையாக்கிக் காட்டிவிட்டார் குன்வர். அவருடைய புதுமைகளின் பின்னணியைப் புரிந்து கொள்ளாமலேயே காப்பி அடிக்க முயற்சி செய்தபோது, அவர்கள் எல்லாமே சிற்றூரில் இருக்கும் சில்லறை கம்பெனி மாதிரி ஆகிவிட்டார்கள்!

2008-ல் சு-காமிலிருந்து சிறிய 250 VA இன்வர்ட்டர் ஒன்று வந்தது. அதில் ஒரு டியூப் லைட் - ஒரு மின் விசிறி, அல்லது இரண்டு சிறிய ஃப்ளோரசண்ட் விளக்குகள் - ஒரு மின் விசிறி ஆகியவை 5 முதல் 6 மணி நேரம் வரை வேலை செய்யும். மார்க்கெட்டை விரிவுபடுத்துவது இதன் நோக்கம்.

இந்தியாவில் ஏராளமான சிறு சிறு கடைகளும் வியாபாரிகளும் இருக்கிறார்கள். அவர்களுக்கு இன்வர்ட்டர் தேவைதான்; ஆனால் அதை வாங்கும் சக்தி இருக்காது. கையில் எடுத்துச் செல்லக்கூடிய சிறிய இன்வர்ட்டர் தயாரிக்கப்பட்டது இதற் காகத்தான். வியாபாரிகள் காலையில் இதைக் கடைக்கு எடுத்துப் போய் அங்கே உபயோகிக்கலாம். பிறகு வீடு திரும்பும்போது கையோடு எடுத்து வந்துவிடலாம். இரவில் வீட்டுக்கு உபயோகப்படும். பேட்டரி உள்பட மொத்த இன்வர்ட்டரும் 7 கிலோதான் எடை. இன்வர்ட்டர் விலை 2,000 ரூபாய். பேட்டரி யுடன் சேர்ந்து 4,000 ரூபாய். சு-காம் இதற்குக் கடன் வசதிகளை யும் ஏற்பாடு செய்து தந்தது.

மென்பொருள் துறையில் மறுமலர்ச்சி

சு-காம், இன்வர்ட்டர் போன்ற சாதனங்களுடன் நிறுத்திக் கொள்ளவில்லை. அதை இயக்கும் மென்பொருட்களையும் தானே தயாரித்தது. முதலாவது தயாரிப்பு, 'பவர் டாக்' என்ற கண்காணிப்பு மென்பொருள். சு-காமின் பெரிய இன்வர்ட்டர்

களை தூரத்திலிருந்தே கண்காணிக்க உதவுகிறது. இதைக் கொண்டு உலகத்தில் எந்த மூலையில் இருந்தபடியும் மின்சக்தி வலை அல்லது இன்வர்ட்டர்களின் நிலையைத் திரையில் வரைபடமாகப் பார்க்க முடியும்.

புதிய பாதை வகுத்த இரண்டாவது புதுமை, 'ரீகால்' என்ற மென்பொருள். இதைக் கொண்டு சு-காமின் சர்வீஸ் டெக்னிஷியன்கள், கடந்த இரண்டு மூன்று நாட்களில் இன்வர்ட்டர் எப்படி உபயோகிக்கப்பட்டது என்பதை உடனடியாகத் தெரிந்து கொள்ள முடியும். இன்வர்ட்டரைத் திறக்கவேண்டிய அவசியம் கூட இல்லை. எங்கெங்கே பிரச்னை வரலாம், அதற்கு என்ன செய்யவேண்டும் என்பதைக்கூட இன்வர்ட்டரே சொல்லி விடும்! இதனால் உடனடியாகப் பிரச்னைகளைக் கண்டுபிடித்து ஆன்லைனிலேயே சரி செய்ய முடியும்.

புதுமைக் கலாசாரம்

புதுமை செய்யவேண்டும் என்ற தாகம், ஒரு நிறுவனத்தின் கலாசாரத்திலேயே இருக்கவேண்டும். அந்தக் கலாசாரம் மட்டும் இல்லாவிட்டால் எந்தப் புதுமையும் படைக்க முடியாது! குன்வர் வேலைக்கு ஆள் எடுக்கும்போது, கொடுத்த வேலையை ஒழுங்காகச் செய்வார்களா என்று மட்டுமே பார்ப்பதில்லை. தொடர்ந்து ஆராய்ச்சி செய்து முன்னேற்றங்கள் கொண்டு வருவதற்கு அவர்களை ஊக்கப்படுத்துவார்.

சு-காம் எப்படிப்பட்ட கம்பெனி? கம்பெனிக்குள் ஒரு சுற்று வந்து அணியிடம் பேசியபிறகு மனத்தில் தோன்றுவது: இவர்கள் உலகை வெல்லப் பிறந்தவர்கள்!

இவர்களின் தரக் கட்டுப்பாடு, தொடர்ந்து நடக்கும் புதுமைகள், வேலைக்கு ஆள் எடுப்பது முதல் வருடக் கடைசியில் பணி மதிப்பீடு செய்வதுவரை ஆயிரக் கணக்கான சிறு சிறு விஷயங்களில் நுணுக்கமான கவனம், டீலர்களுடன் நடக்கும் சந்திப்பு - எல்லாமே அருமை! தயாரிக்கும் பொருள் முதல் தயாரிக்கும் விதம் வரை அனைத்திலும் புதுமை!

எல்லாவற்றுக்கும் மேலாக, சு-காமின் ஊழியர்கள் தங்கள் வேலையில் காட்டும் பெருமிதம் இருக்கிறதே, அது

நம்மை மூச்சடைக்க வைக்கும். உலகத்தை வென்று, ஒரு தொழில்துறையையே கவிழ்த்துப் போடுவது எப்படி என்று கற்றுக்கொள்ள விரும்பினால், சு-காமுக்கு ஒரு புனித யாத்திரை போய் வாருங்கள். தொடர்ந்து புதுமை படைக்கும் சூழலை ஏற்படுத்துவது எப்படி, இருக்கிற சூழ்நிலையை மாற்றுவதற்கு சளைக்காமல் போராடுவது எப்படி என்று கற்றுக்கொள்ள விரும்பினால், சு-காமுக்குப் போய்ப் பாருங்கள்.

சு-காம் தொடர்ந்து புதுமைகள் படைக்கிறது என்றால், குன்வர் அதற்கான சூழ்நிலையை எப்படி உருவாக்கி வைத்திருக்கிறார்? அவருடைய வியூகத்தில் இரண்டு பகுதிகள்:

(1) ஊழியர் ஒருவர் ஊக்கத்துடன் வேலை செய்யவேண்டும் என்றால் உங்கள்மீது அவருக்கு மிகுந்த நம்பிக்கை இருக்க வேண்டும். அந்த நம்பிக்கையை உருவாக்க முடியவில்லை என்றால், அவர் ஏன் நம்மிடம் வேலை செய்யப் போகிறார்? நிறுவனத்துக்குள் தன்னுடைய எதிர்காலம் எப்படி இருக்கப் போகிறது என்பது அவர் கண் முன்னால் தெரியவேண்டும். சு-காமில் திறமைக்கு மட்டுமே மதிப்பு. இங்கே ஒருவருடைய வளர்ச்சி, அவரது வேலையைப் பொருத்தது.

(2) ஒவ்வொரு ஊழியருக்கும் பரிசோதனை செய்துபார்க்க முழுச் சுதந்தரம் கொடுத்திருக்கிறார் குன்வர். 'நானே ஏதாவது பரி சோதனை செய்துகொண்டே இருக்கும் டைப்தான். என்னிடம் வேலை செய்பவர்களையும் அப்படியே இருக்க அனுமதிக் கிறேன்' என்கிறார் அவர். சொன்னதைச் செய்யவும் செய்கிறார்!

உதாரணம் வேண்டுமா? ஒரு சமயத்தில் சு-காம், 40 KVA-வுக்கு உட்பட்ட இன்வர்ட்டர்களை மட்டுமே தயாரித்து வந்தது. அவர்கள் ஆராய்ச்சிப் பிரிவு, 100 KVA இன்வர்ட்டர் ஒன்றைத் தயாரித்துப் பார்க்கலாமே என்று நினைத்தது. இது இந்தியா வுக்கே புதிது!

இதில் உள்ள சவால்களை யோசித்துப் பாருங்கள். 40-லிருந்து 50, 60 என்று படிப்படியாக முன்னேறாமல், ஒரே தாவலில் 100-க்குத் தாவ முடிவு செய்தார்கள். சரி, செலவு எவ்வளவு ஆகும் என்று கணக்கு போட்டுப் பார்த்தபோது, இந்தத் திட்டத்துக்கு 25 லட்ச ரூபாய் ஆகும் என்று தெரிந்தது. அப்போது இருந்த சின்ன

கம்பெனிக்கு இது பெரிய செலவு. அவர்கள் குன்வரை அணுகிய போது துளியும் தயங்காமல் சரி என்று சொல்லிவிட்டார்.

இன்றைக்கு, இந்தியாவில் 100 KVA இன்வர்ட்டர்கள் தயாரிக்கும் ஒரே கம்பெனி சு-காம். உலகத்திலேயே இரண்டாவது கம்பெனியும்கூட!

சுதந்தரம், அதிகாரம் கொடுப்பது என்றால் என்ன? முடிவுகள் எடுக்கும் அதிகாரமா, தவறுகள் செய்யச் சுதந்தரமா? இரண்டாவதாகச் சொன்னதுதான் என்றால், அந்த கம்பெனியின் கலாசாரம் எப்படிப்பட்டது!

இவை இரண்டும் ஒன்றல்ல. நான் உங்களுக்கு முடிவுகள் எடுக்கச் சுதந்தரம் தரலாம்; பிறகு ஏதாவது பிரச்னை என்றால் உங்கள் மேல் பாயலாம். தவறுக்கும் தோல்விக்கும் நீங்களேதான் பொறுப்பு என்று கெடுபிடி செய்யலாம்.

மாறாக நான் உங்களுக்கு, 'தவறுகள் நேர்ந்தாலும் பரவாயில்லை' என்ற சுதந்தரத்தைக் கொடுக்கலாம். தவறு நேர்ந்தால் நீங்கள் அதற்குப் பொறுப்பல்ல; அதைச் சரி செய்வது மட்டும்தான் உங்கள் பொறுப்பு. இப்படி இருந்தால், நாம் இருவருமே பாடம் கற்றுக்கொள்கிறோம்; வளர்கிறோம்.

இன்னும் நிறைய நிறுவனங்களில் இந்த இரண்டாவது வகைக் கலாசாரம் வளர்ந்தால் எப்படி இருக்கும்?

ஆராய்ச்சி-வளர்ச்சிப் பிரிவில் இருக்கும் சஞ்சீவ் சொல்வது இது: 'ஆரம்பத்தில் தோல்விகள் வரலாம். ஆனால் கடைசியில் எப்படியும் இதை வேலை செய்ய வைத்துவிடுவோம். முதல் தடவை வெற்றி கிடைக்காது. ஆனால் உங்களுக்கு ஒருவர் சிந்திக்க அவகாசம் தந்தால் - உங்கள் எல்லைகளை மீறியும் வேலை செய்யச் சுதந்தரம் தந்தால் - நீங்களும் புதுமை படைக்க முடியும்!'

இனி, சு-காமின் எதிர்காலத் திட்டம் என்ன?

குன்வர் ஒவ்வொரு வீட்டையுமே மின்சாரத் தயாரிப்பில் ஈடுபடுத்த நினைக்கிறார்! மின் சப்ளை வலையில் (grid) இணைத்துவிடக்கூடிய இன்வர்ட்டரைத் தயாரிக்க அவருடைய

டீம் வேலை செய்துகொண்டிருக்கிறது. ஒவ்வொருவரும் தேவைப்பட்டபோது வலையிலிருந்து மின்சாரத்தை எடுத்துக் கொள்வார். அதிகப்படி மின்சாரம் இருந்தால் வலைக்குக் கொடுப்பார்.

சூரிய மின்சக்தியைக் கொண்டுவந்து, ஒவ்வொரு வீடும் தான் எடுப்பதைவிட அதிகம் கொடுக்கும்படிச் செய்யவேண்டும் என்கிறார் குன்வர். இந்த உலகமே கூட்டுறவு முறையில்தான் இயங்குகிறது; இண்டர்நெட்டில் ஒவ்வொருவரும் சமுதாயத் துக்குப் பயனுள்ள வகையில் தகவல்கள் அளிக்கிறார். தகவல் துறையில் இதைச் செய்யும்போது, மின் சக்தியிலும் ஏன் இதைச் செய்ய முடியாது?

நட்ட நடுவில் ஒரே ஒரு மின் உற்பத்தி நிலையத்தை வைத்துக் கொண்டு ஊருக்கெல்லாம் மின்சாரம் தருவது என்பது, பழைய தொழிற்புரட்சி காலத்துச் சிந்தனை. எதிர்காலத்தில் ஒவ்வொரு வீடும் தனக்குத் தேவையான மின்சக்தியைத் தானே தயாரித்துக் கொள்ளும். வெவ்வேறு இடங்களுக்குத் தேவைப்படும் சக்தியை சமனப்படுத்தி சீராக வினியோகிப்பது மட்டுமே மின்சார வலையின் வேலை!

முடிவுரை

‘எந்த நியாயத்துக்கும் கட்டுப்படாத கோணல் புத்திக்காரர்களால்தான் உலகில் எல்லா முன்னேற்றங்களும் நடக்கின்றன’ என்றார் ஜார்ஜ் பெர்னார்ட் ஷா. உண்மைதான்! ஆனால் செக்கு மாட்டுப் பாதையை விட்டு விலகிச் செல்வது என்பது, கோணல் வழியில் போகவேண்டும் என்பதற்காகவே அந்த வழியில் நடப்பது அல்ல; எதை எடுத்தாலும் எதிர்க்கவேண்டும் என்பதற்காகவே எதிர்ப்பது அல்ல. நாம் செய்வதில் ஒரு தெளிவான நோக்கம் இல்லாவிட்டால் எதுவும் வேலை செய்யாது. லட்சியம்தான் நமக்குத் திசைகாட்டி.

திசையை மாற்றச் சொல்லும் ஒரு சவாலில் இருந்துதான் லட்சியம் பிறக்கிறது. இந்தச் சவால், சுலபத்தில் ஏற்றுக்கொள்ள முடியாத கோணல் சவாலாகவும் இருக்கவேண்டும்; அதே நேரம் தெள்ளத் தெளிவாகவும் இருக்கவேண்டும். ‘தேவையற்ற பார்வைக் குறைபாட்டை நீக்க வேண்டும்’, அல்லது ‘ஹெபடைடிஸ்-பியை ஒழிக்கவேண்டும்’ அல்லது ‘முதல் நாளே நம்பர் ஒன்’ என்று எதை வேண்டுமானாலும் எடுத்துக் கொள்ளுங்கள். இதைவிடக் குறுக்கு புத்தியுடனும், ஆனால் இதைவிடத் தெளிவான புத்தியுடனும் ஏதாவது லட்சியம் இருக்கிறதா?

எந்த நியாயத்துக்கும் கட்டுப்படாத சவால் ஒன்று எழும்போது, அது நம்மைத் தொழில்துறையின் எல்லைகளைத் தாண்டியும் சிந்திக்கத் தூண்டுகிறது.

சவாலால் உற்சாகம் கொள்ளக்கூடியவர்களைத் தேடித்தேடி நம் கட்சியில் சேர்த்துக்கொள்ளவேண்டும்; எடுத்த லட்சியம் நீர்த்துப் போகாமல் கவனமாகக் கண்காணிக்கவேண்டும். ஒவ்வொரு நாளும் ஒரு போராட்டம்தான். எந்த நேரத்திலும் செயலின்மை வந்து பிடித்துக்கொள்ளலாம்; முயற்சி நீர்த்துப் போகலாம். ஆரம்பத்தில் நம்மை மாற்றுப் பாதையில் செலுத்திய சவால் திடீரென்று உப்புச் சப்பில்லாமல் போய், பழைய பாதைக்கே எல்லாம் திரும்பிவிடலாம்.

இந்தப் புத்தகத்தில் நாம் பார்த்த புரட்சியாளர்கள் அனைவரும், தங்கள் லட்சியத்துக்கு உயிர்கொடுத்த தருணத்தில், பாதை மாற்றும் விதிகளைத் தப்பாமல் கடைப்பிடித்தவர்கள். இந்த லட்சியங்கள் ஒவ்வொன்றும் இன்னும் உயிருடன் செழித்துக் கொண்டிருக்கின்றன.

கால வெள்ளத்தில், இவற்றில் ஒரு சில விதைகள், வலுவான விருட்சங்களாக வளரலாம். மற்றவை தங்கள் புரட்சித் தடங்களைக் கைவிட்டு, பட்டுப் போய்விடலாம். இது உலக இயற்கை. ஆனால், அன்றொரு நாளில், அந்தச் சூழ்நிலையில் பிறந்த புரட்சியை யாரும் மறுக்க முடியாது. வெற்றிக் கம்பத்தைத் தொட்டபிறகு நடக்கும் நல்லது கெட்டது எதுவும், இந்தப் புரட்சியாளர்கள் படைத்த புதுமை வரலாற்றை அழித்துவிட முடியாது.

அவர்கள், அன்றைக்கு இருந்த உலகத்தைத் தலைகீழாக மாற்றினார்கள்!

நன்றி

நான் எந்தப் புத்தகத்தைப் படித்தாலும் இந்தப் பக்கத்தை மட்டும் படிக்காமலேயே திருப்பிவிடுவேன்! இப்போது நானே ஒரு புத்தகத்தை எழுதும்போதுதான், இதற்கு எத்தனை பேருடைய உழைப்பும் உதவியும் தேவைப்படுகின்றன என்பது புரிகிறது. அட்டையில் ஒரே ஒரு பெயரைத்தான் போட முடியும். ஆனாலும் இது தனி ஒருவருடைய பணியே அல்ல.

இந்தப் புத்தகத்துக்காக ஒரு படையே வேலை செய்திருக்கிறது. இதன் ஆதாரம், எரிஹ்வான் புதுமை ஆலோசனை நிறுவனமும் மரிகோ புதுமை மையமும் சேர்ந்து செய்த ஒரு ப்ராஜெக்ட். எரிஹ்வானின் நிறுவனர்-சேர்மன்-நிர்வாக இயக்குனர் ராஜீவ் நாரங்கும், மரிகோவின் சேர்மன்-நிர்வாக இயக்குனர் ஹர்ஷ் மரிவாலாவும்தான் இந்தத் திட்டத்தை ஆரம்பித்தார்கள். புத்தகம் கருத்திலிருந்து கைக்கு வரும்வரை, எந்த ஒரு கட்டத்திலும் முயற்சி நீர்த்துப் போய்விடாமல் இவர்கள் இருவரும் கவனமாகப் பார்த்துக்கொண்டார்கள். அதுதானே புதுமையாளர்களுக்கு இலக்கணம்?

மரிகோ புதுமை மையத்தின் கவுன்சில் உறுப்பினர்கள் இந்தப் பணியில் முக்கியப் பங்கு வகித்திருக்கிறார்கள். டாக்டர் ரமேஷ் மாஷேல்கரும் மற்ற உறுப்பினர்களும் புத்தகத்தில் சொல்லப் பட்டிருக்கும் பல புதுமைகளை அடையாளம் கண்டுகொள்ள உதவினார்கள். இந்தியாவில் புதுமைகள் படைப்பதற்கான போராட்டத்தில் அவர்கள் முன்னணிப் படைவீரர்கள். புத்தகத்தை எப்படிக் கொண்டுபோவது, எப்படிப் பரப்புவது

என்ற கடைசிக் கட்ட நடவடிக்கைகளில் ஆழமான பங்களித்தவர் ரஞ்சன் கபூர்.

எரிஹ்வானில் புதுமையைக் கண்டறிவது, டெக்னாலஜி ஆகிய பிரிவுகளின் இயக்குனரும் துறைத் தலைவருமான தேவிகா தேவய்யா, நிறுவனர்களில் ஒருவரான இயக்குனர் பூபேந்திர சர்மா இருவரும் புது வழி கண்ட ஆரம்பக் கட்ட ஆராய்ச்சிகளைத் தலைமை ஏற்று நடத்தினார்கள். ரிசர்ச் இனிஷியேடிவ்ஸின் மேலாளர் வெங்கடேஷ் ராவ், எக்ஸிக்யூடிவ் ராஜி டானியல் இருவரும் அவர்களுக்கு உதவி செய்தார்கள்.

மற்றவர்களிடமிருந்து புதுமையாளர்களைப் பிரித்துக் காட்டுவது எது? ஒரு புரட்சிகரமான சவாலை எடுத்துக்கொள்வது, நிலைமையை ஆழ்ந்து புரிந்துகொண்டு பழைய நடைமுறை களைத் தட்டிக் கேட்பது, லட்சியப் பயணத்துக்கு உற்ற துணைவர்களைச் சேர்த்துக்கொள்வது, காரியம் நீர்த்துப் போகாமல் கடைசிவரை போராடுவது - போன்ற கருத்துக்களை யெல்லாம் உருவாக்கி உருவம் கொடுத்தவர்கள் ராஜீவ், தேவிகா, பூபேந்திரா ஆகியோர்தான்.

நான் பிறகுதான் இதில் நுழைந்தேன். இவர்கள் மூவரும் அடையாளம் கண்டுபிடித்து, தேர்ந்தெடுத்து ஆராய்ந்த லட்சியக் கதைகளை இன்னும் விரிவாக ஆராய்ச்சி செய்து எழுத ஆரம்பித் தேன். பலமுறை திருத்தி எழுதியபிறகு, ராஜீவ், ‘சுவாரஸ்யமாகக் கதை சொன்னால் போதாது. படிப்பவர்கள் நிமிர்ந்து உட்கார வேண்டும்; தங்கள் வாழ்க்கையை மாற்றுவதற்கு உடனடி நடவடிக்கையில் இறங்கவேண்டும். அப்படி எழுதேன்?’ என்றார். அதுவே ஒரு பாதை மாற்றும் சவால்தான். அதன் விளைவுதான் உங்கள் கையில் இருக்கும் இந்தப் புத்தகம்.

நீங்கள் படிக்கப்போகும் லட்சிய வரலாறுகளை எரிஹ்வானின் செயல் விளக்கப் பட்டறைகளில் நூற்றுக்கணக்கானவர்கள் படித்துப் பார்த்திருக்கிறார்கள். பெரும்பாலானவர்கள் இதில் கற்றுக்கொண்ட சாத்தியங்களால் ஊக்கம் பெற்று உற்சாகமாக வேலை செய்ய இறங்கிவிட்டார்கள்.

ராஜீவ், நீங்கள் விடுத்த சவாலுக்கும் சரி, உங்கள் ஆர்வத்துக்கும், தொடர்ந்து நீங்கள் கொடுத்த நுணுக்கமான பின்னூட்டத்துக்கும் சரி, நான் வேறென்ன சொல்வது? நன்றி என்ற ஒற்றை வார்த்தைதான் இருக்கிறது.

லட்சியக் கதைகளை எழுதி, வெற்றிகரமாகப் பரிசோதனையும் செய்து பார்த்தாகிவிட்டது. அடுத்து இதற்கு ஒரு பதிப்பாளரைக் கண்டுபிடிக்க வேண்டும். முதலில் இது சுலபமாக இல்லை. ஏனென்றால், இதன் அமைப்பு, வழக்கமான புத்தகம் போல இல்லை. இதை வழக்கமான புத்தகமாக ஆக்க அனுமதித்தால் எடுத்த காரியத்தை விட்டுக்கொடுத்த மாதிரி ஆகிவிடும். அப்போதுதான் கீதா பிராமல் கை கொடுத்தார்; 'நீங்கள் ஹார்ப்பர் காலின்ஸின் பதிப்பாளர் க்ரிஷன் சோப்ராவைப் பாருங்களேன்?' என்றார். 'இந்தியாவில் திருப்புமுனை படைத்த புதுமைகள்' என்பது பற்றி ஊக்கம் தரும் ஒரு புத்தகம், படிப்பவரை நேரடியாக உசுப்பிவிடும் புத்தகம் - என்ற ஐடியா க்ரிஷனுக்கு உடனே பிடித்துப் போய்விட்டது.

இந்தப் புத்தகத்தின் வெற்றியில் பெரும் பங்கு க்ரிஷனுக்கு உரியது. அவருடைய வெளிப்படையான பேச்சும், புத்தகத்தின் ஓட்டத்தைப் பற்றி அவர் கொடுத்த உபயோகமான ஐடியாக் களும் விலை மதிப்பில்லாதவை. ஹார்ப்பர் காலின்ஸின் நிர்வாக ஆசிரியர் அமித் அகர்வால், எடுத்த காரியம் நீர்த்துப்போகாமல் பாதுகாக்கும் போராளி.

மேலும் மேலும் தெளிவுவேண்டும் என்று வலியுறுத்திக் கொண்டே இருந்தார். உரைநடை சீராக நகர்கிறதா, தகவல்களில் ஏதாவது விடுபட்டுப்போயிருக்கிறதா என்று கூர்மையான கண் ணுடன் கவனித்துக்கொண்டார். அந்த நுணுக்கமான பார்வைக்கு நன்றி, அமித்! தலைமை காபி எடிட்டர் சாந்தனு ரே சௌத்ரியும் முக்கியப் பணி ஆற்றினார். சிறு சிறு விஷயங்களையும் கவனமாகப் பார்த்து அவர் கொடுத்த தகவல்களால் புத்தகம் முழுவதும் சீராக, நேராக அமைய முடிந்தது.

மரிகோவில் மனித வளம், வியூகம் இவற்றைக் கவனித்துக் கொள்ளும் மிலிந்த் சார்வடே, முன்னாள் மனித வளத் தலைவர் பங்கஜ் பார்கவா, முதன்மை ஆலோசகர் நமிதா விகாஸ் ஆகியோர் ஆர்வம் நிறைந்த போராளிகள். பங்கஜின் ஆதரவுக் கும், பொறுப்பு எடுத்துக்கொண்டு இந்தப் புத்தகத்தைச் செய்த விதத்துக்கும், கடைசி நேரத்தில் சலிக்காமல் உழைத்த நமிதாவுக் கும் என் நன்றி உரியது. நமிதா ஒரே சிந்தனையாக, அர்ப்பணிப்பு உணர்வுடன் இந்தப் புத்தகத்தை வெளியே கொண்டுவந்தது பிரமிப்பான வேலை.

எரிஹ்வானில் என் பிரத்தியேக நன்றிக்கு உரியவர் ரஞ்சன் மாலிக். பங்குதாரர், ஆலோசகர், இன்னொவேஷன் மிஷன்ஸின் செயல் தலைவர். நிறுவனத்தில் புரட்சிகரமாக எது நடந்தாலும் அதற்கு இவருடைய வலுவான ஆதரவு உண்டு! ஆரம்பக் கட்டத் திலேயே அவர் புத்தகத்தின் இந்த வடிவத்தை ஆதரிக்க ஆரம்பித்துவிட்டார். 'புதுமைத் தலைமை' டிபார்ட்மெண்டைக் கவனித்துக்கொள்ளும் பிரபா பார்த்தசாரதி, 'அக்கினிக் குஞ்சு' சுஜித் சுமித்ரன் இருவரும் தங்கள் செயல்முறைப் பட்டறைகளில் இந்த லட்சியக் கதைகளின் மாதிரி வடிவத்தை நடத்தினார்கள். எரிஹ்வானின் வர்த்தக மேலாளர் ப்ரியா ஐயர், புதிய முயற்சி எதுவாக இருந்தாலும் மலை போல ஆதரவு கொடுத்து வந்தவர் - வருபவர். ஏழு நாளும் அவருக்கு ஏழு சவால்தான்!

கண்டுபிடிப்பு-ஆலோசகர்கள் மதுஜித் வெங்கடகிருஷ்ணாவும் சவி கோயலும், டைட்டன் எட்ஜ், பாஷ், சு-காம் நிறுவனங் களுடன் பேச்சுவார்த்தைகள் நடத்தி அவர்களது உள்ளத்தைப் புரிந்துகொள்வதில் உதவினார்கள். டைட்டன் எட்ஜ், பாஷ், சு-காம் ஆகிய கதைகளின் முதல் பிரதியை எழுதியவர் சவி கோயல்தான். நான் பிறகு அதை விரிவாக்கினேன். இந்த மூன்று கதைகளையும் ஆக்கியதில் அவருடைய பங்கு மிகப் பெரியது. புதுமைகளைத் தொடங்கிவைக்கும் பொறுப்பில் இருந்த ஜெரால்ட் ஜெய்தீப், கடைசி நேரத்தில் வந்து புத்தகத்தை நிலை நிறுத்த உதவினார். எரிஹ்வானும் மரிகோவும், இந்தப் புத்தகத் தில் விரியும் புரட்சிக் கருத்துக்களை உண்டு சுவாசித்து வாழ்ந்து வருகிற நிறுவனங்கள்.

அல்டேர் பொறியியல் கம்பெனி, உலக அளவில் புதுமை டெக்னாலஜிகளை வழங்கி வருகிறது. இதனுடன் மரிகோவும் எரிஹ்வானும் கூட்டாகச் சேர்ந்து செய்ததுதான் டைட்டன் எட்ஜ், பாஷ், சு-காம் ஆகிய அத்தியாயங்கள். அல்டேரின் நிர்வாக இயக்குனர் பவன் குமார், தலைவர் நெல்சன் டயஸ் இருவரும் இதில் முக்கியப் பங்காற்றியவர்கள்.

இந்தப் புத்தகத்தை எழுதும்போது நான் சந்தித்த டஜன் கணக்கான புரட்சியாளர்களைப் பற்றிக் குறிப்பிடாவிட்டால் இந்தப் பகுதி முழுமை பெறாது. அவர்கள் ஒவ்வொருவரும் ஓர் ஊக்க மாத்திரை! அவர்களிடமிருந்து நான் அழுத்தமாகக் கற்றுக் கொண்டது இதுதான்: புரட்சி என்பது ஒரு வழிமுறை அல்ல, மன

நிலை. அணுகுமுறை. அந்தப் புரட்சியாளர்களில் சிலரை இந்தப் புத்தகத்தில் சந்திக்கப்போகிறீர்கள்.

கடைசியாகவும் முக்கியமாகவும், என் மனைவி ஷிரீனுக்கு நன்றி சொல்ல வேண்டும். பல நீண்ட இரவுகள் என்னுடன் உட்கார்ந்து துளித் துளியாக ஒவ்வொரு வாக்கியத்தையும், வார்த்தையையும் பட்டை தீட்டி உதவினார். அவருடைய மென்மையான, ஆக்கபூர்வமான யோசனைகள் இந்த லட்சியக் கதைகளை அமைக்க உதவின. இந்தப் புத்தகத்தை என் அளவுக்கு அவரும் செதுக்கினார் என்றுதான் சொல்லவேண்டும்.

www.ingramcontent.com/pod-product-compliance
Ingram Content Group UK Ltd.
Pitfield, Milton Keynes, MK11 3LW, UK
UKHW042136021026
15589UKWH00003B/866

9 788184 934625